போரே நீ போ...

எர்னெஸ்ட் ஹெமிங்வே

தமிழில்: எம்.எஸ். சிவஸ்வாமி

மீள்பார்வை: நற்றிணை பதிப்பகக்குழு

நற்றிணை பதிப்பகம்

போரே நீ போ... * நாவல் * எர்னெஸ்ட் ஹெமிங்வே * தமிழில்: எம்.எஸ். சிவஸ்வாமி * நற்றிணை முதல் பதிப்பு: டிசம்பர் 2023 * வெளியீடு: நற்றிணை பதிப்பகம் (பி) லிமிடெட் * எண். 136, தரைத்தளம், சோழன் தெரு, ஆழ்வார்திருநகர், சென்னை – 600 087.

* மின்னஞ்சல் : natrinaipathippagam@gmail.com
* கைபேசி : *94861 77208*
* தொலைபேசி : *044 – 4273 2141*
* அச்சாக்கம் : துர்கா பிரிண்டர்ஸ், சென்னை – 600 005.

முதல் பாகம்

1

அந்த வருஷம் கோடைக்காலத்தின் இறுதியில் நாங்கள் கிராமத்தின் மத்தியிலிருந்த ஒரு வீட்டில் வசித்தோம். அந்தக் கிராமத்தை அடுத்து ஒரு நதி ஓடிக்கொண்டிருந்தது. அதற்கப்பால் பரந்த சமவெளிப் பிரதேசம். அதன் முடிவில் மலைத் தொடர்கள் அடுக்கடுக்காக நின்றன. நதியின் படுகையில் கூழாங்கற்களும் பாறைகளும் நிரம்பி இருந்தன. சூரிய வெளிச்சத்தில் அவை பளிச் சென்று பிரகாசித்தன. நதியின் ஒரு பக்கத்தில் தெளிந்த நீர் வேகமாக ஓடிக்கொண்டிருந்தது. ஆழமான இடங்களில் நீலம் பாய்ந்து காணப்பட்டது. சைன்யங்கள் வீட்டின் பக்கத்திலிருந்த ரஸ்தாவில் அணிவகுத்துச் சென்ற வண்ணமிருந்தன. அவைகள் கிளப்பிய புழுதி மரங்களின் இலைகள் மீதெல்லாம் படிந்திருந்தது. அடிமரங்களும் கூட புழுதியடைந்திருந்தன. அந்த வருஷம் இலைகள் சீக்கிரமாகவே உதிர ஆரம்பித்திருந்தன. ரஸ்தாவோடு ராணுவத்தினர் அணிவகுத்துச் செல்லுவதையும், புழுதி கிளம்புவதையும், இளங்காற்றின் சலசலப்பில் இலைகள் உதிர்வதையும் நாங்கள் பார்த்தோம். அதன் பிறகு சாலை வெறிச்சோடிக் கிடந்தது. இலைகள் மட்டும் ஆங்காங்கு கிடந்தன.

சமவெளியெங்கும் பயிர்கள் செழித்து வளர்ந்திருந்தன. அங்கே பழமரத் தோப்புகளும் பல இருந்தன. சமவெளிக்கப்பால் மலைத் தொடர்கள் வெறும் பாறைகளுடன் மங்கிய செந்நிறமாகக் காட்சியளித்தன. மலைப் பிரதேசத்தில்தான் சண்டை நடந்துகொண்டிருந்தது. இராக் காலங்களில் பீரங்கிகளிலிருந்து பிரகாசமான ஒளி பளிச்சிடுவதை எங்களால் காண முடிந்தது. இருட்டில் அது கோடைக்கால மின்னலைப்போலத் தோன்றியது.

ஆனால் இரவு குளிர்ச்சியாக இருந்தது. எனினும் புயல் காற்று வீசுவதற்குமுன் ஏற்படும் அறிகுறிகள் ஏதுமில்லை.

சில சமயங்களில் இருட்டில் எங்கள் வீட்டுச் சாளரத்தின் பக்கமாகவே சைன்யங்கள் செல்லும். மோட்டார் வண்டிகளில் பொருத்தப்பட்ட பீரங்கிகள் வேகமாக இழுத்துச் செல்லப்படும் சப்தம் கேட்கும். இரவில் சைன்யங்களின் நடமாட்டம் அதிகமாக இருந்தது. ராணுவத் தளவாடச் சாமான்கள் நிரம்பிய பெட்டிகள் பக்கத்திற்கு ஒன்றாக ஏற்றப்பட்டு, சுமைக் கழுதைகள் வீதி முழுதும் சென்றன. பல மோட்டார் லாரிகள் யுத்த வீரர்களை ஏற்றிச் சென்றன. இதர லாரிகள் நன்கு மூடப்பட்டு பலவகை சாமான்களை ஏற்றிக்கொண்டு மெதுவாகப் பின்னால் சென்றன. இடையிடையே பெருத்த பீரங்கிகளும் இருந்தன. ராட்சத மோட்டார் வண்டிகளில் பொருத்தப்பட்ட அவைகளின் நீண்ட குழாய்கள் இலைகளாலும் செடி கொடிகளாலும் நன்கு மறைக்கப்பட்டிருந்தன. சமவெளிப் பிரதேசத்திற்கு வடக்கே ஒரு பள்ளத்தாக்கும், "செஸ்ட்நட்" மரங்களடர்ந்த காடும் அதற்கப்பால் ஒரு மலையும் இருந்தன. இவற்றை எல்லாம் வளைத்துக்கொண்டுதான் நதி ஓடிக்கொண்டிருந்தது. இந்த மலையைக் கைப்பற்றுவதற்காகவும் யுத்தம் நடந்து கொண்டிருந்தது. ஆனால் வெற்றி கிட்டவில்லை.

இலையுதிர்காலம் வந்து பருவமழை பெய்யத் துவங்கியதும் மரங்களிலிருந்த இலைகளெல்லாம் உதிர்ந்து அந்தக் காடு முழுவதுமே மொட்டை மரங்களாகக் காட்சி அளித்தது. அடி மரங்களெல்லாம் மழையில் நனைந்து கறுத்து நின்றன. திராட்சைத் தோட்டங்களில்கூட இலைகளே இல்லாது கொடிகள் காணப்பட்டன. அந்தப் பிரதேசம் முழுவதும் மழையில் நனைந்து சவக்களையுடன் விளங்கியது. நதியின்மீது லேசாக மூடுபனி பரவி நின்றது. மலை உச்சியெல்லாம் மேகங்களால் மறைக்கப்பட்டிருந்தன. வாகனங்கள் ரஸ்தாவில் சென்ற போது சேற்றை வாரி வீசின. வீரர்களின் உடம்பெல்லாம் சேற்றுக் கறை படிந்திருந்தது. அவர்களுடைய மேலங்கி நனைந் திருந்தன. அவர்களின் துப்பாக்கிகள் கூட நனைந்திருந்தன. மேலங்கிக் கடியில் வீரர்களின் இடைவாரில் முன்பக்கத்தில் இணைக்கப்பட்டி ருந்த 6.5 மில்லி மீட்டர் தோட்டாக்களடங்கிய கனமான இரு தோல் பைகளும் துருத்திக் கொண்டிருந்தன. இப்படியாக அணி வகுத்துச் சென்ற வீரர்களைப் பார்க்கும்போது அவர்கள் ஆறு மாதக் கர்ப்பிணிகள் போல் தோற்றமளித்தனர். அவ்வப்போது சிறு மோட்டார் கார்களும் வெகு வேகமாகக் கடந்து சென்று கொண்டிருந்தன. இவைகளில் சாதாரணமாக டிரைவர் பக்கத்தில் ஒரு ராணுவ அதிகாரியும், பின் ஆசனத்தில் மற்றும் பல அதிகாரி களும் இருப்பார்கள். இந்த வண்டிகள் செல்லும் வேகத்தில் வாரி

இறைக்கும் சேறும் மண்ணும் பீரங்கி வண்டிகள் வாரி அடித்ததை விட அதிகமாக இருக்கும். பின் ஆசனத்தின் மத்தியில் உட்கார்ந்திருப்பவர் சற்றுக் குட்டையாகவும் தொப்பி அணிந்து முகம்கூட நன்றாகத் தெரியாதபடி தொப்பி நுனிமட்டும் தெரியும்படியும் அமர்ந்து, அவருக்கு இருபுறங்களிலும் இரண்டு தளபதிகள் உட்கார்ந்திருந்து அந்த வண்டியும் அசாதாரண வேகத்தில் சென்றால், பின்னால் இருப்பவர் அநேகமாக அரசர் என்று யூகித்துக் கொள்ளலாம். அவர் அந்தச் சமயம் “ஊடைன்” (Udine) என்னும் யுத்தப் பிராந்தியத்திலேயேதான் தங்கி இருந்தார். அநேகமாக ஒவ்வொரு நாளும் காரியங்கள் எவ்வாறு நடந்துகொண்டிருக்கின்றன என்பதைப் பார்ப்பதற்காக அவர் இவ்வழியாகச் செல்லுவது வழக்கம். ஆனால் நிலைமை மோசமாகிக் கொண்டுதான் வந்தது.

குளிர்காலம் ஆரம்பித்ததும் நிரந்தரமாக மழை பெய்யத் துவங்கிவிட்டது. மழையுடன் காலராவும் வந்தது. ஆனால் நோய் கட்டுப்படுத்தப்பட்டது என்று சொல்லிக் கொண்டார்கள். முடிவில் ராணுவத்தில் காலராவினால் ஏழாயிரம் பேர்கள் மட்டுமே இறந்தார்கள் என்று தெரியவந்தது.

2

அடுத்த வருஷம் வெற்றிகள் கிட்டின. பள்ளத்தாக்கிற்கப்பாலிருந்த மலையும், அதைச்சார்ந்த “செஸ்ட்நட்” மரக்காடு அடர்ந்த குன்றுப் பிரதேசங்களும் பிடிபட்டு விட்டன. சமவெளிக்கப்பால் தெற்குப் பக்கத்திலும்கூட வெற்றிகள் கிடைத்தன. ஆகஸ்டு மாதம் நாங்கள் நதியைக் கடந்து அப்பால் சென்றோம். எங்களுடைய முகாமைக்கூட கொரிஜியா (Gorizia) என்னுமிடத்தில் ஒரு வீட்டில் அமைத்துக்கொண்டோம்.

அவ்வீட்டில் ஒரு நீரூற்றும், பல அடர்ந்த மரங்களும் இருந்தன. சுற்றிலும் சுவர் எழும்பிய தோட்டமும் இருந்தது. வீட்டின் ஓரங்களில் திராட்சைக் கொடிகள் செழித்து வளர்ந்திருந்தன. இப்போது சண்டை ஏற்கனவே பிடிபட்ட மலைக்கப்பாலிருந்த மலைப் பிராந்தியத்தில் நிகழ்ந்து கொண்டிருந்தது. நாங்கள் வசித்த இடத்திலிருந்து அது ஒரு மைல் தூரம்தான் இருக்கும். அவ்வளவு அருகில் சண்டை நடந்துகொண்டிருந்தது.

கொரிஜியா ஒரு அழகான நகரம். நாங்கள் வசித்த வீடும் மிக உன்னதமானது. நதி எங்கள் வீட்டுக்குப் பின்னால்தான் ஓடிக் கொண்டிருந்தது. இந்த நகரமும்கூட அதிக சேதமில்லாது சிறப்பான முறையில் கைப்பற்றப்பட்டது. ஆனால் அதற்கப்பாலிருந்த

மலைத்தொடர்களைப் பிடிக்க முடியவில்லை. போர் முடிவுற்றால் எப்போதாவது அந்நகரத்திற்குத் திரும்பி விடலாம் என்ற விருப்பம் ஆஸ்திரியர்களுக்கிருந்தது போல் தோன்றுகிறது. ஏனெனில் அவர் கள் கொரிஜியாவை இழக்க நேர்ந்தபோது ராணுவ முறையில் சிறிது சேதம் விளைவித்ததே தவிர அதிகமாக அதற்குச் சேதம் உண்டாக்கவில்லை. இங்கே ஜனங்கள் எப்போதும் வசித்ததுபோலவே இப்போதும் வசித்தனர். ஆஸ்பத்திரிகளும், ஓட்டல்களும் இருந்தன. பீரங்கி வண்டிகள் சிறு சந்துகளிலெல்லாம் நிறுத்தப்பட்டிருந்தன. இரு விபச்சார விடுதிகள் இருந்தன. ஒன்று அதிகாரிகளுக்கும் மற்றொன்று சிப்பாய்களுக்கும், கோடைக்கால இறுதியாதலால் இராக் காலங்கள் குளிர்ச்சியாக இருந்தன. நகர மத்தியில் சதுக்கத்தைச் சுற்றிலும் மரங்கள் அடர்ந்து சாலை அழகாக விளங்கியது. அதை நோக்கி அமைந்திருந்த ரஸ்தாக்களும் கூட நேர்த்தியாக இருந்தன.

இந்த இயற்கை வனப்புகளிடையே நகரத்தை அடுத்த மலை யில் நடக்கும் யுத்தத்தின் பீரங்கி முழக்கம் கேட்கும். ரெயில்வே பாலங்களில் குண்டுவீச்சு அடையாளங்கள் ஆங்காங்கே காணப் பட்டன. நதியின் பாலம் ஒருபக்கம் இடிந்திருந்தது. அவ்வப்போது அரசர் தன்னுடைய மோட்டாரில் இவ்வழியாகச் செல்லுவார். சில சமயம் அவருடைய முகம்தான் வெளியில் தெரியும். சில சமயம் ஆட்டு ரோமம்போல் வளர்ந்த அவருடைய தாடிமட்டும்தான் தெரியும். சில சமயம் அவருடைய மெல்லிய உடல்கூடத் தெரியும். பீரங்கிக் குண்டடிபட்டு சுவர் இடிந்து போயிருந்த வீடுகள் உட் புறத்தைக் காட்டிக்கொண்டு நின்றன. அவ்வீடுகளின் தோட்டங்களில் காரையும், கற்களும் சிதறிக்கிடந்தன. இதற்கு முந்திய ஆண்டு இலையுதிர்காலம் துவங்கும்போதும் நாங்கள் கிராமாந்தரப் பிரதேசத்தில் இருந்தோம். ஆனால் இம்முறை கொரிஜியாவின் மேலே சொல்லப்பட்ட சூழ்நிலையில் நிலைமை முற்றிலும் மாறு பட்டிருந்தது. கார்சோவில் காரியங்கள் சாதகமாக நடந்துகொண்டி ருந்தன. காலநிலையில் மட்டும் மாறுதல் ஏற்படவில்லை. போரின் நிலைமையிலும் கூட மாறுதல் ஏற்பட்டிருந்தது.

நகரத்திற்கப்பால் மலைச்சாரலிலிருந்த கருவாலி மரக்காடு இப்போது நாசமாகி இருந்தது. சென்ற கோடையில் நாங்கள் இந்த நகருக்கு வந்தபோது அது பசுமையாகக் காட்சியளித்தது. ஆனால் இப்பொழுதோ கிளைகள் முறிந்த குட்டை மரங்கள் குச்சுக் குச்சாகக் காணப்பட்டன. பூமியெல்லாம் குண்டு வீச்சினால் பள்ளம் பள்ள மாயிருந்தது. இலையுதிர் காலத்தின் இறுதியில் ஒருநாள் அடர்ந்த அந்தக் காடு இருந்த இடத்திற்கு நான் உலவச் சென்றிருந்தேன். அப்போது அம்மலை மீது ஒரு மேகப் படலம் தாவி வந்து கொண்டிருந்தது. அது வெகு வேகமாக மிதந்து வந்தது. கதிரவன்

மங்கிய மஞ்சள் நிறமாக மாறினான். மலைச்சரிவு எல்லாமே சாம்பல் நிறமாக விளங்கிற்று. சற்று நேரத்தில் ‘வானம் மறைக்கப்பட்டது. மேகம் மலையின் மேல் கவிந்தது. எங்கும் பனிப்படலம் எழுந்தது. காற்றை ஊடுருவி நின்ற பனிப்படலம் பூமியையெல்லாம் மறைத்தது. இப்பனித் திரையைக் கிழித்துக்கொண்டு மொட்டை மரங்கள் தலைநீட்டி நின்றன. பீரங்கிகள் மீது கூட பனி படர்ந் திருந்தது. அரண்களுக்குப் பின்னால் கக்கூஸ்களுக்குச் சென்ற ஒற்றையடிப் பாதைகள் கூட இப்பனிப் படலத்தில் நன்கு தெரிந்தன. இப்போது ஊருக்குள் திரும்பியதும் பனி பெய்த காட்சியை நகரத்தின் விடுதியிலிருந்து சாளரத்தின் வழியே உற்று நோக்கினேன். அதிகாரிகளுக்கான விபச்சார விடுதியில் என்னுடைய நண்பனுடன் அமர்ந்து, அஸ்தி என்னும் ஒருவகை மதுவை அருந்திக்கொண்டே பனி பெய்வதைக் கவனித்துக் கொண்டிருந்தேன். பனி மெதுவாக, ஆனால் கனமாகப் பெய்தது, அவ்வருஷத்தில் இனிமேல் சண்டை நடக்காது என்று எங்களுக்குத் தட்சணமே விளங்கிற்று. நதியின் மேற்புறத்திலுள்ள மலைகள் ஏதும் பிடிபடவில்லை. நதிக்கு அப்பாலி ருந்த மலைகளில் ஒன்றுகூடப் பிடிபடவில்லை. இவைகளெல்லாம் அடுத்த வருஷத்துக்கு விட்டுவைக்கப்பட்டன.

தெருவில் பாதிரியார் போய்க்கொண்டிருந்ததை எனது நண்பர் ஜன்னல் வழியே கவனித்தார். அவர் சேற்றில் மிக ஜாக்கிரதையுடன் மெதுவாக நடந்துகொண்டிருந்தார். அவருடைய கவனத்தைத் திருப்ப ஜன்னல் கதவை என் நண்பர் ஓசைப்படுத்தினார். பாதிரி யார் நிமிர்ந்து மேலே பார்த்து எங்களை நோக்கிப் புன்னகை செய்தார். என் நண்பர் அவரை மேலே வரும்படி அழைத்தார். முடியாதென்பதற்கு அறிகுறியாகத் தலையை அசைத்துவிட்டுப் பாதிரியார் மேலே சென்றார்.

அன்றிரவு சாப்பாட்டு விடுதியில் நாங்கள் எல்லோரும் சேமியா போன்ற “ஸ்பேஜெட்டி” என்னும் உணவை அருந்தினோம். எல்லோரும் இதை வேகமாகத்தான் சாப்பிட்டோம். ஆனால் இதை வேகமாகச் சாப்பிடுவது எளிதல்ல. முட்கரண்டியால் குத்தி எடுத்து உயரத் தூக்கி மற்ற சேமியா இழைகளிலிருந்து பிரித்து, அப்படியே வாய்க்கு நேரே தாழ்த்திக் கொஞ்சம் கொஞ்சமாக உண்ண வேண்டும். இல்லாவிட்டால் அப்படியே மொத்தமாக எடுத்து ஒவ்வொரு நுனியையும் கடித்துத் தின்ன வேண்டும். இடை யிடையே பக்கத்தில் வைத்திருந்த ஜாடியிலிருந்து மதுபானத்தை ஊற்றி ஒரு மடங்கு மதுவும் ஒரு வாய் ஸ்பேஜெட்டியுமாக உண்ண வேண்டும். அப்படித்தான் அவர்கள் உண்டனர், தம்ளரில் ஊற்றின திராட்சை மது சிவந்து, தெளிவாய், பார்ப்பதற்கே மனோகரமாக

இருந்தது. இவ்வாறு உண்டு முடிந்ததும் என் நண்பன்–அவன் ஒரு காப்டன்–அந்தப் பாதிரியாரைக் கேலி செய்யத் துவங்கினான்.

பாதிரியார் இளவயதினர். எளிதில் நாணமடையும் குணத்தினர். எங்களைப் போலவே அவரும் ராணுவ உடை அணிந்திருந்தார். ஆனால் அவர் பாதிரி என்பதைக் காட்ட உடையில் மார்பில் இடது பக்கம் ஜேபிக்கு மேல் சிவந்த சிலுவைச் சின்னம் வெல்வெட்டினால் தைக்கப்பட்டிருந்தது. காப்டன் அவருடன் 'கொச்சை' இத்தாலிய பாஷையிலேயே பேசினான். சம்பாஷணையின் எல்லாப் பகுதியையும் நான் ரசிக்க வேண்டுமென்பதற்காகவே அவன் இம்முறையைக் கையாண்டான்.

"பாதிரியார் இன்று குட்டிகளுடன் வெகு குஷியாக இருந்தது போல் காண்கிறதே," என்று காப்டன் அவரைக் கேட்டுவிட்டு என்னைக் குறும்புடன் பார்த்தரன். பாதிரியார் புன்னகை செய்தார். அவர் முகம் சிவந்தது. "அதெல்லாம் பொய்" என்பது போல் தலையை அசைத்தார். பாதிரியைக் கேலி செய்வதில் காப்டனுக்கு வெகு உற்சாகம்.

"உண்மையா, இல்லையா, சொல்லுங்கள்? இன்று நான்தான் பாதிரியாரைக் குட்டிகளுடன் பார்த்தேனே," என்று காப்டன் மீண்டும் பாதிரியைத் தூண்டினான். இல்லை என்று பாதிரியார் சொன்னார். மற்ற ராணுவ அதிகாரிகள் பாதிரியார் படும் அவஸ்தையைக் கண்டு மகிழ்ந்தனர்.

"என்ன? பாதிரியார் குட்டிகளுடன் செல்லவில்லையா? பாதிரியார் எப்போதுமே பெண்களுடன் சென்றதில்லையா?" என்று காப்டன் தொடர்ந்தான். என் பக்கம் திரும்பி எனக்கு விளக்குவது போல் "பாதிரிக்குப் பெண்களுடன் உறவு கொள்ளும் பழக்கமில்லை" என்று சொல்லிக்கொண்டே என்னுடைய தம்ளரை வாங்கி அதில் மதுவை நிரப்பினான். என்னையே கூர்ந்து கவனித்துக் கொண்டிருந்தாலும், பாதிரியாரைக் கவனிக்காமலில்லை காப்டன்.

"பாதிரியார் ஒரு பெண்ணுடன் அல்ல, ஒவ்வொரு இரவும் அவர் ஐந்து பெண்களுடன்தான் இருப்பார்" என்றான் காப்டன் மீண்டும். மேஜையில் உட்கார்ந்திருந்த எல்லா அதிகாரிகளும் சிரித்தனர். அவன் மறுபடியும் "உங்களுக்குப் புரிகிறதா? பாதிரியார் ஒவ்வொரு இரவும் ஐந்து பெண்களுடன்தான் உல்லாசமாக இருப்பார்," என்று சொல்லிவிட்டு, அதை மேலும் விளக்குவது போல் கையினால் அபிநயமும் காட்டி உரக்கச் சிரித்தான். பாதிரியாரும் இதைக் கேலி செய்வதாக எடுத்துக்கொண்டார்.

போப் ஆண்டவர் இந்த யுத்தத்தில் ஆஸ்திரியர்கள் ஜெயிக்க வேண்டும் என்று விரும்புகிறார். அவருக்கு ஆஸ்திரிய மன்னர்

ப்ரான்ஸ் ஜோஸப் மீது பிரியம் அதிகம், அவரிடமிருந்துதானே போப் ஆண்டவருக்குப் பணம் கிடைக்கிறது. நான் ஒரு நாஸ்திகன்" என்று அங்கு கூடியிருந்த மேஜர் ஒருவர் கூறினார்.

நீங்கள் எப்போதாவது "கறுப்புப் பன்றி" என்னும் புத்தகத்தைப் படித்திருக்கிறீர்களா? இல்லையென்றால் அதன் பிரதி ஒன்று உங்களுக்குத் தருகிறேன். எனக்கு மதத்திலிருந்த நம்பிக்கையைக் குலைத்தது அந்தப் புத்தகம்தான்" என்று அங்குக் கூடியிருந்த ஒரு லெப்டினென்ட், பாதிரியாரைப் பார்த்துக் கூறினான்.

"அது மிகவும் இழிவான புத்தகம். துன்மார்க்கமானது. நீங்கள் உண்மையிலேயே அதைப் படித்து ரசித்தீர்கள் என்றா சொல்லு கிறீர்கள்? நான் நம்பவில்லை" என்றார் பாதிரியார்.

"இல்லை. அது மிகவும் மதிப்புவாய்ந்த புத்தகம்," என்று லெப்டினென்ட் பாதிரியாரை நோக்கிச் சொல்லிவிட்டு, என் பக்கம் திரும்பி, "அது அந்தப் பாதிரிமார்களைப் பற்றி வெகுவாகக் கூறுகிறது. நீங்கள் படித்தால் அதை மிகவும் ரசிப்பீர்கள்" என்று கூறினான். நான் பாதிரியாரைப் பார்த்துச் சிரித்தேன். அவரும் பதிலுக்கு என்னைப் பார்த்து நகைத்தார். "அதைப் படிக்க வேண்டாம்," என்று என்னைப் பார்த்துச் சொன்னார்.

"நான் உங்களுக்கு அதை அவசியம் அனுப்பி வைக்கிறேன்" என்றான் லெப்டினென்ட்.

"சிந்தித்துப் பார்க்கும் மனிதர்கள் எல்லோரும் நாஸ்திகர்கள் தான். இருந்தாலும "ப்ரீமேஸன்" சங்கத்தவர்களையும் நான் நம்புவ தில்லை", என்று மேஜர் விளக்கினார்.

"ப்ரீமேஸன்" சங்கத்தவர்களிடம் எனக்கு நம்பிக்கை உண்டு. அந்த ஸ்தாபனம் உன்னதமானது என்று லெப்டினென்ட் சொன் னான்.

அச்சமயம் யாரோ ஒருவர் விடுதியில் நுழைந்தார். அவர் வாயிற்கதவைத் திறந்தபோது வெளியே பனி பெய்து கொண்டி ருந்ததை நான் கவனித்தேன்.

"பனி பெய்யத் தொடங்கிவிட்டதால், இனிமேல் இவ்வருஷத் திற்கு தாக்குதல் ஏதும் இருக்காது," என்று நான் சொன்னேன்.

"ஆமாம், கட்டாயமாக இருக்காது. நீங்கள் அவசியம் ரஜாவில் போகவேண்டும். ரோம், நேப்பில்ஸ், ஸிஸிலி முதலிய இடங்களுக்குச் சென்று வாருங்கள்" என்றார் மேஜர் என்னைப் பார்த்து. அவர் இன்னும் முடிக்கவில்லை. லெப்டினென்ட் குறுக்கிட்டு, "அமால்பி (Amalfi) என்னும் இடத்திற்குச் செல்ல வேண்டும். அமால்பியில் எனது குடும்பத்தினருக்கு உன் வரவைப் பற்றிக் கடிதம் எழுதுகிறேன்.

தங்களது மகனைப்போல் உங்களை அன்புடன் வரவேற்பார்கள்" என்றான்.

"இல்லை. அவர் 'பாலெர்மோ (Palermo) வுக்குச் செல்லட்டும்" இது மற்றொருவரின் யோசனை.

"காப்ரீ (Capri) என்னும் இடம்தான் அவருக்கு ஏற்றது. அங்கே தான் அவர் போகவேண்டும்." இது இன்னுமொரு நண்பரின் சிபாரிசு; எனக்கு என்னமோ அப்ரூஸ்ஸி (Abruzzi)க்குச் செல்லுவது நல்லது என்று தோன்றுகிறது. அப்படியே காப்ர கோடாவிலிலுள்ள என் குடும்பத்தினரையும் பார்த்து வாருங்கள்"–இது பாதிரியாரின் யோசனை.

"ஆமாம், அவர் அப்ரூஸ்ஸியைப் பற்றிப் புகழ்ந்து பேசுவதைப் பாருங்கள். இங்கே இருப்பதைவிட அதிகமாய்ப் பனி அங்கே பெய்யும். உனக்கென்ன அந்த ஊர்க்குடியானவர்களைப் பார்க்கத் தான் விருப்பமா? அதற்காகவா விடுமுறையில் செல்லுகிறாய்? ராணுவ அதிகாரி ரஜாவில் செல்லுவதென்றால் நாகரிகமும் பண்பும் நிறைந் துள்ள இடங்களுக்கல்லவோ செல்ல வேண்டும்." இது ஒருவர் செய்த விமரிசனம்.

"அவருக்கு அழகான பெண்கள் இருக்கும் இடமல்லவோ தேவை. நேப்பில்ஸ் நகரத்தில் பல விலாசங்கள் உனக்குத் தருகிறேன். எல்லோரும் கண்ணைக் கவரும் அழகிகள்–அவரவர் தாயார்கள்தான் அவர்களைக் கூட்டி வருவார்கள். எப்படி? ஹாஹ்ஹா; ஹாஹ்ஹா." இது மற்றொருவர் யோசனை.

இதைச் சொல்லிவிட்டுப் பாதிரியாரைப் பார்த்து, "ஒவ்வொரு இரவும் பாதிரியார் ஐந்து பெண்களுடன்" என்று காப்டன் கத்தி னான். எல்லோரும் மறுபடியும் சிரித்தனர்.

"நீ உடனே லீவில் செல்லவேண்டும். தாமதிக்கக் கூடாது," என்றார் மேஜர் என்னைப் பார்த்து.

"உன்னுடன் நானே வந்து உனக்குப் பல இடங்களைக் காட்ட விரும்புகிறேன்," என்றான் லெப்டினென்ட்.

"நீ திரும்பி வரும்போது எனக்கு ஒரு கிராமபோன் வாங்கி வருகிறாயா?" என்று ஒரு கோரிக்கை விடுத்தான் காப்டன்.

"அத்துடன் நல்ல இசை ரிக்கார்டுகளும் வாங்கி வா. காருஸோ (Caruso) பாடியுள்ள ரிக்கார்ட் வாங்கி வா. காருஸோ வேண்டாம். அவன் பாட்டு ஒரே உறுமல்."

"அவன் உறுமுவதைப் போல் நீயும் உறும விருப்பமில்லையா?"

"அவன் பாட்டு ஒரே உறுமல். நான்தான் சொல்லுகிறேனே. ஒரே உறுமல்."

"நீ எப்படியும் அப்ரூஸ்ஸிக்குப் போவதையே நான் விரும்பு கிறேன்" என்று பாதிரியார் மீண்டும் வற்புறுத்தினார். மற்றவர்கள் ஏதேதோ கத்திக்கொண்டிருந்தனர். பாதிரியார் மட்டும், "அங்கே வேட்டையாடச் செல்ல வசதிகள் உள்ளன. அவ்வூர் ஜனங்களைக் கண்டால் உனக்குப் பிடித்துவிடும். சற்றுக் குளிராக இருந்தாலும் வானம் பளிச்சென்றிருக்கும். என்னுடைய குடும்பத்தினருடனே நீ தங்கலாம். என் தகப்பனார் வேட்டையாடுவதில் புகழ் பெற்றவர்," என்று என்னைப் பார்த்துச் சொல்லிக்கொண்டே போனார்.

"சரிதானப்பா, கிளம்பு. நேரமாகிறது. விபச்சார விடுதி மூடப் படும் முன் நாம் அங்கு சேர்ந்தாக வேண்டும்," என்று காப்டன் கூறிவிட்டு என்னை அழைத்தான்.

பாதிரியைப் பார்த்து "நல்லிரவு" என்று கூறி விடைபெற்றுக் கொண்டேன். அவரும் எனக்கு "நல்லிரவு" கூறி விடையளித்தார்.

3

விடுமுறையிலிருந்து நான் யுத்த அரங்கிற்குத் திரும்பிய போதும் எங்கள் முகாம் முன்னிருந்த நகரத்திலேயேதானிருந்தது சுற்றுப் புறங்களிலெல்லாம் முன்னைவிட அதிகமாகப் பீரங்கிகள் காணப் பட்டன. வசந்த காலமும் வந்துவிட்டது. வயல்களெல்லாம் பசுமை யாகக் காட்சியளித்தன. திராட்சைத் தோட்டங்களில்கூட கொடி கள் துளிர்விட்டிருந்தன.

சாலையோரத்து மரங்கள் தளிர்விட்டிருந்தன. கடலிலிருந்து மென்காற்று வீச ஆரம்பித்து விட்டது. நாங்கள் முகாமிட்டிருந்த நகரையும், அதற்கடுத்த குன்றையும், அதன் உச்சியில் இருந்த ஒரு பழமையான மாளிகையையும் ஒருமுறை மேல்வாரியாகப் பார்த் தேன். வெகு தூரத்தில் காணப்பட்ட மலைகளும் அதன் சரிவில் பசுமையாகத் தோன்றிய மரங்களும் அதையொட்டினாற் போலிருந்த பல சிறு குன்றுகளும் நாங்கள் தங்கியிருந்த நகரத்தை ஒரு கோப்பைக்குள் இருப்பதுபோலக் காட்டின. "நகரத்தில் பீரங்கிகள் நிரம்பியிருந்தன. புதிதாக அமைக்கப்பட்ட சில ஆஸ்பத்திரிகளும் தென்பட்டன. ஆங்கிலேயத் துருப்புகள் ஆங்காங்கே தெருவில் மேலும் நடமாடின. பெண்மணிகள் கூட சிலர் காணப்பட்டனர். மேலும் சில வீடுகள் குண்டுவீச்சுக்கு இலக்காகிச் சேதமடைந்திருந்தன. பகற்காலம் இதமான வெப்பத்துடன் இருந்தது. உண்மையாகவே வசந்த காலத்தின் லட்சணங்கள் யாவும் காணப்பட்டன. நான் சாலைகளின் ஓரமாகவே சென்றேன். வீட்டுச்சுவரின் மேலுள்ள சூரிய வெளிச்சம் சாலை ஓரங்களுக்கு உஷ்ணமளித்தது.

நாங்கள் முன்னிருந்த விடுதியிலேயே இப்போதுமிருந்தோம் என்றறிந்தேன். நான் அந்த விடுதியை விட்டுச் சென்றபோது எப்படி இருந்ததோ அதேபோலத்தான் அங்கு எல்லாம் இப்போதும் இருந்தன. விடுதியின் கதவு திறந்திருந்தது. வெளியே ஒரு சிப்பாய் ஒரு பெஞ்சின் மீது உட்கார்ந்து கொண்டிருந்தான். அருகில் ஒரு "ஆம்புலென்ஸ்" மோட்டார் நின்றுகொண்டிருந்தது. கதவைத் தாண்டி உள்ளே நான் நுழைந்ததும் ஆஸ்பத்திரியைச் சார்ந்த பளிங்குக்கற்கள் தரையின் புதுமணமும் மருந்துகளின் வாடையும் வீசிற்று. உள்ளே மேஜர் அவருடைய பெரிய அறையில் மேஜைக் கெதிரில் அமர்ந்திருந்தார். ஜன்னல் திறந்திருந்தது. சூரிய வெளிச்சம் அறைக்குள் பரவி வீசிற்று. நான் நுழைந்ததை அவர் கவனிக்கவில்லை. உடனே சென்று "நான் வந்து விட்டேன்" என்று அவரிடம் அறிவித்துக் கொள்ளுவதா, அன்றி மேலே மாடிக்குச் சென்று குளித்து, மாற்று உடை அணிந்து பிறகு அவரைப் பார்ப்பதா என்று ஒரு கணம் தயங்கினேன். எதற்கும் மாடிக்கு முதலில் செல்லுவோம் என்று அவ்விடத்தை விட்டகன்று மேலே சென்றேன்.

லெப்டினென்ட் ரெனால்டி (Rinaldi)யுடன் கூட்டாளியாக நான் தங்கியிருந்த அறை, விடுதியின் தாழ்வாரத்தை நோக்கியிருந்தது. ஜன்னல் திறந்திருந்தது. என்னுடைய கட்டில்மீது மெத்தையும் கம்பளமும் விரிக்கப்பட்டு செவ்வனே வைக்கப்பட்டிருந்தன. என்னுடைய சாமான்கள் எல்லாம் சுவரில் தொங்கிக் கொண்டி ருந்தன. விஷப்புகைத் தடுப்பு முகமூடி ஒரு தகர டின்னில் இருந்தது. அத்துடன் என்னுடைய இரும்புத் தொப்பியும் ஒரு முனையில் மாட்டியிருந்தது. கட்டிலின் அடியில் என்னுடைய அகலமான டிரங்குப் பெட்டி இருந்தது. குளிர்கால பூட்ஸுகள் பளபளவென்று பாலிஷ் செய்யப்பட்டு பெட்டியின் மீது கிடந்தன. ஆஸ்திரிய ராணுவத்தினர் உபயோகிக்கும் என்னுடைய குழல் துப்பாக்கி, அதன் எட்டுப் பட்டை நீல நிறக் குழலும் 'வால்நட்' மரப்பிடியும் பளபளக்க, எங்கள் இரண்டு கட்டில்களுக்குமிடையில் தொங்கிக் கொண்டிருந்தது. அத்துடன் இணைந்த தூரதிருஷ்டிக் கருவி என் பெட்டிக்குள் பூட்டி வைக்கப்பட்டு இருந்ததாக ஞாபகம். மறு கட்டிலில் லெப்டினென்ட் ரெனால்டி அயர்ந்து தூங்கிக்கொண்டி ருந்தான். நான் வந்த ஓசைக் கேட்டு கண் விழித்துக் கொண்டான். படுக்கையிலேயே எழுந்து உட்கார்ந்தான்.

"வந்து விட்டாயா, வா, வா," என்று உற்சாகத்துடன் என்னை வரவேற்று, "லீவு நாட்கள் இன்பகரமாகக் கழிந்ததா?" என்று கேட் டான்.

"வெகு ஆனந்தமாகக் கழித்தேன்" என்றேன்.

நாங்கள் கை குலுக்கினோம். அவன் என் கழுத்தைக் கட்டிக் கொண்டு என்னை முத்தமிட்டான்.

"உடம்பெல்லாம் அழுக்கடைந்திருக்கிறது. நீ அவசியம் ஸ்நானம் செய்ய வேண்டும். அது கிடக்கட்டும். எங்கெல்லாம் நீ சென்றாய்? என்னென்னவெல்லாம் செய்தாய்? ஒன்றுவிடாமல் எல்லாவற்றையும் உடனே சொல்."

"நான் எல்லா இடங்களுக்கும் சென்றேன். மிலான், ப்ளாரென்ஸ், ரோம், நேப்பில்ஸ், வில்லா ஸான் ஜியோவன்னி, மெஸ்ஸினா, கொர்மினா…"

"என்ன இது? கால அட்டவணைபோல ஒப்பிக்கிறாயே. இதையா கேட்டேன்? இன்பகரமாக ஏதாவது இருந்ததா சொல்லு."

"இருந்தது."

"எங்கே, எந்த இடத்தில்?"

"மிலானோ, பைரன்ஜ் (Firenze), ரோம், நேபோலி."

"சரி சரி, போதும். இவைகளில் எது மிகவும் உன்னதமானதோ அதை மட்டும் சொல்லு."

"மிலானோவில்தான்."

"முதலில் அந்த ஊருக்கு நீ சென்றதனால், அப்படித்தானிருக்க வேண்டும். மிலானோவில் அவளை எங்கே சந்தித்தாய்? கோவாவிலா? அவளை அழைத்துக்கொண்டு எங்கே சென்றாய்? எப்படியிருந்தது? எல்லாவற்றையும் சொல்லு. இரவு முழுவதும் அவளுடன் இருந் தாயா?"

"ஆமாம்."

"அது ஒன்றும் அவ்வளவு பிரமாதமில்லை. இப்போது இங்கேயே அழகான பெண்கள் இருக்கின்றார்கள். எல்லாம் புதிய வர்கள். யுத்த அரங்கத்திற்கு முதன் முறையாக வந்துள்ளவர்கள்."

"அப்படியா, ஜோர், பலே ஜோர்."

"நான் சொல்லுவதில் உனக்கு நம்பிக்கை இல்லையா? இன்று மாலை நாம் நேரில் சென்று பார்ப்போம். நகர்ப்பகுதியில் மிக்க அழகுள்ள ஆங்கிலேயப் பெண்கள் இருக்கின்றனர். தற்சமயம் மிஸ் பார்க்லி என்னும் பெண்ணுடன் நான் காதல் கொண்டுள்ளேன். அவளிடம் உன்னைக் கூட்டிச் செல்லுகிறேன். அநேகமாக மிஸ் பார்க்லியை நான் கல்யாணமே செய்துகொள்ளலாம்."

"முதலில் உடம்பைச் சுத்தம் செய்துவிட்டு, வேலைக்கு வந்து விட்டேன் என்பதைத் தெரிவித்துக்கொள்ள வேண்டும். இப்போ தெல்லாம் ஒருவரும் வேலை செய்வதில்லையா?"

நீ சென்றதிலிருந்து இங்கே எல்லாம் பனி வெடிப்பு, பனிச் சிரங்கு, பனிச்சொறி, காமாலை, மேகவெட்டை, வேண்டுமென்றே உண்டாக்கிக்கொண்ட காயங்கள். நிமோனியா காய்ச்சல், மேகக் கிரந்தி, சிலந்தி முதலியவைதான். ஒவ்வொரு வாரமும் யாராவது பாறைத் துண்டுகளாலடிபட்டுக் காயமடைவான். உண்மையிலேயே காயமடைந்தவர்களும் சிலர் இருந்தனர். அடுத்த வாரம் போர் மறுபடியும் ஆரம்பமாகிறது. அப்படித்தான் சொல்லிக் கொள்ளு கிறார்கள். அது கிடக்கட்டும். நான் மிஸ் பார்க்லியைக் கல்யாணம் செய்துகொள்ளுவது சரியானது என்று நினைக்கிறாயா? உடனே அல்ல. சண்டை முடிந்த பிறகுதான்."

"நிச்சயமாக சரியானதுதான்" என்று கூறிக்கொண்டே பீங்கான் தொட்டியில் தண்ணீரை நிரப்பினேன்.

"இன்றிரவு நீ எல்லாவற்றையும் எனக்குச் சொல்லு. இப்போது நான் தூங்கப்போகிறேன். மிஸ் பார்க்லியைப் பார்க்கப் போகும் போது கலகலப்புடன் அழகாய்த் தோற்றமளிக்க வேண்டாமா?"

என்னுடைய மேல் சட்டையை மட்டும் கழற்றிவிட்டுத் தொட்டித் தண்ணீரில் குளித்தேன். ஒரு துண்டினால் உடம்பைத் துடைத்துக்கொண்டே அறையைச் சுற்றிப்பார்த்தேன். ஜன்னலுக்கு வெளியேயும் என் பார்வை சென்றது. கட்டிலின் மீது படுத்திருந்த ரினால்டியையும் பார்த்தேன். கண்ணை மூடிக்கொண்டு தூங்குவது போலிருந்தான். அவன் அழகுவாய்ந்தவன். என்னுடைய வயது தானிருக்கும். அமால்பி நகரத்திலிருந்து வருபவன். ரணசிகிச்சை டாக்டராக இருப்பதில் அவனுக்கு மிகவும் ஆசை. நாங்கள் இரு வரும் நெருங்கிய நண்பர்கள். அவனை நான் பார்த்துக் கொண்டி ருக்கும்போதே கண்களைத் திறந்தான்.

"கையில் ஏதாவது பணம் வைத்திருக்கிறாயா?" என்று கேட்டான்.

"இருக்கிறது" என்றேன்.

"ஐம்பது லீரா எனக்குக் கடன் கொடு."

கைளைத் துடைத்துக்கொண்டு, சுவரில் தொங்கிக் கொண்டி ருந்த என் சட்டை உள் ஜேபியிலிருந்து பணப்பையை எடுத்துக் கொடுத்தேன். பணத்தைப் படுக்கையில் படுத்தபடியே அவன் எடுத்து மடித்து நிஜார் ஜேபியில் திணித்துக்கொண்டான். புன்ன கையுடன், "மிஸ் பார்க்லிக்கு நான் செல்வம் படைத்தவன் தான் என்ற அபிப்பிராயத்தை உண்டாக்க வேண்டுமல்லவா? நீ தானே என்னுடைய ஆப்த நண்பன். என்னுடைய பாங்கர் எல்லாம்" என்று அடுக்கிக்கொண்டே போனான்.

"நீ நாசமாப் போக" என்று வேடிக்கையாகத் திட்டினேன்.

அன்றிரவு உணவு விடுதியில் நான் பாதிரியாருக்குப் பக்கத்தில் அமர்ந்திருந்தேன். அப்ரூஸ்ஸிக்கு நான் போகவில்லை என் பதில் அவருக்கு ஏமாற்றம். நான் வரப்போகிறேன் என்று அவர் தகப்பனாருக்கு எழுதியிருந்தார். அவரும் எனக்காக வேண்டிய ஏற்பாடுகள் செய்திருந்தாராம். பாதிரியாரைப் போல நானும் சற்று ஏமாற்றந்தான் அடைந்தேன். அங்கு நான் ஏன் போகவில்லை என்று எனக்கே விளங்கவில்லை. போக வேண்டும் என்றுதான் நினைத்திருந்தேன். ஏனோ முடியாமல் போய்விட்டது. உண்மையிலேயே நான் போக எண்ணியிருந்தும், சந்தர்ப்பங்களினால் இயலவில்லை என்று தெரிந்து அவர் திருப்தியடைந்துவிட்டார். நான் நிறைய மதுபானம் சாப்பிட்டிருந்தேன். அதற்குமேல் காப்பி வேறு. லேசான போதை என்னை ஆட்கொண்டது. அந்த நிலையிலேயே எப்படி நாம் விரும்பியபடி செயல்புரிய முடிகிறதில்லை என்பதைப் பாதிரியாருக்கு என்னுடைய திருப்திக்காக விளக்கினேன். நினைத்தபடி செய்ய எப்படியோ தவறி விடுகிறோம் என்றெல்லாம் சொன்னேன்.

நாங்கள் பேசிக்கொண்டே இருந்தோம். மற்றவர்கள் ஏதோ விவாதத்தில் ஈடுபட்டிருந்தனர். உண்மையில் அப்ரூஸ்ஸிக்குச் செல்லவே நான் விரும்பினேன். வீதிகளெல்லாம் பனிப் பாளங்களால் மறைந்து இரும்பைப்போல் கடினமாகவும் அதே சமயம் ஓதமின்றிய காற்றோட்டமும் இருக்கும் இடங்களுக்கு நான் இதுவரையில் சென்றதில்லை. பனிக்கட்டிகளின்மீது முயற்குட்டிகள் வண்ணம் அவ்வளவு சுவடுகள் தெரியும் வண்ணம் ஓடிய வெண்மையுடன் பொடிப் பொடியாக பனித்துளிகள் வீதியில் மூடிக் கிடக்கும் இடங்களுக்குப் போனதில்லை. எதிர்ப்படும் குடியானவர்கள் தங்கள் தொப்பியை எடுத்துவிட்டு "எஜமான், எஜமான்" என்று வணக்கத்துடன் மரியாதை செய்யும் கிராமாந்தரப் பிரதேசத்திற்கும் சென்று தங்கியதில்லை. நான் எங்குதான் சென்றேன்? ஓட்டல்கள், ஓட்டல் புகைப்படலம், மதுபானம் மிகுந்த இரவுகள், குடிபோதை, போதையில் மயக்கம், உலகமே சுற்றுவது போன்ற உணர்ச்சி, சுய நினைவிழந்த நிலை, சுழன்று கொண்டிருப்பது போலத் தோற்றமளிக்கும் அறையை நிறுத்த பார்வையைச் சுவரின் ஓரிடத்தில் நிலைத்து நிறுத்துதல்; இரவெல்லாம் குடித்துவிட்டுப் படுக்கையில் புரளுதல்; தன்னோடு இருப்பது யார் என்றுகூடத் தெரிந்துகொள்ள முடியாத மயக்கம், இடையிடையே சிறிது தெளிவு; உலகத்தில் எல்லாமே அநித்தியம் என்ற தெளிவினூடே ஒரு அலட்சிய உணர்ச்சி; இருட்டில் உணர்ச்சி மங்கியதில் எல்லாம் சூனியமாகக் காணுதல்; மறுபடியும் குடித்தல், மேலும் குடித்தல்; எவ்விஷயத்தைப் பற்றியும் ஒரு அலட்சிய பாவம்; இவ்வளவுதான்,

இவ்வளவுதான் உலகம் என்ற திருப்தி மனப்பான்மை–இவைகள் தான் நான் கண்டது. இது மட்டுமா? இவற்றின் மத்தியில் திடீரென்று ஒரு பொறுப்புணர்ச்சி; அதன்பின் தூக்கம்; பிறகு காலையில் எழுந்திருத்தல்; இரவில் நடந்தவையெல்லாம் கொஞ்சம் கொஞ்ச மாகத் தெளிவாகக் காண்பது; சில சமயம் ஓட்டல்காரருடன் "பில்" விஷயமாகச் சிறு சச்சரவு; ஒரு சமயம் காலையில் சுமுகமாகவும் காலை உண்டி, பகல் உணவு எல்லாம் உண்பது; பிறகு மறுபடியும் காரணமின்றி அந்நிலைமாறி ஏக்கம் கொள்ளுவது; ஏக்கத்தைக் குலைக்க விடுதிக்குச் செல்லுதல்; மறுபடியும் முந்திய நாள்போலவே மற்றொருநாள் ஆரம்பம், அதேபோல் குடி. அதே போல் இரவு, குடிமயக்கம், அறிவிழத்தல், இவை தினந்தோறும் அட்டவணை போல் நடந்தன.

இரவு காலத்திற்கும் பகல் காலத்திற்குமிடையே இருந்த வித்தியாசத்தை நான் பாதிரியாருக்குச் சொல்ல முயற்சித்தேன். பகல் காலம் பளிச்சென்று குளிர்ச்சியாக இல்லாவிட்டால் தானே இராக்காலங்கள் மேன்மையாகத் தோன்றுகிறது என்று சொல்ல நினைத்தேன். ஆனால் அதை இப்போது விளக்கிச் சொல்ல முடியாது. நான் சொல்லாவிட்டாலும் இதை அவரும் உணர்ந்து கொண்டார். இதனால் எங்கள் நட்பு பாதிக்கப்படவில்லை. எங்களிருவரிடையே பலவிதங்களில் ஒற்றுமை இருந்தது. எங்களுக்குள்ள வித்தியாசங் களையும் அவர் அறிந்திருந்தார். எனக்குத் தெரியாத, நான் மறந்து விடும்படியான பல விஷயங்களை அவர் தெரிந்து ஞாபகம் வைத் திருந்தார். இதைப்பற்றி எல்லாம் நான் பின்னால் அறிந்து கொண்டேன். இதற்குள் எங்கள் சாப்பாடும் முடிந்தது. மற்றவர்கள் விவாதித்துக்கொண்டே இருந்தனர். நாங்கள் பேச்சை நிறுத்தினோம். காப்டன் ஒரு கோடியிலிருந்து "என்ன பாதிரியார், பெண்கள் இல்லாமல் சந்தோஷம் குன்றியிருக்கிறார் போலிருக்கிறதே, அப்படித் தானே," என்று கத்தினான்.

"நான் சந்தோஷமாகவே இருக்கிறேன்," என்றார் பாதிரியார்.

"இல்லை. பாதிரியார் சந்தோஷமாக இல்லை. ஆஸ்திரியர்கள் இந்த யுத்தத்தில் வெற்றபெற வேண்டும் எனப் பாதிரியார் விரும்பு கிறார்," என்றான் காப்டன். மற்றவர்கள் இதைக்கேட்டுக் கொண்டி ருந்தனர். "இல்லை" என்பதற்கு அறிகுறியாகப் பாதிரியார் தலையை ஆட்டினார், பிறகு.

"இல்லை," என்று அவர் வாய்விட்டே சொன்னார்.

"நாம் தாக்குதலே செய்யக்கூடாதென்றுதான் பாதிரியார் விரும்புகின்றார். நாங்கள் தாக்கக்கூடாதென்பது தானே உங்கள் எண்ணம்?"

“அப்படியில்லை. யுத்தம் என்றால் நாம் கட்டாயம் தாக்க வேண்டும் என்றுதான் நான் நினைக்கிறேன்.”

“கட்டாயம் தாக்கலாமாவது! நிச்சயம் தாக்கியே தீர வேண்டும்.”

பாதிரியார் இதை ஆமோதித்தார்.

“அவரை வம்புக்கு இழுக்க வேண்டாம். அவர் எல்லாம் சரியாகத்தான் இருக்கிறார்,” என்றார் மேஜர்.

“சரியாக இல்லாவிட்டால் அவரால் என்னதான் செய்ய முடியும்,” என்றான் காப்டன். நாங்கள் எல்லோரும் சாப்பாட்டு விடுதியிலிருந்து வெளிக்கிளம்பினோம்.

4

அடுத்திருந்த தோட்டத்தினின்று எழுந்த பீரங்கிகளின் முழக்கம் மறுநாள் காலை என்னை விழிப்படையச் செய்தது. என் அறையின் ஜன்னல் வழியே சூரியவெளிச்சம் பிரகாசித்தது.

நான் படுக்கையை விட்டெழுந்தேன். ஜன்னலண்டை சென்று வெளியே நோக்கினேன். கட்டாந்தரைப்பாதை ஈரமாகவும் பசும் புல்வெளி நனைந்துமிருந்தன. பீரங்கிப்படை இரண்டு தடவை சுட்டது. ஒவ்வொரு தடவையும் கிழித்துக் கொண்டுவந்த காற்றில் ஜன்னல்கள் அதிர்ந்தன. என்னுடைய நிஜார் மடிப்புகள்கூட ஊச லாடின. பீரங்கிகள் என் கண்ணுக்குப் புலப்படவில்லை. எங்கிருந்தோ எங்கள் தலைக்குமேலே சுட்டுக்கொண்டிருந்தார்கள் எனத் தோன்றி யது. அவை அவ்வளவு அருகிலிருந்தது மிகவும் தலை வேதனையாக இருந்தது. ஆனால் அதைக்காட்டிலும் பெரிய பீரங்கிகளாக இல்லாதது விசேஷம்தான். தோட்டத்தில் நான் பார்த்தபோது ஒரு மோட்டார் டிரக்கு வீதியில் புறப்பட்டுக் கொண்டிருந்தது. உடை அணிந்து கொண்டு கீழே இறங்கினேன். ‘சாப்பாட்டு விடுதியில் கொஞ்சம் காப்பி அருந்திவிட்டு மோட்டார் காடிகானாவை நோக்கிச் சென்றேன்.

காடிகானாவில் பத்து லாரிகள் ஒன்றின் பக்கத்திலொன்றாக வரிசையாக நிறுத்தப்பட்டிருந்தன. அவை எல்லாம் மேல் மூடி கனமாகவும், முன்புறம் சப்பையாகவும் அமைந்த “ஆம்புலென்ஸ்” வண்டிகள். சாம்பல் நிற வர்ணமடித்து ஓடும் வண்டிகள் போலவே அவை உருவாக்கப்பட்டிருந்தன. காடிகானாவுக்கு வெளியே இருந்த ஒரு ஆம்புலென்ஸ் வண்டியைச் சிலர் பழுதுபார்த்துக் கொண்டி ருந்தனர். மேலும் மூன்று லாரிகள் மலைமேல் முதல் சிகிச்சை அளிக்கும் ஸ்தலத்தில் இருந்தன.

“அந்தப் பீரங்கிப் படைமீது எப்போதாவது எதிரி குண்டுகள் விழுமா?” என்று அந்த “மெக்கானிக்”கை நான் வினவினேன்.

“விழாது. டெனன்டி துரையே. அதோ தெரிகிறதே அந்தச் சிறிய குன்று இதற்குப் பாதுகாப்பளிக்கிறது.”

“சரி. இங்கு எல்லாம் எப்படியிருக்கிறது?”

“அப்படி ஒன்றும் மோசமில்லை. இந்த வண்டி ஒன்றுதான் இப்போதைக்கு ஓடாது. மற்றவைகளெல்லாம் ரஸ்தாவில் செல்லும் நிலைமையிலேயே உள்ளன,” என்று சொல்லி வேலையை நிறுத்தி விட்டு அவன் என்னைப்பார்த்து அசட்டுச் சிரிப்புடன், “நீங்கள் லீவில் போயிருந்தீர்களாமே?” என்று கேட்டான்.

“ஆமாம், போயிருந்தேன்.”

தன்னுடைய கைகளைச் சட்டையிலேயே துடைத்துக் கொண்டு, பல்லை இளித்தபடியே, “லீவு உல்லாசமாகக் கழிந்ததா?, என்று கேட்டான். மற்ற வேலைக்காரரும் என்னை நோக்கி பல்லை யிளித் தனர்.

“மிக நன்றாகக் கழிந்தது,” என்று பதிலளித்துவிட்டு, “இந்த வண்டியில் என்ன கெடுதல்?” என்று கேட்டேன்.

“இது ஒன்று உருப்படாது. ஒன்று போனால் ஒன்று பழுதாகிக் கொண்டே இருக்கிறது.”

“இப்போது என்ன கெட்டுவிட்டது?”

“புது வளையங்கள் மாட்ட வேண்டும்.”

அவர்கள் வேலையைத் தொடர்ந்தனர். என்ஜின் புறம் கழற்றப் பட்டு, சாமான்கள் எல்லாம் பெஞ்சின் மேல் பரப்பப்பட்டு, வண்டியே பொலிவிழந்து காணப்பட்டது. நான் அவ்விடத்தை விட்டகன்று காடிகானாவிற்குள் நுழைந்தேன். அங்கே இருந்த ஒவ்வொரு வண்டியையும் உற்றுக் கவனித்தேன். எல்லாம் கூடிய வரையில் நல்ல நிலைமையிலேயே இருந்தன. சில வண்டிகள் அப்போதுதான் கழுவப்பட்டிருந்தன. மற்றும் சிலவற்றில் புழுதி படிந்திருந்தது. சக்கரங்களின் “டயர்”களை நான் முக்கியமாகக் கவனித்தேன். ஏதாவது வெட்டு, கீறுகள், கல் சிதைவுகள் உள்ளனவா என்று உன்னிப்பாய்ப் பார்த்தேன். எல்லாம் நல்ல நிலைமையிலேயே இருந்த தாகத் தோன்றியது. நான் அங்கே இல்லாததால் எந்த விஷயமும் அசட்டை செய்யப்படவில்லை என்பதை அறிந்தேன். ஆம்புலென்ஸ் வண்டிகளின் பழுதற்ற நிலை, தேவைப்பட்ட சாமான்கள் கிடைத் தாலும் கிடைக்காவிட்டாலும் வண்டிகள் இயங்கிக் கொண்டிருப்பது, அடிபட்டவர்களையும் நோயாளிகளையும் முதல் சிகிச்சை நிலையங் களிலிருந்து அப்புறப்படுத்தி, மலைப் பிராந்தியத்திலிருந்து கீழே

அடிவாரத்திற்குக் கொணர்ந்து அவர்கள் சீட்டுகளில் குறிப்பிட்டுள்ள பல்வேறு யுத்த அரங்க ஆஸ்பத்திரிகளுக்கு முறை தவறாது அவர வர்களை அனுப்பி வைப்பது;—இம்மாதிரி வேலைகள் எல்லாம் நான் நேரில் கவனித்ததாலேயே ஒழுங்காக நடந்து வந்தன என்று நான் நினைத்துக் கொண்டிருந்தேன். நான் இருந்தாலும் இல்லா விட்டாலும் எல்லாக் காரியங்களும் சரிவர நடந்து கொண்டிருப்பதை இப்போதுதான் தெரிந்து கொண்டேன். வேலையாட்களின் தலை வனை நோக்கி, "மெஷின் பாகங்கள் கிடைப்பதில் கஷ்டம் ஒன்று மில்லையே" என்று கேட்டேன்.

"ஒன்றுமில்லை, டெனன்டி துரையே."

"பெட்ரோல் விநியோகிக்கும் இடம் இப்போது எங்கே இருக் கிறது?"

"முன்னமிருந்த அதே இடத்தில்."

"நல்லது," என்று சொல்லிவிட்டு நான் அங்கிருந்து என் விடுதியை அடைந்து மற்றொரு கோப்பை காப்பி பருகினேன். காப்பி நிறமில்லாமலும் டின்னில் அடைத்த பால் வீட்டிலிருந்ததால் தித்திப்பாகவும் இருந்தது. ஜன்னலுக்கு வெளியே வசந்தகால காலை வேளை மனோகரமாக இருந்தது. மூக்கில் ஒரு வித வரட்சி உணர்ச்சி தோன்ற ஆரம்பித்தது. பகலின் பின்னர் உஷ்ணம் அதிக மாக விருக்கும் என்பதை இது அறிவித்தது. அன்று மலைச் சாரலில் எங்கள் யுத்த அரங்கின் பல பகுதிகளைப் பார்வையிட்டு, மாலை யில் விடுதிக்குத் திரும்பினேன்.

நான் லீவில் சென்றிருந்தபோது எல்லாமே நமக்குச் சாதகமாக மாறியிருந்ததாகவே தென்பட்டன. தாக்குதல் சீக்கிரத்திலேயே ஆரம்பிக்கப் போவதாகக் கேள்விப்பட்டேன். நாங்கள் வேலை செய்த சைன்யப் பகுதி நதியோரம் ஓரிடத்தில் தாக்குதலை ஆரம்பிக்கத் திட்டமிட்டிருந்தது. தாக்குதலின்போது தான் யுத்த அரங்கத்தில் நாங்கள் இருக்க வேண்டிய இடங்களைப் பார்க்கலாம் என்று மேஜர் சொன்னார். நதி ஒரு இடத்தில் இரண்டு குன்றுகளுக் கிடையில் குறுகிய நீர்வீழ்ச்சி போல் ஓடுகிறது. அந்த இடத்திற்குச் சற்று மேலேதான் எங்கள் சைன்யம் நதியைக் கடந்து மலைச்சாரலில் பரவலாக முன்னேறப் போகிறது. ஆம்புலென்ஸ் நிறுத்தி வைக்கு மிடங்கள் நதிக்கரைக்குக் கூடியவரையில் அருகிலேயே இருக்க வேண்டும் என்று ஏற்பாடு. லாரிகள் எல்லாம் மறைவில்தான் நிற்கும். குறிப்பாக எந்த இடம் என்பதைக் காலாட்படைதான் தேர்ந் தெடுக்குமாயின், நாங்கள்தான் அதைக் கவனித்து வேண்டிய ஏற்பாடுகளைச் செய்ய வேண்டும். இவைகள்தான் ஒருவனுக்குத்

தானே நேரடியாகப் போரிடுவது போன்ற பிரமையைத் தோற்றுவிக் கிறது.

நான் விடுதிக்குத் திரும்பிவந்தபோது என் சட்டை எல்லாம் புழுதியும் அழுக்குமாக இருந்தது. நான் உடம்பைக் கழுவி சுத்தம் செய்துகொள்ள அறைக்குப் போனபோது ரினால்டி பளபளவென்று தலைமயிரை வாரிவிட்டுக் கொண்டு, காலில் கறுப்பு பூட்ஸுடன் தக்க உடுப்பணிந்து, ஹ்யூகோ என்னும் ஆசிரியர் எழுதிய ஆங்கில இலக்கணப் புத்தகத்தைப் படித்துக் கொண்டு படுக்கை மேலே உட்கார்ந்து கொண்டிருந்தான்.

"பேஷ்." என்று என்னைப் பார்த்ததும் வரவேற்றபின், "நீ என்னுடன் மிஸ் பார்க்லியைப் பார்க்க வரப்போகிறாய் அல்லவா," என்று கேட்டான்.

"இல்லை."

"ஆமாம். நீ என்னுடன் வருவது மட்டுமல்ல. நான் என்னைப் பற்றி உயர்வாகக் காட்டிக் கொள்ளுவதற்கு நீயும் உதவ வேண்டும்."

"அப்படியென்றால் நான் உடம்பைச் சுத்தம் செய்து கொண்டு வரும்வரை காத்திரு."

"சீக்கிரம் முடித்துக்கொண்டு இப்படியே வந்துவிடு."

நான் உடம்பைச் சுத்தம் செய்துகொண்டபின் தலையை வாரிவிட்டுக் கொண்டு உடனே கிளம்பினேன்.

"கொஞ்சம் பொறு. நாம் கொஞ்சம் மது அருந்திவிட்டுச் செல்லுவது நல்லது," என்று ரினால்டி கூறினான். அவன் பெட்டியைத் திறந்து ஒரு புட்டியை வெளியிலெடுத்தான்.

"என்ன 'ஸ்ட்ரேகா' மதுவா அது?"

"இல்லையப்பா இது 'கிரப்பா.' "

"ரொம்பச் சரி."

இரண்டு தம்ளர்களில் அவன் அதை ஊற்றினான். இருவரும் தம்ளர்களைத் தூக்கிப் பிடித்து, லேசாக ஒன்றையொன்று தட்டி நல்வாழ்த்துடன் நாங்கள் அதை அருந்தினோம். மது உக்கிரமாகவே இருந்தது.

"இன்னொரு தம்ளர் ஊற்றட்டுமா?"

"சரி" என்றேன். இருவரும் இரண்டாவது தம்ளர் 'கிரப்பா' குடித்தோம். ரினால்டி புட்டியைத் தூர வைத்து விட்டான். நாங் கள் மாடி வழியே இறங்கிச் சென்றோம். நகருக்கு நடந்து செல்லு கையில் உஷ்ணமாக இருந்த போதிலும் விரைவில் சூரியன் அஸ்தமித்துக்

கொண்டிருந்ததால் மாலை வேளையின் இனிமை ஏற்படத் தொடங்கியது.

ஆங்கிலேயே ஆஸ்பத்திரி யுத்தத்திற்கு முன்பு ஜெர்மானியர் கட்டுவித்த ஒரு பெரிய மாளிகையில் அமைக்கப்பட்டிருந்தது. மிஸ் பாரக்லி வெளியே தோட்டத்தில் இருந்தாள். அவளுடன் மற்றொரு நர்ஸும் இருந்தாள். மரங்களின் நடுவில் தூரத்திலிருந்தே அவர்களுடைய வெள்ளை உடை தெரிந்தது. நாங்கள் நேரே அவர்களை நோக்கிச் சென்றோம். ரினால்டி கையைத் தூக்கி வந்தனம் செய்தான். நானும் அமரிக்கையாகவே வணக்கம் தெரிவித்துக் கொண்டேன்.

"சௌக்கியமா? நீங்கள் இத்தாலி தேசத்தவரல்ல என நினைக்கிறேன். அப்படித்தானே" என்றாள் மிஸ் பார்கலி என்னை நோக்கி.

"இல்லை, இல்லை."

ரினால்டி மற்றொரு நர்ஸுடன் பேசிக்கொண்டிருந்தான். அவர்கள் சிரித்துக்கொண்டு குதூகலமாகவே காணப்பட்டனர்.

"போயும் போயும் இத்தாலிய சைன்யத்தில் பணியாற்ற வேண்டி வந்ததே. இது சற்று விந்தையாகத் தோன்றவில்லையா?"

"உண்மையில் இத்தாலிய ராணுவத்தில் இல்லை; நான் 'ஆம்புலென்ஸ் படையைச் சேர்ந்தவன்" என்று நான் பதிலளித்தேன்.

"எனினும் இது சற்று விந்தையே. நீங்கள் ஏன் இதில் சேர்ந்தீர்கள்?"

"எனக்கே தெரியாது. எல்லாச் செயல்களுக்கும் எப்போதும் காரணம் கூறுவது கடினம். சில செயல்களுக்குக் காரணமே இருப்பதில்லை," என்றேன் நான்.

"இல்லையா? அப்படியா? நான் எல்லாவற்றிற்கும் ஒரு காரணம் உண்டு என்று எண்ணும் பழக்கமுள்ளவள்."

"இது உன்னுடைய புத்திக்கூர்மையைக் காட்டுகிறது."

"நாம் இதே பாணியில்தான் பேசிக்கொண்டிருக்க வேண்டுமா என்ன?"

"வேண்டாம்," என்றேன்.

"அந்தமட்டில் சந்தோஷம் இல்லையா?"

"அது என்ன ஒரு கழி வைத்திருக்கிறாயே?" என்று நான் கேட்டேன். மிஸ் பார்க்லி சற்று உயரமானவள். அவள் அணிந்திருந்தது ஒரு நர்ஸிங் உடைபோல எனக்குத் தோன்றியது. பொன்னிற மேனியும் கேசமும் உடையவள். சாம்பல் நிற விழிகள். அவள் அழகுடையவளாகத்தான் எனக்குத் தோன்றினாள். தோல் உறையினால்

இணைக்கப்பட்ட ஒரு மெல்லிய பிரம்புக்கழியை வைத்துக்கொண்டிருந்தாள்.

"சென்ற வருஷம் யுத்தத்தில் கொல்லப்பட்ட ஒருவருடைய கழி இது."

"இதைக் கேட்க மிக்க வருந்துகிறேன்."

"அவர் மிகவும் நல்லவர். அவர் என்னை மணப்பதாக இருந்தார். "ஸோம்" நதி தீரத்தில் நடந்த யுத்தத்தில் சென்ற ஆண்டு அவர் கொல்லப்பட்டார்" என்றாள் அவள்.

"அந்தப் போர் மிகவும் பயங்கரமானது."

"நீங்கள் அங்கே இருந்தீர்களா?"

"இல்லை,"

"நான்கூட அதைப்பற்றிப் பிறர் சொல்லித்தான் கேட்டேன். அதைப்போல் சண்டை இங்கு ஒன்றுமில்லை. அவர்கள் ஒன்றுமில்லை. அவர்கள் இந்தப் பிரம்புக்கழியை இறந்தவரின் ஞாபகார்த்தமாக எனக்கு அனுப்பி வைத்தார்கள். அவருடைய தாயார்தான் அனுப்பி வைத்தது. அவருடைய மற்ற சாமான்களுடன் அதை அவளுக்கு அனுப்பினார்களாம்," என்று அவள் விளக்கினாள்.

"நீ மணம் செய்துகொள்ள நிச்சயித்தபிறகு மணம் புரிந்து கொள்ளாமல் நீண்டகாலம் காத்திருந்தாயோ?"

"ஆமாம். எட்டு வருஷம் நாங்கள் ஒன்றாகவே வளர்ந்தோம்."

"அப்படி என்றால் ஏன் மணம் செய்துகொள்ளவில்லை?"

"ஏனோ, எனக்கே விளங்கவில்லை. மணம் செய்து கொள்ளாதிருந்தது என்னுடைய முட்டாள்தனம்தான். அவருடன் சுகத்தையாவது அநுபவித்திருக்கலாம். அதுகூட செய்யவில்லை. அது ஒருகால் அவருக்குக் கெடுதியாக முடியுமென்று இருந்துவிட்டேன்."

"ஓஹோ, அப்படியா."

"நீ எப்போதாவது யாரையாவது காதலித்ததுண்டா?"

"இல்லை," என்றேன்.

நாங்கள் அங்கிருந்த பெஞ்சின் மீது உட்கார்ந்தோம். நான் அவளை உற்றுக் கவனித்தேன்.

"உன்னுடைய கேசம் மிக நேர்த்தியாக இருக்கிறது" என்றேன்.

"அதைத் தாங்கள் மெச்சுகின்றீர்களா?"

"மிகவும் மெச்சுகிறேன்."

"அவர் இறந்த செய்தி கிட்டியதும் அதைக் கத்தரித்துவிட எண்ணியிருந்தேன்."

"உண்மையாகவா! நீ அவ்விதம் செய்திருக்கக் கூடாது."

"அவருக்காக ஏதாவது செய்ய விரும்பினேன். அந்த இதர விஷயத்தைப்பற்றி நான் அதிகமாகக் கவலைப்படவில்லை. அவர் என்னைப் பூரணமாகவே அநுபவித்திருக்கலாம். அதில் அவருக்கு விருப்பமுள்ளது என்று எனக்குத் தெரிந்திருந்தால், இவர் இஷ்டப் படி எல்லாம் நடந்துகொண்டிருப்பேன். அவரை மணம் புரிந்து கொண்டிருப்பேன். இல்லாவிட்டாலும் கூட அவருடன் கூடியிருந் திருப்பேன். அதெல்லாம் இப்போதுதான் விளங்குகிறது. அவர் யுத்தத்திற்குச் செல்லவேண்டுமென்றார். திரும்பி வராமலே போய் விடுவார் என்று அப்போது எனக்குத் தெரியவில்லை."

இந்தச் சோக வரலாற்றைக் கேட்ட நான் மௌனமாக இருந்தேன். அவள் மேலும் சொன்னாள்:

"அந்தச் சமயங்களில் எதைப்பற்றியுமே, எனக்கு ஒன்றும் தெரியாது. அது அவருக்குக் கேடு விளைவிக்குமோ என்று பயந்தேன். அதை அவரால் தாங்கமுடியுமா என்றுகூட தயங்கினேன். பிறகு அவர், பாவம் கொல்லப்பட்டார். இப்போது எல்லாமே முடிந்து விட்டது" அவள் குரலில் சோகம் படர்ந்திருந்தது.

நான் அப்படி எண்ணவில்லை.

"ஆமாம், ஆமாம், அப்படித்தான். இப்போது எல்லாமே முடிந்து விட்டது." என்றாள் மீண்டும் அவள்.

ரினால்டி மற்றொரு நர்ஸுடன் பேசிக் கொண்டிருப்பதை நாங்கள் இருவரும் கவனித்தோம்.

"அவளுடைய பெயர் என்ன?"

"பெர்கூஸன். ஹெலன் பெர்கூஸன். உங்கள் நண்பர் ஒரு டாக்டர், இல்லையா?"

"ஆமாம், டாக்டர்தான். நல்ல திறமைசாலிகூட."

"அதைக் கேட்கச் சந்தோஷம். போர்முனைக்கு இவ்வளவு அருகாமையில் திறமையான டாக்டர்கள் அபூர்வமாகத்தான் வருகிறார்கள். இது போர்முனைக்குச் சமீபந்தான். இல்லையா?"

"வெகு சமீபம்."

"இது ஒரு விசித்திரப் போர்முனை. ஆனால் இங்கே எல்லாம் வனப்புடனேயே இருக்கின்றன. தாக்குதல் ஆரம்பிக்கப் போகிறீர் களா?" என்று அவள் கேட்டாள்.

"ஆமாம்."

“அப்போது எங்களுக்கு நிரம்ப வேலை இருக்கும். இப்போது ஒரு வேலையும் இல்லை.”

“இந்த “நர்ஸு”த் தொழிலை நெடு நாளாக நீ செய்து வருகிறாயா?”

“1915ஆம் ஆண்டு இறுதியிலிருந்து, அவர் யுத்தத்தில் சேர்ந்த போது நானும் இத்தொழிலில் ஈடுபட்டேன். எனக்கு ஒரு அசட்டு எண்ணம். நான் வேலை செய்யும் ஆஸ்பத்திரிக்கே ‘அவர் சிகிச்சைக் காக வருவார்; ஏதாவது ஒரு வெட்டுக்காயம், அல்லது தலையைச் சுற்றி ஒரு கட்டு; அல்லது தோள்பட்டையில் ஒரு ரவை பாய்ந் திருத்தல்; அல்லது இம்மாதிரி ஏதாவது ஒரு விசித்திரச் சின்னத் துடன் வருவார், நான் அவருக்கு சிச்ரூஷை செய்யலாம் என்று எண்ணினேன்.”

“இந்த முனை அதற்கெல்லாம் ஏற்றதுதான்.”

“ஆமாம். பிரான்ஸ் தேசம் எப்படிப்பட்டதென்று ஜனங்கள் புரிந்துகொள்ள முடியாது. புரிந்துகொண்டால் போரே நீடிக்காது. அங்கே அவருக்கு வெட்டுக்காயமே கிடையாது. ஆளையே தூள் தூளாக அடித்து விட்டார்கள்,” என்றாள்.

நான் மௌனமாக இருந்தேன்.

“இந்தப் போர் இப்படியே நீடிக்குமென்று நீங்கள் எண்ணு கிறீர்களா?”

“இல்லை,”

“இதை நிறுத்த என்ன இருக்கிறது?”

“ஏதாவது ஒரு இடத்தில் பிளவு காணும். பிறகு நின்றுவிடும்.”

“நம் அணியில்தான் பிளவு காணும். பிரான்ஸில்தான் ஏற்படும். ஸோன் யுத்தத்தைப் போல் நடந்தால் நம் அணியில் பிளவு காணா மல் எப்படி இருக்க முடியும்?”

“இங்கே அப்படி ஒன்றும் பிளவு காணாது,” என்றேன் நான்.

“காணாது என்று நீங்கள் நினைக்கிறீர்களா?”

“காணாது. சென்ற கோடையில் நம் துருப்புகள் நன்றாகவே போர் புரிந்தன.”

“இருந்தாலும் தோல்வியுறலாம். யார் வேண்டுமானாலும் தோல்வியுறலாம்” என்றாள் மிஸ் பார்க்லி.

“ஜெர்மானியர் கூட தோல்வியுறலாம் அல்லவா?”

“இல்லை. நான் அப்படி நினைக்கவில்லை,” என்றாள். அங்கிருந்து ரெனால்டியும் மிஸ் பெர்கூஸனும் இருந்த இடத்தை நோக்கிச் சென்றோம்.

"உனக்கு இத்தாலி தேசத்தைப் பிடித்திருக்கிறதா?" என்று ரெனால்டி, மிஸ் பெர்கூஸனை ஆங்கிலத்தில் கேட்டான்.

"பிடித்திருக்கிறது நன்றாகவே" என்று அவள் ஆங்கிலத்தில் பதிலளித்தாள். "எனக்குப் புரியவில்லை," என்றான் ரெனால்டி தலையை அசைத்துக்கொண்டே.

நான் மொழி பெயர்த்து அதை இத்தாலி பாஷையில் சொன்னேன். ரெனால்டி தலையை அசைத்துக் கொண்டே, "அது சரியாக இல்லையே. நீ இங்கிலாந்தை விரும்பவில்லையா?" என்றான்.

"அவ்வளவாக இல்லை. நான் ஸ்காட்லாந்து பிரதேசத்தைச் சேர்ந்தவள்," என்றாள்.

அவள் கூறியது விளங்காமல் ரெனால்டி விழித்தான். அவள் ஸ்காட்லாந்துக்காரியாதலால், அவளுக்கு இங்கிலாந்தைவிட ஸ்காட்லாந்தைத் தான் அதிகமாகப் பிடிக்கும் என்று இத்தாலி பாஷையில் சொல்லி அவள் கருத்தை ரெனால்டிக்கு விளக்கினேன்.

"ஸ்காட்லாந்தும் இங்கிலாந்தும் ஒன்றுதானே?" இதை மிஸ் பெர்கூஸனுக்கு மொழிபெயர்த்தேன்.

"முற்றிலும் இல்லை."

"அப்படியா? விந்தையாயிருக்கிறதே."

"ஒரு போதும் இல்லை என்றுகூடச் சொல்ல வேண்டும். எங்களுக்கு இங்கிலீஷ்காரரைப் பிடிக்காது."

"இங்கிலீஷ்காரரைப் பிடிக்காதா? மிஸ் பார்க்லியை உனக்குப் பிடிக்காதா?"

"அது வேறு விஷயம். அவளும் சிறிது ஸ்காட்லாந்துக்காரி தான். எல்லாவற்றையுமே அப்படியே அப்பட்டமாகக் கொள்ளக் கூடாது" என்றான்.

சிறிது நேரம் பேசிக் கொண்டிருந்து விட்டு நாங்கள் வீட்டுக்குத் திரும்பினோம். திரும்பும் வழியில் ரெனால்டி என்னிடம், "மிஸ் பார்க்லி என்னைவிட உன்னைத்தான் விரும்புகிறாள் போல் தோன்றுகிறது. இது தெளிவாகத் தெரிகிறது. ஆனால் அந்தச் சிறிய ஸ்காட்லாந்துக்காரிகூட நன்றாகத்தான் இருக்கிறாள்," என்று கூறினான்.

"அவள் மிகவும் அழகாகவே இருக்கிறாள். நான் அவளைச் சரியாக பார்க்கவில்லை. அவளை உனக்குப் பிடித்திருக்கிறதல்லவா?" என்றேன்.

"இல்லை," என்றான் ரெனால்டி.

5

மறுநாள் பிற்பகல் நான் மிஸ் பார்க்லியைப் பார்க்க மறுபடியும் சென்றேன். அவள் தோட்டத்திலில்லை. ஆம்புலன்ஸ் வண்டிகள் நிற்கும் பக்கத்துக் கதவண்டை சென்று கவனித்தேன். உட்புறம் தலைமை நர்ஸ் இருந்தாள். மிஸ் பார்க்லி வேலை மீதிருக்கிறாள் என்று அவள் சொல்லிவிட்டு, "இப்போது போர் நடந்துகொண்டிருக்கிறது என்பது ஞாபகமிருக்கட்டும்," என்றாள்.

"அது எனக்கும் தெரியும்" என்று பதிலளித்தேன்.

"இத்தாலிய ராணுவத்திலுள்ள அமெரிக்கர் நீங்கள்தானே?" என்று அவள் வினவினாள்.

"ஆம், அம்மணி."

"இது எப்படி நேர்ந்தது? எங்களுடன் ஏன் சேரவில்லை?"

"ஏன் என்று எனக்குத் தெரியாது. இப்போது வேண்டுமானால் சேர முடியுமா?"

"இப்போது முடியாதென நினைக்கிறேன். எனக்குச் சொல்லுங்கள். நீங்கள் எதற்காக இத்தாலிய ராணுவத்தில் சேர்ந்தீர்கள்?"

"நான் இத்தாலி தேசத்திலிருந்தேன். எனக்கு இத்தாலி மொழி பேச வரும்" என்றேன்.

"அப்படியா," என்று கூறி, "நான் அம்மொழியைக் கற்று வருகிறேன். மிகவும் அழகான மொழி" என்று சொன்னாள்.

"யாரோ சொன்னார்கள். இம்மொழியை இரண்டே வாரத்தில் கற்றுக்கொண்டு விடலாமென்று."

"அப்படியல்ல. இரண்டு வாரத்தில் கற்றுக்கொள்ள என்னால் முடியாது. நான் மாசக் கணக்காகப் படித்து வருகிறேன். நீங்கள் வேண்டுமானால் மாலை ஏழு மணிக்கு வந்து அவளைச் சந்திக்கலாம். அப்போது அவளுடைய தினசரி வேலை முடிந்து விடும். ஆனால் உங்களுடன் இதர இத்தாலியர்கள் எவரையும் அழைத்து வரவேண்டாம்" என்று அந்தத் தலைமை நர்ஸ் எச்சரிக்கையாக என்னைப் பார்த்துச் சொன்னாள்.

"அவர்கள் பாஷை அவ்வளவு நேர்த்தியாக உள்ளது என்று உணர்ந்தும் கூடவா?"

"பாஷை மட்டுமல்ல; அவர்கள் அணியும் ஆடைகள் அழகாக உள்ளன என்றாலும் கூட, ஒருவரையும் அழைத்துவர வேண்டாம்" என்றாள் அவள்.

“நல்லது, நான் வருகிறேன்,” என்று விடைபெற்றுக் கொண்டேன்.

அவளும் எனக்கு விடைகொடுத்தனுப்பினாள். நான் “ஸலாம்” செய்துவிட்டுக் கிளம்பினேன்.

ஒரு இத்தாலியன் ஒரு அயல் நாட்டவருக்கு “ஸலாம்” செய்வது போல அவ்வளவு பண்புடனும் அழகுடனும் ஒரு வேற்று நாட்டவரால் செய்ய முடியாது. ஏதோ ஒரு குறைபாடு உள்ளது போலவே தோன்றும்.

ஆம், இத்தாலிய “ஸலாம்” ஒரு ஏற்றுமதிச் சரக்கன்று.

பகல் வெப்பமாக இருந்தது. நான் நதியோரம் ப்ளாவா என்னுமிடத்திலிருந்த பாலத்து நுனிவரையில் சென்றேன். இந்த இடத்தில்தான் தாக்குதல் ஆரம்பிக்க விருந்தது. கடந்த வருஷத்தில் இந்த இடத்திற்கப்பால் செல்ல முடியவில்லை. ஏனெனில் மலைக் கணவாயிலிருந்து படகுப் பாலமிருந்த இடத்திற்கு ஒரே ஒரு ரஸ்தாதான் இருந்தது. இந்தச் சாலை சுமார் ஒரு மைல் தூரத்திற்கு இடைவிடாது துப்பாக்கி வெடிக்கும். பீரங்கி வெடிக்கும் இலக்காகியிருந்தது. ரஸ்தாவும் அதிக அகலமில்லாததால் தாக்குதலுக்கு வேண்டிய சாமான்கள் எல்லாம் கொண்டு செல்லவும் முடியவில்லை. ஆஸ்திரியர்களால் போக்குவரத்தை நாசமாக்கிவிட முடியும். எனினும் இத்தாலியர்கள் நதியைக் கடந்து எதிர்ப்பக்கத்தில் கொஞ்சதூரம் முன்னேறி ஆஸ்திரியா பகுதியில் ஒரு மைல் அல்லது ஒன்றரை மைல் தூரம் கைப்பற்றியிருந்தனர். அது ஒரு மோசமான இடம். ஆஸ்திரியர்கள் இவர்களை அவ்வளவு தூரம் முன்னேறும்படி விட்டிருக்கக் கூடாது. விட்டுக்கொடுக்கும் மனப்பான்மையினால்தான் இங்கே இத்தாலியர் முன்னேறியதை அவர்கள் பொருட்படுத்தாதிருக்க வேண்டும். மேலும் நதியின் கீழ்ப்புறம் மற்றொரு பாலம் ஆஸ்திரியர் வசமே இருந்தது. இத்தாலியர்களின் முனையிலிருந்து சில கெஜ தூரத்திற்கப்பால் மலைச்சாரல் பகுதியில் ஆஸ்திரியாவின் யுத்த அகழிகள் இருந்தன. அங்கே ஒரு சிறு நகரம்கூட இருந்தது. ஆனால் குண்டுவீச்சில் அதெல்லாம் நிர்மூலமாகி இருந்தது. இதைத் தவிர மிகவும் சேதமடைந்திருந்த ஒரு ரெயில்வே ஸ்டேஷன் காணப்பட்டது. ஒரு ரெயில்வே பாலங் கூட நொறுக்கித் தகர்க்கப்பட்டிருந்தது. அது எதிரியின் பார்வைக்குள் அகப்பட்ட இடமாகையால் அதைச் சீர்செய்து உபயோகத்திற்குக் கொண்டுவர இயலவில்லை.

குறுகலான அந்தச் சாலை வழியே நதியோரமே நான் சென்றேன். குன்றின் கீழிருந்த முதல் சிகிச்சை நிலையத்தில் லாரியை விட்டு விட்டேன். மிதக்கும் படகுப் பாலத்தைக் கடந்து பாழடைந்த சிறு

நகரத்தின் போர்க்குழிகளையும் தாண்டி சரிவின் ஓரமாகவே சென்றேன். எல்லோருமே தோண்டியிருந்த குழிகளில் பதுங்கியிருந் தனர். ஆகாய பூமியில் வாணங்கள் குவியல் குவியலாகக் கிடந்தன. பின்னணியிலிருந்து பீரங்கிப் படையின் ஒத்தாசை வேண்டுமானால் அதைக் கோரவும் "டெலிபோன்" கம்பிகள் போரில் அறுபட்டுப் போனால் செய்தி அறிவிக்கவும் இவ்வாகாச வாணங்கள் உபயோகிக் கப்பட்டன. எல்லாம் அமைதியாக இருந்தது. வெப்பம் அதிகம். புழுதியும் அதிகமே. முட்கம்பி அரணுக்கு அப்பால் தெரிந்த ஆஸ்திரியப்படை முனையையும் பார்த்தேன். ஜன நடமாட்டம் இருந்ததாகவே தெரியவில்லை. எனக்குத் தெரிந்த ஒரு காப்டனுடன் அந்தக் குழிகளிலேயே ஓரிடத்தில் கொஞ்சம் மதுபானம் அருந்தி விட்டுப் பாலத்திற்குத் திரும்பினேன்.

மலைச்சாரல் வரையில் 'நேராகவே சென்ற சாலை அவ்விடத்தி லிருந்து வளைந்து வளைந்து பாலம் வரையில் செல்லும் ஒரு புது ரஸ்தாவாக உருவாகிக் கொண்டு அது முடியும் தருவாயிலிருந்தது. இந்தச் சாலை போட்டு முடிந்ததும் தாக்குதல் ஆரம்பமாகும். ரஸ்தாவில் காட்டுப் பிரதேசத்தில் வளைவுகள் மிகுந்திருந்தன. ராணுவத்தினர் ஏற்பாட்டின்படி இப்புதிய சாலை வழியே தாக்கு தலுக்கு வேண்டியவைகளை எல்லாம் எடுத்துச் சென்று, காலி டிரக்குகள், வண்டிகள், காயமுற்றவரை ஏற்றிக் கொண்டு திரும்பும் ஆம்புலென்ஸ் லாரிகள், முனையிலிருந்து திரும்பும் இதர வஸ்துக்கள் எல்லாம் பழைய குறுகிய சாலை வழியே திரும்ப வேண்டும். முதல் சிகிச்சை நிலையம் ஆஸ்திரியர்கள் பக்கம் நதிக்கப்பால் குன்றின் அடிவாரத்தில் அமைக்கப்பட்டிருந்தது. காயம்பட்டவர்களை "ஸ்ட்ரெச்சர்கள்" என்னும் ஆள் தாங்கிகள் மூலம் மிதக்கும் பாலத்தின் வழியே இங்கிருந்து எடுத்துச் செல்லுவர். தாக்குதல் ஆரம்பமானதும் இதே ஏற்பாடுதான் அமுலிலிருக்கும். இந்த முனை அமைப்பிலிருந்து நான் தெரிந்துகொண்டவரையில், இப்புதிய சாலை மலைச்சாரலி லிருந்து சமபூமியை அடையும் வரையுள்ள கடைசி ஒரு மைல் நீளம் ஆஸ்திரியர்களுடைய இடைவிடாக் குண்டுவீச்சுக்கு இலக்காகக் கூடும். போரின்போது இந்த இடத்தில் ஒரே குழப்பமாக இருக்கலாம் எனத் தோன்றியது. ஆனால் இந்தக் கடைசி ஒரு மைல் ரஸ்தாவைத் தாண்டி ஆம்புலென்ஸ் வண்டி களைப் பாதுகாப்பாக நிறுத்தி வைக்கத் தகுந்த இடம் ஒன்றை நான் கண்டுபிடித்தேன். மிதக்கும் பாலம் வழியே கொண்டுவரப்படும் காயமுற்றவர்களை இந்த இடத்திலிருந்து ஆம்புலென்ஸ் லாரிகளில் ஏற்றிச் செல்லலாம். அந்தப் புதிய சாலை எப்படியிருக்கிறதென்று காரில் ஏறிச் சென்று பார்த்து வர எனக்கு ஆவல். ஆனால் சாலை இன்னமும் முடி வடையவில்லை. பார்வைக்கு அகாலமாய் நன்றாகவே போடப்பட்டுக்

காணப்பட்டது. மலைப்பக்கத்துக் காடுகளின் இடுக்கிலிருந்து கவனித்தால் சாலையில் வளைவுகள் எல்லாம் நன்கு தெரியும். எனவே லாரிகளின் பிடிப்புகள் எல்லாம் சரிவர இயங்கும் நிலைமை யிலிருந்ததால், வண்டிகள் கடினமின்றி ரஸ்தாவில் செல்லக்கூடும் என்று எனக்குப்பட்டது. எப்படியும் மலைச்சரிவில் இறங்கும்போது ஆம்புலென்ஸ் லாரிகள் காலியாகத்தானே இருக்கும். திருப்தியடைந்த வனாய்க் குறுகிய சாலை வழியே காரை ஓட்டிக் கொண்டு திரும்பி னேன்.

இரண்டு இத்தாலியச் சிப்பாய்கள் என் வண்டியைத் தடுத்து நிறுத்தினர். அப்போதுதான் ஒரு பீரங்கிக்குண்டு அங்கே சாலை நடுவில் விழுந்திருந்தது. நாங்கள் அங்கு நின்றுகொண்டிருக்கும்போதே மேலும் மூன்று குண்டுகள் ரஸ்தாவிலே விழுந்தன. அவை எழுபத் தேழு பவுண்டு எடையுள்ள வெடிகுண்டுகள். வேகமாக காற்றைப் பிளந்து பறந்து வந்து விழுந்த உடனே பெருத்த ஓசையுடனும், கண்ணைக் குருடாக்கும் வெளிச்சத்துடனும் வெடித்தன. அதன் பின் ஒரு கறுப்புப் புகைப்படலம் கொஞ்ச தூரம் அந்த ரஸ்தாவையே சூழ்ந்து கொண்டது. புகை நீங்கியதும் சிப்பாய்கள் என்னை மேலே செல்ல அனுமதித்தனர். குண்டு வெடித்த இடத்தைத் தள்ளி தூர மாகவே வண்டியை ஓட்டிச் சென்றேன். அங்கே சிதறிக் கிடந்த இரும்புத் துண்டுகளும், தகர்த்தெறியப்பட்டிருந்த கற்களும், புழுதியும், களிமண் கட்டிகளும், அங்கு வீசிய வெடி நாற்றமும் எனக்குக் குமட்டலை உண்டாக்கின. நேராக கொரிஜியாவிலுள்ள எங்கள் விடுதிக்குச் சென்று, அங்கிருந்துதான் மேலே கூறியபடி தன் வேலை யில் ஈடுபட்டிருந்த மிஸ் பார்க்லியைப் பார்க்கப் போனேன்.

விடுதியில் என் சாப்பாட்டை சீக்கிரமாகவே முடித்துக் கொண்டு ஆங்கிலேயர்களுடைய ஆஸ்பத்திரி இருந்த விடுதிக்குச் சென்றேன். அது உண்மையிலேயே மிகப் பெரிய அழகான கட்டடம். அதைச் சுற்றிலும் மரங்களடர்ந்திருந்தன. மிஸ் பார்க்லி தோட்டத்தில் ஒரு பெஞ்சின் மீது உட்கார்ந்திருந்தாள். அவளுடன் மிஸ் பெர்கூஸனும் இருந்தாள். என்னைக் கண்டதில் அவர்கள் சந்தோஷமடைந்தவர்கள் போலவே தோன்றினர். சிறிது நேரத்திற்கெல்லாம் மிஸ் பெர்கூஸன் ஏதோ சாக்குச் சொல்லிவிட்டு அங்கிருந்து நகர்ந்து விட்டாள்.

“நீங்களிருவரும் பேசிக் கொண்டிருங்கள். நன்றாகப் பழகு கிறீர்களே, என்னுடைய உதவியின்றியே, நான் வருகிறேன்” என்று சொல்லிவிட்டு அவள் சென்றாள்.

“நீ போக வேண்டாம், ஹெலன்,” என்றாள் மிஸ் பார்க்லி.

“இல்லை, போக வேண்டும். சில கடிதங்கள் எழுதி முடிக்க வேண்டும்.”

"தணிக்கை அதிகாரிகளுக்குத் தொல்லை தரும்படி ஒன்றும் எழுதாதே."

"அதைப்பற்றிக் கவலை வேண்டாம். நான் இந்த இடம் எவ்வளவு நேர்த்தியாக இருக்கிறதென்றும், இத்தாலியர்கள் எவ்வளவு வீரம் வாய்ந்தவர்கள் என்றும்தானே எழுதுவேன்."

"ஆமாம். புகழும், பதக்கமும் பெறுவதற்கு அதுதான் வழி."

"கிடைத்தால் நல்லதுதானே. வணக்கம், கேதரீன்."

"நான் சீக்கிரமே வந்து விடுகிறேன்." என்றாள் மிஸ் பார்க்லி. மிஸ் பெர்கூஸன் இருட்டில் மறைந்து விட்டாள். எங்களுடைய தனிமையில் குறுக்கிடாமல் அவ்விடம் விட்டகன்றதை நான் மிகவும் பாராட்டினேன்.

"அவள் மிகவும் பண்புள்ளவள்" என்றேன்.

"ஆமாம். அவள் மிக மிக நல்லவள். அவள் ஒரு நர்ஸ்."

"அப்படியென்றால் நீயும் ஒரு நர்ஸ் இல்லையா?"

"இல்லை, இல்லை. நான் ஒரு "வாலண்டியர். என் போன்ற வர்களை இங்கே "வி.ஏ.டி..." (Volunteer Aide Detachment) என்று அழைப்பர். நாங்கள் கஷ்டப்பட்டு வேலை செய்தாலும் ஒருவரும் எங்களை நம்புவதில்லை."

"ஏன் நம்புவதில்லை."

"போர் நடக்காத காலங்களில், வேலை ஒன்றும் இல்லாத போது எங்களை யாரும் நம்புவதில்லை. போர் ஆரம்பமாகி வேலை மிகுதியாயுள்ளபோது எங்களை நம்புவார்கள்."

"இரண்டுக்கும் என்ன வித்தியாசம்?"

"ஒரு நர்ஸ் ஏறக்குறைய டாக்டரைப் போலவே. நர்ஸாக ஆவதற்கு நீண்ட கால அநுபவம், பயிற்சி வேண்டும். வி.ஏ.டி. என்பது அதே ஸ்தானத்திற்கு ஒரு குறுக்கு வழி."

"அப்படியா?"

"இத்தாலியர்கள் போர்முனைக்கு இவ்வளவு அருகில் பெண்கள் இருப்பதை விரும்பவில்லை. ஆகையால்தான் நாங்கள் பிரத்தியேகமாக நன்னடைத்தையுடன் இருக்க வேண்டும். நாங்கள் இங்கிருந்து வெளியே செல்வதுகூட கிடையாது."

"நான் இங்கே வருவதில் தடை ஏதும் இல்லையே?"

"தடையின்றி வரலாம். நாங்கள் கன்னிமாடத்தில் அடைக்கப் பட்டிருக்கவில்லையே!"

"இந்தப் போரைப்பற்றிப் பேசவேண்டாம்."

"இதைப்பற்றிப் பேசாமலிருப்பது மிகக் கடினம். இதுதான் நம்மை எங்கும் சூழ்ந்து கொண்டிருக்கிறதே."

"இருந்தாலும், இந்தப் பேச்சு வேண்டாம்."

"சரி, உங்கள் விருப்பப்படியே, வேண்டாம்."

அந்த இருட்டில் நாங்கள் ஒருவரையொருவர் உற்று நோக்கினோம். அவள் மிக்க அழகாய் இருப்பதாகத் தோன்றியது. அவள் கையை மெதுவாகப் பற்றினேன். அவள் ஆட்சேபிக்கவில்லை. கையை விடாமலே அவளை மற்றொரு கையால் இடுப்பைச் சுற்றி வளைத்தேன்.

"வேண்டாம்," என்றாள் அவள். நான் கையை அணைப்பிலிருந்து எடுக்கவில்லை.

"ஏன்?"

"வேண்டாம்."

"வேண்டும்," என்றேன் நான். "தயவுசெய்து," என்று சொல்லிக் கொண்டே அந்த இருட்டிலேயே அவள் பக்கம் முன்னால் குனிந்து முத்தமிட முயன்றேன். அதே கணத்தில் என் முகத்தில் 'பளார்' என்று ஒரு அறை விழுந்தது. அவள் அடித்த அடி பலமாக என் மூக்கிலும் கண்ணிலும்கூடப் பட்டது. அடி விழுந்த வேகத்தில் கண்களில்கூட நீர் பெருகிவிட்டது. இதை அவளும் கவனித்திருக்க வேண்டும்.

"நான் மிகவும் வருந்துகிறேன்," என்றாள் மிஸ் பார்க்லி. அடி வாங்கிக் கொண்டாலும், ஏதோ அநுகூலம் ஏற்பட்டிருப்பதாக நான் எண்ணினேன்.

"நீ செய்தது முற்றிலும் சரியே," என்று அவள் செயலை ஆமோதித்தவன் போல் சொன்னேன்.

"நான் மிக மிக வருந்துகிறேன். இந்த நர்ஸ்களுக்கெல்லாம் தினசரி வேலை முடிந்து மாலை நேரம் ஓய்வு என்றாலே ஒரு தனிப்பட்ட நிலைமை. அதை என்னால் தாங்க முடியவில்லை. உங்களுக்கு வருத்தம் உண்டு பண்ணவேண்டும் என்று நான் விரும்பவில்லை. நன்றாக அடித்துவிட்டேன். இல்லையா" என்றாள் அவள் பச்சாதாபத்துடன்.

இருட்டில் என்னையே பார்த்துக் கொண்டிருந்தாள். நான் கோபமடைந்திருந்தேன். இருந்தாலும் சதுரங்கத்தில் காய்கள் நகர்த்தப்படும் போது ஆட்டத்தின் போக்கு விளங்குவதுபோல், அப்போதைய நிலைமை எனக்குத் தெளிவாகப் புலப்பட்டது.

"நீ செய்தது முற்றிலும் சரியே. நான் அதைப் பொருட் படுத்தவில்லை" என்று மீண்டும் சொன்னேன்.

"ஐயோ பாவம்!"

"இதைக் கேள். நான் நடத்தும் வாழ்க்கை சற்று விநோதமானது. நான் ஆங்கிலத்தில் பேசுவதுகூட கிடையாது. நீயோ மிக்க அழகுடன் விளங்குகிறாய். நான் என்ன செய்வது" என்று சொன்னேன். மீண்டும் அவளையே பார்த்துக்கொண்டிருந்தேன்.

"இம்மாதிரி "கன்னாபின்னா" வார்த்தைகள் சொல்ல வேண்டிய அவசியமே இல்லை. நான்தான் "வருந்துகிறேன்" என்று சொல்லி விட்டேனே. அத்துடன் விஷயம் முடிந்தது" என்று அவள் தீர்மானமாகச் சொன்னாள்.

"ஆம், முடிந்துவிட்டது. நாம் போரைப்பற்றிப் பேசுவதிலிருந்து விடுபட்டு விட்டோம்."

அவள் சிரித்தாள். அவள் சிரித்துப் பார்த்தது எனக்கு இதுதான் முதல் தடவை. அவள் முகத்தையே பார்த்துக் கொண்டிருந்தேன்.

"நீங்கள் இனிமையான சுபாவமுள்ளவர்," என்றாள் மிஸ் பார்க்லி.

"இல்லை. நான் அப்படி எண்ணவில்லை."

"ஆமாம். நீங்கள் மதுரமானவர். உங்களுக்கு ஆட்சேபமில்லை என்றால் மகிழ்வுடன் உங்களை முத்தமிட விரும்புகிறேன்," என்றாள் அப்பெண்.

அவளை உற்று நோக்கினேன். அவள் கண்களில் கனிவு பொலிந்தது. முன்போலவே என் கையால் அவளை வளைத்து இழுத்து முத்தம் கொடுத்தேன். மேலும் இறுகத் தழுவி, மீண்டு மொருமுறை அழுத்தமாக முத்தமிட்டேன். அவள் உதடுகளை அப்படியே பிரிக்க முயன்றேன். அவை கெட்டியாகவே மூடியிருந்தன. என் கோபம் முற்றிலும் தணியவில்லை. என் பிடியில் அணிந்திருந்த போது, திடீரென்று அவள் உடல் நடுக்கமுறுவதை உணர்ந்தேன். மேலும் இறுகத் தழுவியபோது அவள் ஹிருதயத் துடிப்பைக்கூட என்னால் உணரமுடிந்தது. அவள் தலை சற்றுப் பின்புறம் சாய்ந்தது. வாயிதழ்கள் மலர்ந்தன. அவள் தலையை என் கையால் தாங்கிக் கொண்டேன். என் தோளின் மீது சாய்ந்த வண்ணம் அவள் அழத் தொடங்கினாள்.

"என் அன்பே. என்னிடம் நீங்கள் நல்லவராக நடந்து கொள்வீர் களல்லவா?" என்றாள்.

அவள் என்ன சொல்லுகிறாள் என்று எனக்குப் புரியவில்லை. அவள் கேசத்தைத் தடவிக் கொடுத்தேன். தோள்களை லேசாக வருடினேன். அவள் இன்னமும் அழுது கொண்டிருந்தாள்.

"நீங்கள் என்னிடம் அன்பாகவே நடந்து கொள்வீர்கள் அல்லவா?" என்று கூறி என்னை ஆவலுடன் நோக்கினாள். "ஏனெனில் நாம்

ஒரு விசித்திரமான வாழ்க்கையை மேற்கொள்ளப் போகிறோம்," என்று கூறினாள். அப்போதும் எனக்கு ஒன்றும் விளங்கவில்லை. அவளைச் சமாதானப்படுத்தும் வண்ணம் அன்பு வார்த்தைகள் பேசிக் கொண்டிருந்த பின்னர் சிறிது நேரத்திற்கெல்லாம் அவளுடன் புறப்பட்டு, அவளை ஆஸ்பத்திரி வாயிலில் விட்டுவிட்டு நான் வீட்டுக்குத் திரும்பினேன். நேரே மாடியில் என் அறையை அடைந்தேன். ரெனால்டி படுக்கையில் இருந்தான். என்னை ஏற இறங்கப் பார்த்தான்.

"ஆக, மிஸ் பார்க்லியுடன் திருப்திகரமாகவே முன்னேறிக் கொண்டிருக்கிறாய்? அல்லவா?"

"நாங்கள் நண்பர்கள்தான்."

"நண்பர்களாம் நண்பர்கள்! உன் தோற்றத்தில் சேர்க்கை ஆசை பிடித்த வெறி நாயின் சாயல் தெரிகிறதே."

அவன் சொன்னதை நான் முற்றிலும் புரிந்துகொள்ள முடியவில்லை.

"நீ என்ன சொன்னாய்?"

அவன் விவரணம் செய்தான்.

"உனக்குத்தான் இச்சைகொண்ட நாய்க்குள்ள..." என்று நான் அவனைக் கடிந்து கொண்டேன்.

"போதும், நிறுத்து. இன்னும் சற்று நேரம் போனால் நாம் மேலும் கேவலமான வார்த்தைகள் கூடப் பேச ஆரம்பித்து விடுவோம்," என்று சொல்லிவிட்டு ரெனால்டி சிரித்தான்.

"படுத்துத் தூங்கு. குட் நைட்" என்றேன்.

"குட் நைட் நாய்க்குட்டியே, ஆனந்தமாகத் தூங்கு," என்று என்னை அன்புடன் வாழ்த்தினான்.

என் தலையணையை எடுத்து அவன் பக்கத்தில் இருந்த மெழுகுவர்த்தி தீபத்தின்மேல் வீசினேன். விளக்கு அணைந்தது. நான் படுத்துக்கொண்டேன்.

ரெனால்டி சிறிது நேரத்திற்கெல்லாம் மெழுகுவர்த்தியை மறுபடியும் ஏற்றி, வாசிக்க ஆரம்பித்துவிட்டான்.

6

இரண்டு நாட்கள் நான் போர்முனையில் என் ஸ்தலத்தில் இருந்தேன். அன்று நான் மிகவும் நேரங்கழித்து வீட்டுக்குத் திரும்பவேண்டி நேர்ந்ததால் மிஸ் பார்க்லியை மறுநாள் மாலை

தான் பார்க்கச் சென்றேன். தோட்டத்தில் அவள் இல்லாததால், வரும்வரை ஆஸ்பத்திரி ஆபீஸ் அறையில் காத்திருந்தேன். அந்த அறையிலும், அதையொட்டிய ஹாலிலும் சுவர் ஓரங்களில் அமைந்திருந்த பல வர்ண மரத்தூண்கள் ஒவ்வொன்றின் மீதும் சலவைக் கற்சிலைகள் பல வைக்கப்பட்டிருந்தன. அவைகளெல்லாம் ஒன்றுபோலவே வித்தியாசமின்றிக் காணப்பட்டன. அந்த மண்டபம் முழுதுமே சலவைக்கல் மயமாக விளங்கியது. சிற்பக் கலை எனக்குச் சாதாரணமாகவே ரசிக்காது. வெண்கல வேலைப்பாடுகளாவது ஓரளவு பரவாயில்லை. உணர்ச்சியூட்ட வல்லவை. ஆனால் இந்தச் சலவைக் கற்சிலைகளையெல்லாம் பார்க்கும்போது ஒரு கல்லறை யின் தோற்றமே எனக்குத் தென்பட்டது. அழகான கல்லறையும் சில இடங்களில் உள்ளன. உதாரணமாக பைஸா (Pisa) என்னு மிடத்தில், அவற்றில் மிக மோசமானதைப் பார்க்க வேண்டுமானால் ஜீனோவாவில் காணலாம். இந்த ஆஸ்பத்திரி இருந்த கட்டடம் ஒரு பணக்கார ஜெர்மானியப் பிரபுவின் மாளிகை. அவருக்கு இச்சிற்பச் சிலைகள் ஏராளமான பணச் செலவு வைத் திருக்கும் எனத் தோன்றியது. அவை எல்லாம் ஒன்றுபோல அவ்வளவு கச்சிதமாய் அமைந்திருந்தன.

நான் பெஞ்சின் மீது உட்கார்ந்து என் தொப்பியைக் கழற்றி னேன். சாதாரணத் தொப்பிதான், ராணுவ விதிகளின்படி நான் ஒரு இரும்புத் தொப்பியை அணியவேண்டும். கொரிஜியாவிலும் கூட இதை அணிந்துகொண்டே இருக்கவேண்டுமென்று விதி. அதை அணிவதற்கு வேதனையாக இருந்தது. நகரம் காலி செய்யப் படவில்லையாதலால், மக்களிடையே இதை அணிந்துகொண்டு காணப்படுவது நாடகத்தில் வேஷம் வருவது போலிருந்தது. போர்த்தலத்துக்குச் செல்லும்போது இதை அணிந்துகொண்டு ஒரு விஷப்புகை முகமூடியைக் கையிலெடுத்துப் போனேன். அப்போது தான் அவைகளை சப்ளை செய்ய ஆரம்பித்தனர். அது உண்மை யான ஒரு முகமூடிதான். தானே இயங்கும் துப்பாக்கி ஒன்றையும் நாங்கள் அணிந்திருக்க வேண்டும். டாக்டர்கள் கூட அவ்வாறே. நாற்காலியில் உட்கார்ந்திருந்ததால் இது முதுகில் உறுத்துவதை உணர்ந்தேன். இதை வெளியே தெரியும்படி அணிந்திருக்காவிட்டால் சட்டவிரோதம், சிறைவாசத் தண்டனை அளிக்கப்படலாம். ரெனால்டி ஒரு தோல்பையே கட்டிக்கொண்டு செல்லுவான். அதில் நிறையக் கக்கூஸ் உபயோகத்திற்கான காகிதங்கள்தான் இருக்கும். நான் மட்டும் உண்மையிலேயே துப்பாக்கி அணிந்தேன். அதைச் சுடுவதற்குக் கூடக் கற்றுக்கொண்டேன். அது ஆஸ்ட்ரா 7.65 மில்லி மீட்டர் துப்பாக்கி. அதைச் சுடும்போது கையில் அது சுத்துகிற வேகத்தில் குறிகூடத் தவறிவிடும். இந்தத் துப்பாக்கியினால்

எதையும் நான் பயிற்சி செய்து இதை ஒருவாறு சுடக் கற்றுக் கொண்டேன். சரிவர சுடத் தெரியாமல் ஒரு துப்பாக்கியை அழகுக்காக மட்டும் வைத்திருப்பதிலுள்ள அவமானம் எனக்கே முதலில் தோன்றியது. கொஞ்சம் கொஞ்சமாகத்தான் இந்த விசித்திர நிலையை என்னால் மறக்கமுடிந்தது. போகப் போக, சில சமயம் துப்பாக்கியை எடுத்துச் செல்ல வேண்டும் என்பதே மறந்துவிடும். இப்போதெல்லாம் அதை அலட்சியமாக இடுப்பில் தாங்கிச் செல்லுவேன். ஆங்கிலேயர்களைக் கண்டால் மட்டும் சற்று அவமானமாக இருக்கும். ஏனெனில் அவர்கள் துப்பாக்கிச் சுடுவதில் நிபுணர்கள். அங்கிருந்த சலவைக்கல் தரை, சிற்பச் சிலைகள் கொண்ட தூண்கள், சுவற்றின் வர்ணச் சித்திரங்கள் முதலியவற்றைப் பார்த்த வண்ணம் மிஸ் பார்க்லியின் வரவை எதிர்பார்த்தவனாய், நாற்காலியில் நான் அமர்ந்து கொண்டிருந்தது அங்கிருந்த ஒரு வேலைக்காரனுக்குப் பிடிக்கவில்லை. அவன் என்னை வெறித்து வெறித்துப் பார்த்துக் கொண்டிருந்தான். நான் கவனிக்காதவன்போல் சிற்பச் சிலைகளையே உற்று நோக்கிய வண்ணமிருந்தேன். சிற்பங்களைவிட வர்ணச் சித்திரங்கள் நன்றாக இருந்தன. இவைகளின் அழகு வர்ணம் உதிர ஆரம்பிக்கும்போதுதான் முழு சோபையுடன் வெளிப்படும்!

காதரின் பார்க்லி வருவது தெரிந்தது. நான் எழுந்தேன். தூரத்திலிருந்து பார்ப்பதற்கு அவள் அவ்வளவு உயரமானவளாகத் தெரியவில்லை. ஆனால் மிகக் கவர்ச்சிகரமாக அழகாயிருந்தாள்.

“வாருங்கள்,” என்று என்னை வரவேற்றாள்.

“சௌக்கியமாக இருக்கிறாயா,” என்று நானும் குசலம் வினவினேன். இதையெல்லாம் அந்த வேலைக்காரன் கேட்டுக்கொண்டேதானிருந்தான்.

“நாம் இங்கே பெஞ்சின் மீது உட்காரலாமா? அல்லது தோட்டத்தில் உலாவச் செல்லலாமா?” என்று கேட்டாள்.

“வெளியே போவோம். அங்கே குளுமையாகவிருக்கும்” என்றேன்.

அவளைப் பின்தொடர்ந்து நான் சென்றுகொண்டிருப்பதை வேலைக்காரன் பார்த்துக்கொண்டே இருந்தான். அவன் பார்வையிலிருந்து நாங்கள் மறைந்ததும்,

“நீங்கள் எங்கே போயிருந்தீர்கள்?” என்று அவள் கேட்டாள்.

“என் வேலை மேல் போர் ஸ்தலத்துக்குப் போயிருந்தேன்.”

“எனக்கு ஒரு சீட்டு எழுதிச் செய்தி சொல்லியனுப்ப முடியவில்லை போலும்!” என்று வருத்தத்தம் தொனிக்கக் கேட்டாள்.

“நான்தான் திரும்பி வந்துவிடுவேனே என்று எழுதாமலிருந்தேன்.”

“எப்படியிருந்தாலும்; என் அன்பரே, எனக்குத் தெரிவித்திருக்க வேண்டும் !”

அந்தப் பாதையை விட்டு விலகிச் சென்றதும் அவளை நிறுத்தி அணைத்து முத்தமிட்டேன்.

“நாம் இங்கிருந்து அப்பால் போகக்கூடிய இடம் எங்கும் இல்லையா ?”

“இல்லை. நாம் இங்கேதான் கொஞ்சதூரம் நடந்து செல்லலாம். நீங்கள் நீண்டகாலம் வெளியே சென்றிருந்தீர்கள் என்றே எனக்குத் தோன்றுகிறது.”

இன்றைக்கு மூன்றாவது நாள்தானே. நான்தான் இப்போது வந்து விட்டேனே.”

அவள் என்னை உற்று நோக்கினாள். “நீங்கள் உண்மையிலேயே என்னைக் காதலிக்கிறீர்கள் அல்லவா ?” என்று என்னைக் கேட்டாள்.

“ஆமாம்” என்றேன் நான்.

“என்னைக் காதலிக்கிறேன் என்று சொன்னீர்கள் அல்லவா ?” என்று மறுபடியும் கேட்டாள்.

“ஆமாம். சொன்னேன்” என்று நான் புளுகினேன். “இப்போதும் சொல்லுகிறேன். உன்னைக் காதலிக்கிறேன்” என்றேன் மறுபடியும். ஆனால் இது முற்றிலும் பொய்தான். உண்மையில் இதற்கு முன் இவ்வாறு நான் சொன்னதே இல்லை. “இனிமேல் என்னைக் காதரின் என்றுதானே அழைப்பீர்கள் ?”

“ஆமாம் காதரின்.” நாங்கள் பாதையிலேயே மேலும் நடந்தோம். ஒரு மரத்தின்கீழ் சிறிது நின்றோம்.

“இதோ பாருங்கள். நான் இரவில் காதரீனிடம் திரும்ப வந்து விட்டேன் என்று சொல்லுங்கள்” என்றாள்.

நான் இரவில் காதரீனிடம் திரும்ப வந்துவிட்டேன் என்று அவள் சொல்லியபடியே திருப்பிச் சொன்னேன்.

“அப்படியா என் அன்பே. நீங்கள் என்னிடம் வந்துவீட்டீர்கள். இல்லையா ?”

“ஆமாம். வந்துவிட்டேன்.”

“நான் உங்களை அளவற்றுக் காதலிக்கிறேன். நீங்கள் இல்லாதது எனக்கு பீதியாகவே இருந்தது. நீங்கள் போய்விட மாட்டீர்களே ?”

“இல்லை. நான் எப்போதும் திரும்பி வந்துவிடுவேன்.”

"உங்களை நான் எவ்வளவு நேசிக்கிறேன் தெரியுமா? உங்கள் கையைக் கொடுங்கள். இப்படி என்னைத் தழுவிக் கொள்ளுங்கள்."

"என் கைகள் உன்னிடம்தானே இருக்கின்றன." அவளை என் பக்கம் திருப்பி அவள் முகத்தைப் பார்த்து முத்தமிட்டேன். அவள் கண்கள் மூடியிருந்தன. மூடின கண்கள்மேல் முத்தமிட்டேன். அவளுக்குச் சிறிது சித்தப் பிரமையோ என்று எண்ணினேன். இருந்தால் நல்லதுதான் என்றுகூடத் தோன்றியது. இதனால் எனக்கு என்ன விளையும் என்பதைப் பற்றியும் நான் லட்சியம் செய்யவில்லை. ஒவ்வொரு நாளும் அதிகாரிகள் விபச்சார விடுதிக்குச் சென்று, அங்கே நம் மீது கட்டிப் புரண்டு, தொப்பியை எடுத்து அன்பிற்கறிகுறியாக அணிந்து மற்றொரு அதிகாரியிடம் சிறிது இடைக்கால சல்லாபம் செய்து விட்டு, திரும்பி நம்மிடம் வரும் அந்த வேசியர்களை அணுகுவதைக் காட்டிலும் மிஸ் பார்க்லியிடம் சரசம் புரிவது தேவலை என்று தோன்றியது. அவளிடம் எனக்குக் காதல் இல்லை. காதல் புரியும் எண்ணமும் இல்லை. சீட்டாட்டத்தைப்போல் இது ஒரு ஆட்டம். சீட்டுப் போடுவதற்குப் பதில் இங்கே வார்த்தைகள் வீசப்படுகின்றன. அந்த ஆட்டத்தைப்போலவே இங்கும் பணயத்திற்காகவே ஆடுவதாக பாவனை செய்ய வேண்டும். பணயம் என்னது என்று கேட்க யாருமே விரும்புவதில்லை. நான் மட்டும் ஏன் கேட்க வேண்டும். இது எனக்குச் சம்மதமே.

"நாம் செல்லக்கூடிய ரகசியமான இடம் ஏதாவது இருந்தால் தேவலை" என்றேன்.

"நின்றுகொண்டே காதல் புரிவது ஆண்களுக்குக் கடினமல்லவா?"

"இங்கு அப்படி இடம் ஒன்றுமில்லை." அவள் என்னருகில் வந்தாள். "நாம் இங்கே சிறிது உட்காரலாமா?"

நாங்கள் அங்கே கிடந்த ஒரு சதுரக்கல்லின் மீதமர்ந்தோம். அவள் கைகளைப் பற்றிக் கொண்டேன். ஆனால் தன்னை அணைப்பதற்கு அவள் இடங்கொடுக்கவில்லை.

"உங்களுக்கு ஆயாசமாக இருக்கிறதா?"

"இல்லை." அவள் புல்தரையே நோக்கிய வண்ணமிருந்தாள்.

"நாம் ஆடும் இந்த ஆட்டம் இழிவானதல்லவா?"

"என்ன ஆட்டம்?"

"தெரியாதுபோல் கேட்கிறீர்களே. இந்தக் காதல் நாடகத்தைத் தான் சொல்லுகிறேன். சற்றுச் சுறுசுறுப்பாக இருங்கள்."

"வேண்டுமென்றே நான் அவ்வாறு நடிக்கவில்லை. எப்போதும் போல சுறுசுறுப்பாய்த்தான் இருக்கிறேன்."

"நீங்கள் நல்லவர். இந்த ஆட்டத்தை உங்களுக்குத் தெரிந்த அளவுக்கு நன்றாகவே ஆடுகிறீர்கள். ஆட்டம் மட்டும் இழிவானது," என்றாள்.

"மனிதர்கள் என்ன நினைக்கிறார்கள் என்பதை நீ எப்போதும் அறிகிறாயா?"

"எப்போதுமில்லை. ஆனால் உங்களைப் பொறுத்தவரையில் நான் அறிகிறேன். என்னைக் காதலிப்பதாக நீங்கள் பாசாங்கு செய்யத் தேவையில்லை. இன்று மாலைப் பொழுதுடன் அந்தக் கட்டம் முடிந்துவிட்டது. வேறு ஏதாவது பேசுவதற்கு இருக்கிறதா?"

"நான் உன்னைக் காதலிக்கிறேன். உண்மையாக,"

"நாம் பொய் சொல்லவேண்டிய அவசியமில்லாதிருக்கும் போது எதற்காகப் பொய் சொல்ல வேண்டும். அப்போது எனக்கு இந்தச் சிறு நாடகம் வேண்டியிருந்தது. நான் இப்போது சுய நிலைக்கு வந்துவிட்டேன். நான் பயித்தியமல்ல. முழுப்பயித்தியமல்ல. சில சமயம் சிறு அளவுக்குப் பயித்தியம்போல் தோன்றும்."

அவள் கைகளை அழுத்தினேன், "என் பிரியே, காதரின்."

"என் பெயரை நீங்கள் இப்போது உச்சரித்தது முன்னைப் போலல்ல. அது இப்போது வேடிக்கையாகவே இருக்கிறது இருந்தாலும் நீங்கள் மிகவும் நல்லவர். அன்பாகவே இருக்கிறீர்."

"அந்தப் பாதிரியார்கூட அப்படித்தான் சொன்னார்."

"ஆமாம். அதில் தவறில்லை. நீங்கள் மறுபடியும் என்னைப் பார்க்க வருவீர்களா?"

"நிச்சயமாக."

"அதற்காக என்னைக் காதலிக்கிறேன் என்று சொல்ல வேண்டிய அவசியமில்லை. அதெல்லாம் இப்போதைக்கு முடிந்துவிட்டது. இன்னும் கொஞ்சகாலத்திற்காவது." அவள் எழுந்து தன் கைகளை நீட்டினாள். "குட் நைட்."

அவளை முத்தமிட ஆவல் கொண்டேன்.

"வேண்டாம். நான் மிகவும் அசதியுற்றிருக்கிறேன்" என்று என்னைத் தடுத்துவிட்டாள்."

"நீயாவது எனக்கு முத்தம் தா," என்றேன்.

"எனக்கு அலுப்பு மிகுந்துள்ளது. அன்பரே."

"ஒரு முத்தம் தா."

"அவ்வளவு அவசியமாக வேண்டுமா?"

"ஆமாம்."

நாங்கள் முத்தம் கொடுத்துக் கொண்டோம். சட்டென்று என்னிடமிருந்து தன்னை விடுவித்துக் கொண்டாள். “வேண்டாம், போதும், போய் வாருங்கள் அன்பரே. குட் நைட்,” என்று அவள் புறப்பட்டு விட்டாள். அவளைக் கதவுவரையில் கொண்டு விட்டு, உள்ளே அவள் செல்லுவதைப் பார்த்துக் கொண்டே இருந்தேன். நான் விடுதிக்குத் திரும்பினேன். அன்றிரவு மலைச்சாரலில் போர் நடந்துகொண்டிருந்தது. அடிக்கடி ஸான் கேப்ரீல் பக்கம் ‘பளிச்’ ‘பளிச்’ சென்று பீரங்கி வெடிகள் மின்னியது தெரிந்தது.

“வில்லா ரோஸ்ஸா” (Villa Rossa) என்ற விபச்சார விடுதியில் களியாட்டம் நடந்துகொண்டிருந்தது. யாரோ பாடிக்கொண்டிருந்தனர். நான் என் விடுதியை அடைந்து உடைமாற்றிக் கொண்டிருந்தபோது ரெனால்டி வந்தான்.

“என்ன ஒரு மாதிரியாக இருக்கிறாய். இஷ்டம்போல் நடக்கவில்லையா? குழந்தைக்கு ஏதோ போலிருக்கிறதே” என்றான்.

“நீ எங்கே போயிருந்தாய்” என்று அவனைக் கேட்டேன்.

“வில்லா ரோஸ்ஸாவுக்குத்தான். அங்கே எல்லாம் தமாஷாக இருந்தது. ஒரே பாட்டு மயம். நீ எங்கே போயிருந்தாய்?”

“அந்த ஆங்கிலேயரைப் பார்த்து வந்தேன்.”

“கடவுளே. ஆங்கிலேயர்களிடம் நான் சிக்கிக் கொள்ளாமலிருக்கிறேனே. அதற்கு ஆண்டவனுக்கு நன்றி கூறவேண்டும்” என்று ரெனால்டி என் செயலை முற்றிலும் ஆமோதிக்காதவன் போல சொன்னான்.

7

மறுநாள் மாலை நான் போர்முனை ஸ்தலத்திலிருந்து காயமடைந்தவர்களை ஏற்றிக்கொண்டு அடுத்த ஸ்தலத்திற்கு வந்தேன். இங்கிருந்துதான் நோயாளிகளையும் காயமுற்றவர்களையும் அவரவர்கள் காகிதங்களில் குறித்திருக்கும் பல்வேறு ராணுவ ஆஸ்பத்திரிகளுக்கு அனுப்புவார்கள். நான் வீதியிலேயே வண்டியிலிருந்தேன். டிரைவர் காகிதங்களை எடுத்துக் கொண்டு உள்ளே சென்றான். பகல் வெப்பமாயிருந்தது. வெயில் பளிச்சென்று காய்ந்தது. சாலையெல்லாம் புழுதி படிந்து வெண்மையாகக் காணப்பட்டது. நான் “பியட்” காரில் டிரைவர் ஆசனத்தில் அமர்ந்திருந்தேன். உள்ளத்தில் எதைப்பற்றிய சிந்தனையும் இல்லை.

ஒரு சைன்யம் அப்போது அந்த ரஸ்தாவில் சென்றது. அது போவதைப் பார்த்துக்கொண்டே இருந்தேன். சிப்பாய்கள் எல்லோரும்

வியர்த்துப் போயிருந்தனர். வேலை மிகுதியால் அலுத்தும் காணப் பட்டனர். சிலர் இரும்புத் தொப்பி அணிந்திருந்தனர். பலர் இதைத் தோளில்தான் தொங்கவிட்டுச் சென்றனர். இவை பெரும்பாலும் பெரிய அளவுள்ளவை. அவற்றை அணிந்து கொண்டிருப்பவர்களின் காதையே மறைத்துக் கொண்டிருந்தன. அதிகாரிகள் மட்டும் அவரவர்களுடைய அளவுக்கேற்ற தொப்பி அணிந்திருந்தனர். இவர்களில் பாதிக்கு மேல் "ப்ரிகெடா பேஸிலிகாட்டா" (Brigata Basilicata) என்னும் சேனையைச் சார்ந்தவர்கள். அவர்களுடைய சிவப்பும் வெள்ளையும் கலந்த கழுத்துப்பட்டை சின்னங்களிலிருந்து அதை அறிந்தேன். தங்கள் சைன்யத்துடன் சேர்ந்துபோக வியலாது சிதறியவர்கள் வெகுதூரம் பின்தங்கிச் சென்றனர்.

இவர்கள் வியர்த்துப்போய், புழுதி படிந்து சோர்ந்து காணப் பட்டனர். சிலர் நிலைமை மிகவும் பரிதாபகரமாக இருந்தது. இவர் களுக்குப் பின்னால் ஒரு சிப்பாய் நொண்டி நொண்டி மெதுவாக வந்துகொண்டிருந்தான். தளர்ச்சியினால் சாலை ஓரத்தில் உட்கார்ந்து விட்டான். நான் வண்டியிலிருந்து இறங்கி அவனை அணுகி என்ன விஷயம் என்று விசாரித்தேன்.

என்னைக் கண்டதும் எழுந்திருந்து, "நான் போகிறேன். போய் விடுகிறேன்" என்று பீதியடைந்தவன்போல் அவன் சொல்லிப் புறப்பட்டான்.

"என்ன கஷ்டம் உனக்கு இப்போது?"

"... யுத்தம்," என்றான் அவன்.

"அதைப்பற்றிக் கேட்கவில்லை நான். உன் காலில் என்ன கோளாறு?"

"காலில் இல்லை கோளாறு. எனக்குக் குடல் பிதுக்கம்."

"அப்படி என்றால் மோட்டாரில் செல்லுவதுதானே. அல்லது சிகிச்சைக்காக ஏதாவதொரு ஆஸ்பத்திரிக்குப் போவதுதானே," என்று கேட்டேன்.

"அவர்கள் என்னை அனுமதிக்கவில்லை. நான் வேண்டுமென்றே என் "ஹெர்னியா ட்ரஸ்"ஸை அணியவில்லை என்று அந்த லெப்டி னென்ட் சொல்லுகிறான்."

"நான் அதைத் தொட்டுப் பார்க்கலாமா? எந்தப் பக்கம் அது?"

அவன் இடுப்பின் கீழ் காண்பித்தான். நான் தடவிப் பார்த்தேன். "கொஞ்சம் இருமு" என்றேன்.

"வீக்கத்தை அது அதிகப்படுத்தும். காலையிலிருந்ததை விட இப்போது அது இரு மடங்கு பெரிதாகி விட்டது."

"உட்கார். என் வண்டியிலுள்ள காயமுற்றவர்களைப் பற்றிய தகவல் காகிதங்கள் வந்ததும், உன்னையும் ஏற்றிக் கொண்டு உன் சேனையைச் சேர்ந்த டாக்டர்களிடம் விட்டுவிடுகிறேன்" என்று கூறினேன்.

"நான் வேண்டுமென்றே பாசாங்கு செய்கிறேன் என்றுதான் அவர்கள் சொல்லுவார்கள்."

அவர்கள் உன்னை ஒன்றும் செய்ய முடியாது. இது வெறும் காயமல்லவே, முன்னமே இருந்த வியாதிதான் அல்லவா?" என்று ஆறுதல் கூறினேன்.

"என்னுடைய "ட்ரஸ்" என்ற பெல்ட்டைத் தொலைத்து விட்டேன்."

"ஆனாலென்ன, அவர்கள் உன்னை ஆஸ்பத்திரிக்கு அனுப்பி வைப்பார்கள்."

"நான் இங்கேயே தங்கக் கூடாதா, டெனன்டியவர்களே?"

"முடியாது. உனக்காக என்னிடம் அனுமதிக் காகிதங்கள் ஒன்றும் இல்லையே.

இதற்குள் உள்ளே சென்ற டிரைவர் திரும்பிவந்தான். வண்டியிலிருந்தவர்களை எங்கெங்கு கொண்டு சேர்க்கவேண்டும் என்று குறிப்பிடப்பட்ட காகிதங்கூட அவன் கொண்டு வந்தான். "நான்கு பேர் 105ஆம் நெம்பர் ஆஸ்பத்திரிக்கு; இரண்டு பேர் 132ஆம் நெம்பருக்கு" என்றிருந்தது காகிதத்தில். இவ்விரண்டு ஆஸ்பத்திரிகளும் நதிக்கப்பால் இருந்தன.

"காரை ஓட்டு" என்று டிரைவரிடம் சொல்லிவிட்டு ரஸ்தாவிலிருந்தவனை வண்டியில் ஏற்றிக்கொண்டேன். அவன் "தங்களுக்கு ஆங்கிலம் தெரியுமா?" என்று கேட்டான். நான் தெரியும், என்றதும்,

"இந்தப் போரைப் பற்றி நீங்கள் என்ன நினைக்கின்றீர்கள்?" என்று கேட்டான். "வெகு மோசம்," என்று நான் பதிலளித்தேன்.

"நான்கூடச் சொல்லுகிறேன். படுமோசம். ஆண்டவனே, இது மிக மோசமான போர்" என்று அவன் அழுத்தமாகச் சொன்னான்.

"நீ அமெரிக்காவில் இருந்தவனா?" என வினவினேன்.

"நிச்சயமாக. 'பிட்ஸ்பர்க்' என்னும் பகுதியில், நீங்களும் அமெரிக்கர் என்று எனக்குத் தெரியும்."

"என்னுடைய இத்தாலிய மொழி அவ்வளவு மோசமாகவா இருக்கிறது?"

"இல்லை. நீங்கள் அமெரிக்கர் என்று எனக்கு நிச்சயமாகத் தெரியும். டிரைவர், "இன்னொரு அமெரிக்கன்" என்று இத்தாலி பாஷையில் முணுமுணுத்தான்.

"நான் சொல்லுவதைச் சற்றே கேளுங்கள். என்னுடைய படை அணியிடம் என்னைக் கொண்டு சேர்க்கத்தான் வேண்டுமா?" என்று அவன் கேட்டான்.

"அவசியம் சேர்க்கத்தான் வேண்டும்."

"நான் எதற்குச் சொல்லுகிறேன் என்றால் என்னுடைய படை யின் டாக்டருக்கு என் குடல் பிதுக்கத்தைப்பற்றி ஏற்கனவே தெரியும். எனக்குக் கொடுத்த அந்தச் சனியன் பிடித்த "ட்ரஸ்"ஸை வேண்டுமென்றே தூர எறிந்துவிட்டேன். என் குடல் பிதுக்கம் அதிகரித்தால், நான் மறுபடியும் போர் முனைக்குப் போகாம லிருக்கலாமல்லவா?"

"ஓஹோ, அப்படியா."

"என்னை வேறு எந்த இடத்திற்கும் அழைத்துச் செல்ல முடியாதா உங்களால்?"

"போர்முனைக்கு மிக அருகிலிருந்தால், பக்கத்திலுள்ள முதல் வைத்திய விடுதிக்கு அழைத்துச் செல்ல முடியும். இவ்வளவு தூரம் வந்த பிறகு உனக்காகக் காகிதங்கள் வேண்டுமே."

"நான் திரும்பிச் சென்றால் என்னை ஆபரேஷன் "செய்து கொள்ளச் சொல்லுவர். பிறகு போர் முனையிலேயே இடைவிடாது இருக்கவேண்டி வரும்."

நான் அதைப்பற்றியெல்லாம் யோசனை செய்தேன்.

"தாங்கள் எப்போதும் போர்முனையில் பணியாற்றிக் கொண்டி ருப்பதை விரும்புவீர்களா?" என்று அவன் கேட்டான்.

"விரும்பவே மாட்டேன்."

"ஆண்டவனே! படுமோசமான போர் அல்லவா! இதில் கலந்து கொள்ள யார்தான் விரும்புவர்?" என்று என் பதிலை ஆமோதித் தான் அவன்.

"நான் சொல்லுவதைக் கேள். நீ வண்டியை விட்டிறங்கி ரஸ்தாவில் எங்கேயாவது விழுந்து தலையில் ஏதாவது காயப் படுத்திக்கொள். நான் திரும்பி வரும்போது உன்னை வண்டியிலேற்றிக் கொண்டு ஆஸ்பத்திரியில் சேர்த்து விடுகிறேன்," என்று யோசனை கூறிவிட்டு, "டிரைவர், 'வண்டியைச் சற்று நிறுத்து" என்று உத்தர விட்டேன். அவனை இறக்கி விட்டேன்.

அவனும் திருப்தியடைந்தவனாக "நான் இதே இடத்தில் இருக்கிறேன், லெப்டினென்ட்; கவனித்துக்கொள்ளுங்கள்," என்று கூறிவிட்டு இறங்கினான்.

நாங்கள் புறப்பட்டு மேலே சென்றோம். ஒரு மைலுக்கப்பால் சற்று முன்பு அதே வழி சென்ற அந்தச் சேனையைத் தாண்டிப் பின் நதியைக் கடந்து அதற்கு அப்பாலிருந்த சமவெளிப் பாதை யையும் கடந்து வண்டியிலிருந்த காயமுற்ற சிப்பாய்களை இரண்டு ஆஸ்பத்திரிகளிலும் சேர்த்தேன். நதியின் பனிநீர் கலங்கலாக வேகமாய் ஓடிக்கொண்டிருந்தது.

திரும்புகையில் அந்த பிட்ஸ்பர்க் மனிதனை ஏற்றிக்கொள்ள வேண்டுமென்னும் அவாவினால் வேகமாக வண்டியை ஓட்டி னேன். முன் பார்த்த சேனை, இப்போது மேலும் சோர்வடைந் திருந்ததைக் கவனித்தேன். பிறகு பின்னடைந்திருந்த சிப்பாய்க் குழுக்களைக் கடந்து சென்றேன். அதற்கப்பால் ஒரு ஆம்புலென்ஸ் குதிரை வண்டி ரஸ்தாவில் நின்றுகொண்டிருந்ததைக் கண்டேன். இரண்டு மனிதர்கள் அந்தக் குடல் வாத சிப்பாயை வண்டியிலேற்றத் தூக்கிக்கொண்டிருந்தனர். அவனை எடுத்துப்போவதற்காகவே அவர்கள் அங்கு திரும்பி வந்திருந்தனர். என்னைப் பார்த்ததும் அவன் தன் தலையை ஆட்டினான். அவனுடைய இரும்புத் தொப்பியைக் காணவில்லை. நெற்றியில் காயம்பட்டு ரத்தம் கசிந்து கொண்டிருந்தது. மூக்குச் சதை வழுண்டு போயிருந்தது. முகத்திலும் தலையிலும் புழுதி படிந்திருந்தது.

"என்னுடைய தலைக்காயத்தைப் பாருங்கள். லெப்டினென்ட். அப்படியும் ஒன்றும் பயனில்லை. அவர்கள் திரும்ப வந்து பிடித்துக் கொண்டுவிட்டார்கள்" என்றான் அவன்.

என் விடுதியை அடைந்தபோது மாலை ஐந்து மணி. வண்டிகளைக் கழுவுமிடத்திற்குச் சென்று அங்கேயே குளித்தேன். அறையில் உட்கார்ந்து என் அறிக்கையைத் தயாரித்தேன். இன்னும் இரண்டு நாட்களில் தாக்குதல் ஆரம்பிக்க இருந்தது. நான் எனது ஆம்புலென்ஸ் வண்டிகளுடன் ப்ளாவாவுக்குச் செல்லவேண்டும். அதன் பக்கத்தில்தான் தாக்குதல் ஆரம்பிக்கவிருந்தது. நான் அமெரிக்காவுக்குக் கடிதம் எழுதி வெகு நாட்களாகிவிட்டன. எழுத வேண்டுமென்று நினைவிருந்தும் காரணமின்றித் தள்ளிக் கொண்டே வந்தேன். இப்போது எழுதத் தோன்றவில்லை. ஆகவே ராணுவப் போஸ்டு கார்டுகள் இரண்டு வாங்கி "நான் சௌக்கியம்" என்ற வரியை மட்டும் விட்டுவிட்டு, மற்றதை எல்லாம் அடித்து விட்டுத் தபாலில் போட்டேன்.

அமெரிக்காவில் இந்தக் கார்டுகளைக் கண்டாலே விநோதமாக இருக்கும். மர்மம் கலந்த விசித்திரம் இது. இந்தப் போர்ப் பகுதியே மர்மம்தான். எனினும் ஆஸ்திரியாவுடன் நிகழ்ந்த இதர போர்களை விட இது மிக உக்கிரத்துடனேயே நடத்தப்பட்டதாக நினைக்கிறேன். ஆஸ்திரிய ராணுவம் நெப்போலியனுக்கு வெற்றி பயப்பதற்காகவே உருவாக்கப்பட்டது. பழைய சரித்திரகால நெப்போலியன் மட்டு மல்ல. எந்த நெப்போலியனுக்கும், எங்கள் பக்கத்திலும் ஒரு நெப்போலியன் இருந்தால் தேவலை என்று தோன்றியது. ஆனால் நெப்போலியனுக்குப் பதில் தளபதி கேடோர்னா (General Cadorna) தான் இருந்தார். பருத்து போகத்தில் திளைத்தவர். அவருக்குத் துணையாக உதவியர் விட்டோரியோ எம்மானுயல் (Vittorio Emma-nuele). இவர்தான் நீண்ட கழுத்தும் குட்டை உருவமும் ஆட்டு மயிர் தாடியுள்ள இளவரசர். வலது அணிக்குத் தளபதி டியூக் ஆப் அயோஸ்டா (Duke of Aosta). அவர் மிகவும் அழகிய தோற்ற முடைய தளபதியாக இருக்க அருகதை இல்லாத அளவுக்கு நல்லவர். (அவர் அரசராக இருக்கத் தகுதி வாய்ந்தவர்.) அரசர் போன்று கம்பீரத் தோற்றமளித்தாலும் அவர் அரசருடைய சித்தப்பாதான். மூன்றாவது படைக்கு அவர் தளபதி. நாங்கள் இருந்தது இரண் டாவது படை. மூன்றாவது படையில் சில ஆங்கிலேயப் பீரங்கிப் பகுதிகள் இருந்தன. நான் மிலானிலிருந்த போது அப்படையிலிருந்த இரண்டு சிப்பாய்களைப் பார்த்தேன். அவர்கள் சந்தோஷமாகவே இருந்தனர். அங்கே தங்கள் பகுதியில் நடந்த நடவடிக்கைகளை யெல்லாம் பற்றி அவர்கள் புகழ்ந்தனர். நானும் அவர்கள் படையில் ஒருவனாக இருந்தால் நன்றாக இருந்திருக்குமே என்று எனக்குத் தோன்றியது. அங்கே எல்லாமே எளிது. இருந்தாலும் அங்குகூட நான் இறந்து போயிருக்கக்கூடும். ஆனால் இந்த ஆம்புலென்ஸ் படையில் சாதாரணமாக இறக்கவேண்டிய அவசியமில்லை. ஆங்கிலேயர் படையில் சில சமயம் ஆம்புலென்ஸ் டிரைவர்கள்கூட கொல்லப்பட்டனர். எனக்கு மட்டும் இறக்க மாட்டேன் என்று தைரியம் இருந்தது. அதிலும் இந்தப் போரிலா? போருக்கும் எனக்கும் சம்பந்தமே இல்லையே. எனினும் இதெல்லாம் சீக்கிரமே முடிந்துவிட்டால் நல்லது என்று விரும்பினேன். இந்தக் கோடையில் ஒருகால் முற்றுப்பெறலாம். ஆஸ்திரியர்கள் தோல்வியுற்றாலும் ஆச்சரியப்படுவதற்கில்லை. இதர போர்களில் அவர்கள் தோல்வி யடைந்திருக்கின்றனர். இதில் மட்டும் ஏன் கூடாது?

பிரெஞ்சுக்காரர்கள் தோல்வியடைவர் என்று எல்லோரும் கூறிக்கொண்டனர். ரெனால்டிகூடச் சொன்னான். பிரஞ்சுத் துருப்புக்கள் கலகம் செய்து பாரிஸ் நகரத்தின் மீதே எதிர்த்துச்

சென்றார்களாம். பிறகு என்ன நடந்தது என வினவினேன். தடுத்து நிறுத்திவிட்டார்கள் என்று கூறினான்.

சமாதான சமயத்தில் ஆஸ்திரியா போகவேண்டுமென்று எனக்கு ஆசை. "கறுப்புக்காடு" என்னும் பகுதிக்குப் போக ஆவல். அப்படியே ஹார்ட்ஸ் மலைகளுக் (Hartz Mountains)கும் போக இச்சை. கார்பேதியன் மலைப் பிராந்தியத்தில் போர் நிகழ்ந்து கொண்டிருந்ததால் அது நல்ல இடமாக இருப்பினும் அங்கே போக விரும்பவில்லை. சண்டை இல்லை என்றால் ஸ்பெயின் தேசத்துக்குச் செல்லலாம்.

மாலைப்பொழுது முடிந்து கொண்டிருந்தது. இரவு உணவுக்குப் பின் காதரின் பார்க்லியைச் சந்திக்கச் செல்லவேண்டும். அவள் இப்போது இங்கே இருந்தால் எவ்வளவு நன்றாக இருக்கும். நான் மிலானில் அவளுடன் இருக்க விரும்பினேன். கோவாவில் சாப்பிட்டுவிட்டு மன்ஜோனி (Vio Manzoni) தெரு வழியே சென்று கால்வாயைத் தாண்டி அதன் ஓரத்திலிருந்த ஒரு ஓட்டலுக்குக் காதரீனுடன் செல்லவேண்டும் என்று ஆசை. மனத்திரையில் பின்வரும் காட்சி தென்பட்டது: அவளும் இதற்கு இணங்கலாம். போரில் மாண்டுபோன அவளுடைய காதலன் நான்தான் என்று பாவனை செய்துகொண்டு, என்னுடன் பகிரங்கமாகவே ஓட்டலில் சென்று தங்க ஒப்பலாம். வேலையாள் தொப்பியைத் தாழ்த்தி வணக்கம் செய்வான். நான் நேராக ஓட்டல்காரரிடம் சென்று என் அறையின் சாவியைக் கேட்பேன். அதைப் பார்த்துக் கொண்டு அவள் "லிப்டு"க் கெதிரில் நின்று கொண்டிருப்பாள். நாங்கள் இருவரும் லிப்டில் மெதுவாக ஒவ்வொரு மாடியாகத் தாண்டி, எங்கள் மாடியை அணுகியதும், வேலைக்காரப் பையன் லிப்டின் கதவைத் திறந்து விட்டு விட்டு மரியாதையுடன் நிற்பான். 'காதரின் முதலில் வெளியே போவாள். அவள் பின்னால் நான் செல்லுவேன். இருவரும் எங்கள் அறைக்குச் சென்று, நேராக டெலிபோன் மூலம் ஒரு புட்டி "காப்ரீ பியான்கோ" என்னும் மதுவை ஐஸ் நிறைந்த வெளி வாளியில் வைத்தனுப்பும்படி உத்தரவு கொடுப்பேன். தாழ்வாரத்தில் பையன் வாளியை ஆட்டிக்கொண்டு வரும் போது அதில் ஐஸ் உராயும் சப்தம்கூட கேட்கும். பையன் கதவைத் தட்டு வான். நான் உள்ளிருந்தபடியே "வெளியிலேயே வைத்து விட்டுப்போ" என்று கூறுவேன். "ஏனெனில் நாங்கள் அறையில் வெப்பம் காரணமாக உடைகளைக் களைந்துவிட்டிருப்போம். ஜன்னல்களும் திறந்திருக்கும். வௌவால்களும், பட்சிகளும் ஜன்னல் வழியே தடையின்றி வந்துகொண்டும் போய்க்கொண்டு மிருக்கும். இருட்டியதும் நாங்கள் காப்ரீயைக் குடித்துவிட்டு, கதவைப் பூட்டிவிட்டு, ஒரே படுக்கை விரிப்பு மட்டும் வைத்துக்

கொண்டு இரவு முழுதும் காதல் களியாட்டம் நடத்துவோம். வெப்பமான இரவை மிலானில் இவ்விதம் கழிக்கவேண்டுமென்பது எனது விருப்பம். அப்படித்தான் எல்லாம் அமைய வேண்டும்.

இவ்விதமாக மனோராஜ்யம் செய்து விட்டு, சாப்பாட்டை முடித்துக்கொண்டு காதரின் பார்க்லீயைப் பார்க்கப்போவது என்ற முடிவுடன் சாப்பாட்டு விடுதியை அடைந்தேன். எல்லோரும் ஏதேதோ பேசிக் கொண்டிருந்தனர். நான் மது அருந்தினேன். அன்றிரவு நாங்கள் மது அருந்தவில்லை என்றால் எங்கள் தோழமைக்கு இழுக்கு. பேச்சுத் துணைக்கும் பாதிரியார் என் பக்கத்தில் இருந்தார். பெரிய பாதிரியார் அயர்லாந்து (Archbishop Ireland) என்பவரைப்பற்றிப் பேசினோம். அவருக்கிழைக்கப்பட்ட அநீதியைப்பற்றி அவர் சொன்னார். ஒரு அமெரிக்கனாகிய எனக்கு விஷயம் விளங்காவிட்டாலும் தெரிந்ததுபோல் நடித்தேன். பாதிரியார் அநீதியைப்பற்றி விரிவாக விளக்கிய பின்னரும் அதைப்பற்றித் தெரியாது என்று கூறுவது முறையல்ல என்று தோன்றியது எனக்கு. எனவே ஆமாம், இல்லை, சரி என்று இடையிடையே ஒவ்வொரு வார்த்தை கூறிக்கொண்டே இருந்தேன். பாதிரியார் நல்லவர், ஆனால் மந்தமானவர். ராணுவத்தினரோ நல்லவர்களு மல்ல, உற்சாகமுமில்லாதவர்கள். அரசரும் நல்லவர். ஆனால் உற்சாகம் குன்றியவர். மது வகை உயர்ந்ததல்ல. ஆனால் உற்சாக உணர்ச்சியை ஈந்தது. ஒருவனுடைய ஏக்கத்தை எல்லாம் அகற்றிக் குஷிப்படுத்தி விடும் சக்திவாய்ந்தது.

அந்தப் பெரிய பாதிரியார் பிரான்ஸில் ஏதோ மூன்று சதவிகித தேசியக் கடன் பத்திரங்களைத் திருடிவிட்டதாகக் குற்றம் சாட்டப் பட்டு சிறையிலிருந்தாராம். விசாரித்தபோது தனக்கு ஒன்றும் தெரியாது என்று அவர் சாதித்தாராம். எனினும் இச் சம்பவம் பெஜியர்ஸ் (Beziers) என்னுமிடத்தில் நடந்தது. பத்திரிகை வாயி லாகப் படித்த நான் அச்சமயம் அங்கே இருந்தேன். பத்திரிகை மூலம் இச்செய்தியைப் படித்ததும் நான் நேராகப் பாதிரியார் அடைப்பட்டிருந்த ஜெயிலுக்கு அவரைக் காணச் சென்றேன். ஆம், அவர் இந்தப் பத்திரங்களைத் திருடியிருந்தார் என்பதில் ஐயமில்லை" என்றான் ராக்கா. சாப்பாட்டு விடுதியில் கூடியிருந்தவர்களில் ராக்காவும் ஒருவன். "இதெல்லாம் கற்பனை" என்றான் ரெனால்டி.

"சொல்லுகிறபடியே இருக்கட்டுமே. நமது பாதிரியாருக்கு இந்த விஷயங்கள் பிடிக்குமே என்று அவருக்காகச் சொன்னேன்" என்று ராக்கா விளக்கினான்.

"நான் கேட்டுக் கொண்டுதானிருக்கிறேன். மேலே சொல்லுங ்கள்" என்றார் பாதிரியார்.

“அந்தப் பத்திரங்களுக்குக் கணக்குச் சொல்ல முடியவில்லையாம். பாதிரியாருக்கு ஊரில் நிரம்பக் கடன் தொல்லை இருந்ததாம். இதை எல்லாம் நேரில் கேட்க வேண்டுமென்ற எண்ணத்துடன் ஜெயிலுக்கே சென்று, அவர் அடைப்பட்டிருந்த கூண்டுக்கு வெளியே சென்று மன்னிப்புக் கேட்க வந்த பாவாத்மா மாதிரி “பூஜ்யரே, என்னை ஆசீர்வதியுங்கள். ஏனெனில் நீங்கள் பாபம் செய்து விட்டீர்கள்” என்று அவரைப் பார்த்துக் கூறினேன்,” என்றான் ராக்கா.

எல்லோரும் விழுந்து விழுந்து சிரித்தனர்.

“அதற்கு அவர் என்ன பதில் சொன்னார்,” என்று பாதிரியார் கேட்டார். ராக்கா இதைக் கவனிக்கவே இல்லை. அந்த ஹாஸ்யத்தை எனக்கு விளக்க முற்பட்டான். நான் மேலும் மது உட்கொண்டேன். நான் ஓரிரண்டு ஹாஸ்யத் துணுக்குகள் சொன்னேன். மேஜர், “பதினொரு ஸெக்கோஸ்லேவியர்களும், ஆஸ்திரிய ராணுவ அதிகாரியும்” என்ற கதையைச் சொன்னார். பிறகு யார் அதிகமாக மது அருந்த முடியும் என்று போட்டி ஏற்பட்டது. அவரவர் சக்திக்கேற்றபடி ஓரளவு வரையில்தான் மற்றவர்களுடன் என்னால் போட்டியிட முடிந்தது. நான் போக நிச்சயித்திருந்த இடத்தைப்பற்றி அப்போது நினைவு வரவே, என் தோல்வியை ஒப்புக்கொண்டு, “நான் இப்போது போக வேண்டும்,” என்று அங்கிருந்து புறப்பட பீடிகை போட்டேன்.

“ஆமாம். கட்டாயம் வேண்டும்தான். ஒரு இடத்தில் ரகசிய சந்திப்புக்குத் திட்டமிட்டிருக்கிறாய். அதைப்பற்றி எல்லாம் எனக்குத் தெரியும்,” என்றான் ரெனால்டி.

“நான் போக வேண்டும்,” என்றேன் மீண்டும்.

“மற்றொரு நாள் நம்முடைய மது அருந்தும் போட்டியைக் கடைசி வரையில் பார்த்துவிடுவோம், என்னு என்னுடன் போட்டி யிட்டவர் கூறி என்னைத் தோளில் தட்டிக்கொடுத்து விடையளித் தார். எல்லோருக்கும் வணக்கம் சொல்லிக் கொண்டு கிளம்பி னேன்.”

ரெனால்டி என்னுடன் வெளியே வந்தான். வீதியை அடைந்த தும், “குடி போதையில் நீ அங்கே செல்லாமலிருப்பது நல்லது,” என்று என்னை எச்சரித்தான்.

“நான் இப்போது குடி வெறியிலில்லையே” என்றேன்.

“இருந்தாலும் கொஞ்சம் காப்பிக்கொட்டை மென்றுவிட்டுச் செல்லுவது நல்லது” என்றான்.

“என்ன உளறுகிறாய்,” என்றேன்.

"நான் சொல்லுவதைக் கேள், நண்பா. நான் கொண்டு வந்து தருகிறேன். இங்கேயே சிறிது உலவிக் கொண்டிரு. என்று சொல்லி விட்டு விடுதிக்குச் சென்று ஒரு பிடி வறுத்த காப்பிக் கொட்டையை அள்ளிக்கொண்டு வந்தான்.

இதை மெல்லு நண்பா. கடவுள் உனக்குத் துணை புரியட்டும் என்று ரெனால்டி பரிவுடன் கூறினான். "கடவுளா? அல்லது மது தேவனா?"

"நான் உன்னுடன் கொஞ்ச தூரம் வருகிறேன்."

"நான் சுய நினைவுடனேயே இருக்கிறேன். கவலை வேண்டாம்," என்றேன்.

நாங்களிருவரும் நகர வீதி வழியே நடந்து சென்றோம். அவன் கொடுத்த காப்பிக் கொட்டையை மென்றேன். அந்த ஆஸ்பத்திரி மாளிகைக்குச் செல்லும் சாலை முனைக்கு வந்ததும் "குட் நைட்" என்று சொன்னான்.

"குட் நைட்" என்றேன். "நீயும் கூட வருவதுதானே" என்றழைத்தேன்.

முடியாதென்று தலையசைத்து, "வேண்டாம். இதைவிட எளிமையான இன்பங்களையே நான் விரும்புகிறேன்" என்றான்.

"காப்பிக்கொட்டை வழங்கியதற்கு எனது நன்றி."

அது என்ன ஒரு பொருட்டா. கிடக்கட்டும்.

நான் மேலும் நடந்து செல்லத் தொடங்கினேன், சாலை வனப்பாக இருந்தது. மரங்களின் வரிசை பாதையின் அழகை எடுத்துக்காட்டிற்று. திரும்பிப் பார்த்தேன். ரெனால்டி என்னைப் பார்த்தபடியே நின்றிருந்தான். இங்கிருந்தே அவனுக்குக் கையைத் தூக்கி "போய் வாருங்கள்," என்று ஆட்டினேன். மாளிகை முன் மண்டபத்தில் காதரீனுக்காகக் காத்திருந்தேன். யாரோ வருவதைப் பார்த்து எழுந்து நின்றேன். ஆனால் வந்தது மிஸ் பெர்கூஸன் தான்.

"ஹல்லோ, இன்றிரவு உங்களைச் சந்திக்க இயலாது என்று உங்களிடம் தெரிவிக்கும்படி காதரின் என்னிடம் கேட்டுக் கொண்டாள். 'இயலாததற்கு அவள் வருத்தத்தையும் தெரிவிக்கச் சொன்னாள்," என்றாள் அவள்.

"அப்படியா, அவளுக்கு உடம்பு அசௌக்கியம் ஒன்றுமில்லை என்றே நினைக்கிறேன்."

"முழு ஆரோக்கியத்தோடிருக்கவில்லை என்றுதான் சொல்ல வேண்டும்."

நான் எவ்வளவு வருந்துகிறேன் என்பதை நீங்கள் அவளுக்குத் தெரிவிக்கிறீர்களா?" என்று கேட்டுக்கொண்டேன்.

"அப்படியே, அவசியம் தெரிவிக்கிறேன்."

நாளை மாலை நான் அவளை இங்கே சந்திக்க முயன்றால் பார்க்க முடியுமா? உங்களுக்கு என்ன தோன்றுகிறது?"

"வரலாம். அவசியம் வரலாம் என்றுதான் நினைக்கிறேன்."

உங்களுக்கு மிகவும் நன்றி. நான் சென்று வருகிறேன். குட் நைட்."

வாயிற் கதவை விட்டு வெளியே வந்ததும்தான் என்னுடைய தனிமை உணர்ச்சியை அறிந்தேன். எல்லாமே சூன்யமாகத் தோன்றியது.

காதரீனைக் காண்பது என்னும் வேலையை மிக அலட்சியமாகவே பாவித்துவிட்டேன் என்பதை இப்போது உணர்ந்தேன்.

நான் குடித்துக் கொண்டு விடுதியில் காலம் கடத்திவிட்டேன். இங்கே வரவேண்டும் என்பதையே ஒரு கணம் குடிபோதையில் மறந்துவிட்டேன். இப்போது அவளைக் காண இயலாமல் போனது உலக சூனியமாய் விட்டதுபோல எனக்குத் தோன்றியது.

8

மறுநாள் இரவு நதி தீரத்திலிருந்து தாக்குதல் நடக்கப் போகிறதென்று அன்று மாலை தெரியவந்தது. நான்கு லாரிகளை நான் அங்கே எடுத்துச் செல்ல வேண்டும். எல்லாம் தெரிந்தவர்கள் போல் நிச்சயமாகவும் ராணுவ தந்திர அறிவுடனும் எல்லோரும் பேசினாலும் அதைப்பற்றிய விவரங்கள் ஒருவருக்கும் நன்றாகத் தெரியாது. நான் முதல் வண்டியில் உட்கார்ந்திருந்தேன். ஆங்கிலேயே ஆஸ்பத்திரி வாயிலை அடைந்ததும் வண்டியை நிறுத்தி, இறங்கினேன். மற்ற வண்டிகளை மேலே செல்லும்படி உத்தரவிட்டேன். கார்மோன்ஸ் என்னும் ரோட் முனை போவதற்குள் நான் அவர்களுடன் சேர்ந்துவிடுவேன் என்றும், வராவிட்டால் எனக்காக அங்கே காத்திருக்க வேண்டுமென்றும் கூறி அவர்களை அனுப்பிவிட்டு, ஆஸ்பத்திரிக்குள் மிஸ் பார்க்லியைப் பார்ப்பதற்காக நுழைந்தேன். அங்கு விசாரித்ததில் மிஸ் பார்க்லி வேலை மீது இருக்கிறாள் என்று தெரிந்தது. அங்கே இருந்தவரை நோக்கி, நான் அவளை ஒரு நிமிஷத்திற்குப் பார்க்க முடியுமா என்று வினவினேன். யாரோ ஒரு வேலைக்காரனை உள்ளே அனுப்பினார்கள். சிறிது நேரத்தில் அவனுடன் மிஸ் பார்க்லியும் வந்தாள்.

“உனக்கு உடம்பு சரியாகிவிட்டதா எனத் தெரிந்துகொள்ளவே வந்தேன். வேலை மீதிருப்பதாகச் சொன்னார்கள். உன்னைக் கூட்டி வரச் சொன்னேன்,” என்று ஆரம்பித்தேன்.

“இப்போது உடம்புக்கு ஒன்றுமில்லை. நேற்று பகல் வெப்பம் மிகுதியால்தான் சிறிது அசௌக்கியமுற்றிருக்க வேண்டும்.”

“சரி, நான் போகவேண்டும்,” என்றேன்.

“கொஞ்சம் இருங்கள். இந்தக் கதவிற்கப்பால் வாருங்கள், ஒரு நிமிஷம்,” என்றாள் காதரின். அவள் வெளியே வந்தாள்.

“நீ நன்கு குணமடைந்து விட்டாய் அல்லவா?” என்று வெளியே வந்ததும் மறுமுறை அவளைக் கேட்டேன்.

“குணம்தான் அன்பரே, இன்றிரவு நீங்கள் வரப்போகிறீர்களா?”

“இல்லை, ப்ளாவாவிற்கப்பால் தாக்குதல் நடக்கவிருக்கும் போர் முனைக்கு இதோ நான் போய்க் கொண்டிருக்கிறேன்.”

“போர்?”

“அது ஒன்றும் பயங்கரமானதல்ல என்று நினைக்கிறேன்”

“நீங்கள் எப்போது திரும்புவீர்கள்?”

“நாளை”

அவள் கழுத்திலிருந்து எதையோ கழட்டி, அதை என் கையில் வைத்தாள். இது “புனித அந்தோணியின் தாயத்து,” என்று சொல்லி, “நாளை இரவு வாருங்கள்,” என்று கூறினாள். நீ கத்தோலிக்க மதத்தைச் சேர்ந்தவளா?” என்று கேட்டேன்.

“இல்லை. இருந்தாலும் “சாது அந்தோணி”யின் தாயத்து மிக்க நன்மை செய்கிறது என்று எல்லோரும் சொல்லுகிறார்கள்.”

“உனக்காக இதை நான் ஜாக்கிரதையுடன் வைத்துக் கொள்ளுகிறேன். நான் போகிறேன்.”

“வேண்டாம், ‘போகிறேன்’ என்று சொல்லாதீர்கள். ‘போய் வருகிறேன்’ என்று சொல்லுங்கள்,” என்றாள் கனிவுடன்

“உன் இஷ்டப்படியே ஆகட்டும்.”

“ஜாக்கிரதையாக இருங்கள். நல்ல பையனாக இருக்க வேண்டும்... வேண்டாம். இங்கே என்னை நீங்கள் முத்தமிட முடியாது... நிச்சயமாக வேண்டாம்.”

“சரி, வேண்டாம்” என்று சற்று ஏக்கத்துடனேயே அவளிடம் விடைபெற்றுக் கொண்டு கிளம்பினேன்.

நான் பாதையிலிருந்து திரும்பிப் பார்த்தேன். அவள் வாயிற் படிக்கட்டுகளிலேயே நின்று கொண்டிருந்தாள். அங்கிருந்தபடியே

கையை ஆட்டினாள். நானும் பதிலுக்குக் கையை உயர்த்தினேன். நான் வண்டியிலேறிக்கொண்டு புறப்பட்டேன்.

அவள் கொடுத்த அந்த வெள்ளைத் தாயத்தைத் திறந்து உள்ளே என்ன இருக்கிறதென்று பார்த்தேன். நான் கையில் வைத் திருந்ததைப் பார்த்த டிரைவர்,

"புனித அந்தோணியா?" என்று கேட்டான்.

"ஆமாம்."

நான்கூட ஒன்று வைத்திருக்கிறேன்," என்று சொல்லிக் கொண்டே, ஷர்ட்டின் பித்தானைக் கழட்டி உள்ளிருந்து அவனு டைய தாயத்தை வெளியே எடுத்தான்.

"இதோ பாருங்கள்?"

என்னுடைய "புனித அந்தோணி"யை மறுபடியும் தாயத்தில் பத்திரமாக வைத்து, மெல்லிய தங்கச் சங்கிலியுடன் அதை என் ஷர்ட் மேல் ஜேபியில் திணித்துக் கொண்டேன்.

"நீங்கள் அதை அணிந்துகொள்ளவில்லையா?"

"இல்லை."

"அணிந்துகொள்ளுவது நல்லது. அதற்காகத்தானே அது ஏற்பட்டது."

"அப்படியா, சரி" என்று ஜேபியிலிருந்து அதை மறுபடியும் எடுத்து சங்கிலியைக் கழட்டிக் கழுத்திலணிந்துகொண்டு சங்கிலியைப் பொருத்தினேன். என் ராணுவ உடைக்கு மேலேயே "புனித அந்தோணி" தொங்கிக் கொண்டிருந்தார். வெளியே தெரியாமலிருக்க, ஷர்ட் பித்தானைக் கழட்டித் தாயத்தை உள்ளே விட்டுக்கொண்டு பழையபடி ஷர்ட்டைப் போட்டுக் கொண்டேன். வண்டி சென்ற போது தாயத்து என் மார்பில் உராய்வது எனக்கு நன்கு தெரிந்தது. பிறகு அதைப் பற்றியே மறந்துவிட்டேன். நான் காயமுற்றபின் அதைக் காணவே இல்லை. முதல் சிகிச்சை ஸ்தலத்தில் எவனாவது அதை எடுத்துக் கொண்டிருக்க வேண்டும்.

பாலத்தின்மீது வெகுவேகமாக வண்டியை ஓட்டிச் சென்றோம். ரஸ்தாவில் எங்களுக்கு வெகு முன்னால் இதர லாரிகள் போய்க் கொண்டிருந்தன. பாதை வளைவில் அவை எழுப்பிய புழுதி அவை களைக் காட்டிக்கொடுத்தது. சீக்கிரமே நாங்கள் அவைகளுடன் சேர்ந்து, அவற்றிற்கு முன்னால் எங்கள் வண்டியை ஓட்டினோம். மலைமீது ஏறிச் செல்லும் பாதையில் திரும்பினோம். வரிசையாகப் போய்க்கொண்டிருக்கும் வண்டிகளில் முதலாவதாகச் சென்று கொண்டிருப்போமாயின் வெறுப்புத்தட்டாது. இனிமையாகக்கூட

இருக்கும். நான் அந்தப் பிரதேசத்தின் இயற்கை அமைப்பைப் பார்த்துக்கொண்டே சென்றேன்.

நதிக்கு அருகாமையிலிருந்த மலையடிவாரப் பாதையில் மேலே ஏறிச் செல்லச் செல்ல பனி மூடப்பட்ட மிக உயர்ந்த மலைகள் வடபுறம் தோற்றமளித்தன. எங்களுக்கு வெகு தூரத்துக்குப் பின்னால் மண்புழுதியைக் கிளப்பிக்கொண்டு மற்ற மூன்று வண்டி களும் வரிசையாக வந்துகொண்டிருந்தன. சுமை தாங்கிக் கழுதை களின் மிக நீண்ட வரிசை ஒன்றைக் கடந்து சென்றோம். நிரம்பச் சாமான்கள் ஏற்றப்பட்டு அவை மெதுவாகப் போர் முனையை நோக்கிச் சென்றன. 'பெர்ஸெக்லியாரி' என்னும் இத்தாலியத் துப்பாக்கி வீரர்கள் சிவப்புக் குல்லாயணிந்து அதன் பக்கத்தில் நடந்துகொண்டே இவற்றை ஓட்டிச் சென்றனர்.

சுமைக் கழுதை வண்டி வரிசையைக் கடந்ததும் ரஸ்தாவில் நடமாட்டமே இல்லை. மலையின் மீது ஏறி, அதற்கப்பாலுள்ள நதிப்பள்ளத்தாக்கில் இறங்கினோம். இங்கே ரஸ்தாவில் இரு பக்கங்களிலும் மரங்கள் அடர்ந்திருந்தன. வலது பக்கச் சாலையி லிருந்து நதி நன்றாகத் தெரிந்தது. அதன் நீர் தெளிவாக இருந்தது. ஆழம் அதிகமில்லாது வேகமாக ஓடிக்கொண்டிருந்தது. நதியில் ஆங்காங்கே மணற் திட்டுகளும் கூழாங்கற்கள் திட்டுகளும் தெரிந்தன. இவைகள் மீது நீர் ஒரு விரிப்புப் போல் லேசாகப் பரவியிருந்ததும் தெரிந்தது. கரையோரத்தில் நீர் குட்டை குட்டையாகத் தேங்கி, வானின் நீல நிறத்தைப் பிரதிபலித்தது. சாலை நதி ஓரத்திலிருந்து விலகிய இடத்தில் கருங்கல் பாலங்கள் தென்பட்டன. சிறு சிறு பண்ணை வீடுகள் கூட ஆங்காங்கு இருந்தன. அவற்றின் கற்சுவர் கள் பக்கத்தில் ஓங்கி வளர்ந்திருந்த பியர் மரங்களையும், அதை அடுத்த பண்ணையின் தாழ்வான வேலிச் சுவர்களையும் எடுத்துக் காட்டின. இவற்றை எல்லாம் கடந்து ரஸ்தாவில் அந்தப் பள்ளத் தாக்கில் வெகு தூரம் சென்றோம். பிறகு சாலை வளைந்து மறுபடியும் குன்றுகள் மீது ஏறிச் சென்றது. செங்குத்தாக, அந்த 'செஸ்ட்நட் மரங்களடர்ந்த பகுதியில் வளைந்து வளைந்து சென்றது பாதை. மலை உச்சியை இப்போது நாங்கள் அடைந்து விட்டோம். அங்கிருந்து கீழே மலைச்சரிவில் காடுகளின் ஊடே நதி வளைந்து வளைந்து செல்லுவது நன்றாகத் தெரிந்தது. பகல் வெளிச்சத்தில் இவை எல்லாம் ரம்மியமாகத் தெரிந்தன. அந்த நதிதான் இரு சைன்யங்களுக்குமிடையே எல்லை வகுத்தது. மலை உச்சியிலிருந்து துருப்புகள் மட்டுமே போவதற்குப் புதிதாகப் போடப்பட்டிருந்த ரஸ்தாவிலேயே சென்றோம். எங்களுக்கு வடக்கே இரண்டு மலைத் தொடர்கள் மேக மண்டலத்தையும் தொட்டுக்கொண்டு நின்றன. மலை உச்சியிலேயே கொஞ்ச தூரம் இவ்வாறு சென்ற பின்னர்,

மூன்றாவது மலைத் தொடர் ஒன்று தென்பட்டது. முன்னர் கண்டதைவிட இவைகள் உயரமாகவும் உச்சியில் பனி உறைந்தும் காணப்பட்டன. அவற்றிற்கப்பாலும் பல மலைகளும் மலைத் தொடர்களுமிருந்தன. அவை எல்லாம் ஆஸ்திரியர்களைச் சேர்ந்த மலைத் தொடர்கள். எங்கள் பக்கத்தில் இவற்றிற்கு இணையான மலைத் தொடர்கள் ஒன்றுமேயில்லை. எங்களுக்குக் கொஞ்சம் முன்னால் சாலை வளைந்து வலது பக்கம் செல்லுவது தெரிந்தது. சரிவில் மரங்களடர்ந்த பிரதேசத்திற்குள் அது கீழிறங்கிச் சென்றது. இங்கே ரஸ்தாவில் துருப்புகளின் நடமாட்டம் தெரிந்தது.

மோட்டார் லாரிகளும், சுமைக் கழுதைகளும், வண்டிகளும், மலைப் பீரங்கிகளும் ஏராளமாக இருந்தன. அங்கிருந்து வெகு கீழேதான் நதி ஓடிக்கொண்டிருந்தது. அதன் இரு கரைகளும், பழைய பாலமும், ரெயில் பாதையும் இங்கிருந்து நன்றாகத் தெரிந்தன. இந்த நதிக்கு எதிர்ப்பக்கத்தில் குன்றின் அடிவாரத்தில் ஒரு சிறு நகரம் பாழடைந்த பல வீடுகளுடன் காணப்பட்டது. இந்தச் சிறு நகரம்தான் அன்றைய போரின் லட்சியம்.

நதியோரம் சென்ற நாங்கள் பிரதான ரஸ்தாவை வந்தடைந்த போது இருட்டிவிட்டது.

9

அந்த ரஸ்தாவில் ஜன நெருக்கடி மிகுந்திருந்தது. சோளத் தட்டிகளும் வைக்கோல் விரிப்பும் சாலையின் இரு மருங்கிலும் காணப்பட்டன. சாலை மீதுகூட இவை கூரைபோலப் போடப் பட்டிருந்ததைப் பார்த்தால் ஒரு சர்க்கஸ் கொட்டகைக்குள் நுழையும் பாதைபோல் காணப்பட்டது. வைக்கோல் பரப்பின் மீது மெதுவாக வண்டியை ஓட்டிச் சென்று குடைந்த வழியே நுழைந்து மறுபக்கம் சமவெளியிலிருந்த ஒரு இடத்தை அடைந்தோம். முன்பு இங்கேதான் ரெயில்வே ஸ்டேஷன் இருந்தது. சாலை இங்கே நதி தீரத்திற்கும் தாழ்வான மட்டத்தில் இருந்தது. சாலை நெடுகிலும் பள்ளங்கள் தோண்டப்பட்டு காலாட்படையினர் ஒவ்வொன்றிலும் பதுங்கியிருந் தனர். மாலைச் சூரியன் மறைந்து கொண்டிருந்தது. நதி ஓரத்தி லிருந்து எதிர்ப்புறம் ஆஸ்திரியர்கள் முகாமும் அவர்கள் சுற்றுப் புறத்தைக் கவனிப்பதற்காகப் பறக்கவிட்டிருந்த பலூன்களும் சூரிய வெளிச்சத்தில் கருமையாகத் தெரிந்தன. அங்கிருந்த செங்கல் சூளைக்கப்பால் எங்கள் வண்டிகளை நிறுத்தினோம். சூளையின் அடுப்புகளும் அவற்றைச் சார்ந்த ஆழமான பள்ளங்களும் 'முதல் சிகிச்சை' ஸ்தலமாக மாற்றப்பட்டிருந்தன. எனக்குத் தெரிந்த மூன்று

 நற்றிணை பதிப்பகம் • 55

டாக்டர்கள் அங்கே இருந்தனர். மேஜருடன் பேசியதிலிருந்து, போர் ஆரம்பமானவுடன், கள் வண்டி, அடிபட்டவர்களை ஏற்றிக் கொண்டு தட்டிகளால் மறைக்கப்பட்ட சாலை வழியே சென்று பிரதான சாலையை அடைந்து அங்கிருந்து மலை உச்சியிலேயே சென்ற சாலையில் போய் அங்குள்ள முதல் வைத்திய விடுதியை அடைய வேண்டும் என்று தெரிந்தது. அங்கேதான் மேலும் ஆம்பு லென்ஸ் வண்டிகள் நிறுத்தப்பட்டிருந்தன. சாலை போக்குவரத்து நெருக்கடியில்லாமலிருக்கும் என்றுதான் நம்புவதாகவும் மேஜர் சொன்னார். அது ஒரே ஒரு வண்டிதான் செல்லக்கூடிய பாதை. ஆஸ்திரியர்கள் பார்வைக்குள் இருந்ததால் இந்தச் சாலை தட்டி களால் மறைக்கப்பட்டிருந்தது. செங்கல் சூளையின் பக்கத்திலிருந்த நதிக்கரைதான் எங்களுக்குக் குண்டு வீச்சிலிருந்தும் பாதுகாப் பளித்தது. நதிக்குக் குறுக்கே ஒரு உடைந்த பாலம் இருந்தது. மற்றொரு பாலத்தை அமைக்க முற்பட்டபோது தான் தாக்குதல் ஆரம்பமாயிற்று. துருப்புக்கள் ஆழமில்லாத இடத்தில் நதியைக் கடந்து முன்னேறவேண்டுமென்று ஏற்பாடு.

ராணுவ அதிகாரி மேஜர் ஒரு குள்ளமான மனிதர். மீசையை முறுக்கி மேல்பக்கமாகத் திருகிவிட்டிருந்தார். பல யுத்தங்களில் அநுபவப்பட்டவர். லிபியா போர்முனையில் காயமுற்றுப் பதவி உயர்வு பெற்றவர். இங்கே எல்லாம் திட்டப்படி முன்னேறினால் எனக்குக்கூட யுத்த விருதுக்கு சிபாரிசு செய்வதாகச் சொன்னார். அருகில் எங்காவது பெரிய பள்ளமாக இருந்தால் வண்டி டிரைவர் களை அங்கே அனுப்பிவைக்கலாம் என்று என் எண்ணத்தைத் தெரிவித்தேன். ஒரு சிப்பாயை என்னுடன் அனுப்பி மிகவும் பாது காப்பான ஓரிடத்தை எனக்குக் காண்பிக்கச் சொன்னார். அந்த இடம் எனக்கு மிகவும் பிடித்திருந்தது. டிரைவர்கள் மகிழ்ச்சியுடன் அங்கே தங்கினர். மேஜர், தன்னுடனும் தன்னோடிருந்த இரண்டு இதர அதிகாரிகளுடனும் சேர்ந்து சிறிது மது அருந்தும்படி என்னை அழைத்தார். நாங்கள் "ரம்" மது சாப்பிட்டு நெருங்கி நட்புக்கொண்டு பழகினோம். வெளியே இருட்டிக் கொண்டு வந்தது. எத்தனை மணிக்குத் தாக்குதல் ஆரம்பம் என்று கேட்டேன். நன்றாக இருட்டினதும் என்றார் அவர். நான் டிரைவர்கள் இருந்த இடத்திற்குச் சென்றேன். அவர்கள் ஏதோ பேசிக்கொண்டிருந்தார்கள். என்னைக் கண்டதும் பேச்சை நிறுத்திவிட்டனர். ஒவ்வொருவருக்கும் ஒரு பெட்டி சிகரெட் வழங்கினேன். அவை எல்லாம் "மாஸி டோனியா" சிகரெட்டு. கெட்டியாகச் சுற்றப்படாதவைகள். அவை களைத் திருகி சரிப்படுத்திய பின்னர்தான் பற்ற வைக்க வேண்டும். மனீரா (Manera) என்னும் டிரைவர் தன் சிகரெட்டைப் பற்ற

வைத்துக்கொண்டு தீயை மற்றவர்களிடம் நீட்டினான். போரைப் பற்றிக் கேள்விப்பட்ட தகவல்களை நான் அவர்களிடம் கூறினேன்.

'நாம் வந்தபோது வழியில் மலையிலிருந்து கீழே இறங்கிய போது முதல் சிகிச்சை விடுதியைப் பார்க்கவில்லையே?" என்றான் பாஸினி (Passini) என்னும் டிரைவர்.

"நாம் பிரதான ரஸ்தாவிலிருந்து திரும்பினோமே, அதற்குச் சற்றுத் தள்ளி இருக்கிறது," என்றேன் நான்.

ஒரு வண்டியும் போகமுடியாதபடி சாலை பூராவும் முழு மோசமாகவல்லவா இருக்கும்?" என்றான் மனீரா.

"ஆமாம், அவர்கள் குண்டு பொழிந்து நம்மை உண்டு இல்லை என்று ஆக்கிவிடுவார்கள்."

'அப்படியும் ஆக்கக்கூடும்,' என்றேன் நான்.

"நாம் ஏதாவது சாப்பிட்டால் என்ன இப்போது? போர் ஆரம் பித்த பிறகு நமக்கு சாப்பிடச் சந்தர்ப்பம் கிடைக்குமோ என்னமோ?"

"என்ன கிடைக்குமென்று பார்த்து வருகிறேன்," என்று சொல்லி அங்கிருந்து புறப்பட ஆயத்தமானேன்.

"நாங்கள் இங்கேயே இருக்கவா, அல்லது சுற்றுமுற்றும் பார்த்து வரலாமா?" என்று கேட்டான்.

"இங்கேயே இருப்பது நல்லது."

மேஜர் இருந்த பள்ளத்திற்குச் சென்றேன். சற்று நேரத்தில் போர்முனைச் சமையற்காரர்கள் சாமான்களுடன் சீக்கிரமே வந்து விடுவார்கள். அவர்கள் வந்ததும் விரைவிலேயே டிரைவர்களுக்குத் தேவையான உணவுகிடைக்கும் என்றும் மேஜர் சொன்னார். அதற்குள் வேண்டுமானால் தன்னுடைய தகரக் குவளைகளைக் கடனாகத் தருவதாகச் சொன்னார். நான் வேண்டாமென்று சொல்லிவிட்டு டிரைவர்கள் இருந்த இடம் சென்றேன். சீக்கிரமே சாப்பாடு வந்துவிடுமென்றேன். தாக்குதலுக்கு முன்பே கிடைத்து விட்டால் நல்லது என்றார்கள் அவர்கள். அவர்கள் எல்லாம் மோட்டார் 'மெக்கானிக்கு'கள். போரை அறவே வெறுத்தனர்.

லாரிகள் எல்லாம் சரிவர இருக்கின்றனவா என்று ஒருமுறை பார்த்துவிட்டுத் திரும்பி டிரைவர்களுடன் பள்ளத்தில் தரையிலேயே சுவரில் சாய்ந்தவாறே உட்கார்ந்து கொண்டேன். எல்லோரும் சற்று ஓய்வெடுத்துக் கொண்டோம்.

"யார் தாக்குதலைத் தொடங்கப் போகிறார்கள்" என்று கேட்டான் கவுஸ்ஸி. (Gavuzze)

"பெர்ஸெக்லியாரி' என்னும் துப்பாக்கி வீரர்கள்."

நற்றிணை பதிப்பகம் ● 57

“எல்லா ‘பெர்ஸெக்லியாரி’ வீரர்களுமா?”

“அப்படித்தான் நினைக்கிறேன்.”

“சரியான தாக்குதலுக்குப் போதுமான துருப்புகள் இங்கே இல்லையே?”

“ஒருகால் உண்மைத் தாக்குதலிலிருந்து கவனத்தைத் திருப்புவதற்காக இங்கே தாக்குதல் நடத்தலாம்.”

“தாக்கப்போகும் துருப்புகளுக்கு யாரைத் தாக்கப் போகின்றோம் என்ற விஷயம் தெரிந்திருக்குமா?”

“தெரிந்திருக்குமென்று நான் நினைக்கவில்லை.”

“கண்டிப்பாகத் தெரிந்திருக்காது. தெரிந்திருந்தால் அவர்கள் தாக்கவே முன்வரமாட்டார்களே,” என்றான் மனீரா. அப்படியில்லை. தெரிந்தாலும்கூட அவர்கள் தாக்குதல் செய்வார்கள். ‘பெர்ஸெக்லியாரி’ வீரர்கள் முட்டாள்கள் என்று தெரியாதா?” என்றான் பாஸினி.

அவர்கள் மிகவும் தைரியசாலிகள். நல்ல கட்டுப்பாட்டுடன் பழகியவர்கள்,” என்று நான் கூறினேன்.

“ஆமாம், மார்பின் சுற்றளவைப் பார்த்தால் அவர்கள் பெரிய ஆட்கள்தான். ஆரோக்கியத்திலும் அப்படியே. ஆனாலும் அவர்கள் முட்டாள்கள்,” என்றான் அவன்.

“கிரெனாடியரி” வீரர்களுக்கென்ன, அவர்கள் உயரமானவர்கள்,” என்றான் மனீரா. “உயரமானவர்கள் என்னும் பதத்தைச் சற்று அழுத்திச் சொன்னான். இதில் ஒரு ஹாஸ்யம் பொதிந்திருந்தது. உயரமாக வளர்ந்திருந்தாலும் அவர்கள்கூட முட்டாள்கள்தான். எல்லோரும் சிரித்தனர்.

“டெனென்டி, முன்னர் ஒரு சமயம் இவர்கள் சண்டைக்கே போக மறுத்தபோது ஒவ்வொரு பத்தாவது சிப்பாயையும் சுட்டுத் தள்ளினார்களாமே. நீங்கள் அங்கே இருந்தீர்களாமே. நீங்கள் அங்கே இருந்தீர்களா?”

“இல்லை.”

அது உண்மைதான். வரிசையாக நிற்க வைத்து பத்தாவது ஆட்களை எல்லாம் “காரபினாரி” என்னும் ராணுவ போலீசைக் கொண்டு சுட்டு வீழ்த்தினர்.”

‘காரபினாரி’ என்ன அவர்களைச் சுடுவது,” என்று சொல்லிக் கொண்டே தரையில் காரி உமிழ்ந்தான். மேலும் தொடர்ந்து, “அந்தக் குண்டு வீசி எறியும் வீரர்கள் மட்டும் என்ன? ஒவ்வொருவனும் ஆறு அடி உயரம். போர் புரிந்தால்தானே.”

“ஒருவருமே போர் செய்ய முன்வரவில்லை என்றால் யுத்தமே முடிந்துவிடுமே,” என்றான் மனீரா.

“அந்தமாதிரி அல்ல. ‘கிரெனாடியரி வீரர்கள் சற்றுப் பயந்தனர். அவ்வளவுதான். பதவி வகித்த அதிகாரிகளெல்லாம் உயர் குடும்பத்தைச் சேர்ந்தவர்கள்.”

“துருப்புகள் செல்லவில்லை என்பதற்காக அதிகாரிகள் சிலர் தாங்கள் மட்டும் போரில் முன்சென்றனராமே.”

“அப்படிச் செல்ல இஷ்டப்படாத இரண்டு அதிகாரிகளைக் கூட ஒரு சார்ஜண்ட் சுட்டு வீழ்த்தினானாமே.?”

‘சில துருப்புகள் போகத்தான் போனார்கள்.’

அப்படிச் சென்றவர்கள் பத்தாவது பேரைச் சுட்டுக் கொன்ற வரிசையிலிருந்து விலக்கப்பட்டனர்.

“இவ்வாறு சுடப்பட்ட ஒருவன் என் அண்டை நகரத்தைச் சேர்ந்தவன். அவன் உயரமாக நல்ல தோற்றத்துடன் சுறுசுறுப்புடனிருந்தான். ‘கிரெனாடியரி’ பகுதியில் இருக்க அருகதை யுள்ளவனே. எப்போதும் ரோமாபுரியில் பெண்கள் மத்தியில்தான் இருப்பான். ஆமாம், எப்போதும் ‘காரபினாரி’ வீரர்கள் மத்தியில் தான்,” என்று பாஸினி சொல்லிவிட்டுச் சிரித்தான். தொடர்ந்து, “இப்போதெல்லாம் உருவின துப்பாக்கி முனைக் கத்தியுடன் அவன் வீட்டில் ராணுவக் காவல் வைத்து விட்டனர். அவனுடைய தாயார் தகப்பனாரைப் பார்க்கச் செல்லவேண்டு மென்றால்கூட இயலாது. அவன் தகப்பனாருக்குப் பிரஜா உரிமை கூட பறிக்கப் பட்டு, தேர்தல்களில் அவர் வாக்களிக்கவும் முடியாது. சட்டத்தின் பாதுகாப்பு அவர்களுக்கு இல்லை. அவர்கள் சொத்தை யார் வேண்டுமானாலும் அபகரிக்கலாம்,’ என்று அவன் அடுக்கிக் கொண்டே போனான். தங்கள் குடும்பங்களுக்கு இவ்வளவு இன்னல் கள் ஏற்படும் என்று தெரிந்த பிறகு எவன்தான் போருக்குச் செல்லாமலிருப்பான்?”

“ஏன், ஆல்பினா அப்போதும் போகமாட்டான். இந்த “வாலன்டீர்கள் படையில் சேர்ந்தவர்கள் போகமாட்டார்கள். சில ‘பெர்ஸெக்லியாரி’ வீரர்கள்கூட போகமாட்டார்கள்.”

“பெர்ஸெக்லியாரி வீரர்கள் புறமுதுகு காட்டி ஓட்டமெடுத்தது முண்டு. அதை எல்லாம் இப்போது மறந்துவிட முயன்று கொண்டி ருக்கிறார்கள்.”

“டெனென்டி, இம்மாதிரி நாங்கள் பேசுவதை நீங்கள் அனு மதிக்கக்கூடாது. அதைரியமூட்டும் பேச்சுக்கள்,” என்றான் பாஸினி கேலியாக.

“நீங்கள் எப்படி எல்லாம் பேசுகிறீர்கள் என்று எனக்குத் தெரியும்,” என்றேன் நான். “இருந்தாலும் நீங்கள் ஆம்புலென்ஸ் வண்டிகளைச் செவ்வையாக ஓட்டிச் செல்லும்வரையில்...”

“இதர அதிகாரிகள் காதில் விழும்படி பேசாத வரையில் பாதகமில்லை,” என்று நான் விட்ட வாக்கியத்தை மனீரா முடித்தான்.

“சண்டை சீக்கிரம் முடிய வேண்டுமென்றுதான் நான் விரும்புகிறேன். ஆனால் ஒரு பக்கத்துத் துருப்புகள் சண்டை யிடவில்லை என்றால் போர் நிற்காதே. நிலைமை மோசமாகித் தானே போகும்.”

இப்போது உள்ளதைக் காட்டிலுமா மோசமாகிவிடும்? போரைக் காட்டிலும் எது அதிக மோசமானது?” என்று பாஸினி மரியாதை யுடன் வினவினான்.

“தோல்வியுறுவது அதைவிட மோசம்.”

“நான் அப்படி எண்ணவில்லை. தோல்வி என்றால் என்ன? நாம் எல்லோரும் நம் வீட்டுக்குச் சென்றுவிடுவோம். அவ்வளவு தானே” என்றான் பாஸினி மறுபடியும்.

“அவ்வளவு எளிதல்ல. எதிரிகள் உன்னைத் துரத்திக் கொண்டு உன்னுடைய வீட்டிற்கே வந்துவிடுவார்கள். உன் அக்காள் தங்கை களைக் கற்பழிப்பார்கள்,” என்று நான் விளக்கினேன்.

“அப்படிச் செய்வார்களா? நான் நம்பவில்லை... எல்லோரு டைய விஷயத்திலுமா அப்படிச் செய்வார்கள். ஒவ்வொருவனும் தன்னுடைய வீடுகளையும் குடும்பங்களையும் பாதுகாக்கட்டுமே. அக்கா தங்கைமார்களை வீட்டிற்குள் வைத்துவிட்டுக் காவல் புரியட்டும்,” என்றான் பாஸினி மறுபடியும்.

“அவர்கள் உன்னைத் தூக்கிலிடுவார்கள். மறுபடியும் உன்னை ஒரு சிப்பாயாக ஆக்கிவிடுவார்கள். இந்த ஆம்புலென்ஸ் படையில் அல்ல; காலாட்படைப் பகுதியில்.”

“எல்லோரையும் தூக்கிலிட முடியுமா என்ன?”

“அந்நிய நாட்டவன் எப்படி எங்களைச் சிப்பாய்களாக்க முடியும். போர் முதன்முதல் ஆரம்பித்ததும் எல்லோரும் ஓடி விட்டால் என்ன ஆகும்?”, இது மனீராவின் கேள்வி.

“செக்கோ ‘வீரர்கள் ஓடினார்களே அதுபோல,” என்றான் பாஸினி. அவன் குரலில் ஏளனம் தொனித்தது.

“தோல்வியுறுவதன் பலாபலன்கள் என்ன என்பதைப் பற்றி உங்களுக்குச் சரிவரப் புரியவில்லை. அதனால்தான் இப்படிப் பேசுகிறீர்கள்,” என்று நான் மேலும் வற்புறுத்தினேன். “டெனன்டி, நாங்கள் இவ்வாறெல்லாம் பேச இடங்கொடுத்ததற்கு நன்றி. நான்

சொல்லுவதைக் கேளுங்கள். போரைப் போல தீமையானது வேறெதுவும் இருக்க முடியாது. ஆம்புலென்ஸ் படையைச் சேர்ந்த நாம் இது எவ்வளவு கொடுமையானது என்பதை நன்கு உணர முடியாது. சாதாரண மக்களோ தங்கள் மனத்தை உணர ஆரம் பிக்கும்போது, போரைத் தடுத்து நிறுத்த முடியாது. ஏனெனில், அப்போதுதான் அவர்கள் சுயநிலை இழந்து பித்துப்பிடித்தது போலிருப்பதனால் போரை நிறுத்தும் வழிவகை காண இயலாத வர்களாய் விடுகிறார்கள். இதைப் பற்றி எல்லாம் ஒன்றுமே சிந்திக்காத பேர்களும் இருக்கிறார்கள். அவர்கள் எல்லோரும் அதிகாரிகளுக்குப் பயந்து போரில் ஈடுபடுவதுமுண்டு. இவ்விரு வகையினர்தான் போருக்கே ஆதாரம்" என்றான் பாஸினி.

"போர் கொடியது என்று எனக்குத் தெரியும். ஆனாலும் இதை முடித்துத்தான் தீர வேண்டும்."

"அது ஒருபோதும் முடியாது. போருக்கு எப்போதுமே ஒரு முடிவு கிடையாது."

"இல்லை. முடிவு உண்டு." பாஸினி இக்கருத்தை ஆமோதிக்க வில்லை.

"யுத்த முனையில் வெற்றியடைவதால் மட்டும் ஜெயித்ததாக ஆகாது. 'ஸான் காப்ரீல் என்னும் ஊரை நாம் பிடித்துவிட்டதாகக் கொள்ளுவோம். அதற்கப்பால் கார்ஸோ, மான்பால்கோன், டிரிஸ்டி நகரங்களைக் கூடக் கைப்பற்றியதாகக் கொள்ளுவோம். அப்போதும் நம்முடைய நிலை என்ன? எட்டாத தூரத்திலிருக்கும் உயர்ந்த மலைகளை எல்லாம் நீங்கள் பார்த்தீர்களல்லவா? அவைகள் எல்லாவற்றையும் நாம் பிடித்துவிடலாம் என்று நினைக்கிறீர்களா? பிடித்து விடலாம். எப்போது? ஆஸ்திரியர்கள் சண்டை செய்வதை நிறுத்தினால், ஏதாவது ஒரு கட்சி போர் புரிவதை நிறுத்தவேண்டும். நாம்தான் போர் புரியாமல் இருந்தால் என்ன? அப்போது என்ன ஆகும்? இத்தாலியில் உட்பிரவேசிப்பார்கள் ஆஸ்திரியர்கள். பிரவேசிக்கட்டுமே. கொஞ்ச காலத்தில் சோர்வடைந்து அவர்களே திரும்பிச் செல்லுவார்கள். அவர்களுக்குத்தான் சொந்த நாடு இருக்கிறதே. ஆனால், இப்போது நடப்பது என்ன? அநாவசியமான போர்" என்று கர்ஜித்தான் பாஸினி.

"நீ பெரிய பேச்சாளனப்பா!"

"நாங்கள் படிக்கிறோம். சிந்திக்கிறோம். நாங்கள் வெறும் குடியானவர்கள் அல்ல. நாங்கள் யந்திரநுட்பம் தெரிந்தவர்கள். 'மெக்கானி'க்குகள். குடியானவர்கள் மட்டுமென்ன, அவர்கள் கூடத்தான் இந்தப் போரை விரும்பவில்லை. எல்லோருமே இதை வெறுக்கின்றனர்."

"ஒரு நாட்டைத் தங்கள் ஆதிக்கத்தில் வைத்துக் கொள்ளு கிறார்கள் ஒரு சாரார். அவர்கள் முட்டாள்கள். ஒன்றையும் புரிந்து கொள்ளுவதில்லை. புரிந்துகொள்ளவும் முடியாது. அதனால்தான் நாம் இந்தப் போரில் அவர்களால் அகப்பட்டுக் கொண்டிருக்கிறோம்."

"தெரியாது என்பது மட்டுமல்ல. போரிலிருந்து அவர்கள் ஏராளமாகப் பணம்கூட சம்பாதிக்கிறார்கள்."

"அநேகம் பேர் சம்பாதிப்பதில்லை. இதுகூடச் செய்யத் தெரியாத முழுமுட்டாள்களுமிருக்கிறார்கள். ஒரு பலனுமின்றியே அவர்கள் போரில் ஈடுபடுகின்றனர். கேவலம் அவர்களுடைய முட்டாள்தனம்தான் அதற்குக் காரணம்."

"நாம் இப்போது பேச்சை நிறுத்தவேண்டும். டெனன்டி அனுமதித்தார் என்றாலும் எல்லைமீறிப் போகிறோம்" என்று மனீரா கூறினான்.

"அவருக்கு இது பிடிக்கிறது. நாம் அவரையே மனமாற்றம் செய்துவிடலாம்" என்றான் பாஸினி.

"போதும், போதும். இப்போதைக்கு நிறுத்திக்கொள்ளலாம்."

"இப்போது சாப்பாடு வந்திருக்குமா?" என்று கவுஸ்ஸி கேட் டான்.

"நான் போய்ப் பார்த்து வருகிறேன்," என்று சொல்லிவிட்டு வெளியே வந்தேன். கொர்தினி என்னுடன் வந்தான்.

"நான் ஏதாவது செய்ய வேண்டுமா? உங்களுக்கு எந்த வகையி லாவது உதவி செய்ய வேண்டுமா?" என்று வெளியே வந்ததும் கேட்டான் கொர்தினி. நான்கு டிரைவர்களில் அவன் தான் மிதமாகப் பேசுபவன்.

"வேண்டுமென்றால் என்னுடன் வா. என்ன உணவு கிடைக்கு மென்று பார்ப்போம்," என்றேன்.

வெளியே இருட்டு கவ்விக்கொண்டிருந்தது. நீளொளி விளக்கு களிலிருந்து ஒளி வெகுதூரத்திற்கப்பால் மலைகள் மீது வீசிக் கொண்டிருந்தது. இந்த முனையில் மிகப் பெரிதான பல நீளொளி விளக்குகள் வண்டிகளில் பொருத்தப்பட்டு இருந்தன. அதற்கென அமைந்த படையினர் உத்தரவுப்படி விளக்குகளை இயக்கிக் கொண்டி ருந்தனர். துருப்புகள் மீது ஒளி பாய்ந்த போதெல்லாம் கண்கள் கூசின. நாங்கள் செங்கல் சூளையைத் தாண்டி முதல் சிகிச்சை நிலையத்திற்குச் சென்றோம். அதன் தலை வாயிலை ஒரு மரக் கிளை மறைத்திருந்தது. அதன் உலர்ந்த சருகுகள் காற்றில் சலசல வென்று சப்தித்தன. உள்ளே ஒரே ஒரு விளக்குத்தான் இருந்தது. ஒரு பெட்டியின் மீது உட்கார்ந்து கொண்டு மேஜர் டெலிபோனில்

பேசிக் கொண்டிருந்தார். தாக்குதலை ஒரு மணி நேரத்திற்குத் தள்ளிப்போட்டிருப்பதாக அங்கிருந்த காப்டன் ஒருவன் கூறினான். அவன் எனக்குக் கொஞ்சம் 'கானிய'க் என்னும் பிராந்தி அளித் தான். அவனுக்கெதிரே இருந்த பலகைகளையும், டெலிபோன் சாதனங்களையும், பீங்கான் கிண்ணங்களையும், கண்ணாடிக் குப்பிகளையும் பார்த்தேன். எனக்குப் பின்னால் கொர்தினி நின்று கொண்டிருந்தான். மேஜர் எழுந்தார்.

"இப்போது தாக்குதல் ஆரம்பமாகப் போகிறது. மறுபடியும் முன் திட்டப்படியே ஆரம்பிக்க நிச்சயித்துள்ளனர்" என்றார்.

வெளியே எட்டிப்பார்த்தேன். ஒரே இருட்டு. எங்களுக்குப் பின்னால் இருந்த மலைச்சரிவில் ஆஸ்திரியர்களுடைய நீளொளிக் கதிர்கள் வேவு பார்த்தன. ஒரு நிமிஷம் அமைதி. உடனே எங்களுக்குப் பின்னாலிருந்த எங்கள் பீரங்கிப் படையிலிருந்து எல்லாப் பீரங்கி களும் ஏககாலத்தில் முழங்கித் தாக்குதலை ஆரம்பித்தன.

"போர் ஆரம்பித்துவிட்டது" என்றார் மேஜர்.

"எங்கள் சாப்பாட்டைப்பற்றி என்ன கதி? மேஜர்," என்று கேட்டேன். அவருடைய கவனம் வேறு எங்கோ லயித்திருந்தது. என் கேள்வி அவர் காதில் விழுந்ததாகவே தெரியவில்லை. மறு படியும் திருப்பிக் கேட்டேன்.

"அது இன்னும் வந்து சேரவில்லை."

செங்கல் சூளைக்கெதிரில் ஒரு பெரிய குண்டு அப்போது விழுந்து வெடித்தது. அதைத் தொடர்ந்து அதன் பக்கத்தில் மற்றொரு குண்டு விழுந்து வெடித்தது. பெரும் வெடிச் சப்தத்திற்குப் பிறகு செங்கல்லும் புழுதியும் வாரி இறைக்கப்படும் சிறு ஓசையும் கேட்டது.

"சாப்பாட்டிற்கு என்ன இருக்கிறது?"

இங்கே கொஞ்சம் சேமியா கூழ் இருக்கிறது" என்றார் மேஜர்.

"நீங்கள் கொடுப்பதை வாங்கிக்கொள்ளுகிறேன்." என்று அவர் உத்தரவுக்காகக் காத்திருந்தேன்.

அங்கிருந்த சேவகனுக்கு மேஜர் உத்தரவிட்டார். அவன் இருட்டில் பின்பக்கம் சென்று ஒரு 'பேஸின்' நிறையச் சமைத்த 'மக்கரோனி' என்னும் சேமியா உணவைக் கொண்டு வந்தான். அதைக் கொர்தினியிடம் கொடுத்தேன்.

ஏதேனும் "சீஸ்"கட்டி (பாலடைக்கட்டி) இருக்கிறதா?" வேண்டா வெறுப்புடன் மறுபடியும் சேவகனுக்கு உத்தரவு கொடுத்தார் மேஜர். அவனும் முன்போல் இருட்டில் மறைந்து எங்கிருந்தோ அரைப் பவுண்டு 'சீஸ்' கட்டியைக் கொண்டுவந்து கொடுத்தான்.

நற்றிணை பதிப்பகம் ● 63

"நன்றி" என்று கூறிப் புறப்படலானேன்.

"நீங்கள் இப்போது வெளியே செல்லுவது நல்லதல்ல" என்றார் மேஜர்.

அதேசமயம் வெளியே தலைவாயிலருகில் ஏதோ கொண்டு வந்து இறக்கப்பட்டது. அதைக் கொண்டுவந்த இரண்டு பேர்களில் ஒருவன் உள்ளே எட்டிப்பார்த்தான்.

"உள்ளே கொண்டுவா அவனை, ஏன் அவனை அங்கேயே கிடத்திவிட்டீர்கள்?" நாங்கள் வெளியே வந்து அவனைத் தூக்கிக் கொண்டு உள்ளே சேர்ப்போம் என்று எண்ணமா?" என்று கத்தினார் மேஜர்.

'ஸ்ட்ரெச்சர்' சுமப்பவர்கள் அடிபட்டவனைக் கைப்பக்கமும் கால்பக்கமும் பிடித்துத் தூக்கி வந்தனர்.

"அவன் சட்டையைக் கத்தரித்துக் கழட்டு?" என்றார் மேஜர். அவர் கையில் ஒரு ரண வைத்தியக் குறடும் கொஞ்சம் 'காஸ்' மருந்துச்சீலையும் இருந்தன. உதவிக்கு இரண்டு டாக்டர்கள் உடனே தயாராக நின்றனர். 'ஸ்ட்ரெச்சர்' தாங்கிகளை "போங்கள் இங்கிருந்து" என்று விரட்டிவிட்டார்.

"நாம் போவோம் வா" என்று கொர்தினியிடம் கூறி அங்கிருந்து நான் புறப்படலானேன்.

"குண்டு மழை ஓயும் வரையில் இங்கே தங்கி பிறகு செல்லுங்கள்" என்று குனிந்தபடியே மேஜர் சொன்னார். "அவர்கள் பசியுடனிருக்கிறார்கள். சாப்பிட வேண்டும்," என்று நான் வற்புறுத்தியதன் பேரில், "சரி, உங்கள் இஷ்டம்" என்று மேஜர் வேண்டா வெறுப்புடனேயே விடையளித்தார்.

வெளியே வந்ததும் செங்கல் சூளையைத் தாண்டி ஓடினோம். நதிக்கரையின் ஓரத்திலேயே ஒரு குண்டு விழுந்து வெடித்தது. மற்றொன்றும் விழுந்தது, ஆனால் வந்ததே தெரியவில்லை. வெடித்த பிறகுதான் உணர்ந்தோம். அப்படியே தரையில் மண்ணோடு கவிழ்ந்து படுத்தோம். ஒளி கண்ணைப் பறிக்க, ஓசை காதைத் துளைக்க, புழுதியும், செங்கற்கட்டிகளும் இரும்புத்துண்டுகளும் நாலாபக்கங்களிலும் சிதறுவதைப் பார்த்தோம். இது சற்றுத் தணிந்ததும் கொர்தினி எழுந்து எங்கள் பள்ளத்திற்கு ஓடினான். அவனுக்குப் பின்னால் 'சீஸ்' கட்டியைக் கையிலேந்தியபடியே நானும் ஓடினேன். அதன் மீதெல்லாம் செங்கற்பொடி படிந்திருந்தது. பள்ளத்தில் ஒரு மூலையில் இதர மூன்று டிரைவர்களும் சிகரெட் பிடித்துக்கொண்டு உட்கார்ந்திருந்தனர்.

“தேசத்தைக் காக்கும் வீரர்களே, இதோ எடுத்துக் கொள்ளுங்கள்” என்று வெண்ணெய்க்கட்டியை அவர்களிடம் நீட்டினேன்.

“வண்டிகள் எல்லாம் எப்படியிருக்கின்றன?” என்று மனீரா கேட்டான்.

“எல்லாம் சரியாகவே இருக்கின்றன.”

“நீங்கள் பயந்துவிட்டீர்களா டெனன்டி?”

“உன் யூகம் முற்றிலும் சரியே” என்றேன்.

என்னுடைய பேனாக்கத்தியை எடுத்து வெண்ணெய்க் கட்டி மீதிருந்த செங்கல் தூசியை எல்லாம் வழித்தெறிந்துவிட்டு, உண்ணத் தயாரானோம். கவுஸ்ஸி மக்கரோனிக் கிண்ணத்தை என் பக்கம் தள்ளினான்.

“நீங்கள் ஆரம்பியுங்கள், டெனென்டி?”

“வேண்டாம் கீழே வை, எல்லோரும் சேர்ந்தே உண்போம்” என்றேன்.

“முட்கரண்டிகள் இல்லையே உண்பதற்கு?” என்று தயங்கினான் ஒருவன்.

“என்னடா சனியன்” என்று ஆங்கிலத்தில் சபித்தேன்.

வெண்ணெயைப் பாகம் செய்து மக்கரோனி மீது தடவினேன்.

“எல்லோரும் எடுத்துக் கொள்ளுங்கள்,” என்று சொல்லி எவனுடைய விரல்களால் ஒரு குத்து மக்கரோனியை அள்ளி, விரல்களால் அதை எப்படிச் சாப்பிடுவது என்பதைக் காண்பித்தேன். அதைக் கையளவு உயரத் தூக்கி இழைகள் பிரிந்தபின் நுனியிலிருந்து கொஞ்சம் கொஞ்சமாக மென்று தின்றேன். இடையிடையே சீஸ் துண்டையும் சிறிது கடித்துக்கொண்டேன். அப்போதைக்கப்போது ஒரு முழுங்கு திராட்சை மதுபானமும்கூட அருந்தினேன். அது துருப்பிடித்தத் தகரத்தின் வாசனை வீசிற்று. மக்கரோனிக் கிண்ணத்தைப் பாஸினி பக்கம் நகர்த்தினேன்.

“ஒரே நாற்றமடிக்கிறதே. இது பழைய சரக்கு. என் வண்டியிலேயேதான் கிடந்தது” என்றான் பாஸினி.

அவர்கள் எல்லோரும் சாப்பிட்டுக் கொண்டிருந்தனர். நானும் இன்னுமொரு குத்து மக்கரோனியை எடுத்துக்கொண்டேன். குனிவதும், தலையைப் பின்னுக்கிழுப்பதுமாக, அவர்கள் இதைக் கடித்து உறிஞ்சிக் கொண்டிருந்தபோது எங்கள் பள்ளத்திற்குப் பக்கத்தில் ஏதோ விழுந்து பூமியே அதிர்ந்தது.

“இது ஒரு 420 பவுண்டு குண்டாக இருக்க வேண்டும். அல்லது ஒரு ‘மின்னென்வெர்பர்’ (அகழிகளைத் தகர்க்கும் குண்டு) என்றவகை குண்டாக இருக்கலாம்,” என்றான் கவுஸ்ஸி.

“அவர்களிடம் 420 பவுண்டு குண்டு எறியக்கூடிய பீரங்கிகள் மலைமீது ஏதுமில்லை” என்றேன்.

“அவர்கள் பெரிய “ஸ்கோடா” பீரங்கிகள் வைத்திருக்கின்றனர். அவைகளைப் பொருத்துவதற்குரிய பொந்துகளை நான் பார்த்திருக் கிறேன்,” என்றான்.

“அதெல்லாம் முன்னூற்றைந்து பவுண்டு குண்டுகளுக்காக அமைந்தவை.”

நாங்கள் சாப்பிட்டுக்கொண்டே இருந்தோம். மறுபடியும் ஒரு பயங்கரமான சப்தம், ஒருவன் அலறுவதுபோல்: பிறகு ஒரு ரெயில் என்ஜின் புறப்படும் ஓசை; பிறகு வெடி ஓசை; பூமி அதிர்ச்சி. எல்லாம் எங்கள் அருகாமையிலேயே.

“நாமிருக்கும் பள்ளம் ஆழமானதல்ல” என்பதை பாஸினி குறிப்பிட்டான்.

“இப்போது விழுந்த குண்டு போர்முனைக் குழிகளைத் தகர்ப் பதற்கான குண்டு.”

என்னுடைய கடைசி சீஸ் துண்டைத் தின்றுவிட்டு ஒரு வாய் மதுவும் அருந்தினேன். இப்போது முன்போலவே ஒரு இருமல் சப்தம். தொடர்ந்து ச்சூ..ச்சூ...ச்சூ என்று தொடர்ச்சியாக யந்திர பீரங்கி ஓசை; இரும்பு ஆலை அடுப்புக் கதவைத் திறந்தால் காணப் படுவது போன்ற நெருப்பு ஜ்வாலை கர்ஜனையுடன் முதலில் வெண்மை யாகவும் பிறகு சிவப்பாகவும் காற்று வேகத்தில் தெரிந்தது; அதை யொட்டி மேலும் மேலும் இடைவிடாது வெடிச் சப்தம், குண்டு மாரி, தீ ஜ்வாலை, நான் அசைவற்றுப்போனேன். மூச்சே நின்று விட்டது போன்ற உணர்ச்சி. நன்றாக மூச்சுவிட முயன்றேன். மூச்சு வெளியே வந்தால்தானே! என் உடலிலிருந்து நான் அப்படியே பறந்து வெளியில் காற்றில் மிதந்து தூர, தூர, வெகுதூரம் செல்லுவ தாக நினைவு. சீக்கிரமே நான் வெளியே சென்றது போலவும், நான் இறந்துபோய்விட்டது போலவும், ஆகாயத்தில் மிதந்து கொண்டே இருந்து பிறகு சற்றுக் கீழே இறங்குவது போலவும் ஒரு உணர்ச்சி. இப்படிச் சில நிமிஷங்கள் செயலற்றிருந்த பின் எனக்கு மூச்சு வந்தது. நான் உயிருடன்தான் இருக்கிறேன் என்று உணர்ந் தேன். என் எதிரே பூமி பிளந்திருந்தது. என் தலைக்கு நேராக ஒரு மரத்தூலம் தகர்த்தெறியப்பட்டு விழுந்து கிடந்தது. என் தலை கிறுகிறுத்தது.

இந்த நிலையில் யாரோ வீரிட்டு அழுவது போன்ற சப்தம் கேட்டது. பயத்தினால் உளறுகிறான் என்று நினைத்தேன். இருந்த இடத்தை விட்டு அசைய முயன்றேன். ஆனால் முடியவில்லை. யந்திர பீரங்கிகளும் துப்பாக்கிகளும் நதியோரம் பூராவும் எதிர்ப் பக்கத்தை நோக்கிச் சுட்ட வண்ணமிருந்தன. அடுத்தகணம் பளிச் சென்று ஒரு ஜோதி; குண்டுகள் ஆகாயத்தில் பறந்தன; அங்கேயே வெடித்துக் காற்றில் வெள்ளையாக மிதந்தன. அதன் பின்னால் ராக்கெட் குண்டுகள் பறந்தன. குண்டுகள் வெடித்தன. இவை எல்லாம் ஒரு நொடியில் நடந்தன. பிறகு என்னருகில் “அம்மா, ஐயா, அம்மா, ஓ” என்று யாரோ வேதனைக் குரலில் கத்திக் கொண்டி ருந்ததைக் கேட்டேன். வெகு பிரயாசையுடன் என் கால்களை வேகமாக இழுத்து, என் ஸ்வாதீனத்திற்குக் கொண்டு வந்த பிறகே திரும்பி பக்கத்திலிருந்தவனைத் தொட்டுப் பார்த்தேன். அவன் பாஸினிதான். என் கை அவன் மீது பட்டதும் அவன் அலறினான். அவனுடைய கால்கள் என்னை நோக்கி நீட்டியிருந்தன. அந்த இருட்டிலும் வெடி வெளிச்சத்திலும் அவனுடைய இரண்டு கால்களும் முழங்காலுக்கு மேல் நொறுங்கிக் கிடந்தது தெரிந்தது. ஒரு கால் துண்டாகவே போய்விட்டது. மற்றொன்று துடித்துக் கொண்டிருந்த சிறு தசையிலும் நரம்பிலும் ஒட்டிக் கொண்டிருந்தது. சராயின் ஒரு பக்கம் அதைச் சுற்றிக்கொண்டிருந்தது. சராயின் ஒரு பக்கம் அதைச் சுற்றிக் கொண்டிருந்தது. மொட்டைக் கொம்பு நீட்டிக் கொண்டிருப்பது போல் உடம்புடன் சம்பந்தமே அற்று அது காணப்பட்டது. ஆனால் துடித்துக் கொண்டிருந்தது. வலியைத் தாங்க கையைக் கடித்துக் கொண்டு, “அம்மா... அம்மா, ஐயோ, என்னைக் கொன்று விடுங்களேன்... ஏசுவே, என்னைக் கொன்று விடுங்கள்... அம்மா, வலி பொறுக்க முடியவில்லையே, எப்படி யாவது இந்த வலியை நிறுத்துங்கள், என்னைக் கொன்றுவிடுங்கள்... அம்மா” என்று கதறினான். பிறகு அவன் சக்தியும் குன்றியது. “ஓ.ஓ. அம்மா. அம்மா.” என்று கதறியபடியே அவன் அசைவற்றுப் போய்விட்டான். கையைக் கடித்தபடியே இருந்தான். துண்டித்த கால் துடித்துக்கொண்டிருந்தது.

“போர்டா பெரிடி; போர்டா” என்று ஸ்ட்ரெச்சர் தாங்கியை உரக்கக் கூப்பிட்டேன். கையைக் குழல்போல் செய்து மீண்டும் மீண்டும் கூவினேன். பாஸினியின் அருகில் சென்று அவன் காலுக்குக் கட்டு போடலாம் என்று அசைந்தேன். என்னால் அசைய முடியவில்லை. மறுபடியும் முயன்றேன். என் கால்கள் சிறிதளவே இயங்கின. என் கையையும் காலையும் பின்னுக்கிழுத்துப் பின்புற மாக நகர்ந்தேன். பாஸினி அசைவற்றுதான் கிடந்தான். அவன் பக்கத்தில் உட்கார்ந்தேன். என்னுடைய கோட்டைக் கழட்டி

ஷர்ட்டைக் கிழிக்கப் போனேன். கிழிக்க முடியவில்லை. பல்லால் கடித்து ஒருபக்கம் கிழித்தேன். பிறகு அவன் காலில் பருத்திப் பட்டியிருந்தது ஞாபகத்திற்கு வரவே, அறுபட்டுப்போன அந்தப் பட்டியை அவிழ்த்து மற்ற காலுக்குக் கட்டலாம் என்று அதை அவிழ்த்தேன். அதை அவிழ்த்துக் கொண்டிருக்கும் போதே அவன் காலுக்குக் கட்டுப்போட வேண்டிய அவசியமில்லை என்று தெரிந்துவிட்டது. பாஸினி அப்போதே இறந்துவிட்டான். இன்னும் உயிரிருக்கிறதா என்று நன்கு கவனித்தேன். இல்லை என்பதைப் பார்த்து நிச்சயமாக அறிந்துகொண்ட பின் மற்ற மூன்று டிரை வர்கள் கதி என்னவென்று பார்க்க ஆயத்தமானேன். என்னால் இப்போதுதான் இருந்த இடத்திலேயே நிமிர்ந்து உட்கார முடிந்தது. தலைக்குள்ளே பொம்மைக்குள் ஆடுவதுபோல் ஏதோ 'கலகல' வென்று ஆடுவது போலவும் நான் அசையும்போது என் கண்களை அது தாக்குவது போலவும் ஒரு உணர்ச்சி உண்டாயிற்று. என் கால் உஷ்ணமடைந்து வியர்த்திருந்தது. என் பூட்ஸுகளும் நனைந் திருந்தன. ஆனால் உட்புறம் கதகதப்பாக இருந்தது. நானும் குண்டு வீச்சினால் தாக்கப்பட்டேன் என்று தெரிந்தது. முன்பக்கம் சாய்ந்த வண்ணம் என் முழங்கால் மீது கையை ஊன்றிக்கொள்ளப் போனேன். ஆனால் என் முட்டியே அங்கு இல்லை. என் கைகள் தாமாகவே முழங்காலைத் தேடத் தொடங்கின. அது என் காலெலும்புடன் இணைந்து கீழே இறங்கியிருந்தது. மெதுவாகத் தடவிப் பார்த்தேன். மிதந்துவந்த ஒளியின் பிரகாசத்தில் என் காலைக் கவனித்தேன். எனக்குப் பயம் வந்துவிட்டது. "கடவுளே, இங்கிருந்து என்னை வெளியே எடுத்துச் செல்லுங்கள்" என்று கத்தினேன். மற்ற மூன்று டிரைவரும் இருக்கிறார்களே என்ற எண்ணம் வந்தது. நான்கு பேரில் பாஸினி இறந்துவிட்டான். மீதி முன்று டிரைவர் இருக் கின்றனரே. யாராவது உதவிக்கு வர மாட்டானா என்று எண்ணி னேன். என் எண்ணம் வீண் போகவில்லை. யாரோ என்னைக் கைகொடுத்துத் தூக்கினான். மற்றொருவன் என் கால்களைத் தூக்கினான்.

"இன்னும் மூன்று பேர் இருக்கிறார்களே, ஒருவன்தான் இறந் தான்" என்றேன்.

"நான்தான் மனீரா, நாங்கள் ஒரு ஸ்ட்ரெச்சர் எடுத்து வரச் சென்றோம். அங்கே ஒன்றும் அகப்படவில்லை. எப்படியிருக் கிறீர்கள், டெனன்டி?" என்று கேட்டான்.

"கொர்தினியும் கவுஸ்ஸியும் எங்கே இருக்கிறார்கள்?"

"கொர்தினி சிகித்ஸை ஸ்தலத்தில் கட்டுக் கட்டிக் கொண்டி ருக்கிறான். கவுஸ்ஸிதான் உங்கள் கால்களைத் தாங்கிக் கொண்டிருக்கிறான்.

என் கழுத்தைக் கெட்டியாகப் பிடித்துக் கொள்ளுங்கள், டெனன்டி. ரொம்பப் பலமாக அடிபட்டுவிட்டதா?"

"காலில் அடிபட்டிருக்கிறது. கொர்தினி எப்படி இருக்கிறான்?"

"அவனுக்கு அதிகம் காயமில்லை. அது போர்க் குழிகளைத் தகர்க்கும் ஒரு பெரிய குண்டு."

"பாஸினி இறந்துவிட்டான், பாவம்!"

"ஆமாம், எங்களுக்குத் தெரியும்."

பேசிக் கொண்டிருக்கும் போதே மேலும் ஒரு குண்டு எங்கள் எதிரில் விழுந்தது. என்னை அப்படியே கீழே போட்டு விட்டு அவர்கள் தரையில் விழுந்து படுத்துக் கொண்டனர். வெடி ஓய்ந்ததும் திரும்பவும் என்னைத் தூக்கிக் கொண்டனர். "உங்களைக் கீழே போட்டுவிட்டதற்கு மன்னிக்கவும், டெனன்டி. என் கழுத்தைக் கெட்டியாகப் பிடித்துக் கொள்ளுங்கள்" என்று மனீரா தன் செய்கைக்கு வருத்தம் தெரிவித்தான்.

"மறுபடியும் என்னைக் கீழே போட்டுவிடுவாயோ?"

"இல்லை, நாங்கள் பயந்துவிட்டோம்."

"உங்கள் இருவருக்கும் ஒன்றும் காயமில்லையே?"

"உண்டு. ஆனால் சொற்ப காயம்தான்."

"கொர்தினியால் வண்டி ஓட்டிச் செல்ல முடியுமா?"

"முடியாதென்று நினைக்கிறேன்."

சேரவேண்டிய இடத்திற்குப் போகுமுன் மேலும் ஒரு தரம் என்னைக் கீழே போட்டுவிட்டுத் திரும்ப எடுத்துக் கொண்டான். "என்னடா, நாய்ப்பயல்களே" என்று அவர்களைத் திட்டினேன்.

"மன்னியுங்கள். இன்னொரு தடவை உங்களைக் கீழே போட மாட்டோம்."

முதல் சிகிச்சை ஸ்தலத்திற்கு வெளியே என்னைப்போல் காயமுற்றவர்கள் பலர் இருட்டில் தரையில் கிடத்தப்பட்டிருந்தனர். ஒவ்வொருவனாக உள்ளே எடுத்துச் செல்லப்பட்டு வெளியே கொண்டு வரப்பட்ட வண்ணமிருந்தனர். அவ்வப்போது திரை விலகிய போதெல்லாம் உள்ளேயிருந்து வெளிச்சம் தெரியும். இறந்தவர்களெல்லாம் ஒருபக்கமாகக் கிடத்தப்பட்டிருந்தனர். டாக்டர்களெல்லாம் ஷர்ட்டை முழங்கைக்கு மேல் தள்ளிவிட்டுக் கொண்டு கசாப்புக்கடைக்காரர்கள் போல் ரத்தக்கறையுடன் காணப்பட்டனர். போதுமான ஸ்ட்ரெச்சர்கள் அங்கே இல்லை. அடிபட்டவர்களில் சிலர் வலி தாங்காமல் அலறிக்கொண்டிருந்தனர். பெரும்பான்மையோர் அமைதியுடனே இருந்தனர். இரவு ஏற ஏற குளிர்வாடை

அதிகமாக வீசியது. போர்க்களத்திலிருந்து ஸ்ட்ரெச்சர் தாங்கிகள் வந்த வண்ணமிருந்தனர். எடுத்து வந்தவர்களைக் கீழே இறக்கி விட்டுத் திரும்பிச் சென்றனர்.

நான் உள்ளே எடுத்துச் செல்லப்பட்டதும் சார்ஜன்ட் டாக்டரை மனீரா அழைத்துவந்தான். அவர் எனது இரண்டு கால்களுக்கும் கட்டுகள் போட்டார். காயத்தின்மீது நிரம்பப் புழுதி படிந்து கிடந்ததால் அதிக ரத்தச் சேதமில்லை என்றும் சீக்கிரமாகவே வெளியே நான் அனுப்பப்படுவேனென்றும் அவர்கள் சொன்னார்கள். கொர்தினியின் தோளில் காயம் பட்டு எலும்பும் சிறிது முறிந்திருந்ததுடன் தலையிலும் அவனுக்கு அடிபட்டிருந்தது. அதிகக் காயமில்லாததால் அவன் செங்கல் சுவரின் பக்கத்தில் உட்கார்ந்திருந்தான். மனீராவும் கவுஸ்ஸியும் வண்டியில் அடிபட்டவர்களை ஏற்றிக்கொண்டு வைத்திய விடுதிக்குச் சென்றார்கள். அவர்களால் நன்கு வண்டி ஓட்ட முடிந்தது. ஆங்கிலேயர்கள் மூன்று ஆம்புலென்ஸ் வண்டிகளுடன் உதவிக்கு வந்தனர். ஒவ்வொன்றிலும் இரண்டு பேர்களிருந்தனர். அவர்களில் டிரைவர் ஒருவனை கொர்தினி அழைத்து வந்தான். அவன் என்னைப் பார்த்துவிட்டு, "பலமாகக் காயம் பட்டுள்ளதா?"என்று பரிவுடன் கேட்டான். மூக்குக் கண்ணாடி அணிந்து உயரமாகக் காணப்பட்டான் அவன்.

"காலில்தான் அடி." என்று நான் பதிலளித்தேன்.

"அபாயகரமானதல்ல என்று நம்புகிறேன். ஒரு சிகரெட்டு குடிக்கிறீர்களா?"

"நன்றி, வேண்டாம்."

"இரண்டு டிரைவர்களை நீங்கள் இழந்துவிட்டீர்களாமே."

"ஆமாம். ஒருவன் இறந்துபோனான். மற்றவன்தான் உன்னைக் கூட்டி வந்தவன்."

"என்ன கஷ்டகாலம். வண்டிகளை நாங்கள் ஓட்டிச் செல்லலாமா?"

"அதைத்தான் உன்னைக் கேட்க எண்ணினேன்."

"வண்டியை மிக ஜாக்கிரதையாகப் பார்த்துக்கொண்டு 206ஆம் நெம்பர் கட்டடத்தில் சேர்த்துவிடுகிறோம். அங்குதானே ஒப்படைக்க வேண்டும்"

"ஆமாம்."

அது நேர்த்தியான இடம். நான் உங்களை அங்கே பார்த்திருக்கிறேன். நீங்கள் ஒரு அமெரிக்கர் என்று அவர்கள் என்னிடம் சொன்னார்கள்.

"ஆமாம்."

“நான் இங்கிலீஷ்காரன்.”

“உண்மையாகவா?”

“ஆமாம். இங்கிலீஷ்காரன்தான். என்ன இத்தாலியன் என்று நினைத்தீர்களா? எங்கள் அணியில் சில இத்தாலியர்களும் கூட இருக்கின்றனர்.”

“எங்கள் வண்டிகளை மட்டும் நீங்கள் எடுத்துச்சென்றால் நன்றாக இருக்கும்” என்று மறுபடியும் அவனைக் கேட்டுக் கொண்டேன்.

“அதைப்பற்றி நீங்கள் கவலை கொள்ள வேண்டாம். தங்களை நான் அவசியம் பார்க்கவேண்டும் என்று என்னை இவன் அழைத்து வந்தான்” என்று கொர்தினியைத் தட்டிக்கொடுத்தான். பிறகு கொர்தினியை நோக்கி தெளிவான இத்தாலிய மொழியில் “இப்போது எல்லாம் ஏற்பாடு செய்தாகிவிட்டது. உன்னுடைய டெனன்டியையும் பார்த்தாகிவிட்டது. உங்கள் இரண்டு கார்களையும் ‘நான்’ ஓட்டிச் செல்லுகிறேன். இனி கவலை வேண்டாம்.” என்றான். உடனே என்னை அங்கிருந்து அப்புறப்படுத்துவதற்கான ஏற்பாட்டை அவனே கவனிக்கலானான்.

அவன் உள்ளே சென்றான். “அவன் உங்களைக் கவனித்துக் கொள்ளுவான், டெனன்டி” என்று கொர்தினி எனக்கு உறுதியளித்தான்.

“நீ எப்படி இருக்கிறாய், ப்ராங்கோ?” என்று கேட்டேன். ப்ராங்கோ என்பது கொர்தினியின் முதற்பெயர்.

“நான் சுகமாக இருக்கிறேன்” என்றான். என் பக்கத்தில் அமர்ந்தான். சற்று நேரத்திற்கெல்லாம் உள்ளே சென்ற அந்த உயரமான ஆங்கிலேயன் இரண்டு ஸ்ட்ரெச்சர் தாங்கிகளுடன் வெளியே வந்தான்.

என்னை அணுகியதும், “இவர்தான் அமெரிக்க டெனன்டி” என்று இத்தாலி பாஷையில் அவன் என்னை அவர்களுக்கு அறிமுகப் படுத்தினான். “என்னைப் பற்றி அவ்வளவு அவசரமில்லை. என்னை விட அதிகமாகக் காயமுற்றவர்கள் இருக்கிறார்களே. நான் இப்போது நன்றாகவே இருக்கிறேன்” என்றேன்.

“சரி, சரி, நீ ஒன்றும் வீராப்புப் பேச வேண்டாம். வா போவோம்” என்று என்னைப் பார்த்து ஆங்கிலத்தில் சொல்லி விட்டு, மற்றவர்களைப் பார்த்து இத்தாலியில் “இவரைக் கால்புறம் ஜாக்கிரதையாகத் தூக்குங்கள். அங்கேதான் வலி அதிகம். இவர் அமெரிக்க ஜனாதிபதி வில்ஸனுடைய ஒரே மகன் என்பது கவனமிருக்கட்டும்” என்றான். அவர்கள் என்னை மெதுவாக மறுபடியும் முதல் சிகிச்சை ஸ்தலத்துக்குள்

எடுத்துச் சென்றனர். உள்ளே எல்லா மேஜைகள் மீதும் ஆபரேஷன்கள் நடந்து கொண்டிருந்தன. குட்டையான மேஜர் எங்களை வெகு கோபத்துடனே பார்த்தார். என்னை அவர் அடையாளம் கண்டு கொண்டதும் தன் கையிலிருந்த ரண வைத்தியக் குறடை உயரத் தூக்கி ஆட்டிக்கொண்டே "எல்லாம் சரியாக நடந்து கொண்டு வருகிறதா?" என்று கேட்டார். "ஆமாம் சரியாகத்தான்" என்றேன்.

"அவரை உள்ளே கொண்டுவந்திருக்கிறேன். அமெரிக்க ஸ்தானிகரின் ஏகபுத்திரன் இவர். நீங்கள் அவருக்கு சிகிச்சையளிக்கும் வரையில் நான் இங்கேயே இருந்து பிறகு என்னுடைய முதல் நடையில் இவரை என் என் வண்டியிலேயே அழைத்துச் செல்லப் போகிறேன்" என்றான் அந்த ஆங்கிலேயன் இத்தாலிய பாஷையில் அந்த மேஜரைப் பார்த்து, என்னிடம் குனிந்து, அதற்குள் 'அட்ஜுடன்'டைப் பார்த்து உங்களுக்கு வேண்டிய காகிதங்களைத் துரிதப்படுத்தச் செய்கிறேன்" என்று கூறிவிட்டு வெளியே சென்றான்.

தான் சிகிச்சை வேலை செய்த குறடாவை எடுத்து பேஸினில் சுடுதண்ணீரில் போட்டார், மேஜர். அவர் கைகள் இயங்குவதையே இமை கொட்டாமல் பார்த்துக் கொண்டிருந்தேன். உதவிக்கிருந்தவர்கள் ஆபரேஷன் முடித்தவருக்குக் கட்டுக் கட்டினார்கள். ஸ்ட்ரெச்சர் தாங்கிகள் அந்த மனிதனை அப்புறம் எடுத்துச் சென்றதும் ஒரு டாக்டர் "இப்போது அமெரிக்க டெனன்டியைக் கொண்டு வரட்டும்," என்றார்.

அவர்கள் என்னைத் தூக்கி மேஜை மீது படுக்க வைத்தனர். மேஜை வழவழப்பாகவும் கெட்டியாகவும் இருந்தது. உள்ளே முழுதும் ஒரே மருந்து நாற்றம் மூக்கைத் துளைத்தது. அயடினுடன் கலந்து ரத்தத்தின் இனிமையான மணமும் சேர்ந்து வீசிற்று. என்னுடைய சராயைக் கழட்டிவிட்டு, டாக்டர் கேப்டன் என்னைப் பற்றிய அறிக்கையைச் சொல்லிக் கொண்டே இருந்தார். பக்கத்தில் நின்று "ஸார்ஜன்ட் அட்ஜுடன்ட்" எழுதிக் கொண்டே இருந்தார்.

"இடது தொடையிலும் வலது தொடையிலும், வலது முட்டியிலும் வலது பாதத்திலும் இவ்வாறு பல இடங்களில் காயங்கள். இவை எல்லாம் லேசான காயங்களே. வலது முட்டியிலும் பாதத்திலும் மட்டும் பலமான காயம். மண்டையில் பிளவுள்ள ஒரு காயம்," – இதை அவர் துளாவிப் பார்த்தார். ("வலிக்கிறதா" கடவுளே பிராணன் போகிறது.) அறிக்கை தொடர்ந்தது.

"மண்டை எலும்பு முறிந்திருக்கக்கூடும். எல்லாக் காயங்களும் வேலை மீது போர் முனையில் இருந்தபோது ஏற்பட்ட காயங்கள்."

“இந்தக் கடைசி வாக்கியம்தான் மிகவும் முக்கியம். வேண்டு மென்றே காயப்படுத்திக் கொண்டதாகக் குற்றம் சாட்டப்பட்டு ராணுவத் தண்டனை கிடைக்காமலிருக்க இந்த வாக்கியம்தான் பாதுகாப்பளிக்கும்” என்று என்னிடம் கூறினார். “கொஞ்சம் பிராந்தி சாப்பிடுகிறாயா? இதில் நீ எப்படிப் போய் அகப்பட்டுக் கொண்டாய்? என்ன செய்யவேண்டும் என்று முயற்சித்தாய்? தற்கொலை செய்துகொள்ளப் பார்த்தாயா? (சிப்பந்தியை நோக்கி, ‘விஷக்கிருமி பாதுகாப்பு இன்ஜெக்ஷன் கொண்டுவா. இரண்டு காலிலும் அடையாளம் செய்யுங்கள். நன்றி.) நான் இந்தக் காயங்களைச் சுத்தம் செய்துவிட்டுப் பிறகு கட்டுகட்டுகிறேன். உங்கள் ரத்தம் சுலபமாக உறைகிறதே!”

அட்ஜுடன்ட் எழுதிக்கொண்டிருந்த காகிதங்களிலிருந்து நிமிர்ந்து பார்த்து “காயங்கள் எதனால் ஏற்பட்டது?” எனக் கேட்டார்.

அதே கேள்வியை டாக்டர் என்னைப் பார்த்துக் கேட்டார்.

“கண்ணை மூடியபடியே “போர்க் குழியைத் தகர்க்கும் பீரங்கிக் குண்டுகள்” என்றேன்.

தசைகளைக் கத்தரித்து ஒழுங்குபடுத்திக் கொண்டும் காயங் களைத் துளாவிக்கொண்டே, “நிச்சயமாக அப்படித்தானே?”

தசைகளை அவர் கத்தரித்தெடுக்கும்போது என் குடலே வெளிவந்துவிடும் போலிருந்தது. முனகிக் கொண்டே, “நான் அப்படித்தான் நினைக்கிறேன்” என்று பதிலளித்தேன்.

இதற்குள் காயத்திற்குள் ஏதோ ஒன்று காப்டன் டாக்டரின் கவனத்தை ஈர்த்தது. அறிக்கை தொடர்ந்தது. “காயத்திற்குள் விரோதிகள் வீசின போர்க்குழி குண்டுச் சிதள்கள் இருந்தன.” பிறகு என்னைப் பார்த்து “இதற்காக மேலும் துளாவிப் பார்க்கலாம். ஆனால் அவசியமில்லை. இவற்றை எல்லாம் மருந்து போட்டுத் தடவி விடுகிறேன். எரிகிறதா? நல்லது இப்போது அப்படித்தான் இருக்கும். பிறகு குணமாகிவிடும் உனக்கு வலி இன்னும் ஆரம்ப மாகவில்லை. (இவனுக்கு ஒரு தம்ளர் பிராந்தி கொடுங்கள்.) அதிர்ச்சியினால் வலியின் கொடுமை முதலில் தெரியாது. ஆனால் இது இப்போதைக்குச் சரியாகிவிட்டது. நீ கவலைப்பட வேண்டாம். உள்ளே கிருமிகள் பரவாமலிருந்தால் குணமாகிவிடும். இந்த நிலை யில் பரவவும் செய்யாது. உன் மண்டைவலி எப்படி இருக்கிறது?”

“அதுவும் மிகவும் கடுமையாகத்தானிருக்கிறது.”

“அப்படியென்றால் அதிகமாகப் பிராந்தி குடிக்காதே. உனக்கு எலும்பு முறிவு இருந்தால் அதுமட்டுமே போதும். பிராந்தி வேறு வேண்டுவதில்லை,” என்றார் டாக்டர்.

என் உடம்பு பூராவும் ஒருமுறை வியர்த்தது.

"உனக்கு எலும்பு முறிவு நிச்சயமாக ஏற்பட்டிருக்கிறது. எதற்கும் தலைக்கு ஒரு கட்டு கட்டிவிடுகிறேன். அஜாக்கிரதையாய் தலையை இடித்துக் கொள்ளாதே."

என் தலைக்குக் கட்டுப்போட்டார். அவர் கைகள் வெகு வேகமாக வேலை செய்தன. கட்டுகள் ஒழுங்காகவும் கெட்டியாகவும் இருந்தன. "சரி, முடிந்துவிட்டது; போய் வாருங்கள். அதிர்ஷ்டம் உன் பக்கம் இருக்கட்டும். பிரான்ஸ் தேசம் நீடூழி வாழ்க." என்னை ஒரு பிரஞ்சுக்காரன் என்று எண்ணியே அவர் இவ்வாறு வாழ்த்தினார்.

"அவர் ஒரு அமெரிக்கர்" என்று என்னைப்பற்றி அருகிலிருந்தவர் ஞாபகமூட்டினார் மேஜருக்கு.

"அவர் பிரஞ்சுக்காரர் என்று சொன்னதாக ஞாபகம். அவர் பிரஞ்சு மொழியும் நன்கு பேசுகிறார். அவரை ஏற்கனவே தெரியும் எனக்கு. அவர் பிரஞ்சுக்காரர் என்றுதான் நான் எப்போதுமே எண்ணியிருந்தேன்" என்று அந்த காப்டன் டாக்டர் கூறினார்.

பிறகு அரை தம்ளர் 'கானியக்' பிராந்தி சாப்பிட்டு வெகு உற்சாகத்துடன் அவர் காணப்பட்டார். "கொண்டு வா அடுத்த வனை, பலமான கேசுகளாகக் கொண்டுவா, மேலும் கிருமி பாதுகாப்பு திரவம் தயாராக வையுங்கள்" என்று கூறினார். என்னை நோக்கிக் கையை அசைத்தார். நான் அங்கிருந்து தூக்கப்பட்டேன். கம்பளி என் முகத்தை மூடிக்கொண்டது. வெளியே அறிக்கை எழுதிக் கொண்டிருந்த 'சார்ஜன்ட் அட்ஜுடன்ட் மண்டியிட்டு என்னிடம், என்னுடைய பெயர், இரண்டாவது பெயர், பதவி, பிறந்த ஊர், என் அணியின் பெயர், சைன்யத்தின் பெயர், என்று எல்லா விவரங்களையும் கேட்டு எழுதிக்கொண்டான். "உங்கள் தலைக் காயத்திற்கு வருந்துகிறேன், டெனன்டி, சீக்கிரம் குணமாகிவிடும் என்று நம்புகிறேன். உங்களை இங்கிலீஷ்காரர்களின் ஆம்புலென்ஸ் லேயே அனுப்பி வைக்கிறேன்" என்றான் தொடர்ந்து.

"நான் இப்போது நன்றாகவே இருக்கிறேன். மிக்க நன்றி உங்களுக்கு" என்றேன். மேஜர் சொல்லியபடி வலிகளெல்லாம் இப்போதுதான் தோன்ற ஆரம்பித்தன. சிறிது நேரத்தில் ஆங்கி லேயரின் ஆம்புலென்ஸ் வந்தது. வேறொரு ஸ்ட்ரெச்சரில் வைத்து என்னை வண்டி உயரத்திற்குத் தூக்கித் தூக்கி உள்ளே தள்ளி விட்டனர். எனக்குப் பக்கத்தில் மற்றொரு ஸ்ட்ரெச்சரில் ஒருவன் இருந்தான். அவன் தலைக்கட்டுகளுக்கு நடுவே மூக்கு மட்டுந்தான் தெரிந்தது. அவன் கஷ்டப்பட்டுத்தான் மூச்சு விட்டுக் கொண்டி ருந்தான். எனக்கு மேலே இரு பக்கத்திலும் கொக்கிகளில் மேலும்

ஸ்ட்ரெச்சர்களில் ‘கேசு’கள் இருந்தன. எல்லாவற்றையும் சரி பார்த்துக்கொண்டு உயரமான அந்த ஆங்கிலேய டிரைவர் ‘நான் உங்களை ஆடாமல் அசையாமல் ஓட்டிச் செல்லுகிறேன். சௌக்கியமாக இருக்கிறீர்கள் என்று நினைக்கிறேன்,” என்றான். பிறகு வண்டி புறப்படும் ஓசை கேட்டது. வண்டி ஓட ஆரம்பித்தது. அத்துடன் என் வலியையும் ஓடவிட்டேன்.

ரஸ்தாவில் மேலே ஏறும்போது வண்டி மெள்ளத்தான் போயிற்று. சில இடங்களில் வண்டி நின்றது. சில இடங்களில் பின்னுக்கு நகர்ந்து, வளைந்து சென்றது. பிறகு வேகமாகவே சென்றது. மேலேயிருந்து என்மீது ஏதோ சொட்டிக் கொண்டிருப்பது போல் தென்பட்டது. பிறகு அது தாரையாகவே கொட்ட ஆரம்பித்தது. டிரைவரைப் பார்த்துக் கத்தினேன். அவன் வண்டியை நிறுத்தி, பின்னாலிருந்த துவாரத்தின் வழியே “என்ன?” “என்ன?” என்று கேட்டான். நான் விஷயத்தை விளக்கியதும், “எனக்கு மேல் ஸ்ட்ரெச்சரிலிருந்தவருக்கு ரத்தச் சிதைவு,” என்றான் அவன்.

டிரைவர் வண்டியை நிறுத்தி உட்கார்ந்தபடியே உட்புறமாக எட்டிப் பார்த்துவிட்டு, நாம் இப்போது ஏறக்குறைய மலை உச்சியில் இருக்கிறோம். என்னால் தனியாக ஸ்ட்ரெச்சரை வெளியில் எடுக்க முடியாது,” என்று கூறிவிட்டு, வண்டியை மேலே ஓட்டினான். ரத்தத் தாரை கொட்டிய வண்ணமிருந்தது. இருட்டில் மேலே எந்த இடத்திலிருந்து சொட்டியது என்று அறிய முடியவில்லை. அது என்மீது விழாமல் தடுக்க பக்கவாட்டில் சரிந்து படுத்தேன். என் ஷர்ட்டில் அது கசிந்து பரவியிருந்த இடம் கதகதப்பாகவும் பிசுபிசுப்புடனுமிருந்தது. நான் குளிரில் ஒடுங்கிக்கிடந்தேன். காலில் காயம் இந்த நிலையில் மேலேயிருந்து சொட்டிக் கொண்டிருந்த ரத்தம் எனக்குக் குமட்டலை உண்டாக்கியது. சிறிது நேரம் கழித்து மேலிருந்து ரத்தம் சொட்டுவது சிறிது குறைந்தது. சற்று நேரத்திற்கெல்லாம் மறுபடியும் முன்போலவே சொட்ட ஆரம்பித்தது. மேலே ஸ்ட்ரெச்சரில் ஏதோ நகருவது போன்ற ஓசை. அந்த மனிதர் உடலைத் திருப்பி சௌகரியமாகப் படுத்துக் கொண்டார் எனத் தோன்றியது.

“நாம் இப்போது மலை உச்சியில் இருக்கிறோம், எப்படியிருக்கிறான் அவன்?” என்று கேட்டான் டிரைவர்.

“அவன் இறந்துவிட்டான் என்று நினைக்கிறேன்,” என்றேன்.

சூரியவெளிச்சம் மறைந்ததும் பனிக்கட்டியிலிருந்து நீர்ச் சொட்டு குறைவதுபோல் ரத்தச் சொட்டும் குறைந்தது. சாலை மேலே செல்லச் செல்லக் குளிர் அதிகரித்தது. மலை உச்சியிலிருந்த வைத்திய நிலையத்தில் மேலிருந்த ஸ்ட்ரெச்சரை வெளியில் எடுத்து

விட்டு, வேறொரு ஸ்ட்ரெச்சரை அங்கு வைத்தனர். வண்டி மேலே சென்றது.

10

போர்முனை ஆஸ்பத்திரியில் என் வார்டில் அன்று மாலை என்னைக் காண யாரோ வரப்போகிறார்கள் என்று என்னிடம் தெரிவித்தார்கள். வெப்பம் அதிகமாயும் அறை எல்லாம் ஈக்கள் மொய்த்துக் கொண்டுமிருந்தன. காகிதங்களை எல்லாம் கிழித்து என்னுடைய வேலையாள் ஒரு குச்சியில் கட்டி ஈ ஓட்டிக் கொண்டிருந்தான். இவன் சற்றுக் கண்ணயர்ந்ததும் ஈக்கள் திரும்ப வந்து என்னை மொய்த்துக் கொண்டன. நான் ஊதி ஊதி அவைகளை ஓட்டினேன். கடைசியில் கைகளால் முகத்தை மூடிக் கொண்டு தூங்கிவிட்டேன்.

நான் விழித்துக் கொண்டபோது கால்களில் தினவு ஏற்பட்டது. வேலையாளை எழுப்பிக் கட்டு போட்டிருந்த இடத்தில் கொஞ்சம் நீர்விடச் செய்தேன். அதனால் என் படுக்கை நனைந்து குளிர்ச்சியாக மாறியது. பிற்பகல் அமைதியாகவே கழிந்தது. மறுநாள் காலை மூன்று ஆண் நர்ஸுகளும் ஒரு டாக்டரும் முறைப்படி ஒவ்வொரு படுக்கைக்கும் வந்து, எங்களைத் தனித்தனி அறைக்கு எடுத்துச்சென்று புதுக்கட்டுகள் போட்டுக்கொண்டிருக்கும் சமயத்தில் சிப்பந்திகள் படுக்கைகளையும் தட்டி மாற்றிப்போட்டனர். நோயாளி படுக்கையிலிருந்தபடியே படுக்கையை மாற்றமுடியுமா என்பது அப்போது எனக்குத் தெரியாது. நான் என் கால்கட்டின் மீது ஜலத்தை விடச்சொல்லி, எங்கெங்கே எனக்குத் தினவு ஏற்பட்டதோ அங்கெல்லாம் சொறிந்துவிடும்படி என் வேலைக்காரனுக்குச் சொல்லிக்கொண்டிருந்த போது, டாக்டர் ஒருவர் ரெனால்டியை அழைத்துக்கொண்டு உள்ளே வந்தார். அவன் வெகு அவசரமாக வந்து என் படுக்கையை அணுகிக் குனிந்து என்னை முத்தமிட்டான். அவன் கைகளில் கையுறை அணிந்திருந்தான்.

"எப்படியிருக்கிறாய், நண்பா? இப்போது எப்படி இருக்கிறது? இந்தா, உனக்கென்றே கொண்டுவந்தேன்," என்று ஒரு பிராந்திப் புட்டியை வெளியிலெடுத்தான். சேவகன் நாற்காலி கொண்டுவந்ததும் ரெனால்டி அதில் உட்கார்ந்து கொண்டான். மேலும் அவன் சொன்னான்: "உனக்கு நல்ல செய்தி ஒன்றுகொண்டு வந்திருக்கிறேன். உனக்கு விருதுகள் வழங்கப் போகிறார்கள். உனக்கு வெள்ளிமுலாம் பூசிய மெடல் வாங்கிக் கொடுக்க வேண்டுமென்பது அவர்கள் விருப்பம். ஆனால் வெங்கலப் பதக்கம்தான் கிடைக்கும் போலிருக்கிறது.

என்ன நடந்ததென்று அப்படியே சொல்லு எனக்கு? நீ ஏதாவது தீரச் செயல் புரிந்தாயா?"

"அதெல்லாம் ஒன்றுமில்லை. நாங்கள் சீஸ் சாப்பிட்டுக் கொண்டிருக்கையில் ஒரு குண்டு விழுந்து எங்களை இக்கதிக் குள்ளாக்கியது" என்றேன்.

ரெனால்டி நம்பவில்லை. "விளையாடாதே. உண்மையைச் சொல். நீ கட்டாயம் ஏதாவது வீரனுக்குரிய செயல் புரிந்திருக்க வேண்டும். முன்னாலோ பின்னாலோ? ஞாபகப்படுத்திக் கொண்டு சொல்."

"நான் ஒரு செயலும் புரியவில்லையே."

"யாரையாவது உன் முதுகில் தூக்கிச் சென்றாயா? நீ பல பேர்களைத் தூக்கிச் சென்றாயாமே? கொர்தினிதான் சொன் னானே... ஆனால் முதல் சிகிச்சை ஸ்தலத்திலிருந்த மேஜர் அவ்வாறு நீ செய்திருக்க முடியாது என்றாராம். உன்னைப்பற்றிய பிரதாபத்தைச் சொல்லும் அறிக்கையை மேஜர் அங்கீகரித்துக் கையெழுத்திட வேண்டும்."

"என்னால் அசையவே முடியவில்லை. நான் எப்படி இன்னொரு வனை என் முதுகில் தூக்கிச் சென்றிருக்க முடியும்?"

"அதனாலென்ன? அது ஒன்றும் பிரமாதமில்லை."

"கையுறைகளைக் கழட்டிக்கொண்டே, "உனக்கு ஒரு வெள்ளிப் பதக்கமே வாங்கித்தர முடியும் என்று நினைக்கிறேன். மற்றவர் களுக்குச் சிகிச்சை செய்வதற்கு முன்னால் உனக்கு எவ்வித உதவியும் வேண்டாம் என்று சொன்னாயா?" என்று கேட்டான்.

"அவ்வளவு கண்டிப்பாகச் சொல்லவில்லை."

"அதுவும் பரவாயில்லை. எப்படிக் காயமடைந்திருக்கிறாய் பார். எப்போதும் போர்முனையில் முன்வரிசைக்குச் செல்ல வேண்டும் என்று நீ பிடிவாதமே செய்தாயாமே. அதுவே ஒரு தீர்மானச் செயலல்லவா? அது மட்டுமல்லாமல், தாக்குதலும் வெற்றிகரமாக நடந்துவிட்டதே."

"அவர்கள் நதியைக் கடந்து முன்னேறினார்களா? திட்டப்படி?"

"கணிசமான அளவிற்கு ஆயிரம் எதிரிகளைச் சிறைப்பிடித்து விட்டனர். இதெல்லாம் அறிக்கையிலுள்ளன. நீ அதைப் படிக்க வில்லையா?"

"இல்லை."

"அதை உனக்குக் கொண்டுவந்து காட்டுகிறேன். அது வெற்றி கரமாக நடத்திய ஒரு திடீர்த் தாக்குதல்."

"மற்ற விவகாரங்களெல்லாம் எப்படி இருக்கின்றன?"

"முதல்தரமாகவே. நாங்கள் எல்லோரும் உன்னைப்பற்றி மிகவும் பெருமைப்படுகிறோம். எப்படி இது நிகழ்ந்தது என்றுமட்டும் சொல்லு. உனக்கு வெள்ளிப் பதக்கம், நிச்சயம் கிடைக்கும். எல்லா வற்றையும் சொல்லு," என்று வெகு உற்சாகத்துடன் கூறினார். பிறகு சற்று யோசனை செய்து, "உனக்கு ஒரு இங்கிலீஷ் பதக்கம் கூட கிடைக்கலாம். அங்கே ஒரு ஆங்கிலேயர்கூட இருந்தாராமே? நான் உடனே அவரிடம் சென்று உன் விஷயத்தைப் பற்றிச் சிபாரிசு செய்யும்படி கேட்கிறேன். கட்டாயம் அவரால் ஏதாவது செய்ய முடியும். நீ ரொம்ப வேதனைப்படுகிறாயா? கொஞ்சம் மதுபானம் உட்கொள். 'ஆர்டர்லி'-போய் ஒரு கார்க் திருகி எடுத்து வா. நான் செய்த ஒரு அற்புதத்தை நீ கேட்க வேண்டும். ஒருவனுக்கு மூன்று கெஜ நீளம் சிறுகுடலை அறுத்துத் தள்ளவேண்டியிருந்தது. வெற்றி கரமாகச் செய்து முடித்தேன். அவன் இப்போது 'கல்'லுப்போல் இருக்கிறான். இந்த அநுபவம் "லான்ஸெட்" பத்திரிகையில் இடம் பெறத் தகுதி வாய்ந்தது. உடம்பு எப்படியிருக்கிறது, நண்பரே. எனக்குப் பரிதாபமாக இருக்கிறது. (அடேய், எங்கே கார்க் திருகிக் கொண்டு வந்தாயா?) நீ மிகவும் தைரியசாலி. அமைதியுடனிருக்கிறாய். அதனால் நீ வேதனையால் கஷ்டப்பட்டுக் கொண்டிருக்கின்றாய் என்பதைக்கூட மறந்துவிடுகின்றேன்" என்று அவன் கனிவு ததும்பப் பேசினான்.

'ஆர்டர்லி' கார்க் திருகியைக் கொண்டு வந்தான். "புட்டியைத் திற. ஒரு தம்ளர் கொண்டு வா. இந்தா நண்பா, இதைச் சாப்பிடு. உன் மண்டைக் காயம் எப்படி இருக்கிறது? உன் காகிதங்களைப் பார்த்தேன். எலும்பு முறிவு ஒன்றுமில்லை என்று நினைக்கிறேன். அந்த மேஜர் கசாப்புக் கடைக்காரனைப் போன்றவர், இரக்கமற்றவர். நான் உன்னைக் கவனித்துக் கொள்ளுகிறேன். வலியே ஏற்படாமல் பார்த்துக் கொள்ளுகிறேன். நான் எவனுக்குமே வலி உண்டாக்க மாட்டேன். அப்படியே நான் பழகிவிட்டேன். ஒவ்வொரு நாளும் மேலும் மேலும் வெகு லாவகமாகச் செயல்புரியக் கற்றுக் கொண்டே இருக்கிறேன். நான் நிறையப் பேசுகிறேன். என்னை மன்னிக்க வேண்டும். நீ காயமுற்றிருப்பதைப் பார்க்க எனக்குக் கவலையாக இருக்கிறது. இந்தப் பானம் நல்லது. சாப்பிடு. பதினைந்து லீரா கொடுத்து உயர்ந்த ரகமான மது வாங்கி வந்தேன். அதில் ஐந்து நட்சத்திரச் சின்னம் காணப்படுகிறது பார். இங்கிருந்து போனதும் அந்த இங்கிலீஷ்காரரைப் பார்க்கிறேன். அவர் நிச்சயமாய் உனக்கு இங்கிலீஷ் பதக்கம் வாங்கித் தருவார்.'

"அவ்வளவு எளிதா இங்கிலீஷ் பதக்கம் பெறுவது?"

"நீ ரொம்ப அமரிக்கையானவன். தொடர்பை உண்டாக்கும் அதிகாரியை நான் அனுப்புகிறேன். இங்கிலீஷ்காரரை அவர் கவனித்துக்கொள்ளுவார்."

"மிஸ். பார்க்லியைப் பார்த்தீர்களா?"

"அவளை இங்கே கூட்டி வருகிறேன். இப்பவே போகிறேன்" என்று அவன் புறப்படத் தயாரானான்.

"போக வேண்டாம். நம்முடைய நகரம் 'கொரிஜியா' எப்படி இருக்கிறது, சொல். விடுதியில் உள்ள பெண்கள் எப்படி இருக் கின்றனர்?"

"அங்கே "பெண்கள்" என்று சொல்லப்படுவதற்கு யாருமே யில்லை. இரண்டு வாரமாக யாரும் மாற்றப்படவேயில்லை. எல்லாம் பழைய உருப்படிகள். அவர்களையெல்லாம் போர்முனைத் தோழர் கள் என்றே சொல்லலாம்."

"நீ அங்கே இப்போதெல்லாம் போவதில்லையா?"

"புதிய குட்டிகள் யாராவது இருக்கிறார்களா என்று எப்போ தாவது பார்க்கப் போவேன். அவர்கள் உன்னைப்பற்றிக் கூட விசாரித்தனர். நம்முடன் நெருங்கிய தோழமை கொள்ளும் அளவுக்கு நீடித்து அவர்களை அங்கே வைத்திருப்பது ஒரு வெட்கக்கேடு."

"புதியதாக எவளும் போர்முனையில் பணியாற்ற முன்வர வில்லை என்றுதான் நினைக்க வேண்டியிருக்கிறது."

"இல்லை இல்லை. அநேகம்பேர் வரத் தயாராகத்தான் இருக் கின்றனர். நிர்வாகம் அவ்வளவு மோசம். போர்முனையில் பின் வரிசையில் பள்ளங்களில் பதுங்கி ஏமாற்றும் கோழைகளுக்காக அவர்களை வைத்திருக்கிறார்கள்.

"ரெனால்டி, இப்போது உனக்காக நான் பரிதாபப்படுகிறேன். புதிய போர்களைப் புகுத்தாத போர்முனை என்ன போர் முனையப்பா." அவன் இன்னுமொரு தம்ளர் பிராந்தி உட்கொண் டான். நானும் சாப்பிட்டேன். உடம்பில் சூடேறியதை உணர்ந்தேன். ரெனால்டி தொடர்ந்து பேசினான். "இந்த மாதிரி ஆஸ்பத்திரியில் படுத்திருந்து தனிமையில் விடப்பட்டால் எனக்குப் பயித்தியமே பிடித்துவிடும். நீ சீக்கிரமே விடுதிக்கு வந்துவிட்டால் நல்லது என்றுகூடத் தோன்றுகிறது. நீ இல்லாமல் எனக்கு வெறிச்சென்றிருக் கிறது. ஊர் சுற்றி விட்டு வரும்போது கேலியாகப் பேச ஒருவரு மில்லை. வேண்டியபோது பணம் கொடுத்துதவ ஒருவருமில்லை. உற்ற துணை ஒருவருமில்லை. நண்பனொருவனில்லாத அறை வெறிச்சென்றுதான் இருக்கிறது."

"நீ தமாஷாய்க் கேலி செய்வதற்குப் பாதிரியார் இருக்கிறாரே?"

நற்றிணை பதிப்பகம் • 79

“அவரைக் காப்டன்தான் நிரம்பக் கேலி செய்கிறான். அவர் நல்லவர். அவர்கூட உன்னைப் பார்க்க வரப்போவதாகத் தயார் செய்து கொண்டிருந்தார்.”

“அவரை எனக்குப் பிடித்திருக்கிறது.”

“ஆமாம், ஏன் பிடிக்காது. நீங்கள் இரண்டுபேரும் ஏறக்குறைய ஒரே போக்குள்ளவர்கள்தானே? அன்கோனா சைன்யத்தின் முதல் படையிலிருப்பவர்களைப் போலவே.”

“நீ நாசமாய்ப் போக” என்று அவனை அன்புடன் சபித்தேன். என்னைக் கிண்டுவதில் அவனுக்குச் சந்தோஷம். என் பாதிரியார், என்னுடைய இங்கிலீஷ்காரப் பெண் என்று அவர்களை என்னோடு இணைத்தே பேசுவார். இப்போதும், “நீ பார்ப்பதற்கு அமரிக்கையாக இருந்தாலும் உள்ளூர என்னைப் போலத்தான்” என்றார்.

“நான் ஒன்றும் அப்படி இல்லை.”

“அப்படித்தான். உண்மையில் நீர் இத்தாலியன்தான். உள்ளம் முழுதும் உணர்ச்சி நிரம்பியது. உணர்ச்சியைத் தவிர வேறொன்றுமே இல்லாதது. அமெரிக்கன் என்று நடிக்கிறாய். நாம் உண்மையில் சகோதரர்களே. நம்மை அன்பு பிணைத்திருக்கிறது” என்றான் ரெனால்டி.

“போய் வா. நான் இல்லாதிருக்கும்போது நல்ல பிள்ளையாக இரு” என்று அவனுக்கு விடையளித்தேன்.

“நான் போய் மிஸ் பார்க்லியை அனுப்புகிறேன். நானில்லாமல் அவளுடன் சிறிது நேரம் இருந்தால் உனக்கு எல்லாம் சரியாகிவிடும்” என்றான். மறுபடியும் அவளைச் சபித்தேன். அவனுடைய பேச்சை விரும்பாதவன் போல.

“அவளை அவசியம் அனுப்புகிறேன். உணர்ச்சியற்ற சிலை போன்ற உன் தேவதை; ‘அந்த’ இங்கிலீஷ்கார தேவதை; கடவுளே, அப்படிப்பட்ட ஒரு பெண்ணைப் பூஜை செய்வதைத் தவிர ஒரு ஆண் வேறென்ன செய்ய முடியும்? ஆமாம், ஆங்கிலேயப் பெண்கள் வேறு எதற்கும் அருகதையுள்ளவர்கள்?” என்று அவன் அடுக்கிக் கொண்டே போனான்.

“அறிவிலியே, கசடனே, அநுபவமற்ற மூடா,” என்றெல்லாம் அவனைத் திட்டினேன். அவனுக்குச் சுருக்கென்று தைக்கும்படி வார்த்தைகள் சொன்னேன். அதையெல்லாம் அவன் பொருட்படுத்தவில்லை. அவன் தன்னுடைய அநுபவத்தைப் பற்றிப் பெருமையாகச் சொன்னான்.

“கேள். உன்னுடைய தேவதையைப் பற்றிச் சொல்லுகிறேன். அவள் மிக மிக நல்லவள், பரிசுத்தமானவள். அவளை நீ அடைய

முயல்வது அவளுக்கும் உனக்கும் மனக்கஷ்டங்களை உண்டாக்கும். முக்கியமாக அவளுக்குத்தான் மிக்க வேதனை உண்டாக்கும். அதைவிடச் சற்று அனுபவமுள்ள இதர பெண் யாரையாவது பார்ப்பது நல்லது. உன்மீது எனக்குக் கோபமில்லை, நண்பனே, உன் நலனுக்காகவே சொன்னேன். இது சிறிய விஷயம்தான். என்றாலும் லட்சக்கணக்கான ஆண்கள் முட்டாள்கள்தானே! இதைப் புரிந்துகொள்ளுவதில்லை" என்றான்.

"எனக்கு இந்த உபதேசத்தைச் சொன்னாயே, மிகவும் நன்றி."

"நாம் இதைக் குறித்து வாக்குவாதம் செய்ய வேண்டாம். கொஞ்சம் சிரி, பார்க்கலாம். இன்னுமொரு தம்ளர் பிராந்தி சாப்பிடு. நான் போக வேண்டும். எனக்கு விடைகொடு" என்றான் என் நண்பன் ரெனால்டி.

அவன் என்மீது குனிந்தான். முகத்தை என் அருகில் கொண்டு வந்தான். "நான் மறுபடியும் வந்து உன்னைப் பார்க்கிறேன். அந்த ஆங்கிலேயப் பெண்ணையும் அனுப்பி வைக்கிறேன். போய் வருகிறேன். 'குட்–பை', 'பிராந்திப் புட்டியைப் படுக்கைக்குக் கீழே வைத்திருக்கிறேன். சீக்கிரமே குணமடைந்து விடு" என்று சொல்லி விட்டு அவன் அங்கிருந்து சென்றான்.

11

பாதிரியார் வந்தபோது இருட்ட ஆரம்பித்துவிட்டது. அப்போது தான் எனக்களித்த 'ஸூப்'பைக் குடித்து முடித்தேன். அருகிலிருந்த படுக்கை வரிசைகளையும் உத்தரத்தையும் பார்த்துக் கொண்டிருந்தேன். இடையிடையே ஜன்னல் வெளியே மரங்களையும் வானத்தையும் நோக்கினேன். இரவுகளில் சிகிச்சைக்காக யாராவது உள்ளே கொண்டு வரப்பட்டால் மட்டுமே அப்போதுதான் விளக்குப் போடுவார்கள். அஸ்தமித்தவுடனே நான் படுக்கையில் புகவேண்டிய இந்த நிலைமையைக் கருதும்போது என் பிள்ளைப் பிராயத்தில் சீக்கிரம் சாப்பிட்டுவிட்டுப் படுக்கச் செல்லுவது நினைவுக்கு வருகிறது. இந்தச் சமயத்தில் என்னுடைய 'ஆர்டர்லி' பாதிரியாருடன் பக்கத்தில்வந்து நின்றான். பாதிரியார் ஒரு சிறு மூட்டையைக் கொண்டு வந்தார்.

"உனக்கு உடம்பு எப்படி இருக்கிறது?"

"இப்போது ரொம்ப தேவலை."

அவர் ரெனால்டிக்காகப் போட்டிருந்த நாற்காலியில் அமர்ந்து அப்படியும் இப்படியும் பார்த்தார். அவருக்கு என்ன பேசுவதென்றே தோன்றவில்லை. சோர்வடைந்தவர் போலக் காணப்பட்டார்.

"நான் ஒரு நிமிஷம்தான் இருக்க முடியும். நேரமாகி விட்டது" என்றார்.

"நேரமாகவில்லை, உட்காருங்கள். சாப்பாடு விடுதி நன்றாக நடந்து கொண்டிருக்கிறதா?" என்று விசாரித்தேன்.

"அங்கே நான்தான் அவர்கள் வேடிக்கைக்கு இலக்கு. கடவுள் புண்ணியத்தில் அங்கே எல்லோரும் சுகமாகவே இருக்கிறார்கள். உன்னைக் காணாதது எங்களுக்கெல்லாம் பெரிய குறையே. முக்கிய மாக எனக்குத்தான். நாம்தானே கூடிக் கூடிப் பேசிக் கொண்டி ருப்போம். உனக்குச் சில சாமான்கள் கொண்டு வந்தேன்" என்று அவர் தான் கொண்டுவந்த மூட்டையை அவிழ்த்து ஒரு கொசு வலை, ஒரு மதுப்புட்டி, சில ஆங்கில சஞ்சிகைகள் முதலியவற்றை வெளியே எடுத்து வைத்தார்.

"உனக்கு 'வெர்மத்' பிடிக்குமே என்று வாங்கி வந்தேன்" என்றார்.

கொசுவலையை எடுத்துக் கையில் வைத்தபடியே அவரை நன்றியுடன் பார்த்தேன். சஞ்சிகையின் தலைப்புத் தெரிந்தது. "உலகச் செய்திகள்" சில சஞ்சிகைகள் நிரம்பப் படங்கள். "இவைகள் எல்லாம் எனக்கு இங்கே பொழுதைக் கழிக்க உதவும். இதை எங்கே வாங்கினீர்கள்?"

"மெஸ்ட்ரி" என்னும் நகரத்திற்குச் சொல்லியனுப்பித் தரு வித்தேன். இன்னும்கூட சஞ்சிகைகள் வரும். அனுப்பி வைக்கிறேன்."

"நீங்கள் என்மீது மிக்க அன்பு காட்டுகிறீர்கள், நீங்கள் கொஞ்சம் மது அருந்துகிறீர்களா?"

அவர் வேண்டாமென்று மறுத்தார். வற்புறுத்தி அவருடன் நானும் கொஞ்சம் அருந்தினேன்.

இதற்குப் பிறகும் பாதிரியாரிடம் முதலில் காணப்பட்ட சோர்வு குன்றவில்லை. "ஏன் நீங்கள் களைப்புடன் இருக்கிறீர்களே?" என்று கேட்டேன்.

"ஆம், நான் சிறிது களைப்படைந்துதானிருக்கிறேன். களைப் புறுவதற்குக் காரணமில்லாவிட்டாலும் கூட" என்றார் பாதிரியார்.

"வெப்பத்தின் காரணமாக இருக்கலாம்" என்றேன் நான்.

"அப்படியொன்றுமில்லை. இப்போது வசந்தகாலம்தானே, வெப்பமில்லையே. என்னமோ, நான் உற்சாகம் குன்றித் தானிருக் கிறேன்" என்றார் பாதிரியார்.

"யுத்தத்தைப் பற்றி வெறுப்புண்டாகியிருக்கிறதென்று நினைக் கிறேன்" என்று நான் கூறினேன்.

"யுத்த வெறுப்பென்று சொல்லாவிட்டாலும், போரை நான் முற்றிலும் விரும்பவில்லை."

"எனக்கும் அப்படித்தான். எனக்குக் காயம் ஏற்பட்டது தற் செயலாகவே. காயமேற்பட்டபோது நான் பணிவுடன் சாதாரண மாகப் பேசிக்கொண்டுதானிருந்தேன். போரைப் பற்றித்தான் பேசினோம்.

கையிலிருந்த தம்ளரைக் கீழே வைத்துவிட்டு, "எனக்குத் தெரியும் அவர்களை. அவர்களும் ஏறக்குறைய என்னைப் போலத் தான். போர் என்றால் பிடிக்காது" என்றார்.

"அதிகாரிகள் இதைப்பற்றி எல்லாம் அதிகம் சிந்திப்பதே இல்லை. அவர்கள் துருப்புகளைவிட மாறுபட்ட சுபாவமுள்ளவர்கள்" என்றேன்.

"அவர்கள் தன்மையே மாறுபட்டதுதான். அவர்களுடைய பணமும், படிப்பும் அதற்குக் காரணமல்ல. காரணம் வேறு. பாஸினி போன்றவர்களுக்குப் படிப்பிருந்தாலும் கூட, அதிகாரிகளாவதை விரும்பமாட்டார்கள். ஏன் நான்கூட ஒரு அதிகாரியாயிருக்க விரும்பமாட்டேன்" என்றார் பாதிரியார்.

"நீங்கள் அதிகாரி அந்தஸ்து படைத்தவர்தானே. நானும் ஒரு அதிகாரிதானே" என்று சுட்டிக்காட்டினேன்.

"உண்மையில் நான் அதிகாரி அல்ல. நீயோ இத்தாலிய தேசத்தவன் கூட இல்லை. அயல் நாட்டான். நீயும் மற்ற அதிகாரி களுடன்தான் நெருங்கிப் பழகுவாயே தவிர துருப்புகளுடன் அல்ல. அப்படித்தானே?" என்றார்.

"இது இரண்டிற்கும் என்ன வித்தியாசம்?"

"என்னவென்று எளிதில் சொல்லவியலாது. போரையே விரும்பும் மக்களும் சிலர் இருக்கின்றனர். இந்தத் தேசத்தில் அப்படிப்பட்ட வர்கள் பலர் இருக்கிறார்கள். இன்னும் சிலர் யுத்தம் என்றாலே பிடிக்காதவர்கள்."

"ஆனால் முதல் இனத்தைச் சேர்ந்தவர்கள் இரண்டாவது வர்க்கத்தினரை வலுக்கட்டாயமாக போரில் அமிழ்த்தி விடலா மல்லவா?"

"ஆமாம்"

"நான் அயல்நாட்டான். நீ தேசாபிமானம் மிகுந்தவன்."

"போர் வேண்டாமென்று சொல்லுபவர்களால் போரை நிறுத்த முடியுமா?"

நற்றிணை பதிப்பகம் ● 83

"எனக்குத் தெரியாது."

அவர் ஜன்னலுக்கு வெளியே நோக்கினார். நான் அவர் முகத்தையே கூர்ந்து கவனித்தேன்.

"அவர்களால் எப்போதாவது போரை நிறுத்த முடிந்திருக்கிறதா?"

"நிறுத்துவதற்கான ஏற்பாட்டுடன் அவர்கள் ஒருமைப் படுவதில்லை. ஒருகால் அவ்வாறு ஒருமைப்பட்டாலும்கூட அவர்களுடைய தலைவர்கள் அவர்களுக்குத் துரோகம் செய்துவிடுகிறார்கள்.

"அப்படியென்றால் விமோசனமே இல்லையா?"

"முற்றிலும் இல்லை என்று சொல்ல முடியாது. சில சமயங்களில் முடியும் என்றே நான் நம்புகிறேன். ஏன், எப்போதும் அப்படித்தான் நம்புகிறேன். ஆனால் சில சமயம் மட்டும் நம்பிக்கை இழந்துவிடுகிறேன்."

"இந்தப் போர்கூட சீக்கிரமே நின்றுவிடக்கூடும்."

"அப்படியே நிற்கட்டும் என்பதுதான் என் விருப்பமும்."

"நின்றுவிட்டால் நீங்கள் என்ன செய்வீர்கள்?"

"முடிந்தால் நான் அப்ரூஸ்ஸிக்குத் திரும்பிப் போவேன்." இதைச் சொல்லும்போதே அவர் முகம் மலர்ந்தது.

"அந்த ஊரை உங்களுக்குப் பிடிக்கிறதா?"

"ரொம்பவும் பிடிக்கிறது. அங்கே போக எல்லையற்ற ஆசை. அங்கேயே வாசம்செய்து, ஆண்டவனைத் தொழுது கொண்டு சேவை செய்தால், மிக நன்றாக இருக்கும்."

"எல்லோராலும் கௌரவிக்கப்படவும் கூடும்."

"ஏன் கூடாது? அதில் ஏளனம் என்ன இருக்கிறது. கடவுளைத் தொழுதும்கூட கௌரவமாக இருக்க முடியாதா? முடியுமென்றுதான் நாங்கள் நம்புகிறோம்."

"எனக்குப் புரிகிறது" என்றேன். பாதிரியார் என்னை உற்று நோக்கிப் புன்னகை புரிந்தார்.

"புரியலாம், ஆனால் ஆண்டவனிடத்தில் உனக்கு அன்பு இல்லை" என்று கூறிவிட்டு மேலும் தொடர்ந்து, "அவனிடம் உனக்குப் பக்தி துளிகூட இல்லையா?" என்று அவர் மறுமுறை என்னைக் கேட்டார்.

"இராக்காலங்களில் சில சமயங்கள் அவரிடம் எனக்குப் பயம் ஏற்படுகிறது?" என்று நான் பதிலளித்தேன்.

"நீ அவரிடம் அன்பு கொள்ள வேண்டும்."

"எனக்கு அதிகமாக அன்பு கொள்ளத் தெரியாது."

"இல்லை தெரியும், இராக்காலங்களில் என்று நீ சொன்னாயே, அதெல்லாம் மிருக உணர்ச்சி, காம உணர்ச்சி, அன்பு அல்ல. அன்பு இருந்தால் அன்பு செலுத்தும் வஸ்துவுக்குத் தொண்டு செய்யத் தோன்றும். அதற்காகத் தியாகம் செய்யத் தோன்றும்."

"நான் அன்பு செலுத்துவதே இல்லை"

"செலுத்துவாய். உன்னால் முடியும் என்று எனக்குத் தெரியும். எப்போது நீ சந்தோஷமாக இருப்பாய்.

"இப்போது சந்தோஷமாகத்தானிருக்கிறேன். எப்போதும் சந்தோஷமாகவேதான் இருந்திருக்கின்றேன்."

"அது வேறு விஷயம், அந்தச் சந்தோஷமே வேறு. அதை அடைந்தால் நீயே உணர்வாய்."

"நல்லது, நான் அதை அடைந்தால் உன்னிடம் அவசியம் தெரிவிக்கிறேன்."

"நான் நீண்டநேரம் தங்கிவிட்டேன்; போக வேண்டும்."

"போகவேண்டாம், உட்காருங்கள். பெண்கள்மீது காதல் கொள்ளவதைப்பற்றி என்ன சொல்லுகிறீர்கள். நான் உண்மையாகவே ஒருவளைக் காதலித்தால், அந்தச் சந்தோஷம் நீஙகள் சொல்லுவது போல் இருக்குமா?"

"அது எதுபோல் இருக்கும் என்று தெரியாது. நான் எந்தப் பெண்ணையும் காதலித்ததில்லை."

"உங்கள் தாயாரிடம் அன்பு கொண்டதில்லையா?"

"ஆமாம், அன்பு செலுத்தியிருக்கத்தான் வேண்டும்."

"நீங்கள் எப்போதுமே ஆண்டவனிடம் அன்புள்ளவர்?"

"சிறு பையனாக இருந்தபோதிலிருந்தே அப்படித்தான்."

"அப்படியா, எனக்கு என்ன சொல்லுவதென்றே விளங்க வில்லை. நீங்கள் இப்போதும்கூட ஒரு நல்ல பையனாகத்தான் இருக்கிறீர்கள்" என்றேன். அவர் சிரித்தார்.

"அப்படி இருந்தும் என்னைத் தகப்பனாரே (Father) என்று தானே அழைக்கிறீர்கள்" என்றார் பாதிரியார்.

"அது மரியாதைக்காகச் சொல்லும் வழக்கு."

"சரி, நான் சென்று வருகிறேன். ஏதாவது வேண்டுமானால் சொல்லு. சாப்பாட்டு விடுதியில் எல்லோரையும் விசாரித்ததாகச் சொல்லுகிறேன். "குட்பை" என்று அவர் கிளம்பினார்.

"தாங்கள் அளித்த பரிசுகளுக்கு எனது நன்றி. பிறகு சந்திப் போம்" என்று நான் விடை கொடுத்தனுப்பினேன்.

இருட்டாக இருந்ததால் என்னுடைய 'ஆர்டர்லி' பாதிரியாரை வாயில்வரை சென்று விட்டு வந்தான். அவரை எனக்குப் பிடித் திருந்தது. உணவு விடுதியில் அவர் நிம்மதியாக இருக்கவில்லை. சொந்த ஊர் அப்ரூஸ்ஸிக்குச் சென்று அவர் ஆனந்தமாக இருக்கவேண்டும் என்று விரும்பினேன். உடனே அவர் ஊரைப்பற்றி என் சிந்தனை சென்றது. 'காப்ரகோட்டா'விலுள்ள நீரோடையில் ஏராளமாக மீன்கள் இருக்கின்றன. அங்கெல்லாம் இராக்காலங் களில் புல்லாங்குழல் வாசிக்கக் கூடாதாம். இரவில் குழலிசை பெண்களுக்காகாதாம். குடியானவர்கள் உங்களை எசமான், எசமான் என்று வரவேற்பார்கள். அவர்கள் வீட்டில் சிற்றுண்டி கொண்டால் அவர்களுக்கு மிகப் பெருமை. வேட்டையாட வசதிகள் மிக்க இருக்கின்றன. பாதிரியாரின் தகப்பனார் தினந் தோறும் வேட்டையாடச் செல்லுவார். அயல் நாட்டான் வேட்டைக்குச் சென்றால் அவன் ஜெயிலுக்குச் சென்றதில்லை என்று அத்தாட்சிப் பத்திரம் வேண்டும். இத்தாலி தேசத்திலேயே அப்ரூஸ்ஸியில்தான் வசந்த காலம் மிக்க அழகு. இவ்வாறு பாதிரியார் சொன்ன விஷயங்களைப் பற்றியெல்லாம் நான் நினைத்து நினைத்துப் பார்த்துக்கொண்டேன். அப்படியே தூங்கிப் போய்விட்டேன்.

12

நான் ஆஸ்பத்திரியிலிருந்த அறை நீளமானது. வலது பக்கத்துச் சுவரில் ஜன்னல்கள் இருந்தன. மறுபக்கத்தில் சுவர்க்கோடியில் ஒரு கதவிருந்தது. அதற்கப்பால் சிகிச்சை அளிக்கப்படும் அறை. படுக்கைகள் இரண்டு வரிசையாகப் போடப்பட்டிருந்தன. நான் இருந்த படுக்கை ஜன்னலுக்கு எதிர்ப்புறம். இடது பக்கமாகத் திரும்பிப் படுத்தால் சிகிச்சை அறை தெரியும். வலது பக்கமாகப் படுத்தால் ஜன்னல் வெளி தெரியும். அபாய நிலையிலுள்ள நோயாளி யாராவது இறக்கும் தருவாயிலிருந்தால் அதை மற்றவர் பார்க் காமலிருக்க அவன் படுக்கைக்கும் மற்ற படுக்கைக்குமிடையே ஒரு மறைவு வைத்து விடுவார்கள். திரைக்குக் கீழே டாக்டரின் பூட்ஸ் கால்களும், ஆண் நர்ஸுகளின் கால் பட்டிகளும் மட்டுமே தெரியும். பிறகு பாதிரியார் உள்ளே செல்லுவார். சிறிது நேரத்திற்குப்பின் திரைமறைவிலிருந்து அவரும் வெளியே போய்விடுவார். நர்ஸுகள் திரைக்குப் பின்னால் குசுகுசுவென்று பேசுவது கேட்கும். உடனே ஒருவனைக் கம்பளத்தால் மூடி வெளியே எடுத்துச் செல்லுவர். திரையை மற்றொருவன் மடித்து எடுத்துப்போடுவான்.

சிகிச்சை அறைக்குப் போகும்போது ஜன்னலிலிருந்து பார்த்தால் வெளியே தோட்டத்தில் புதிய கல்லறைகள் தெரியும். ஒரு சிப்பாய் சிலுவைச் சின்னங்கள் தயார் செய்து ஒவ்வொன்றிலும் இறந்தவனின் பெயர், பதவி, படை, அணி முதலிய விவரங்களை எழுதிக் கொண்டிருந்தான். அந்தச் சிப்பாய் எங்களுக்குத் தேவைப் பட்டால் நாங்கள் இட்ட சில்லறை வேலைகள் ஏதாவது செய்வான்.

அன்று காலை டாக்டர் மேஜர், நான் மறுநாள் பிரயாணம் செய்யத் தகுதியான நிலையிலிருக்கிறேனா என்று விசாரித்தார். என்னால் முடியும் என்றேன். அதிகாலையிலேயே என்னைப் பிரயாணப்படுத்தி அனுப்பிவிடுவதாயும் வெய்யிலுக்கு முன் அவ்விடத்திலிருந்து கிளம்பி விடுவது நல்லது என்றும் கூறினார்.

டாக்டர்கள் எல்லோருமே அன்புடன் பணியாற்றினர். திறமை வாய்ந்தவர்களாகவும் காணப்பட்டனர். என்னை மிலானுக்கு அனுப்புவதில் அவர்கள் சிரத்தை காட்டினர். அங்கே 'எக்ஸ்ரே' வசதிகள் உள்ளன. எனக்கு அங்கே ஆயுத சிகிச்சை பயனளிக்கும் என அவர்கள் நம்பினர். எனக்கும் அங்கே செல்ல விருப்பம். மீண்டும் போர்த்தாக்குதல் ஏற்பட்டால் நோயாளிப் படுக்கைகளுக்கு நெருக்கடி ஏற்படுமாகையால் சீக்கிரம் அங்கிருந்து என்னை வெளியேற்றுவதில் முனைந்தனர்.

அன்றிரவு ரெனால்டியும், சாப்பாட்டு விடுதியிலிருந்த மேஜரும் என்னைக் காண வந்தனர். மிலானில் அப்போதுதான் ஆரம்பிக்கப் பட்ட அமெரிக்க ஆஸ்பத்திரிக்கு நான் அனுப்பப்படுவதாயும், இங்கிருந்து சில அமெரிக்க ஆம்புலென்ஸ்களைக்கூட அனுப்பி வைக்கப் போவதாயும், என்னையும் என்னைப் போன்று இத்தாலியப் போரில் ஈடுபட்டுள்ள இதர அமெரிக்கர்களையும் கவனித்துக் கொள்ளவே அது நிறுவப்பட்டிருக்கிறது என்றும் சொன்னார்கள். அமெரிக்கரில் பலர் செஞ்சிலுவைப் படையில்தான் இருந்தனர். ஏனெனில், ஜெர்மனி மீதுதான் அமெரிக்கா போர் தொடுத்திருந்ததே தவிர, ஆஸ்திரியாமீது அல்ல. எனவே ஆஸ்திரியப் போரில் அவர்கள் ஈடுபடவில்லை.

சீக்கிரத்திலேயே ஆஸ்திரியாமீது கூட அமெரிக்கா போர் தொடுக்கும் என்று இத்தாலியர்கள் எதிர்பார்த்தனர். ஆகையால் செஞ்சிலுவைப் படையைச் சேர்ந்தவனென்றாலும் அமெரிக்கர் என்றாலே அவர்கள் மிகுந்த பரபரப்புக் காட்டினர். ஜனாதிபதி வில்ஸன் ஆஸ்திரியாமீது போர்ப் பிரகடனம் செய்வாரா என்று என்னைக் கேட்டதற்கு, "செய்யலாம், சில நாட்களுக்குள்ளாகவே செய்யலாம்" என்றேன். ஆஸ்திரியா மீது போர் செய்ய அமெரிக்காவுக்கு என்ன காரணமிருக்கிறது என்பதைப்பற்றி எல்லாம் எனக்கு ஒன்றும் தெரியாது. ஆனால் ஜெர்மனிமீது போர் என்றால் ஆஸ்திரியா மீதும் போர் தொடுப்பது நியாயம்தான் என்று

பட்டது. அவர்கள் ஏதோ கேட்டார்கள். எனக்குத் தோன்றியதைச் சொன்னேன். அமெரிக்கா துருக்கிமீது போர் தொடுக்குமா என்று சிலர் என்னைக் கேட்டார்கள். 'டர்க்கி' (வான் கோழி) எங்கள் தேசிய சின்னமாயிற்றே என்று சிலேடையாகச் சொன்னேன். ஆனால் மொழி வேறுபாட்டில் சிலேடையை அவர்களால் புரிந்து கொள்ள முடியவில்லை. "போர் புரியலாம்" என்று நான் சொன்ன தாக அவர்கள் சந்தோஷப்பட்டனர். பல்கேரியாமீது? பிராந்தி அதிகம் சாப்பிட்ட மயக்கம் எனக்கு அதிகமாகிக் கொண்டிருந்தது. நான் "ஆமாம், பல்கேரியா மீது கூட," என்றேன். "ஜப்பான்மீது கூடவா?" "ஆமாம்," என்றேன். ஆனால் ஜப்பான் ஆங்கிலேயரின் நேச நாடல்லவோ என்று சுட்டிக்காட்டினர். அதனால் என்ன? இங்கிலீஷ்காரரை நம்பக் கூடாது. ஜப்பானியருக்கு எப்படியாவது ஹவாய் தீவுகளை அடையவேண்டுமென்ற ஆவல். ஹவாய் எங்கிருக்கிறது? பஸிபிக் சமுத்திரத்தில்தானே? ஜப்பானியருக்கு எதற்கு இந்தத் தீவுகள்? அவர்களுக்கு உண்மையில் தேவை இல்லைதான். இருந்தாலும் அவர்கள் இதைப் பிடித்துக்கொள்ளப் போவதாகத்தான் பேசிக்கொள்ளுகிறார்கள். எனவே அவர்கள் மீதும்கூட போர் மூளக்கூடும்.

ஜப்பானியர்கள் ஆச்சரியமான மனிதர்கள். நடனங்களிலும் இனிய மது வகைகளிலும் பற்றுள்ளவர்கள். "பிரஞ்சுக்காரர்களைப் போலவா?" என்றார் மேஜர். "பிரான்ஸிடமிருந்து நைஸ் (Nice) ஸாவாய் (Savoi) என்ற இரு நகரங்களையும் நாங்கள் அடையவேண்டும். அதுமட்டுமல்ல. கார்ஸிகா தீவும், ஏட்ரியாடிக் கடற்கரை பூராவுமே எங்களுக்கு வேண்டும்" என்றான் ரெனால்டி. இத்தாலி பழைய ரோமாபுரியின் உன்னத நிலையைத் திரும்பவும் அடையவேண்டும் என்றார் மேஜர். எனக்கென்னமோ ரோமாபுரி பிடிக்கவில்லை. அங்கே எல்லாம் ஒரே வெய்யில். ஈக்கள் அதிகம். 'ரோமாபுரி உனக்குப் பிடிக்கவில்லையா? எனக்கு ரொம்பவும் பிடிக்கும். ரோம் தான் இன்றைய நாடுகளுக்கெல்லாம் தாய் என்பது நினைவி லிருக்கட்டும். ரோம் ராஜ்யத்தை ஸ்தாபித்த ரோமுல என்னும் அரசன், குழந்தைப் பருவத்தில் டைபர் நதிக்கரையில் எப்படி வளர்க்கப் பட்டான் என்ற சரித்திரத்தை என்னால் மறக்கவே முடியாதல்லவா? என்ன? நாம் ரோமாபுரிக்கே செல்லலாம். இன்றிரவே செல்லலாம். திரும்பியே வரவேண்டாம். ரோமாபுரி மிக அழகான நகரம்," என்று மேஜர் வெகு உற்சாகமாகப் பேசினார்.

"ரோமாபுரியை உலகினுக்கெல்லாம் ஏன் தாய் என்று மட்டும் சொல்லுகிறீர்கள். தாயும் தகப்பனும் என்றே கூறலாம்" என்றேன். "ரோமா என்பது பெண்பால் சொல்லுதானே. அது எப்படித் தகப்பனாராக முடியும்" என்றான் ரெனால்டி.

"அப்படி என்றால் தகப்பனார் யார்? பரலோகத்திலிருக்கும் பரமபிதாவா?" என்று கேட்டேன். "கடவுளை நிந்திக்காதே" என்றான்

ரெனால்டி. "நிந்திக்கவில்லை. விஷயங்கள் புரிந்துகொள்ளவே கேட்டேன்" என்றேன்.

"குடி போதை தலைக்கேறியிருக்கிறது. நான்தான் உன்னைக் குடிக்க வைத்தேன். உன்மீது எனக்கு அவ்வளவு அன்பு. மேலும், அமெரிக்கா போரில் ஈடுபட்டுள்ளது பார்" என்றார் மேஜர்.

"நீ நாளை காலை போகிறாய் அல்லவா?"

"ஆமாம், ரோமாபுரிக்கு" என்றேன் நான் அவரைச் சந்தோஷப் படுத்த.

"இல்லை, மிலானுக்கு. மிலானிலுள்ள பளிங்கு மாளிகைக்கு, அங்கேயுள்ள கோவா, கம்பாரி, பிப்பி (Biffi) முதலிய பல அற்புத மான இடங்களுக்குப் போகிறாய். நீ அதிர்ஷ்டக்காரப்பயல் தான்" என்றார் மேஜர்.

"கிராண்ட் இத்தாலியா (Grant Etalia) என்னும் உயர்தர ஓட்டலுக்குக் கூடப் போவேன். அங்கே ஜார்ஜிடமிருந்து நான் கடனாகப் பணம் வாங்க முடியும்."

"அப்படியே 'ஸ்காலா' என்னுமிடத்துக்கும் போ."

"அவசியம் போகிறேன். ஒவ்வொரு இரவும் தவறாமல்."

"ஒவ்வொரு இரவும் போனால் செலவை உன்னால் சமாளிக்க முடியாது" என்றார் மேஜர்.

அதனால் என்ன? அமெரிக்காவிலுள்ள என்னுடைய பாட்ட னார் மீது ஒரு உண்டியல் எழுதியனுப்பிப் பணம் வரவழைத்துக் கொள்ளுகிறேன். இந்த உண்டியலைப் பார்த்ததும் அவர் பணம் கொடுக்கவேண்டும். இல்லாவிடில் நான் ஜெயிலுக்குப் போக வேண்டும். அங்கே பாங்குக் குமாஸ்தா மிஸ்டர் கன்னிங்ஹாம் இந்தச் சலுகையை எனக்களித்திருக்கிறார். நான் அத்தகைய உண்டி யலினால்தான் பிழைக்கிறேன். ஒரு பாட்டனார் தன்னுடைய அருமைப் பேரன் ஜெயிலுக்குப் போவதைப் பார்த்துக் கொண்டி ருப்பாரா? அதிலும் தேசாபிமான உணர்ச்சியினால் இத்தாலி வாழ வேண்டுமென்று போர் புரிந்துகொண்டிருக்கும் பேரன்.

இவ்வாறு நாங்கள் உற்சாகம் பொங்கி பேசிக் கொண்டிருந்தோம். ஏற்கனவே எங்கள் சப்தம் தாளாமல் கூச்சல் போட வேண்டாமென்று இரண்டுமுறை ஆஸ்பத்திரி அதிகாரிகள் எச்சரிக்கை செய்தனர். ரெனால்டி மேலும் பேசினான். உண்மையிலேயே நான் ஒரு அமெரிக்க ஆஸ்பத்திரிக்குத்தான் செல்லுகிறேன் என்றும், அங்கே மீசை, தாடியுள்ள ஆண் நர்ஸுகளிருக்கமாட்டார்கள் என்றும், அழகிய பெண் நர்ஸுகள் இருப்பார்கள் என்றும் என்னை மேலும் உற்சாகப்படுத்தினான்.

"இதைக் கேள். உனக்கு ஒரு திடீர் செய்தி சொல்லப் போகிறேன். உன்னுடைய இங்கிலீஷ்காரி, நீ ஒவ்வொரு இரவும் அவளை

ஆஸ்பத்திரியில் பார்க்கப் போவாயே, அவள்கூட மிலானுக்குப் போகிறாள். அவள் மற்றொரு நர்ஸுடன் அமெரிக்க ஆஸ்பத்திரியிலேயே வேலை பார்க்கப் போகிறாள். அங்கே அமெரிக்காவிலிருந்து நர்ஸுகள் இன்னும் வரவில்லையாம். நான் அவர்கள் தலைவரிடம் பேசிக்கொண்டிருந்தேன். இங்கே போர் முனையில் நிறைய பெண்கள் இருக்கிறார்கள் என்ற காரணத்தால் சிலரை அங்கே அனுப்பி வைக்கப் போகிறார்கள். எப்படி இந்த ஏற்பாடு? உனக்குப் பிடித்தமானதுதானே? முதல்தரம் இல்லையா? ஒரு பெரிய பட்டணத்தில் வாசம், துணைக்கு உன்னுடைய இங்கிலீஷ்காரி! இப்படி இருந்தால் நான்கூடக் காயமடைந்திருப்பேன். இப்போதுதான் என்ன? காயமடைந்து விடட்டுமா?" என்று ரெனால்டி கூறிக்கொண்டே போனான்.

வெகுநேரமாகிவிட்டதென்று மேஜர் வற்புறுத்தியதும் அவ்விருவர்களும் என்னிடம் விடைபெற்றுக் கொண்டு சென்றனர். அவர்கள் சென்றதும்தான் நான் நன்றாகக் குடித்துவிட்டுப் போதையில் இருப்பதை உணர்ந்தேன். சீக்கிரமே தூங்கிவிட்டேன்.

மறுநாள் காலை நாங்கள் மிலானுக்குப் புறப்பட்டோம். நாற்பத்தெட்டு மணி நேரத்திற்குப் பிறகு மிலானை அடைந்தோம். பிரயாணம் வெகு மோசமாக இருந்தது. "மிஸ்ட்ரீ" ஸ்டேஷனில் வெகுநேரம் எங்கள் வண்டியைப் பக்கத்து ரெயில் பாதையில் ஒதுக்கித் தள்ளிவிட்டிருந்தனர். பையன்கள் வண்டியில் புகுந்து எங்களை எல்லாம் வேடிக்கை பார்த்தனர். ஒரு பையனைக் கடைக்கு அனுப்பி ஒரு புட்டி மது வாங்கிவரச் செய்தேன். அதை நானும், என்னுடனிருந்த மற்றொருவனும் சேர்ந்து சாப்பிட்டோம். பிறகு வைஸென்ஜா ஸ்டேஷன் வரையில் தூங்கினோம். விழித்துக் கொண்ட போது நிறைய வாந்தி எடுத்தேன். தாகமாயிருந்ததால் ஸ்டேஷன் மறுபுறத்தில் ஒரு சிப்பாயைத் தண்ணீர் கொண்டுவரச் சொல்லி கொஞ்சம் அருந்தினேன். அருகிலிருந்த ஒரு சிப்பாய் எனக்கு ஒரு ஆரஞ்சுப் பழம் வழங்கினான். அதைச் சாப்பிட்டேன். வேறு ஏதோ ஒரு கூட்ஸ் வண்டி சென்றபிறகு, எங்கள் வண்டி புறப்பட்டு மேலே சென்றது.

●

இரண்டாம் பாகம்

13

மறுநாள் அதிகாலையில் நாங்கள் மிலான் ஸ்டேஷனை அடைந்தோம். சாமான்கள் இறக்கப்படும் பகுதியில் நாங்களும் இறக்கப் பட்டோம். ஒரு ஆம்புலென்ஸ் என்னை அமெரிக்க ஆஸ்பத்திரிக்கு எடுத்துச் சென்றது. நகரின் எந்தப் பகுதி வழியே நான் சென்றேன் என்று ஸ்ட்ரெச்சரில் இருந்தபடியே தெரிந்து கொள்ள முடிய வில்லை. ஆனால் இறங்கிய இடத்தில் ஒரு கடைத் தெருவும் எதிரில் ஒரு மதுபானக் கடையும் இருந்தன. கடையை ஒரு பெண் பெருக்கிச் சுத்தம் செய்து கொண்டிருந்தாள். தெருக்களை எல்லாம் சிர்பிக் கொண்டிருந்தனர். என்னை ஸ்ட்ரெச்சரில் கீழே இறக்கிவிட்டு, உள்ளே சென்று மேலும் இரண்டு ஆட்களை டிரைவர் அழைத்து வந்தான். லிப்டில் ஸ்ட்ரெச்சர் நுழையாது. என்னை எப்படி மேலே தூக்கிச் செல்லுவது என்பதைப்பற்றி அவர்கள் சிறிது நேரம் விவாதித்தனர். படிக்கட்டுகளின் வழியே தூக்கிச் செல்லலாமா அல்லது லிப்டில் போகலாமா என்று யோசனை செய்து கடைசியில் லிப்டில் என்னைத் தூக்கிச் செல்லத் தீர்மானித் தனர். "ஜாக்கிரதை யாகத் தூக்குங்கள், மெதுவாக" என்றேன் அந்த ஆட்களிடம்.

எல்லோருக்கும் லிப்டின் உட்புறத்தில் இடம் போதவில்லை. என் கால்களைச் சற்று மடக்கவேண்டியிருந்தது. அப்போது வலி அதிகமாயிற்று. "காலை நீட்டிவிடு," என்றேன்.

"முடியாது. டெனன்டி, இங்கே இடமில்லையே" என்று சொன்ன அந்த மனிதன் என்னை இடுப்பில் கைகொடுத்து தூக்கிக் கொண்டி ருந்தான். நான் அவன் கழுத்தைக் கட்டிக்கொண்டு தொங்கினேன். அவன் மூச்சுவிட்ட போதெல்லாம் உள்ளிப் பூண்டு வாடையும், மதுபான வடையும் என் முகத்தில் 'குப்'பென்று வீசின. காலை நீட்டிவிட முடியாது என்று சொன்ன அந்த ஆளைப் பார்த்து, "மரியாதையாகப் பேசு" என்றான் மற்றொரு ஆள்.

"ஏண்டா கழுதைப்பயலே, நான் என்ன மரியாதைக் குறை வாகவா பேசுகிறேன்?" என்றான் முதலாவதாகப் பேசியவன்.

"ஜாக்கிரதையாகப் பேசு" என்று மறுபடியும் சொன்னான், என் கால்களைத் தாங்கிக் கொண்டிருந்தவன். லிப்ட் மூடப்பட்டு

நற்றிணை பதிப்பகம் ● 91

நான்காவது மாடி என்னும் பித்தான் அழுத்தப்பட்டது. லிப்ட் மெல்ல உயரக் கிளம்பியது. லிப்ட் சிப்பந்தி எங்களைக் கவலையுடன் பார்த்துக்கொண்டிருந்தான்.

"ரொம்ப பளுவோ? லிப்ட் தாங்காதோ," என்று அந்த உள்ளிப் பூண்டு வாடை மனிதனைக் கேட்டேன்.

"இல்லை, இல்லை," என்று சொன்னானே தவிர, அவன் உடம்பில் வியர்வை துளிர்த்தது. முனகிக் கொண்டிருந்தான். மெதுவாகச் சென்ற லிப்ட் நின்றது. கால்புறமிருந்த ஆள் கதவைத் திறந்து என்னை வெளியே எடுத்துச் சென்றான். மாடித் தாழ்வாரம் நீளமாயும் விசாலமாகவுமிருந்தது. பித்தளைக் கைப்பிடிகள் கொண்ட பல கதவுகள் வரிசையாகத் தெரிந்தன. என்னைத் தூக்கிக் கொண்டிருந்தவன் ஒரு கதவருகில் சென்று பித்தானை அழுத்தினான். அறையினுட்புறம் மணி அடித்தது வெளியே கேட்டது. ஆனால் பதிலுக்கு ஒரு ஆளும் வரவில்லை. படிக்கட்டுகள் வழியே மெதுவாக ஏறிவந்த போர்ட்டர் அப்போது அங்குவந்து சேர்ந்தான்.

"எங்கே ஒருவரையும் காணவில்லையே?"

"அது எங்கே போனார்களோ, தெரியாது. அவர்களெல்லாம் கீழ்த்தளத்தில் தூங்குகிறார்கள்" என்றான் போர்ட்டர்.

"யாரையாவது சீக்கிரம் கூட்டி வா."

போர்ட்டர் பித்தானை அழுத்தினான். கதவைத் தட்டினான். பிறகு அவனே கதவைத் தள்ளித் திறந்துகொண்டு உள்ளே போனான். அவன் கடைசியாகத் திரும்பியபோது ஒரு வயதான ஸ்திரீ அவனுடன் வந்தாள். மூக்குக் கண்ணாடி அணிந்து தலைமயிர் பாதித் தொங்கிக் கொண்டிருந்த அவள் நர்ஸ் உடை தரித்துக்கொண்டிருந்தாள்.

"எனக்கு ஒன்றும் புரியவில்லை. இத்தாலிய மொழி புரியவே யில்லை" என்று அவள் அலுத்துக்கொண்டாள்.

"ஏதாவது ஒரு அறையில் என்னைக் கொண்டுவிடுவதற்கு அவர்கள் முயற்சிக்கின்றனர்" என்று நான் அவளிடம் இங்கிலீஷில் சொன்னேன்.

"இன்னும் ஒரு அறையும் தயாராகவில்லையே. எந்த நோயாளி யும் வரப்போவதாகச் செய்தியும் வரவில்லை" என்று மயிரைப் பின்னால் தள்ளிவிட்டுக் கொண்டே என்னை நெருங்கிக் கவனித் தாள்.

"ஏதாவது ஒரு அறையைக் காட்டுங்கள். முதலில் என்னை உள்ளே கொண்டு சேர்க்கட்டும்" என்றேன்.

"எனக்கு ஒன்றும் தெரியாது. நோயாளிகள் எவரையும் நாங்கள் எதிர்பார்க்கவில்லை. நாங்கள் இன்னமும் தயாராகவில்லை. ஏதாவது

ஒரு அறைக்கு எப்படி உங்களை அனுப்பி வைக்க முடியும். அவ்விதம் என்னால் செய்ய முடியாது" என்று அவன் மறுபடியும் சொன்னான்.

"எந்த அறையாவது போதும்," என்று சொல்லி போர்ட்டரிடம், "எந்த அறை காலியாயிருக்கிறதென்று பார்த்து வா" என்றேன் இத்தாலி மொழியில்.

"எல்லா அறையுமே காலிதானுங்க; நீங்கள்தான் ஆஸ்பத்திரிக்கே முதல் நோயாளி" என்றான். அவன் என்னையும் நர்ஸையும் மாறிமாறிப் பார்த்தான். என்னுடைய கால் மடிந்திருந்ததால் ஏற்பட்ட வலி அதிகரித்து எலும்புக்குக்கூட பரவியது. வேதனை தாங்காமல் "ஏதாவது ஒரு அறையில் தயவு செய்து என்னைக் கொண்டு சேர்த்தால் உங்களுக்குக் கோடிப் புண்ணியம்" என்று அந்த நர்ஸைக் கேட்டுக் கொண்டேன். போர்ட்டர் அவசர அவசரமாக உள்ளேயும் வெளியேயும் போய் வந்து கடைசியில் 'என்னுடன் வாருங்கள்' என்று கூறி அவன் முன்னே நடந்தான். தாழ்வாரத்தின் கோடியில் ஒரு அறைக்குள் என்னை எடுத்துச் சென்றனர். ஜன்னல்கள் திறந்திருந்தன. மரச்சாமான்கள் எல்லாம் புதிதாக இருந்தன. படுக்கை, கண்ணாடிபதித்த பெரிய அலமாரி, எல்லாம் புது மணம் வீசிற்று. என்னை அந்தப் படுக்கையில் கிடத்தினர்.

"படுக்கை விரிப்புகள் எல்லாம் பூட்டிவைக்கப்பட்டிருக்கின்றன. ஆகையால் உடனே உங்களுக்கு விரிப்புத் தர முடியாது" என்றாள் அவள்.

நான் அவளுடன் பேச விரும்பவில்லை. போர்ட்டரிடம்தான் பேசினேன். "என்னுடைய ஜேபியில் பணம் இருக்கிறது. பித்தான் போட்ட ஜேபியில், அதை எடு" என்றேன். அவன் எடுத்தான். "ஸ்ட்ரெச்சர் தாங்கிய இரண்டு பேர்களுக்கும் ஆளுக்கு ஐந்து, ஐந்து லீரா கொடுத்துவிட்டு, நீயும் ஐந்து லீரா எடுத்துக்கொள். என்னுடைய காகிதங்கள் எல்லாம் இன்னொரு ஜேபியில் இருக் கின்றன. அவற்றை எடுத்து அந்த நர்ஸிடம் கொடு" என்றேன்.

அவர்கள் எல்லோரும் ஒவ்வொருவராக நன்றி கூறிவிட்டு அறையை விட்டு வெளியே சென்றனர். நர்ஸை நோக்கி, "அந்தக் காகிதங்கள் என்னுடைய கோளாறுகள் என்னவென்றும், ஏற்கனவே அளிக்கப்பட்ட சிகிச்சைகள் என்ன என்பதையும் விவரிக்கின்றன" என்றேன்.

மொத்தம் மூன்று காகிதங்கள் மடிக்கப்பட்டிருந்தன. அவற்றை அவள் படித்துப் பார்க்க முயன்றாள். "எனக்கு என்ன செய்வதென்றே புரியவில்லை. இந்த இத்தாலிய மொழி எனக்குப் படிக்க வர வில்லை. டாக்டரின் உத்தரவு இல்லாமல் நான் ஒன்றும் செய்ய

நற்றிணை பதிப்பகம் ● 93

முடியாது. ஏது, தர்மசங்கடமாய் போய் விட்டதே" என்று முணு முணுத்த அவளுக்கு அழுகையே வந்துவிட்டது. காகிதங்களை தன்னுடைய ஜேபியில் திணித்துக் கொண்டு, கண்ணீர் வடித்துக் கொண்டே "நீங்கள் அமெரிக்கரா?" என்று கேட்டாள்.

"ஆமாம். அந்தக் காகிதங்களை என் படுக்கைக்கருகிலுள்ள மேஜைமீது தயவுசெய்து வைத்துவிடுங்கள்" என்றேன். அந்த அறை குளிர்ச்சியாகவே இருந்தது. படுத்தபடியே எதிரே இருந்த கண்ணாடியை நோக்கினேன். ஒன்றும் தெரியவில்லை. போர்ட்டரை "நீ போகலாம்" என்று அனுப்பி விட்டேன். நர்ஸிடம் திரும்பி, அவள் பெயர் மிஸஸ் வாக்கர் என அறிந்து கொண்டு, "நீங்களும் போக லாம், நான் கொஞ்ச நேரம் தூங்குகிறேன்" என்றேன்.

தனிமையாக அறையில் இருந்தேன். அந்த அறை ஆஸ்பத்திரி அறைபோலவே இல்லை. மெத்தை தடித்து வெகு சுகமாகவே இருந்தது. அறை காற்றோட்டமாகவும் குளுமையாகவும் இருந்தது. படுத்தபடியே கண்ணை மூடினேன். வலிகூடக் குறைவதுபோலத் தோன்றியது. சிறிதுநேரம் கழித்துத் தாகம் ஏற்பட்டது. தண்ணீருக் காக மணி அடித்தேன். ஆனால் ஒருவனும் வரவில்லை. தூங்கி விட்டேன்.

விழித்துக் கொண்டபோது மூடியிருந்த ஜன்னல் சட்டங்கள் வழியே சூரிய வெளிச்சம் அறைக்குள் பிரகாசித்துக் கொண்டிருந்தது. அழுக்கடைந்த துணியால் கட்டுப்போட்டிருந்த என் கால்கள் படுக்கைக்கு வெளியே துருத்திக் கொண்டிருந்தன. அவற்றை அசைக்கவோ மடக்கவோ நான் விரும்பவில்லை. தாகம் மேலிடவே, மணியை அடித்தேன். கதவு திறக்கப்பட்டது. உள்ளே ஒரு நர்ஸ் வந்தாள். அவள் யுவதி. அழகாக இருந்தாள்.

"வணக்கம்" என்றேன்.

பதிலுக்கு 'குட் மார்னிங்' என்று வணக்கம் தெரிவித்து என் படுக்கையை அணுகி, "நாங்கள் இன்னமும் டாக்டரை வரவழைக்க முடியவில்லை. அவர் கோமோ ஏரிக்குப் போயிருக்கிறாராம். நோயாளி ஒருவர் இங்கு வரப்போவதாக ஒருவருக்கும் தெரியாது" என்று அங்குள்ள நிலைமையை விளக்கிவிட்டு, "அது கிடக்கட்டும். உங்களுக்கு என்ன கோளாறு இப்போது?" என்று வினவினாள்.

"நான் போர்முனையில் காயமுற்றவன். கால்களிலும் பாதங் களிலும்தான் காயம். மண்டையில்கூட அடிபட்டிருக்கிறது"

"உங்கள் பெயர்?"

"ஹென்ரி, பிரெடரிக் ஹென்ரி."

“உங்கள் உடம்பைச் சுத்தம் செய்துவிடுகிறேன். கட்டுகள் அப்படியே இருக்கட்டும். டாக்டர் வரும் வரையில் நான் அதை ஒன்றும் செய்யக் கூடாது.”

“மிஸ் பெர்க்லி என்று ஒரு நர்ஸ் இங்கு இருக்கிறாளா?” என்று அவளைக் கேட்டேன்.

“அந்தப் பெயர்கொண்ட யாரும் இங்கே இல்லையே.”

“நான் வந்தபோது ஒரு பெண் அழத் தொடங்கிவிட்டாளே, அவள் யார்?”

அவளுக்குச் சிரிப்பு வந்துவிட்டது. “அவள் மிஸஸ் வாக்கர். அவளுக்கு இரவு “டியூடி” ஒருவருந்தான் வரப்போவதில்லையே என்று அவள் நிம்மதியாகத் தூங்கிக் கொண்டிருந்தாள்.”

பேசிக்கொண்டே, என் சட்டைகளைக் கழற்றிவிட்டு அவள் என் உடம்பைச் சுத்தம் செய்தாள். கட்டுகள் போட்டிருந்த இடத்தை மட்டும் அப்படியே விட்டுவிட்டாள். தலையிலும் கூட கட்டுகளைச் சுற்றிலும் நன்றாகத் துடைத்து விட்டாள். “நீங்கள் எங்கே காய மடைந்தீர்கள்?”

“பிளாவாவுக்கு வடக்கே, இஸான்ஸோ என்னுமிடத்தில்.”

“அது எங்கேயுள்ளது?”

“கொரிஜியாவுக்கு வடக்கே.”

இந்த எல்லா இடங்களும் அவளுக்குப் புதிதாகவே இருந்தன.

“வலி ரொம்ப இருக்கிறதா உங்களுக்கு?”

“இல்லை. இப்போது அதிகம் இல்லை.”

உஷ்ணமானியை நாக்குக்கு அடியில் வைத்தாள்.

“இத்தாலிக்காரர்கள் கையிடுக்கில் வைப்பது வழக்கம்,” என்றேன்.

“பேசாமலிருங்கள்” என்று என்னை அடக்கினாள்.

சிறிது நேரத்தில் அதை எடுத்துப் பார்த்துவிட்டு அதை உதறிக் குலுக்கிவிட்டாள். “உஷ்ணம் எவ்வளவு இருக்கிறது?” என்று கேட்டேன்.

“இதெல்லாம் நீங்கள் தெரிந்துகொள்ளக் கூடாது.”

“என்னதான் இருக்கிறதென்று சொல்லேன்.”

“ஏறக்குறையச் சரியான நிலைதான்.”

“எனக்கு எப்போதுமே ஜுரம் வந்ததில்லை, என் கால்களில் துருப்பிடித்த பழைய இரும்புத் துண்டுகள் நிறைய இருக்கின்றன.

“அப்படி என்றால்?”

"குண்டுகளின் துண்டுகள், பழைய திருகு ஆணிகள், துருப் பிடித்த மெத்தைச் சுருள் விசைகள். இந்த மாதிரி பல வஸ்துக்கள்," இதைக்கேட்டு அவள் சிரித்தாள்.

"இப்படிப்பட்ட சாமான்கள் உடம்பில் இருந்தால் வீக்கம் கண்டு ஜுரம் வந்திருக்குமே."

"இருக்கட்டும். ஆபரேஷன் செய்யும்போது என்ன சாமான்கள் வெளிப்படுகின்றன என்பதைப் பார்ப்போம்" என்றேன்.

அவள் வெளியே சென்று காலையில் முதலில் கண்ட அந்த நர்ஸுடன் திரும்பி வந்தாள். என்னைப் படுக்கையில் இருத்தியபடியே விரிப்புகளைப் போட்டனர். இது ஒரு புது அநுபவம் எனக்கு. அதை அவர்கள் செய்த முறையும் வியக்கத்தக்கவாறு இருந்தது.

"இங்கே யார் தலைமை அதிகாரி?"

"மிஸ் வான் கேம்ப்பன் (Miss Von Campen)"

"எத்தனை நர்ஸுகள் இங்கே இருக்கின்றனர்?"

"நாங்கள் இரண்டே பேர்தான்."

"இன்னும் அதிகம்பேர்கள் வரமாட்டார்களா?"

"சிலர் வரப்போகிறார்கள். ஆனால் அவர்கள் எப்போது வருவார்கள் என்று தெரியாது. நீங்கள் நோயாளியைப்போல் சும்மா இராமல் பல கேள்விகள் கேட்கிறீர்களே."

"நான் ஒன்றும் நோயாளி அல்ல, காயமுற்றவன்தான்."

படுக்கையைச் சுத்தம் செய்துவிட்டு கீழே ஒரு விரிப்பும் போர்வைக்கென ஒரு விரிப்பும் கொடுத்தனர். எனக்கு வெள்ளை சராய் ஒன்றும் கொண்டுவந்து தந்தனர். நான் நல்ல உடை உடுத்தப்பட்டுப் பரிசுத்தமாக விளங்கினேன்.

"நீங்கள் மிகவும் கனிவுடன் இருக்கிறீர்கள். மிக்க நன்றி. எனக்குக் கொஞ்சம் தண்ணீர் கிடைக்குமா, குடிப்பதற்கு?" மிஸ் கேஜ் (Miss Gage) என்ற அந்த நர்ஸ் வாய் விட்டுச் சிரித்து விட்டு, "அவசியம் தருகிறேன். அதற்குப் பிறகு காலை உணவும் தருகிறேன்," என்றாள்.

"எனக்குக் காலை உணவு வேண்டாம். ஜன்னல்களைத் திறந்து வைத்திருக்கலாமா?"

ஜன்னல் கதவு திறக்கப்பட்டதும் சூரிய வெளிச்சம் உள்ளே பளிச்சென்று வீசிற்று. ஜன்னலுக்கப்பால் வீட்டுக் கூரைகளும், புகைபோக்கிகளும், அவைகளுக்கு மேலே மேகங்களும் வான வெளியும் தெரிந்தன.

"மற்ற நர்ஸுகள் எப்போது வருவார்கள் என்று உனக்குத் தெரியாதா?"

"ஏன்? நாங்கள் உங்களை நன்றாகக் கவனித்துக்கொள்ள வில்லையா?"

"நீ என்னிடம் மிக்க பரிவு காட்டுகிறாய். சந்தேகமில்லை."

"சிறுநீர் கழிக்கவேண்டுமானால் தட்டைத் தருகிறேன்," என்று சொல்லி தட்டைக் கொண்டுவந்து வைத்தாள். ஆனால் அதற்கு அவசியம் ஏற்படவில்லை.

"டாக்டர் எப்போது வருவார்?"

"அவர் திரும்பிவரும் சமயத்தை அறிய கோமோ ஏரிக்கு டெலிபோன் மூலம் கேட்டிருக்கிறோம்."

"வேறு டாக்டர்கள் இங்கே இல்லையா?"

"இந்த ஆஸ்பத்திரிக்கு அவர்தான் டாக்டர்."

மிஸ் கேஜ் ஒரு தண்ணீர் ஜாடியும், தம்ளரும் கொண்டு வந்தாள். மூன்று தம்ளர் தண்ணீர் குடித்துத் தாகத்தைத் தணித்துக் கொண்டேன். பிறகு தூங்கிவிட்டேன். பிற்பகல்தான் கொஞ்சம் உணவு எடுத்துக் கொண்டேன். சூபரின்டென்டெண்ட் மிஸ் வான் கேம்ப்பன் அன்று மாலை என்னைப் பார்க்க வந்தாள். என்னை அவளுக்குப் பிடிக்கவில்லை, அவளையும் எனக்குப் பிடிக்கவில்லை. குட்டையாகவும் சந்தேகப் பார்வையுள்ளவளாகவும் காணப் பட்டாள். அவள் பதவிக்குத் தேவையான அளவுக்கு அதிகமான தன் மதிப்புடையவள் எனத் தோன்றியது. நான் இத்தாலியர் களுடனிருப்பது ஒரு வெட்கக்கேடான விஷயம் என்றே அவள் நினைத்ததாக அவள் கேட்ட கேள்விகளிலிருந்து வெளிப்பட்டது.

"சாப்பாட்டுடன் அருந்த மதுவும் கிடைக்குமா?"

"டாக்டர் கொடுக்கலாம் என்று சொன்னால்தான்."

"அவர் வரும் வரையில் நான் அருந்தக் கூடாதா?"

"கண்டிப்பாகக் கூடாது."

"அவர் வருவதற்கு ஏதாவது அறிகுறிகள் இருக்கின்றனவா? எப்போது வரக்கூடும்?"

"கோமோ ஏரிக்கு அவருக்கு 'போன்' செய்திருக்கிறது."

அவள் வெளியே சென்றாள். சிறிது நேரங்கழித்து மிஸ் கேஜ் வந்தாள். அவள் என்னிடம் மிக்க பரிவுடன் "மிஸ் வான் கேம்ப்பனை என்ன சொன்னீர்கள்? அதிகார தோரணையில் கடுமையாகப் பேசினீர்கள் என்று சொல்லுகிறாளே," என்று கேட்டாள்.

"கடுமையாக இருக்க வேண்டுமென்று விருப்பமில்லை. ஆனால் டாக்டர் இல்லாத இது என்ன ஆஸ்பத்திரி என்று விசித்திரமாகத் தான் இருக்கிறது."

"அவர் சீக்கிரமே வந்து விடுவார். அவள்தான் சொன்னாளே. கோமோ ஏரிக்கு 'போன்' செய்திருக்கிறோம்" என்று.

"அங்கே அவர் என்ன செய்துகொண்டிருக்கிறார்? நீச்சலடித்துக் கொண்டிருக்கிறாரா?"

"இல்லை, அவருக்கு அங்கே ஒரு வைத்திய விடுதி இருக்கிறது."

"ஏன் அவர்கள் வேறு ஒரு டாக்டரை வரவழைக்கக் கூடாது?"

"உஷ், உஷ். நீங்கள் அப்படி எல்லாம் பேசக்கூடாது. நல்ல பிள்ளையாக இருங்கள். அவர் சீக்கிரமே வந்துவிடுவார்," என்று என்னை எச்சரித்துவிட்டு வெளியே சென்றாள்.

நான் போர்ட்டரை மணி அடித்து வரவழைத்தேன். எதிர்க் கடையிலிருந்து ஒரு புட்டி 'ஸின் ஜானே' மதுவும், பத்திரிகைகளும் வாங்கிவரச் செய்தேன். அவன் எல்லாவற்றையும் காகிதத்தில் சுற்றி ஜாக்கிரதையாகவே கொண்டு வந்தான். புட்டியை மட்டும் என் படுக்கைக்குக் கீழே வைத்துக் கொண்டேன். போர் முனைச் செய்தி களைப் படித்தேன். இறந்த அதிகாரிகளின் ஜாபிதா, அவர்களுக் களிக்கப்பட்ட வீரப் பதக்கங்கள், எல்லாவற்றையும் படித்துவிட்டுக் கீழே வைத்திருந்த புட்டியிலிருந்து கொஞ்சம் கொஞ்சமாக மதுவைக் குடித்துக் கொண்டிருந்தேன். இப்படியே மாலை நேரம் சென்று விட்டது. வெளியே இருட்ட ஆரம்பித்துவிட்டது. இராக் காலத்துப் பறவைகள் வெளியே வரத் தொடங்கின. பட்சிகளெல்லாம் கூட்டை வந்து அடைந்து கொண்டிருந்தன. மிஸ் கேஜ் கொஞ்சம் முட்டைக் கறியும், ஒரு கிளாஸில் 'பீர்' பானமும் கொண்டு வந்தாள். அவள் வருவதைக்கண்டு மதுபுட்டியைப் படுக்கைக்கு மறுபுறம் தள்ளி வைத்தேன்.

"மிஸ் வான் கேம்ப்பன் இதில் கொஞ்சம் "ஷெர்ரி" மது கலந்து கொடுத்திருக்கிறாள் உங்களுக்கென்று. நீங்கள் அவளிடம் கடுமை யாக இருக்கக் கூடாது. அவள் வயதுக்கு இந்த ஆஸ்பத்திரிப் பொறுப்புச் சற்று அதிகமே. மிஸஸ் வாக்கரும் வயது முதிர்ந்தவள். அவளால் அதிக உதவி கிடையாது. ஆகையால் தனித்துதான் அவள் தன் பொறுப்பை நிறைவேற்றுகிறாள்" என்று அவளுக்காகப் பரிந்து பேசினாள்.

"அவள் மிக்க நல்லவள். என் நன்றியை அவளுக்குத் தெரிவிக் கவும்."

"உங்கள் இரவுச் சாப்பாட்டை இப்போது கொண்டுவரப் போகிறேன்."

"நீ கொண்டுவரலாம். ஆனால் எனக்குப் பசியில்லை."

அவள் கொண்டுவந்த ஆகாரத்தைக் கொஞ்சம் சாப்பிட்டு விட்டு, தட்டை அப்படியே நகர்த்திவிட்டேன். வெளியே நன்றாக இருட்டிவிட்டது. நீள் ஒளி விளக்குகள் வானில் வெளிச்சம் வீசிய வண்ணமிருந்தன. இதைச் சற்றுநேரம் பார்த்துக் கொண்டிருந்து விட்டுத் தூங்கிவிட்டேன். நான் நன்றாகத் தூங்கினேன். இடையில் ஏதோ கனவுகண்டு பயந்து ஒருமுறை விழித்துக் கொண்டேன். பிறகு மறுபடியும் மறுபடியும் தூங்கினேன். விடியற்காலம் விழித்துக் கொண்டேன். உதயமாகும் சமயம் மறுபடியும் தூங்கிவிட்டேன்.

14

நான் கண்விழித்தபோது அறையில் சூரிய ஒளி பளிச்சென்று வீசிக்கொண்டிருந்தது. ஒருகணம் நான் போர்முனையில்தான் இருக்கிறேனோ என்று கூடச் சந்தேகித்தேன். காலை நீட்டிப் பார்த்தேன். வலி தெரிந்தது. என் கால் கட்டுகளைப் பார்த்தேன். பிறகு தான், நான் ஆஸ்பத்திரியில் இருப்பதை உணர்ந்தேன். மணியை அடிக்கக் கயிற்றை இழுத்தேன்.

சிறிது நேரத்திற்கெல்லாம் மிஸ் கேஜ் உள்ளே வந்தாள். சூரிய வெளிச்சத்தில் அவள் அவ்வளவு இளம் வயதினள் அல்லவென்று தெரிந்தது. அதிக அழகுள்ளவளல்ல என்று கூடத் தோன்றியது.

"குட் மார்னிங், இரவு நன்றாகத் தூங்கினீர்களா?"

"ஆம், தூங்கினேன். நன்றாகத் தூங்கினேன். உனக்கு மிகவும் நன்றி. எனக்கு இப்போது ஒரு நாவிதன் வேண்டும் அகப்படுவானா?" என்றேன்.

"உங்களைப் பார்ப்பதற்காக இரவில் ஒருமுறை இங்கே வந்தேன். நீங்கள் இந்தப் படுக்கையில் வைத்துக் கொண்டே தூங்கிக்கொண்டிருந்தீர்கள்," என்று சொல்லி அலமாரியைத் திறந்து 'வெர்மத்' மதுப் புட்டியைத் தூக்கிக் காட்டினாள். அது ஏறக்குறைய காலியாகி யிருந்தது. "மற்ற புட்டியையும் படுக்கை அடியிலிருந்து எடுத்து அலமாரியில் வைத்தேன். நீங்கள் ஏன் ஒரு தம்ளர் வேண்டுமென்று கேட்கவில்லை?"

"கேட்டால் ஒருகால் நீ கொடுக்கமாட்டாயோ என்று பயந்தேன்."

"நானும் உங்களுடன் சிறிது மது அருந்தியிருப்பேனே." என்றாள் மிஸ் கேஜ். அவள் சரளமாகப் பேசிப் பழகுபவள் என்பதைக் கண்டு நான் மகிழ்ச்சியடைந்தேன்.

“அப்படியா, சந்தோஷம், எனக்கு அப்போது தெரியாமல் போய் விட்டது. நீ மிகவும் நல்ல பெண்.”

“உங்கள் நிலையில் தனியாக மது அருந்துவது நல்லதல்ல. நீங்கள் அவ்விதம் செய்யக் கூடாது?” என்று அர்த்தபுஷ்டியுடனே அவள் கூறினாள்.

“அப்படியே.”

“உங்கள் சிநேகிதி மிஸ் பார்க்லி வந்துவிட்டாள்” என்றாள்.

“உண்மையாகவா?”

“ஆமாம். அவளை எனக்குப் பிடிக்கவில்லை.”

“போகப்போகப் பிடித்துவிடும். அவள் மிகவும் நல்ல பண் பாடுள்ளவள், நல்லவள்.”

அவள் தலையை அசைத்தாள், ஆமோதிக்காதவள் போல.

“அவள் பண்பாடுள்ளவளாக இருக்கலாம். நீங்கள் சற்று இந்தப் பக்கம் நகர்ந்து கொள்ளுங்கள். பேஷ், உங்களை நன்றாகத் துடைத்து விடுகிறேன். காலை உணவுக்குமுன்” என்று கூறியவண்ணம் வெந்நீரில் சோப்பைக் கலந்து துணியில் நனைத்து என்னைத் தேய்த்துத் துடைத்துவிட்டாள். “காலை உணவுக்கு முன்பே நாவிதன் கிடைப் பானா?” என்று மீண்டும் ஞாபகமூட்டினேன்.

“அவனைக் கூட்டிவரப் போர்ட்டரை அனுப்புகிறேன்” என்று சொல்லிவிட்டு வெளியே போய்விட்டுத் திரும்பினாள். “கூப்பிடப் போயிருக்கிறான்” என்று பேசிக்கொண்டே துவாலையை வெந்நீரில் நனைத்தாள்.

நாவிதன் வந்தான். சுமார் ஐம்பது வயதுடையவன். மேல் நோக்கி முறுக்கிவிடப்பட்ட கிருதா மீசைகள் பளிச்சென்று காட்சி அளித்தன. மிஸ் கேஜ் தன் வேலையை முடித்துக்கொண்டு வெளியே போனாள். நாவிதன் என் முகத்திற்குச் சோப்புத் தடவினான். சவரம் செய்யத் தொடங்கினான்.

“ஊரில் என்ன சேதி? உனக்கு ஏதாவது சமாசாரம் தெரியுமா?” என்று அவனைப் பேச்சுக்கிழுத்தேன்.

“என்ன சமாசாரம்?”

“எந்தச் சமாசாரமாக இருந்தாலும் சரி. ஊரில் என்ன நடந்து கொண்டிருக்கிறது.

“இது யுத்த காலம். விரோதி எங்கும் இருக்கிறான்.”

நான் அவனை உற்று நோக்கினேன். “அசைக்காதீர். முகத்தை நேராக வைத்துக் கொள்ளுங்கள். நான் சமாசாரம் ஒன்றும் சொல்லப் போவதில்லை.” என்று அவன் சவரம் செய்வதிலேயே முனைந்திருந்

தான். அவன் பேச்சு எனக்குப் பிடிக்கவில்லை. அவன் போக்கும் விளங்கவில்லை.

“உனக்கு என்ன வந்துவிட்டது? பேசினால் என்ன.”

“நான் ஒரு இத்தாலியன். நான் விரோதியுடன் பேச்சு வார்த்தை வைத்துக்கொள்ளக் கூடாது” என்றான்.

சரியென்று அதோடு விட்டுவிட்டேன். அந்த அசட்டுப் பைத்தியக் காரனைச் சீக்கிரம் போகச் சொல்லுவது நல்லது என்று தோன்றி யது. அவனை ஒருதரம் நான் விறைத்துப் பார்த்தபோது “ஜாக் கிரதை, கத்தி மிகவும் கூர்மையானது” என்று என்னை எச்சரித்தான்.

சவரம் முடிந்ததும் அவனுக்குப் பணம் கொடுத்துவிட்டு இனாமாக ஐந்து லீரா கொடுத்தேன். பணத்தை அவன் அப்படியே வைத்துவிட்டான்.

“நான் இதை வாங்கிக்கொள்ள மாட்டேன். நான் போர் முனையில் இல்லை. ஆனாலும் நான் ஒரு இத்தாலியன்” என்று சொன்னான்.

“நீ நாசமாய்ப்போக. போ வெளியே” என்று கத்தினேன்.

“உங்கள் அனுமதிப்படியே,” என்று சொல்லிக்கொண்டே ஒரு பழைய தினப் பத்திரிகையில் கத்தியைச் சுற்றிக்கொண்டு, நான் கொடுத்த அந்த ஐந்து நாணயங்களை அப்படியே என் மேஜைமேல் கிடத்திவிட்டு வெளியே சென்றான். மிஸ் கேஜ் உள்ளே வந்தாள். போர்ட்டருக்குச் சொல்லி அனுப்பினேன். அவனும் வந்தான். வெளியில் அவன் சிரித்துக் கொண்டிருந்திருக்க வேண்டும். என் எதிரில் வெகு பிரயாசையுடன் சிரிப்பை அடக்கிக் கொண்டிருப்ப தாகத் தெரிந்தது.

“அந்த நாவிதன் பைத்தியமா?” என்று கேட்டேன்.

“இல்லை எஜமான், அவன் சிறு தவறு செய்துவிட்டான். நான் சொன்னதைச் சரிவரப் புரிந்து கொள்ளாமல், நீங்கள் ஒரு ஆஸ்திரியா தேசத்து ராணுவ அதிகாரி என்று நான் சொன்னதாக நினைத்துக் கொண்டான்.”

“அப்படியா?”

“இதைச் சொல்லிவிட்டு அந்தப் போர்ட்டர் விழுந்து விழுந்து சிரிக்கத் தொடங்கினான்.

“ஹோஹ்ஹோ. அவன் ஒரு விசித்திரப் பேர்வழி. நீங்கள் ஏதாவது ஒரு வார்த்தை அதிகம் பேசியிருந்தால், அவன்...” என்று சொல்லிக்கொண்டே தன்னுடைய கழுத்தை விரலால் கத்தி கொண்டு அறுப்பதுபோல் ஜாடை காட்டினான். பிறகு “நீங்கள்

ஆஸ்திரியர் அல்ல” என்று நான் ‘சொன்னதும் “ஹோஹ்ஹோ, ஹோஹ்ஹோ” என்று அவனும் சிரித்தான்.

எனக்கு எரிச்சல் தாங்கவில்லை. “என் கழுத்தை அறுத்து விட்டிருந்தால் அப்போதுகூட சிரிப்பாய்த்தானிருக்கும் இல்லையா? ஹோஹ்ஹோ” என்று அழகு காட்டினேன்.

“அப்படிக்கில்லை. எஜமானே, ஆஸ்திரியன் என்றால் அவனுக்கு ஒரு கிலி; இதுதான் எனக்கு வியப்பையூட்டியது.” என்று சொல்லி விட்டு அவன் மறுபடியும் “ஹொஹ்ஹோ” என்று சிரித்தான்.

எனக்கு எரிச்சல் தாங்கவில்லை. ‘ஹொஹ்ஹோ’ என்று மீண்டும் அழகு காட்டி “போ, இங்கிருந்து” என்று அவனை அறையி லிருந்து விரட்டிவிட்டேன். வெளியே போயும் அவன் சிரித்துக் கொண்டிருந்த சப்தம் கேட்டது.

அவன் சென்றதும் யாரோ அறையை நோக்கி வரும் காலடிச் சப்தம் கேட்டது. கதவுப் பக்கம் பார்த்தேன். வந்தது காதரின் பார்க்லி.

நேராக அறைக்குள் என் படுக்கையண்டை வந்தாள். “ஹல்லோ, அன்பரே” என்று கூறிக்கொண்டே என் பக்கத்தில் அமர்ந்தாள். யௌவனத்தின் சோபை அவளிடம் தவழ்ந்தது. அழகு ஒளி வீசியது. அவளைப்போல் அழகியை நான் பார்த்ததே இல்லை என்று தோன்றியது.

அவளை நான் சந்தித்ததுமே அவளிடம் காதல் கொண்டு விட்டேன். என்னுள்ளம் ஆவல் மிகுதியால் கிளர்ச்சியடைந்தது. அவளும் கதவின் பக்கம் ஒருமுறை பார்த்துவிட்டு, ஒருவருமில்லை என அறிந்து, என் மீது குனிந்து முத்தமிட்டாள். நான் அவளை இழுத்து அணைத்தவாறே முத்தமிட்டேன். அவள் ஹிருதயத் துடிப்பைக்கூட, என்னால் உணரமுடிந்தது.

“தேனே, நீ இங்கே வந்தது மிகவும் அற்புதம்; நீயே அற்புதம்” என்றேன்.

“இங்கே வருவதில் அவ்வளவு கஷ்டமில்லை. இங்கேயே இருப்பதுதான் ஒருகால் கஷ்டமாயிருக்கும்.”

“நீ இங்கே இருந்துதான் ஆகவேண்டும். உன்னுடைய அன்பு அபாரம், அற்புதம்,” என்றேன். உண்மையிலேயே நான் அவளிடம் கொண்ட மோகம் தலைக்கேறியிருந்தது. அவள் அங்கே என் எதிரில் இருக்கிறாள் என்பதை நம்பவே முடியவில்லை. என் அணைப் பிலேயே அவளை இறுக்கிக் கொண்டேன்.

“கூடாது. தங்கள் உடல் நலம் இருக்கும் இந்த நிலைமையில் இப்படியெல்லாம் ஒன்றும் செய்யக்கூடாது” என்றாள்.

“ஆமாம். நான் குணமடைந்து விட்டேன். அருகில் வா.”

"இல்லை, வேண்டாம். நீங்கள் இன்னும் பலவீனத்துடன் தான் இருக்கிறீர்கள்."

"இல்லை, இல்லை, தயவு செய்து" என்று கெஞ்சினேன்.

"என்மீது உண்மையிலே உங்களுக்கு அவ்வளவு காதலா?"

"ஆம்; உண்மையிலேயே ஆம். உன்மீது எனக்கு அடங்காத காதல் உண்டாகிவிட்டது. வா, தயவு செய்து" என்று மீண்டும் இறைஞ்சினேன். அவள் இணங்கினாள்.

"நம்முடைய ஹிருதயங்கள் துடிப்பதை உணருகிறீர்களா?"

"நம்முடைய ஹிருதயங்களைப் பற்றி எனக்குக் கவலையில்லை. நீதான் எனக்கு வேண்டும். நீ என்னைப் பைத்தியமாக்கி விட்டாய்."

"வாஸ்தவமாக நீங்கள் என்னைக் காதலிக்கிறீர்களா?"

"அதையே திரும்பத் திரும்பப் பேசிக் கொண்டிராதே வா, தயவு செய்து, காதரின்."

"சரி; ஒரே ஒரு நிமிஷம்தான்."

"அப்படியே, கதவைச் சாத்திவிடு."

"கூடாது. கதவைச் சாத்தக் கூடாது"

"வா, வா; பேசிக்கொண்டே இருக்காதே. தயவு செய்து."

***

ஆடையைச் சரி செய்தபடியே காதரின் படுக்கை அருகிலிருந்த நாற்காலியில் என் பக்கத்தில் உட்கார்ந்தாள். கதவு ஹால் பக்கம் திறந்தே இருந்தது. என்னை ஆட்கொண்டிருந்த வெறி அகன்றது. நான் எப்போதையும் விட வெகு உற்சாகத்துடன் இருந்தேன்.

"நான் உங்களைக் காதலிக்கிறேன் என்று இப்போது நீங்கள் நம்புகிறீர்களா?" என்று அவள் கேட்டாள்.

"ஓ, நீ அற்புதமானவள். நீ இங்கேதான் இருக்கவேண்டும். அவர்கள் உன்னை இங்கிருந்து அனுப்பக்கூடாது. நான் உன் மீது கொண்டுள்ள காதல் எல்லையற்றது" என்றேன்.

"நாம் மிகவும் ஜாக்கிரதையுடனே பழகவேண்டும். இப்போது நடந்துகொண்டது மிகவும் பைத்தியக்காரத்தனம். இவ்வாறு நடந்து கொள்ளக்கூடாது."

"இரவுக் காலங்களில் முடியுமல்லவா?"

"அப்போதும்கூட நாம் மிகவும் ஜாக்கிரதையுடனிருக்க வேண்டும். முக்கியமாக, இதர மனிதர்களுக்கெதிரில் நீங்கள் ஜாக்கிரதையாக நடந்துகொள்ள வேண்டும்."

"நான் ஜாக்கிரதையுடனே இருப்பேன்."

"நீங்கள் இருந்தே ஆகவேண்டும், அன்பரே. நீங்கள் என்னைக் காதலிக்கிறீர்கள் அல்லவா?"

"அதைத் திருப்பித் திருப்பிக் கேட்காதே. அப்படிக் கேட்பது என்னை என்ன பாடுபடுத்துகிறது, தெரியுமா?"

"சரி, நான் ஜாக்கிரதையாக இருப்பேன். இப்போது நான் போகவேண்டும். அன்பரே," என்றாள்.

"சீக்கிரமே திரும்பி வந்துவிடு. ஏன், உடனே வந்துவிடேன்."

"எப்போது முடிகிறதோ அப்போது வருகிறேன்."

"குட் பை"

"குட் பை, என் அமுதே."

***

அவள் வெளியே சென்றாள். நான் அவளுடன் காதல் கொள்ள வேண்டுமென்று எண்ணினதே இல்லை. இது ஆண்டவனுக்கே தெரியும். யாரிடமும் காதல் கொள்ளும் எண்ணமே எனக்கு இல்லை. ஆனால் இப்போது நான் காதல் கொண்டே விட்டேன் என்பது கடவுளுக்கே தெரியும். இவ்வாறு சிந்தித்தபடியே படுக்கையில் மிலான் நகரத்து ஆஸ்பத்திரியில் கிடந்த போது, மிஸ் கேஜ் உள்ளே நுழைந்தாள்.

"டாக்டர் வந்து கொண்டிருக்கிறார். கோமோ ஏரியிலிருந்து அவர் 'போன்' செய்திருக்கிறார்.'

"இங்கே எப்போது வந்து சேருவார்?"

"இன்று பிற்பகல் வந்துவிடுவார்."

15

பிற்பகல் வரையில் ஒன்றும் நிகழவில்லை. டாக்டர் வந்தார். ஒல்லியாகவும் குட்டையாகவும் இருந்தார். போர் அவரை மிகவும் கவலைக்குள்ளாக்கி இருந்தது. என் தொடையிலிருந்து அநேக இரும்புத் துகள்களை வெகுலாகவமாக எடுத்தெறிந்தார். காய மடைந்த பாகத்திற்கு மட்டும் வலி தெரியாமலிருக்க ஏதோ பசை தடவினார். அது அங்கிருந்த தசைகளை மரத்துப்போகச் செய்தது. சிகிச்சைக் கொறடாவினால் காயத்தை நன்றாகத் துளாவி, மரத்துப் போன தசைகளுக்குக் கீழேயும் சுரண்டினார். அப்போது தான்

எனக்கு வலி ஏற்பட்டது. மரத்துப்போன இடங்களை நன்கு ஆராய்ந்து பார்த்த பின்னரும் திருப்தியடையாது எக்ஸ்ரே எடுக்க வேண்டும் என்று டாக்டர் அபிப்பிராயம் தெரிவித்தார்.

அவர் உத்தரவுப்படியே "மாக்கியோர் ஆஸ்பத்திரி" (Ospedale maggiore) என்னுமிடத்தில் எக்ஸ்ரே எடுக்கப்பட்டது. அதை எடுத்த டாக்டர் திறமைசாலி, உணர்ச்சி வசப்படுபவர், உற்சாகமுள்ளவர். என் தோள்களையும் கைகளையும் உயரத்தூக்கி நானே 'எக்ஸ்ரே தாளில் என்னுடலில் பொதிந்திருந்த இதரப் பொருள்களைப் பார்க்கும்படி ஏற்பாடு செய்திருந்தார்.

எக்ஸ்ரே தகடுகள் என்னுடைய ஆஸ்பத்திரிக்கு அனுப்பி வைக்கவேண்டியிருந்ததால் டாக்டர் தன் கைப்புத்தகத்தில் என்னுடைய பெயர், படைப்பகுதி, எனக்குத் தோன்றிய மதிப்புரை வாசகங்கள் ஆகியவற்றைக் குறித்துக் கொடுக்கும்படி கேட்டுக் கொண்டார். என் உடலில் புகுந்து கிடந்த அந்நிய வஸ்துக்கள் கோரமாயும், அருவருப்பாயும் இருந்தன என்று அவர் வாய்விட்டுக் கூறினார். "அந்த ஆஸ்திரியர்கள் எல்லாம் நாய்ப் பயல்கள். எத்தனை பேர்களைத் தாங்கள் கொன்றீர்கள்" என்று கேட்டார். நான்தான் ஒருவனையும் கொல்லவில்லையே. இருந்தாலும் டாக்டரைத் திருப்திப்படுத்த "பல பேர்களைக் கொன்றேன்" என்று சொன்னேன். மிஸ் கேஜ் என்னுடன் இருந்தாள். டாக்டர் அவள்மீது கையை வளைத்தவாறே "கிளியோபேட்ராவைக் காட்டிலும் இவள் அழகாக இருக்கிறாள்" என்றார். அவர் சொன்னது கிளியோபேட்ரா என்னும் சரித்திரக்காலத்து எகிப்து நாட்டு ராணி என்பது அவளுக்குப் புரிந்ததோ, இல்லையோ! ஆமாம். உண்மையில் மிஸ் கேஜ் அழகாகத்தான் இருந்தாள். நாங்கள் ஆம்புலென்ஸில் ஏறிக் கொண்டு எங்கள் ஆஸ்பத்திரியை அடைந்தோம். இங்குமங்கும் மெல்ல மெல்லத் தாங்கி என் அறையில் என் படுக்கைக்குக் கொண்டு சேர்த்தனர். அன்று மாலை எக்ஸ்ரே தகடுகள் வந்து சேர்ந்தன. காதரின் பார்க்லி அவைகளை என்னிடம் காண்பித்தாள். அவைகள் எல்லாம் சிவப்பு உறையிட்ட கவர்களில் இருந்தன. அவற்றை வெளியிலெடுத்து விளக்குக் கெதிரே பிடித்து நானும், பார்க்லியும் உற்றுநோக்கினோம்.

'அது உங்கள் வலதுகால்' என்றாள். தகடு உறையில் போடப் பட்டது. மற்றொன்றை எடுத்தாள். "இது இடதுகால்."

"எல்லாவற்றையும் அப்படியே போட்டுவிட்டு படுக்கைக்கு வாயேன்" என்றழைத்தேன்.

"என்னால் முடியாது. இதை உங்களுக்குக் காட்டிப் போகலாம் என்று ஒரு நிமிஷம் வந்தேன்" என்று சொல்லி வெளியே போய்

விட்டாள். நான் படுக்கையில் கிடந்தேன். மாலைப் பொழுது புழுக்கமாக இருந்தது. படுக்கையில் கிடப்பது எனக்கு அசௌகக் கியத்தை உண்டுபண்ணிவிடும் போல் தோன்றியது. போர்ட்டரை, என்னென்ன பத்திரிகைகள் கிடைக்குமோ அவற்றை எல்லாம் வாங்கிவர அனுப்பினேன்.

அவன் வருவதற்குள் மூன்று டாக்டர்கள் என் அறையில் நுழைந்தனர். வைத்தியத் தொழிலில் முன்னுக்கு வராத டாக்டர்கள் எல்லாம் ஒருவருக்கொருவர் ஆலோசனை கூறிக் கொண்டும், கலந்து ஆலோசித்தும் ஒவ்வொருவனும் மற்றவனுடைய ஆலோசனையையும் உதவியையும் பெற்றுக் காலங்கழிப்பதை நான் கவனித்திருக்கிறேன். உன்னுடைய குடலில் வளர்ந்துள்ள சதையை ஆப்ரேஷன் செய்யத் தெரியாத டாக்டர், தொண்டைச் சதை வளர்ச்சியைக்கூட கீறி எடுக்கத் தெரியாத வேறொரு டாக்டருக்கு உன்னைச் சிபாரிசு செய்வான். ஒருவருடைய அறியாமையை மூடி மறைக்க மற்றொரு வனுடைய அறியாமை உதவும், எல்லோருமாகக் கூடி நோயாளியை ஏமாற்றுவர். என் அறையில் நுழைந்த டாக்டர் மூவரும் இத்தகைய டாக்டர்களே.

என்னைச் சுட்டிக்காட்டி, "இவர்தான் நான் சொன்ன அந்த வாலிபர்," என்றார் ஆஸ்பத்திரியைச் சேர்ந்த டாக்டர். அவர் தான் கோமோ ஏரியிலிருந்து வந்தவர்.

"எப்படி இருக்கிறீர்கள்!" என்று தாடியுடனிருந்த மற்ற டாக்டர் கேட்டார். மூன்றாமவன் எக்ஸ்ரே தகட்டை வைத்துக் கொண்டு பேசாது நின்றான்.

"கட்டுகளை அவிழ்க்கலாமா?" என்று தாடி வளர்ந்த டாக்டர் கேட்டார்.

'பேஷாக அவிழ்க்கலாம்' என்றார் ஆஸ்பத்திரியைச் சார்ந்த டாக்டர். பிறகு அவர் மிஸ் கேஜைப் பார்த்து, "நர்ஸ், கட்டை அவிழ்த்துவிடு" என்றார். கட்டுகளை அவிழ்த்ததும் நான் என் கால்களைப் பார்த்தேன். போர்முனை ஆஸ்பத்திரியில் அவை வேக வைத்துப் பக்குவப்படுத்தப்பட்ட இறைச்சி போலத் தோன்றின. இப்போது மேலே எல்லாம் பொருக்குத்தட்டி ஓடு போல வீங்கி யிருந்தது. கெண்டைக்கால் சதை உள்ளே குழிந்திருந்தது. ஆனால் சீழ் வரவில்லை.

"மாசு ஒன்றுமில்லை. ரொம்பவும் சுத்தமாயிருக்கிறது." என்றார்.

"உம்" என்றார் தாடிக்கார டாக்டர். "முழங்காலை அசைக்க முடிகிறதா? சற்று அசையுங்கள்."

"என்னால் முடியவில்லை."

"முழங்காலின் மூட்டு அசைவு எப்படி இருக்கிறதென்று பரிசோதிக்கலாமா?" என்றார் தாடிக்காரர். அவர் சட்டையின்மேல் மூன்று நட்சத்திர வடிவங்கள் தைக்கப்பட்டிருந்தன. எனவே அவர் ராணுவ அந்தஸ்தில் முதல் காப்டன்.

"ஆமாம்" என்று ஆமோதித்தார் ஆஸ்பத்திரி டாக்டர். பிறகு மூன்று டாக்டர்களும் சேர்ந்து என்னுடைய கால்களை மெதுவாகப் பிடித்து மடக்கினர்.

"வலிக்கிறது," என்றேன்.

"இன்னும் கொஞ்சம் மடக்குங்கள்" என்றார் டாக்டர்.

"முடியாது. அவ்வளவுதான் முடியும்" என்றேன்.

"மூட்டு ஓரளவுக்குத்தான் வேலை செய்கின்றது. இப்படிக் கொடுங்கள் எக்ஸ்ரே தகடுகளை." அவன் கொடுத்ததைப் பார்த்து விட்டு இல்லை, "இடது கால் தகடு" என்று முதல் காப்டன் சொன்னார்.

"உங்களுக்குக் கொடுத்தது இடது கால் தகடுதான்."

"ஆமாம். அதை நான் வேறொரு கோணத்திலிருந்து பார்த்துக் கொண்டிருந்தேன்." சற்று நேரம்பார்த்து விட்டு அதைத் திருப்பிக் கொடுத்தார். "இதைப் பாருங்கள்" என்று தகட்டில் தெரிந்த ஒரு இடத்தைச் சுட்டிக் காட்டினார். வட்டமாக ஒரு வஸ்து புதைந்து கிடந்ததை அது விளக்கொளியில் காட்டிற்று. மற்ற இருவரும் இதைச் சற்றுநேரம் பார்த்துக் கொண்டிருந்தனர்.

"ஒன்று சொல்ல முடியும். இதை மூன்று மாதமோ அல்லது ஆறு மாதமோ கழித்துத்தான் எடுக்க முடியும்" என்றார் தாடி டாக்டர்.

"ஆமாம். அங்கிருந்து சிதைவுற்ற திரவங்கள் எல்லாம் திரும்பவும் அங்கே ஊற வேண்டுமல்லவா?"

"இதற்கு நாம் காத்திருக்க வேண்டியது அவசியம். இந்த நிலையில் முட்டிச் சிப்பிகளை ஆபரேஷன் செய்வது உசிதமல்ல.

"நீங்கள் சொல்லுவதை நான் ஆமோதிக்கிறேன், டாக்டர்" என்றார் மற்றவர்.

"எதற்காக ஆறு மாதம் காத்திருக்க வேண்டும்?" என்று நான் கேட்டேன்.

"முட்டிச்சிப்பிகளின் உருண்டைகளில் சிதைவுற்ற திரவங்கள் மறுபடியும் பூர்த்தியடைவதற்கு, அதற்குப் பின்னரே ஆபரேஷன் ஆபத்தில்லாமல் செய்ய முடியும்."

"நீங்கள் சொல்லுவதை நான் நம்பவில்லை."

“உங்களுக்கு முட்டி இருக்கவேண்டுமென்றுதானே விரும்புகின்றீர்கள்?”

“வேண்டாம்,” என்றேன்.

“என்ன? வேண்டாமா?”

“அதை எடுத்துவிட்டு அங்கே ஒரு அங்கே ஒரு கொக்கி மாட்டிக் கொள்ளவே விரும்புகிறேன்,” என்றேன் எரிச்சலுடன்.

“அதென்ன அது, கொக்கி?” என்றார் தாடிக்காரர்.

“அவர் வேடிக்கையாகப் பேசுகிறார்,” என்று கூறி ஆஸ்பத்திரி டாக்டர் என்னை லேசாகத் தட்டிக்கொடுத்தார். “அவருக்கு முழங்கால் இருக்கவேண்டுமென்றுதான் விருப்பம். இவர் மிக்க தீரம் வாய்ந்தவர். இவருக்கு வெள்ளிப் பதக்கம் அளிப்பதற்குச் சிபாரிசு செய்யப்பட்டிருக்கிறது.”

“அதை முழுமனத்துடன் பாராட்டுகிறேன்” என்றார் முதல் காப்டன். அவர் என் கைகளைக் குலுக்கிவிட்டு, “நான் சொல்லக் கூடியதெல்லாம் உங்களுக்கு நிர்ப்பயமாக எல்லாம் சரிவரக் குணமடைய வேண்டுமானால் ஆறு மாத காலம் இப்படியே இருந்து பிறகு ஆபரேஷன் செய்தால் நல்லது. தேவையானால் நீங்கள் வேறொரு டாக்டரை ஆலோசனை கேட்பதில் எனக்கு ஆட்சேபமில்லை.”

“மிக்க நன்றி. உங்கள் ஆலோசனையை நான் பெரிதும் மதிக்கிறேன்.”

முதல் காப்டன் கடிகாரத்தை உற்றுநோக்கினார். “நாங்கள் இப்போது செல்லவேண்டும். உங்களுக்கு நலமுண்டாகட்டும்” என்று வாழ்த்தினார்.

“உங்களுக்கும் என்னுடைய நல்வாழ்த்துக்கள். உங்கள் ஆலோசனைக்கு மிக்க நன்றி,” என்று நானும் கைகுலுக்கினேன். அவர்கள் அறையைவிட்டு வெளிப் போந்தனர். மிஸ் கேஜைக் கூப்பிட்டு ஆஸ்பத்திரி டாக்டரை ஒரு நிமிஷம் உள்ளே அழைத்து வர அவளை அனுப்பினேன். அவர் உள்ளே வந்தார்.

“நீங்கள் என்னை அழைத்தீர்களா? என்ன வேண்டும்?”

“ஆமாம். அழைத்தேன். என்னால் இங்கே ஆறு மாதம் காத்துக் கொண்டிருக்க முடியாது. ஐயோ, கடவுளே! படுக்கையில் ஆறு மாதமா? நீங்கள் எப்போதாவது ஆறு மாதம் படுக்கையிலேயே கிடந்ததுண்டா, டாக்டர்?”

“நீ படுத்துக் கொண்டுதானிருக்க வேண்டுமென்பதில்லை. காயங்கள் மட்டும் திறந்தே இருக்கலாம். ஆனால் நீங்கள் கட்டையைப் பிடித்துக் கொண்டுதான் நடக்க வேண்டும்.

"ஆறு மாதம் இந்த மாதிரி. அதன் பிறகு ஆபரேஷன்? அப்படித்தானே?"

"அதுதான் ஆபத்தில்லாதது. புதைந்துள்ள பொருள்களைச் சுற்றி உடற்திரவங்கள் பரவி அதை நன்கு மூடிக்கொள்ள வேண்டும். பிறகு ஆபரேஷன் செய்வது நல்லது.

"உண்மையிலேயே அவ்வளவுகாலம் இருந்துதான் ஆக வேண்டும் என்று நீங்கள் நினைக்கிறீர்களா?"

"அதுதான் நல்லது, என்று எனக்குத் தோன்றுகிறது."

"முதல் காப்டன் என்று யாரையோ குறிப்பிட்டீர்களே அவர் யார்?"

"மிலான் நகரத்திலேயே அவர்தான் ரண வைத்தியத்தில் சிறந்தவர்."

"முதல் காப்டன் அந்தஸ்துள்ளவர்தானே அவர்?"

"ஆமாம். ஆனாலும் அவர் சாஸ்திர வைத்தியத்தில் மிகத் திறமைசாலி,"

"என்னுடைய காலை ஒரு முதல் காப்டன் கையில் ஒப்படைக்க நான் விரும்பவில்லை. உண்மையிலேயே அவர் திறமைசாலி என்றால் இதற்குள் அவர் ஒரு மேஜராக ஆகியிருப்பார். எனக்கு முதல் காப்டன் என்றால் யார் என்று தெரியும், டாக்டர்" என்றேன்.

"அவருடைய திறமையில் எனக்கு நம்பிக்கை. மிலானில் மற்றவர்களின் ஆலோசனைகளைவிட இவருடைய அபிப்பிராயத் துக்கு நான் மதிப்புக்கொடுப்பேன் என்று அவர் விட்டுக் கொடுக் காமல் பேசினார்.

"வேறு ரண சிகிச்சை டாக்டர் இதைப் பார்க்கலாமா?"

"உங்களுக்கு விருப்பமென்றால், பேஷாகச் செய்யலாம். என்னைப் பொறுத்த மட்டில் டாக்டர் பாரல்லாவின் (இதுதான் அந்தத் தாடிக்காரரின் பெயர்) அபிப்பிராயத்தைத்தான் அங்கீகரிப்பேன்"

"வேறு டாக்டர் யாரையாவது கவனிக்கச் சொல்லுகிறீர்களா?"

"அப்படியே, டாக்டர் வேலன்டினியை வரச் சொல்லுகிறேன்."

"அவர் யார்?"

"ஆஸ்படேல் மாக்கியோர்" ஸ்தாபனத்தின் ரண சிகிச்சை வைத்தியர்.

"நல்லது. உங்களை நான் மிகவும் பாராட்டுகிறேன். நான் ஆறுமாதம் படுக்கையில் கிடப்பது என்பது முடியாத காரியம் டாக்டர்."

“நீங்கள் படுக்கையிலேயே இருக்கவேண்டுமென்று நான் சொல்லவில்லையே. சூரிய வெளிச்சத்தில் உலாவச் செல்லலாம். சிறிது உடற்பயிற்சிகூட எடுத்துக்கொள்ளலாம். திரவங்கள் சேர்ந்து பரவியதும் ஆபரேஷன் செய்துவிடலாம்.”

“என்னால் ஆறு மாதம் காத்திருக்க முடியவே முடியாது.”

“நீங்கள் போர்முனைக்குத் திரும்பிச் செல்லுவதில் அவ்வளவு ஆத்திரம் கொண்டிருக்கிறீர்கள்,” என்று புன்னகை செய்து விட்டு வெளியே செல்ல ஆயத்தமானார்.

“ஏன், போர்முனைக்குப் போகக் கூடாதா?”

“போகலாம். நீங்கள் கண்ணியம் வாய்ந்த இளைஞன். போக வேண்டியதுதான்” என்று குனிந்து என் நெற்றியில் லேசாக முத்தமிட்டார். “கவலைப்பட வேண்டாம். நான் வேலன்டினியை அனுப்பி வைக்கிறேன். நீங்கள் பரபரப்படைய வேண்டாம். அமைதியாக நல்ல பிள்ளையாக இருங்கள்.”

“கொஞ்சம் மது அருந்துகிறீர்களா?”

“வேண்டாம். நான் மதுவகை எதையும் தொடுவதில்லை.”

“கொஞ்சம் சாப்பிடுங்கள்” என்று போர்ட்டரைக் கூப்பிட்டு, தம்ளர் கொண்டுவரச் சொன்னேன்.

அவர் வேண்டாமென்று மறுத்துவிட்டு வெளியே போனார்.

இரண்டு மணி நேரத்திற்குப்பின் டாக்டர் வேலன்டினி அறைக்குள் நுழைந்தார். அவர் வெகு அவசரத்துடனிருந்தார். அவர் மேஜர். அவர் மீசை முறுக்கிவிடப்பட்டிருந்தது. முகம் சற்றுப் பழுப்படைந்திருந்தது. எப்போதும் சிரித்த முகம்.

“இந்த மோசமான காயத்தை எப்படிச் சம்பாதித்துக் கொண்டாய்? எக்ஸ்ரே தகடுகளைக் கொடுங்கள், பார்ப்போம். சரி, சரி இப்போது எல்லாம் புரிந்துவிட்டது. அடே, அங்கே யார் அந்த அழகுப்பெண்? உன் காதலிதானே? அப்படித்தான் நான் நினைத்தேன். இது மிகவும் மோசமான போர் இல்லையா? நீங்கள் தங்கமான மனுஷன் ஐயா. வாலிப மிடுக்குடன் இருக்கிறீர். இப்போது எப்படி இருக்கிறது? வலிக்கிறதா? உங்களைப் புது ஆளாய் ஆக்கிவிடுகிறேன், கவலைப்படாதீர். இதுவரையில் உங்களுக்கு என்ன சிகிச்சை அளிக்கப்பட்டது? அந்தப் பெண்ணுக்கு இத்தாலிய மொழி தெரியாதா? பேசாமல் நிற்கிறாளே? கற்றுக் கொடுக்க வேண்டும். எவ்வளவு அழகாக இருக்கிறாள்! நானே அவளுக்கு இத்தாலி மொழி சொல்லித் தருகிறேன். நான் இங்கேயே ஒரு நோயாளியாக வந்து விட்டால் என்ன? சீ, சீ, அப்படி வேண்டாம். அதைவிட அவளுடைய பிரஸவ வைத்தியத்தை நான் காசில்லாமலே பார்த்து விடுகிறேன். நான் சொல்லுவதை அவள் புரிந்து கொள்ளுகிறாளா?

அவள் உன்னை விரைவிலேயே ஒரு நல்ல பையனாக்கி விடுவாள். அவள் அவ்வளவு நேர்த்தியாக இருக்கிறாள். ஆம், அதுதான் சரி; அப்படித்தான் இருக்கவேண்டும் பெண்கள். மிகவும் எழிலுடன் விளங்குகிறாள். என்னுடன் இன்றிரவு சாப்பிட வரமுடியுமா என்று கேள் அவளை. சரி, வேண்டாம். உன்னிடமிருந்து அவளை அழைத்துச் செல்ல விரும்பவில்லை. மிகவும் நன்றி. போதும், அவ்வளவுதான். மிஸ், உனக்கு மிக மிக நன்றி" என்று அவர் வெகு சுவாரஸ்யமாகப் பேசிக்கொண்டே தன் வேலையையும் அதி லாகவமாகக் கவனித்துவிட்டார்.

"அவ்வளவுதான் நான் தெரிந்து கொள்ளவேண்டியது" என்று என் தோளில் லேசாகத் தட்டினார். "கட்டுகளை எல்லாம் வெளியே எறிந்துவிடு."

ஒரு தம்ளர் மது அருந்துகிறீர்களா? டாக்டர் வேலன்டினி."

"மதுவா? பேஷாக. ஒரு தம்ளர் என்ன, பத்து தம்ளர் சாப்பிடு கிறேன். எங்கே அது?"

"அலமாரியில். மிஸ் பார்க்லி அதை எடுத்து வருவாள்."

"ஓ சீர்ரி... யோ, சீர்ரி–ஓ, மிஸ். என்ன எழில் வாய்ந்த பெண். இதைவிட உயர்ந்த ரக "கானியக்" பிராந்தியை எழில்வாய்ந்ததைக் கொண்டு வந்து உனக்குக் கொடுக்கிறேன்" என்றார் மீசையைத் துடைத்துக்கொண்டே.

"ஆபரேஷன் எப்போது செய்ய முடியும் என்று எண்ணு கிறீர்கள்?"

"நாளைக் காலை. அதற்குமுன் முடியாது. உன்னுடைய குடல் கள் சுத்தமாகக் கழுவப்பட வேண்டும். கீழேயுள்ள அந்தக் கிழவி யிடம் வேண்டிய ஏற்பாடுகளைச் செய்யச் சொல்லுகிறேன். நான் சென்று வருகிறேன். நாளை வந்து பார்க்கிறேன். வரும் போது உயர்ந்த ரக 'கானியக்' கொண்டு வருகிறேன். நீங்கள் சௌக்கிய மாகவே இருக்கிறீர்கள். இங்கே நன்றாகத் தூங்குங்கள். நாளை சீக்கிரமே வந்து விடுகிறேன். 'குட் பை' நாளை காலை வரையில்" என்று கதவருகில் மற்றொருமுறை கூறிவிட்டு சிரித்தவண்ணம் வெளியே சென்றார். அவர் கை சட்டை நுனியில் ஒரு நட்சத்திரம் பளபளவென்று பொதிந்திருந்தது. ஆம், அவர் மேஜர்தான், சந்தேக மில்லை.

16

அன்றிரவு ஒரு வௌவால் என் அறைக்குள் பறந்து வந்தது. திறந்த கதவின் வழியே நகரத் தோற்றத்தை இருட்டில் நாங்களிருவரும்

கவனித்துக் கொண்டிருந்தோம். வெளியே நகரத்திலிருந்த சிறு வெளிச்சத்தின் ஒளிமட்டுமே எங்கள் அறையிலும் லேசாகப் பரவி யிருந்ததால் அந்த வௌவால் பயமின்றி உள்ளே பறந்து கொண்டி ருந்தது. நாங்கள் அதையே பார்த்துக் கொண்டிருந்தோம். சிறிது நேரம் நாங்கள் அசைவற்றுப் படுத்திருந்ததால் ஒருவரும் அறையில் இல்லை என்றே அந்த வௌவால் எண்ணி இருக்க வேண்டும். இடையிடையே ஒரு நீளொளியின் கிரணம் வானில் தோன்றிக் கொண்டேயிருந்தது. அதன் பிரகாசம் மறைந்ததும் இருள் மறு படியும் கவ்விக் கொள்ளும். இரவின் மென்காற்று வீசியது. காற்று அலையில் அடுத்த வீட்டுக் கூரைமீது விமான எதிர்ப்புப் படை யினர் பேசிக் கொண்டது மிதந்து வந்தது. குளிராக இருந்ததால் அவர்கள் தொப்பிகளை அணிந்திருந்தனர். இரவில் யாராவது எங்கள் அறைக்குள் வந்துவிடப் போகிறார்களே என்று எனக்குச் சற்று அச்சமாகவே இருந்தது. ஆனால் காதரின் அவர்களெல்லாம் தூங்கிவிட்டார்கள் என்று உறுதியளித்தாள்.

இரவில் ஒரு முறைதான் நாங்கள் தூங்கினோம். விழித்துக் கொண்டபோது அவள் பக்கத்தில் இல்லை. சிறிது நேரத்திற்கெல்லாம் அவள் திரும்பி வந்து விட்டாள். ஒருமுறை ஹாலுக்கும், கீழ்த்தளத் திற்கும் சென்று பார்த்து விட்டு, எல்லோரும் தூங்கிக்கொண்டு தானிருக்கிறார்கள் என்று நிச்சயப்படுத்திக் கொண்டு வந்திருக்கிறாள். மிஸ் வான் காம்ப்பென் அறைக்கு வெளியே சிறிதுநேரம் நின்று அவள் அயர்ந்து தூங்குவதைக் கவனித்தாள். பின் எங்கிருந்தோ பிஸ்கட்டும், சிறுதிண்டியும் கொண்டு வந்திருந்தாள். அதை நாங்களிவரும் தின்று கொஞ்சம் மதுவும் அருந்தினோம். எங்களுக்கு நல்ல பசி; இருந்தாலும் காலையில் குடல் காலி செய்யப்பட வேண்டுமே என்று அதிகம் சாப்பிடவில்லை. பிறகு நாங்கள் தூங்கி விட்டோம். சூரியவெளிச்சம் வந்த பிறகுதான் நான் எழுந்தேன். எனக்கு முன்னரே காதரின் எழுந்து வெளியே சென்றிருந்தாள். இப்போது அவள் முகம் கழுவிக்கொண்டு புது மெருகுடன் உள்ளே வந்து என் படுக்கையிலமர்ந்தாள். வெளியே கூரை மீதெல்லாம் பனி படர்ந்திருந்தது. கூரை மேட்டிலிருந்த சிப்பாய்கள் அருந்திக் கொண்டிருந்த காபியின் மணமும் காற்றில் மிதந்து வந்தது.

“நாம் வெளியே சென்று வரலாம் போல் தோன்றுகிறது. சக்கர நாற்காலி வண்டியிருந்தால் உங்களைத் தள்ளிக்கொண்டே செல்லுவேன்” என்றாள்.

“நான் எப்படி அந்த நாற்காலியில் ஏறுவது?”

“நான் ஏற்றிவிடுகிறேன்.”

“வெளியேயுள்ள பூங்காவிற்குச் சென்று அங்கே காலை உணவைச் சாப்பிடலாம்” என்றேன். திறந்திருந்த கதவின் வழியாக வெளியே பார்த்தேன்.

“சரி, வேண்டாம். இப்போது நான் என்ன செய்யவேண்டு மென்றால் டாக்டர் வேலன்டினியின் வருகைக்கு உங்களைத் தயார்ப்படுத்தி வைக்க வேண்டும்.”

“அவர் ஒரு அற்புத மனிதர் இல்லையா?” என்று கேட்டேன்.

“நீங்கள் அவரைப் பற்றிப் புகழும் அந்த அளவுக்கு நான் புகழ முடியாது, என்றாலும் அவர் மிகவும் நல்லவர் என்றே நினைக் கிறேன்.”

“படுக்கைக்கு வா. காதரின், தயவுசெய்து.”

“முடியாது. இரவு எல்லாம்தான் இன்பமாகக் கழித்தோமே... போதாதா!”

“இன்றிரவு நீ “இரவு–ட்யூடி” முறை போட்டுக் கொள்ள முடியுமா?”

“முடியும் என்று நினைக்கிறேன். ஆனால் உங்களுக்கு நான் வேண்டியிருக்காதே.”

“இல்லை. இல்லை, கட்டாயம் வேண்டும்.”

“வேண்டியிருக்காது. இதற்குமுன் நீங்கள் ஆபரேஷன் செய்து கொண்டதில்லையே. ஆபரேஷனுக்குப் பின் நீங்கள் எப்படி இருப்பீர்கள் என்று உங்களுக்குத் தெரியாது.”

“அதெல்லாம் ஒன்றுமில்லை, நான் நன்றாகவே இருப்பேன்.”

“அப்படியில்லை. நீங்கள் அசௌக்கியமுற்றிருப்பீர்கள். அப்போது என்னை மதிக்க மாட்டீர்கள்.”

“அப்படியானால் இப்போது, வா,”

“முடியாது. அன்பரே, எனக்கு நிரம்ப வேலை இருக்கிறது. தங்களைப் பற்றிய தகவல்களையெல்லாம் விஷயக் குறிப்புப் படத்தில் கோடுகள் வரைய வேண்டும். உங்களுக்கு வேண்டியதை எல்லாம் செய்து டாக்டர் வருகைக்கு தயாராக இருக்க வேண்டும்”

“உனக்கு என்மீது உண்மையான ஆசையில்லை. இருந்தால் இப்போது வரமாட்டாயா?”

“நீங்கள் இப்படி அடம் பிடிக்கக்கூடாது” என்று என்னை முத்தமிட்டாள். “சரி, படம் வரைந்தாய் விட்டது. உங்கள் உடல் உஷ்ணம் எப்போதும் சரியான அளவு இருக்கின்றது. எப்போதும் உங்கள் உஷ்ண நிலை மிக மனோகரமானது.

“உன்னுடையது எல்லாமே மனோஹரம்.”

"அப்படிக்கில்லை, உங்கள் உடல் உஷ்ண நிலையைச் சொன்னேன். அதைப்பற்றி நான் பெருமைகூடப் படுகிறேன்."

"நம்முடைய குழந்தைகள் எல்லோருமே சம உஷ்ணமுள்ளவர்களாகவே இருப்பார்கள் என்று எதிர்பார்க்கலாம். அல்லவா?"

"நம்முடைய குழந்தைகளின் உஷ்ணநிலை படுமோசமாக யிருக்கும்" என்றாள் காதரின்.

"டாக்டர் வேலன்டினிக்கு என்னைத் தயார்படுத்த நீ என்னென்ன செய்யவேண்டும்?"

"அதிகம் ஒன்றுமில்லை. ஆனால், உவப்பூட்டும் வகை அல்ல."

"அப்படி என்றால் அதை நீ செய்யாமலிருந்தால் நல்லதல்லவா?"

"என் விருப்பமும் அப்படித்தான். ஆனால் வேறு எவரும் உங்களைத் தொடுவதைக்கூட நான் விரும்பவில்லை. யாராவது உங்களைத் தொட்டாலும் எனக்கு மிக்க கோபம் உண்டாகும். ஒரு வேளை இது அசட்டுத்தனமாகத் தோன்றலாம்."

"மிஸ் பெர்கூஸன் தொட்டால் கூடவா?"

"ஆமாம், முக்கியமாக பெர்கூஸன், கேஜ், மற்றும் அந்த மூன்றாவது பெண், அவள் பெயரென்ன?"

"வாக்கரைச் சொல்லுகிறாயா?"

"ஆம். அவள்தான். இப்போது இங்கே நாங்கள் அதிகமாகி விட்டோம். மேலும் நோயாளிகள் வரவில்லையானால் எங்களை இங்கிருந்து அனுப்பிவிடுவார்கள். இப்போது நாலு நர்ஸுகள் இருக்கின்றனர்."

"மேலும் நோயாளிகள் வரலாம். இவ்வளவு பெரிய ஆஸ்பத்திரிக்கு நான்கு நர்ஸுகள்கூட வேண்டாமா?"

"அப்படித்தான் நானும் எண்ணுகிறேன். என்னை இங்கிருந்து போகச் சொல்லிவிட்டால் நான் என்ன செய்வது..? மேலும் நோயாளிகள் இல்லை என்றால் என்னை அனுப்பியே விடுவார்கள்."

"அப்படியானால் நானும் உன்னுடன் வந்துவிடுகிறேன்."

"என்ன அசட்டுத்தனம்? நீங்கள் இந்த நிலையில் எப்படிப் போக முடியும். ஆனால் நீங்கள் சீக்கிரமாக குணமடைந்து விடுங்கள். அன்பே, நாம் பிறகு எங்கேயாவது சென்றுவிடலாம்."

"அதன் பிறகு என்ன ஆகும்?"

"ஒருகால் அதற்குள் யுத்தம் நின்றுவிடக் கூடும். என்றைக்குமா யுத்தம் நடந்து கொண்டிருக்கும்?"

"நான் நிச்சயமாகக் குணமடைந்து விடுவேன். டாக்டர் வேலன்டினி இதைச் சரி செய்துவிடுவார்."

“அவர் மீசை விறைத்து நிற்பதைப் பார்த்தாலே சரி செய்து விடுவார் என்று தெரிகிறது. என் அன்பரே, உங்களுக்கு மயக்க மருந்து கொடுக்கும்போது நம் தொடர்புகளைப்பற்றி யெல்லாம் நினைத்துக்கொள்ள வேண்டாம். வேறு எதைப் பற்றியாவது நினைக்கவும். ஏனெனில் மயக்கத்தில் சிலபேர்கள் ஏதேதோ உளறு வது வழக்கம்.”

“வேறு எதைப்பற்றி நினைத்துக் கொள்ளுவது?”

“நம்மைப்பற்றி இல்லாத எதையாவது. உங்கள் மக்களைப் பற்றி நினைத்துக் கொள்ளுங்கள். ஏன், வேறு எந்தப் பெண்ணைப் பற்றி யாவதுகூட நினைத்துக் கொள்ளுங்களேன்.”

“அது முடியவே முடியாது.”

“அப்படியானால் ஆண்டவனைத் துதியுங்கள்; ஜபம் செய்யுங் கள்; அது உங்களைப்பற்றி உயர்ந்த அபிப்பிராயத்தை உண்டாக்கக் கூடுமல்லவா?”

“ஒருவேளை நான் பேசாது மௌனமாகவே இருக்கலாம்.”

“அது உண்மைதான். அடிக்கடி நோயாளிகள் பேசாமல் இருந்து விடுவதும் வழக்கம்.”

“நான் பேசமாட்டேன்.”

ஒன்றும் பெருமையடித்துக்கொள்ள வேண்டாம். அன்பரே, பெருமைப்பட வேண்டாம். நீங்கள் அன்பு மிகுந்தவர். நீங்கள் மிகைபடச் சொல்ல வேண்டியதில்லை.”

“நான் ஒரு வார்த்தைக் கூடப் பேசமாட்டேன்.”

“பார்த்தீர்களா? மறுபடியும் பிதற்றுகிறீர்களே! அன்பரே. இவ்வாறு பிதற்றவேண்டாம் என்றுதானே சொல்லுகிறேன். உங்களு டைய துதி கீதங்களைச் சொல்லிப் பாருங்கள். அல்லது ஏதாவது கவிதைகள், அல்லது எதையாவது நினைத்துக்கொள்ளுங்கள். அவர்கள், நன்றாக மூச்சுவிடுங்கள் என்று சொல்லும்போது அப்படிச் செய்தால்தான் நல்லது. எனக்கும் பெருமையாக இருக்கும். இப்போதே உங்களைப்பற்றி எனக்குப் பெருமைதான். உங்கள் குணம் வெகு நேர்த்தி. ஒரு சிறுவனைப் போலத் தலையணைமீது கையைப் போட்டுக் கொண்டு என்மேல்தான் கைபோட்டுக் கொண்டிருப்பதாக எண்ணி ஆனந்தமாகத் தூங்குங்கள். அல்லது வேறு எந்தப் பெண் மீதாவது ஒரு இத்தாலியக் கட்டழகி என்று வைத்துக் கொள்ளுங் களேன்.

“நீதான் அந்தக் கட்டழகி.”

“நான் என்பதுதான் தெரியுமே. அடேயப்பா, நான் உங்களை எப்படிக் காதலிக்கிறேன் தெரியுமா! வேலன்டினி உங்கள் காலைக்

குணப்படுத்திவிடுவார். அவர் உங்கள் முட்டியை ஆபரேஷன் செய்யும்போது நான் பார்த்துக் கொண்டிருக்க வேண்டியதில்லை. அந்தமட்டும் எனக்குச் சந்தோஷமே.

"நீ இன்று இரவு 'டியூடி'யில் தானே இருக்கப் போகிறாய்?"

"ஆமாம், அதைப்பற்றி உங்களுக்கேன் கவலை."

"கவலைப்படுகிறேனா இல்லையா என்று காத்திருந்து பார்."

"பார்த்தீர்களா, அன்பரே, இப்போதுதான் நீங்கள் உள்ளும் புறமும் பரிசுத்தமாக இருக்கிறீர்கள். இப்போது சொல்லுங்கள். இதுவரை எத்தனை பெண்களைக் காதலித்திருக்கிறீர்கள்?"

"ஒருத்திமீது கூட இல்லை."

"என்மீது கூட இல்லையா?"

"உன்னைத் தவிர. இல்லவே இல்லை."

"உண்மையாகச் சொல்லுங்கள், என்னைத் தவிர எத்தனை பேர்கள்?"

"ஒருவருமில்லை."

"எத்தனை பேர்களுடன்–அதை எப்படி நீங்கள் எல்லாம் சொல்லு வீர்கள்–இராக்காலங்களைக் கழித்திருக்கிறீர்கள் என்றா? அப்படித் தானே"

"ஒருத்தியுடனுமில்லை."

"நீங்கள் பொய் சொல்லுகிறீர்கள்."

"இல்லை, உண்மை."

"அதைப்பற்றிப் பரவாயில்லை. பொய்யே சொல்லுங்கள். அதைத் தான் நீங்கள் செய்யவேண்டும் என்று விரும்புகிறேன். அவர்கள் எல்லாம் அழகாயிருந்தார்களா?"

"நான் எவளுடனும் இரவைக் கழித்ததில்லை."

"ரொம்பச் சரி. அவர்கள் வனப்புடன் கவர்ச்சிகரமாகவாவது இருந்தார்களா?"

"எனக்கு ஒன்றும் தெரியாது."

"நீங்கள் எனக்குத்தான் சொந்தம். நீங்கள் வேறு எவளுக்கும் சொந்தமானவராக இருந்ததுமில்லை. அப்படி இருந்தாலும் கூட எனக்குக் கவலை இல்லை. அவர்களிடம் எனக்கு ஒன்றும் பய மில்லை. அவர்களைப் பற்றி மட்டும் என்னிடம் பேசாதீர்கள். ஒருவன் ஒரு பெண்ணிடம் பொழுதைக் கழித்துக் கொண்டிருக்கும் போது எவ்வளவு கொடுக்க வேண்டுமென்று அவள் எப்போது சொல்லுவாள்?"

"எனக்குத் தெரியாது"

"தெரியாவிட்டால் போகட்டும். அவள்கூட "உன்னைக் காதலிக்கிறேன்" என்று கூறுவாளா? இதை மாத்திரம் சொல்லுங்கள். நான் அதைத் தெரிந்து கொள்ள விரும்புகிறேன்."

"ஆமாம். அவள் அவ்விதம் சொல்லவேண்டுமென்பது அவன் விருப்பமானால், அவள் சொல்லுவாள்."

"அவளைக் காதலிக்கிறேன் என்று அவன் சொல்லுவதுண்டா? தயவு செய்து சொல்லவும். இது மிகவும் முக்கியமாக நான் தெரிந்து கொள்ள வேண்டும்."

"அவனுக்கு விருப்பமிருந்தால் சொல்லலாம்."

"நீங்கள் அவ்விதம் செய்யவில்லையே? உண்மையாக."

"இல்லை."

"உண்மையில் இல்லையா? வாஸ்தவத்தைச் சொல்லுங்கள்."

"இல்லை" என்று புளுகினேன்.

"நீங்கள் செய்திருக்க மாட்டீர்கள் என்று எனக்குத் தெரியும். அன்பரே, நான் உங்களைக் காதலிக்கிறேன்."

உதயசூரியன் மேலே கிளம்பினான். எங்கும் நல்ல வெளிச்சம். மாதாகோவில் ஸ்தூபியின் நிழல்வெளிச்சத்தில் நன்றாகத் தெரிந்தது. நான் உள்ளும் புறமும் சுத்தமாக டாக்டர் வருகைக்குத் தயாராக இருந்தேன்.

"அதைத்தான் கேட்டேன். அவன் என்ன எதிர்பார்க்கிறானோ அதைத்தான் அவள் சொல்லுகிறாள் இல்லையா?" என்று சம்பாஷணையைத் தொடர்ந்தாள் காதரின்.

"எல்லாச் சமயத்திலும் அப்படியில்லை."

"என்னைப் பற்றிய வரையில் அப்படித்தான். உங்களுக்கு என்ன வேண்டுமோ அதைத்தான் சொல்லுவேன். உங்களுக்கு எது விருப்பமோ அதைத்தான் செய்வேன். அப்போது உங்களுக்கு இதரப் பெண்கள் வேண்டுமென்று தோன்றாதல்லவா. உங்களுக்கு வேண்டி யதைச் செய்து விரும்பியதைச் சொன்னால் நான் வெற்றியடைந்த மாதிரி தானே? இல்லையா?" காதரின் சந்தோஷத்துடன் என்னைப் பார்த்துக் கொண்டிருந்தாள்.

"ஆமாம்."

"இப்போது நீங்கள் தயாராகிவிட்டீர்கள். நான் என்ன செய்ய வேண்டும்?"

"படுக்கைக்கு வா, மறுபடியும்."

"உங்கள் விருப்பப்படியே, ஆகட்டும்."

"நீ அன்பின் சிகரம், அன்பே. அமுதே," என்றேன்.

"பார்த்தீர்களா? நீங்கள் என்ன வேண்டுமென்கிறீர்களோ அதைச் செய்யத் தயங்கவில்லை."

"நீதான் என்னுடைய அன்பு."

"நான் இதில் தேர்ச்சியுற்றவள் அல்ல என்று நினைக்கிறேன்."

"இனிமையே உருவெடுத்தவள் நீ."

"உங்களுக்கு எது வேண்டுமோ அதுதான் எனக்கும் வேண்டும். இனிமேல் நான் என்று தனியாக ஒன்றுமே இல்லை. நீங்கள் சொல்லுவதுதான் நான்."

"நீ இன்பரசம்."

"நான் நல்லவள்தான் இல்லையா. நீங்கள் வேறு பெண்ணை விரும்பமாட்டீர்களே? அல்லது விரும்புவீர்களா?"

"மாட்டேன்"

"பார்த்தீர்களா? நான் எவ்வளவு நல்லவள். உங்களுக்குப் பிடித்ததையே செய்கிறேன்."

17

ஆபரேஷன் முடிந்து மயக்கம் தெளிந்தபின் நான் எங்கோ வெளியில் சென்றிருந்து திரும்பி வந்தமாதிரி இருக்குமென்று எண்ணியிருந்தேன். ஆனால் அப்படி ஒன்றுமில்லை. நான் அறையை விட்டுப் போனதாகக் கூட உணர்ச்சியில்லை, மயக்கத்தில் உணர்ச்சியை மங்கச் செய்கிறார்கள். அவ்வளவுதானேயொழிய செத்துப்போவது போல் அல்ல. மயக்கம் தெளிந்ததும் குடிபோதை தெளிந்ததுபோலத் தோன்றும். ஆனால் வாந்தியாகிவிடும். வெறும் பித்த நீராக வாந்தியாகும். என் காலடியில் மணற்பைகள் கிடந்ததைப் பார்த்தேன். குழாய்கள்மீது அவை வைக்கப்பட்டிருந்தன. சிறிது நேரத்தில் மிஸ் கேஜ் உள்ளே நுழைந்தாள்.

"இப்போது எப்படி இருக்கிறது?"

"ரொம்பத் தேவலை."

"அந்த டாக்டர் அதிசயிக்கத்தக்கவாறு உங்கள் முழங்காலில் ஆபரேஷன் செய்தார்."

"எவ்வளவு நேரம் பிடித்தது அவருக்கு?"

"இரண்டு மணி முப்பது நிமிஷம்."

"நான் மயக்கத்தில் ஏதாவது உளறிக்கொட்டினேனா?"

"ஒரு வார்த்தைகூட இல்லை. இப்போதும் நீங்கள் பேச வேண்டாம். சும்மா இருங்கள்."

ஆமாம், காதரின். சொன்னது வாஸ்தவம்தான். நான் அசௌக்கிய முற்றுத்தான் இருந்தேன். அந்த நிலைமையில் 'இரவு டியூடி'யில் யார் இருந்தாலும் எனக்கு ஒன்றுதான்.

***

ஆஸ்பத்திரியில் அப்போது மேலும் மூன்று நோயாளிகள் இருந்தனர். செஞ்சிலுவைப் படையைச் சேர்ந்த ஜார்ஜியா மாகாணத்துப் பையன் ஒருவன். அவனுக்கு மலேரியா, மற்றவனுக்கும் அதுவே. அத்துடன் மஞ்சள் காமாலை. இவன் நியூயார்க்வாசி. மூன்றாமவனும் அழகுள்ள வாலிபன். ஆஸ்திரியர்கள் மலைப் பிரதேசப் போரில் உபயோகித்த ஒரு புது ஆயுதத்தை யுத்தத்தின் ஞாபகார்த்தமாக வைத்திருந்தான் மூன்றாமவன். இது வெடிகுண்டும் ரவையும் ஒன்றாக இணைந்திருந்த ஒரு புதுமை ஆயுதம். குண்டு வெடித்த பின்னர் அதன் உள்ளேயிருக்கும் ரவை தனித்துச் சிதறும். உடலில் பட்டதும், அதில் பொருந்தியுள்ள திரி எரிந்து ரவையும் வெடிக்கும். இந்த இரு வெடி ஆயுத ரவையின் மேல் மூடியைக் கழற்ற முயன்ற போதுதான் அவன் காயமுற்று ஆஸ்பத்திரிக்கு வர நேர்ந்தது. காதரின் அங்கிருந்த இரு நர்சுகளால் மிகவும் விரும்பப் பட்டாள். ஏனெனில் சலிப்பே இல்லாது இரவு வேலை பார்க்க அவள் தயாராக இருந்தாள். மலேரியா பையனிடம் அவளுக்கு அதிக வேலை இல்லை. மற்ற பையன் எங்களுக்குச் சிநேகமாய் விட்டான். மிகவும் அவசியமானபோதுதான் இராக்காலங்களில் அவன் மணி அடித்து நர்ஸை அழைப்பான். இவ்வாறு வேலைமீது வெளியே போயிருந்த நேரங்கள் தவிர காதரீனும் நானும் ஒன்றாகவே இருந்தோம். நான் அவளைப் பெரிதும் நேசித்தேன். அவளும் என்னைக் காதலித்தாள். பகலெல்லாம் நான் தூங்கினேன். பகலில் தூக்கம் வராத நேரங்களில் நாங்களிருவரும் கடிதங்கள் எழுதி மிஸ் பெர்கூஸன் மூலம் அனுப்புவோம். மிஸ் பெர்கூஸன் மிகவும் நல்ல பெண். ஐம்பத்து இரண்டாவது அணியில் அவளுக்கு அண்ணன் ஒருவன் இருக்கிறான்; மெஸபடோமியாவில் மற்றொரு சகோதரன் இருக்கிறான்; காதரீனிடம் அவனுக்கு மிக்க அன்பு: இந்த விவரங்களுக்கு மேல் அவளைப்பற்றி ஒன்றுமே தெரிந்து கொள்ள முடியவில்லை.

"எங்கள் விவாஹத்திற்கு நீ வருவாயா பெர்க்கி?" என்று ஒருதரம் அவளைக் கேட்டேன்.

நீங்கள் ஒருபோதும் கல்யாணம் செய்துகொள்ள மாட்டீர்கள்" என்றாள் அவள்.

"இல்லை, செய்துகொள்ளுவோம்."

"இல்லை, செய்துகொள்ள மாட்டீர்கள்."

"ஏன் அப்படிச் சொல்லுகிறாய்?" என்று நான் கேட்டேன்.

"கல்யாணம் செய்துகொள்ளுவதற்கு முன் இரண்டு பேரும் சண்டைபோட்டுக் கொள்ளுவீர்கள்."

"நாங்கள் ஒருபோதும் சண்டை போட்டுக்கொள்ள மாட்டோம்."

"அதைப்பற்றி இப்போது ஏன் சொல்ல வேண்டும்?"

"அதற்கு காலம் இன்னும் வரவில்லை."

"வந்தால்கூட நாங்கள் சண்டை போட்டுக்கொள்ள மாட்டோம்."

"இல்லாவிட்டால் போரில் இறந்து போவீர்கள். சண்டையில் மரணம் அல்லது போரில் மரணம். இங்கே எல்லோரும் இந்த இரண்டில் ஒன்றைத்தான் செய்கிறார்கள். கல்யாணம் செய்து கொள்ளுவதில்லை."

அவள் கையைப் பற்றப்போனேன். "என்னைத் தொடாதீர்கள். நான் அழுது கொண்டிருக்கிறேன் என்று நினைக்கிறீர்களா? ஒருகால் நீங்கள் இருவரும் சுகமாகவே இருத்தலும் கூடும். ஆனால் அவளை எந்தச் சங்கடத்திலும் மாட்டிவிடாமல் நீங்கள் வெகு ஜாக்கிரதையுடனிருக்க வேண்டும். அவளுக்கு ஏதாவது தீங்கு நேர்ந்ததோ உங்களைக் கொன்று விடுவேன்," என்று அவள் சொன்னாள்.

"நான் அவளை எந்தச் சங்கடத்திலும் சிக்க வைக்கமாட்டேன்." என்று உறுதி கூறினேன்.

"அப்படியானால் ஜாக்கிரதையாக இருங்கள். எச்சரிக்கையுடனிருந்தால் உங்களுக்கு ஒன்றும் நேராது என்று நினைக்கிறேன். உல்லாசமாகப் பொழுதுபோக்குங்கள். ஆனால் ஜாக்கிரதையுடனிருங்கள்."

"நாங்கள் உல்லாசமாகவே பொழுதைக் கழிக்கின்றோம்."

"அப்படி என்றால் சண்டைபுரியவும் வேண்டாம். அவளையும் இன்னல்களுக்காளாக்க வேண்டாம்."

"நான் ஒருபோதும் அவ்வாறெல்லாம் செய்ய மாட்டேன்."

"மறுபடியும் சொல்லுகிறேன். ஜாக்கிரதையுடன் நடந்து கொள்ளுங்கள். இந்தமாதிரி யுத்த காலங்களில் குழந்தையும் கையுமாக

அவளிருக்க நேர்ந்தால் அவளுக்கு நல்லதல்ல. அதை நான் விரும்பவில்லை" என்று அவள் தன் கருத்தைப் பட்டவர்த்தன மாகவே சொன்னாள்.

"நீ ரொம்ப நல்ல பெண், பெர்க்கி."

"என்னை ஒன்றும் நீங்கள் தூக்கிவைக்க வேண்டாம், சரி, சரி, அதெல்லாமிருக்கட்டும். இப்போது உங்கள் கால் எப்படி இருக்கிறது சொல்லுங்கள்.

"சரியாகவேயிருக்கிறது."

"உங்கள் தலைக்காயங்கள்?" என்று கேட்டு என் உச்சித் தலையை விரல்களால் தொட்டுப்பார்த்தாள். என் தலை மரம் போல் மரத்திருந்தது. வலி ஒன்றும் தெரியவில்லை.

"இவ்வளவு பெரிய காயம் தலையிலிருந்தால் மற்றவர்களுக்குப் பயித்தியமே பிடித்துவிடும். உங்களுக்கோ அதைப்பற்றிக் கவலையில்லை என்கிறீர்கள். சரி, கடிதம் எழுதி முடிந்து விட்டதா? நான் இப்போது வெளியே செல்லப் போகிறேன்."

"அதோ இருக்கிறது, எடுத்துக்கொள்."

"கொஞ்ச காலத்திற்காவது அவளை 'இரவு டியூட்டி' செய்ய வேண்டாமென்று தடுப்பது நல்லது. அவள் மிகவும் களைத்துப் போயிருக்கிறாள். நானே நிறுத்திவிட முயன்றேன். ஆனால் அவள் தான் என்னைச் செய்யவிடவில்லை. மற்ற நர்ஸ்களுக்கு இது சந்தோஷம்தானே. இருந்தாலும் அவள் கொஞ்சம் ஓய்வு எடுத்துக் கொள்ளும்படி நீங்களே கவனியுங்கள்" என்று காதரீனுக்காகப் பரிந்து பேசினாள்.

"அப்படியே செய்கிறேன்."

"முற்பகல் பூராவும் நீங்கள் தூங்குகிறீர்கள் என்று மிஸ் வான் காம்ப்பன் சொல்லுகிறாள்.

"அவள் அப்படித்தான் சொல்லுவாள். அவளுக்கு என்னைக் கண்டால் பிடிக்காது."

"கொஞ்சகாலத்திற்காவது அவள் இரவு டியூட்டியை நிறுத்தி வைப்பது நல்லது."

"நான் அவளை நிறுத்திக்கொள்ளச் சொல்லுகிறேன்."

"நீங்கள் அவ்விதம் செய்தீர்களானால் உங்களிடம் எனக்கு மதிப்பு மிகும்."

"நானே அவளுக்குச் சொல்லுகிறேன்."

"நீங்கள் சொல்லுவீர்களென்று எனக்கு நம்பிக்கையில்லை" என்று சொல்லிவிட்டுக் கடிதத்துடன் அவள் வெளியே சென்று

நற்றிணை பதிப்பகம் ● 121

விட்டாள். நான் மணி அடித்தேன். "என்ன சமாசாரம்?" என்று கேட்டுக்கொண்டே மிஸ் கேஜ் உள்ளே வந்தாள்.

"உங்களிடம் ஒரு விஷயம் பற்றிப் பேச விரும்பினேன். மிஸ் பார்க்லிக்கு இரவு நேர வேலையிலிருந்து சிறிது காலத்திற்காவது ஓய்வு கொடுத்தால் நல்லதல்லவா என்று உங்களிடம் கேட்க விரும்பினேன். அவள் மிகவும் களைப்புற்றிருக்கிறாள் என்பதை நீங்கள் கூட கவனித்திருக்கலாமே. அவள் ஏன் இவ்வளவு நீடித்து இரவு நேர வேலை பார்க்கிறாள்?" மிஸ் கேஜ் என்னை உற்றுநோக்கி னாள்.

"நான் உங்களுடைய சிநேகிதி. நீங்கள் என்னிடம் இவ்வாறு பேசவேண்டிய அவசியமில்லையே," என்றாள் மிஸ் கேஜ்.

"நீ சொல்லுவது எனக்கு விளங்கவில்லை."

"சாதுர்யமாகப் பேசவேண்டாம். இதைச் சொல்லத்தானா என்னை இப்போது கூப்பிட்டீர்கள்?"

"உனக்குக் கொஞ்சம் "வெர்மத்" தரட்டுமா?"

"சரி, சரி," என்று அலமாரியிலிருந்து புட்டியையும் ஒரு தம்ளரையும், எடுத்து வைத்தாள். தம்ளரை நீ எடுத்துக் கொள். நான் புட்டியிலிருந்தே சாப்பிடுகிறேன்" என்றேன். இருவரும் மது அருந்தினோம்.

"நான் முற்பகல் பூராவும் தூங்கிக் கொண்டிருக்கிறேன் என்று ஏதோ மிஸ் வான் காம்ப்பன் சொல்லுகிறாளாமே. உனக்கு ஏதாவது தெரியுமா?"

முகத்தை இளித்துக்காட்டி "நீங்கள்தான் எங்களுடைய சலுகை பெற்ற நோயாளி என்றாளே அவள். உண்மைதானே அது?"

"அவள் நாசமாய்ப் போக" என்று சபித்தேன்.

"அவள் இழிகுணமுடையவள் அல்ல, வயதாகிவிட்டது. அவ்வளவுதான். அவளுக்குத்தான் உங்களை முதலிலிருந்தே பிடிக் காதே."

"ஆமாம். பிடிக்காதுதான்."

"ஆனால் எனக்குப் பிடித்திருக்கிறது. நான் உங்களுக்கு சிநேகிதி என்பதை நினைவில் வைத்துக் கொள்ளுங்கள்."

"நீ மிகமிக நல்லவள். அன்புள்ளவள்."

"இல்லை. மிக்க அன்புள்ளவள் என்று நீங்கள் யாரை நினைக் கிறீர்கள் என்பது எனக்குத் தெரியும். நான் உங்களுடைய சிநேகிதி அவ்வளவுதான். உங்கள் கால் எப்படி இருக்கிறது?"

"சரியாகவேயிருக்கிறது."

"நான் கொஞ்சம் குளிர்ந்த ஊற்று நீர் கொண்டுவருகிறேன். கட்டுகளுக்கு மேல் ஊற்றினால் உள்ளே தினவுக்கு இதமாக இருக்கும். வெளியே வெப்பம் அதிகமாக இருக்கிறது."

"நீ மிகவும் பரிவு காட்டுகிறாய்."

"ஏன், உங்களுக்குத் தினவு எடுக்கவில்லையா?"

"இல்லை."

"அந்த மணல் மூட்டைகளைச் சரிவர நகர்த்திவிடுறேன். நான் உங்கள் சிநேகிதி அல்லவா," என்று என் படுக்கைமீது குனிந்து மூட்டைகளை நகர்த்திப் பக்குவமாக வைத்தாள்.

"ஆம், எனக்குத் தெரியும்."

"இல்லை, உங்களுக்குத் தெரியாது. ஆனால் பின்னால் ஒரு சமயம் தெரிந்துகொள்ளுங்கள்."

காதரின் பார்க்லி அடுத்த மூன்று நாட்களுக்கு இரவு-நேர வேலை பார்க்கவில்லை. பிறகு வந்துவிட்டாள். மூன்று நாட்களுக்குப் பிறகு நாங்கள் மறுபடியும் சந்தித்தபோது நெடுநாள் நாங்கள் பிரிந்திருந்தது போல் தோன்றியது.

18

அவ்வருஷம் கோடைக்காலம் மிகவும் இன்பகரமாகக் கழிந்தது. வெளியே செல்ல முடிந்தபோதெல்லாம் பூங்காவிலிருந்த ஒரு வாடகை வண்டியில்தான் சென்றோம். அந்த வண்டி எனக்கு நன்றாக ஞாபகமிருக்கிறது. குதிரை மெள்ளத்தான் செல்லும். நீளத்தொப்பி அணிந்து உட்கார்ந்திருந்த டிரைவரின் முதுகுதான் எங்களுக்குத் தெரியும். என் பக்கத்தில் காதரின் பார்க், என் கைகள் அவள்மீது பட்டால்கூட எங்களுக்குள் இன்ப உணர்ச்சி பரவும். ஊன்று கழிகளின் ஆதரவுடன் நான் நடக்க முடிந்தபோது "பிப்பி" (Biffi) அல்லது "கிரான்ட் இத்தாலியா" (Grant Italia)வுக்குச் சாப்பிடச் செல்லுவோம். அங்கே மண்டபத்திற்கு வெளியே போடப்பட்டிருந்த மேஜையில் நாங்கள் எதிரும் புதிருமாக உட்காருவோம். பணி யாட்கள் அநேகம் பேர் வந்துகொண்டும் போய்க்கொண்டுமிருந்தனர். மற்றும் பலர் எங்களைப்போல் சாப்பாட்டுக்கு வந்தவண்ணமிருந்தனர். விளக்குகளெல்லாம் மேஜைமீது உறையிட்டுத்தான் இருந்தன.

இவ்வாறு சில வேளைகள் இங்கே உணவுகொண்ட பின்னர், இந்த ஓட்டல் எங்களுக்குச் சௌகரியமாக இருக்குமென்று தீர்மானித்தோம். தலைமைப் பணியாள் ஜார்ஜ் ஒரு மேஜையை

எங்களுக்கென்று ஒதுக்கிவிட்டிருந்தான். அவன் திறமை வாய்ந்த வேலைக்காரன், சாப்பாட்டைக் கொண்டுவர அவனை அனுப்பி விட்டு நாங்கள் மண்டபசாலையில் அமர்ந்திருந்த மற்றவர்களைக் கவனிப்போம். இருட்டு கவ்விய சூழ்நிலையில் நாங்கள் ஒருவரை யொருவர் பார்த்துக் கொள்ளுவதுமுண்டு. "காப்ரீ" என்னும் மது வைத்தான் 'ஐஸ்'வாளியில் குளிர்ச்சிசெய்து நாங்கள் அருந்துவோம். 'பெரஸ்கா', 'பார்ப்போர்', என்னும் இனிப்பு மிக்க வெள்ளை 'மது' முதலிய இதர வகைகளையும் அவ்வப்போது மாதிரி பார்த்தோம். யுத்தகாலம் என்பதனால் மதுபானம் வழங்குவதற்கென்று தனி யாகப் பணியாள் அங்கே இல்லை. 'ப்ரெஸா' முதலிய மதுவகை இருக்கிறதா என்று ஜார்ஜைக் கேட்டால், அவன் அவமான மடைந்தவன் போல் புன்னகை செய்வான்.

"ஸ்ட்ராபெர்ரி" பழரஸத்தைப்போல் சாரமற்ற மதுவை நீங்கள் கேட்கிறீர்களே, இந்த நாட்டில் அதைத் தயாரிப்பதில்லை," என்றான் ஜார்ஜ்.

"ஏன், அதற்கென்ன? அது நன்றாகத்தான் இருக்கிறது" என்றாள் காதரின்.

"நீங்கள் வேண்டுமானால் சாப்பிடுங்கள், அம்மணி. ஆனால் மிஸ்டர் டெனன்டிக்கு நான் ஒரு சிறு புட்டி 'மார்கோ' வாங்கி வருகிறேன்.

"நானும்தான் அது எப்படி இருக்கிறது என்று பார்க்கிறேனே?" என்றேன் நான்.

"ஐயா, நான் அதை உங்களுக்குச் சிபாரிசு செய்யமாட்டேன். 'ஸ்ட்ராபெர்ரி' ரஸத்துக்குள்ள ருசிகூட அதற்கில்லையே."

"இருக்கலாம், அவ்வளவு இருந்தால்கூட போதுமே" என்றாள் காதரின்.

"நான் வாங்கி வருகிறேன், அந்த அம்மாள் குடித்த பிறகு மிகுதியை நான் திரும்பி எடுத்துச் சென்றுவிடுகிறேன்," என்று சொல்லிவிட்டு அரை மனத்துடனேயே அவன் கொண்டு வந்தான்.

அவன் சொன்னது சரிதான். மது வகைகளிலே அது சேரக் கூடியதே அல்ல. பழ ரஸம் மாதிரிகூட இல்லை. அதைத் திருப்பி அனுப்பிவிட்டு, பழையபடி 'காப்ரி' அருந்தினோம். ஒருநாள் மாலை என்னுடைய பணம் குறைந்தபோது ஜார்ஜ் நூறு லீரா கடனாகக் கொடுத்தான். "சரிதான். டெனன்டி; இதெல்லாம் சகஜமாக ஏற்படக்கூடியதுதான். பணத்தட்டு எல்லோருக்கும் உள்ளதுதான். உங்களுக்கும் அம்மையாருக்கும் தேவைப்படும்போது நான் உதவச் சித்தமாயிருக்கிறேன்" என்று அவன் மிகச் சாதாரணமான முறை யிலேயே சொல்லி எனக்கிருந்த சங்கோசத்தைப் போக்கினான்.

உணவுக்குப் பின் நாங்கள் வெளியே இதர ஓட்டல்களையும், மூடப்பட்டிருந்த கடைகளையும் கடந்து ஒரு சிற்றுண்டிச் சாலைக்குச் சென்றோம். அங்கே "ஸாண்டுவிச்" விற்றனர். இதில் பலவகைப்பட்ட தினுசுகள் இருந்தன. இவை இரவு காலங்களில் பசியாயிருக்கும்போது சாப்பிடுவதற்கு மிகவும் ஏற்றவை. பலவகைகளும் கலந்த 'ஸாண்டு விச்'சுகளை வேண்டிய அளவு வாங்கிக்கொண்டு, ஒரு வண்டியில் ஆஸ்பத்திரியை அடைந்தோம். ஆஸ்பத்திரி வாயிலில் 'போர்ட்டர்' என்னுடைய ஊன்று கழிகளை வாங்கிக்கொண்டு என்னை வண்டி யிலிருந்து இறக்கிவிட்டான். வண்டியை அனுப்பி விட்டு நாங்கள் லிஃப்டில் மேலே சென்றோம். முதல் மாடியில் நர்ஸுகள் தங்கு மிடம். அங்கே காதரின் பிரிந்து சென்றாள். நான் என்னுடைய அறையை அடைந்தேன்.

இதுதான் அநேகமாக தினசரி எங்களுடைய மாமூல், அறைக்கு வந்ததும். படுக்கச் சென்று விடுவேன். சிலசமயம் அறைக்கு வெளியே, மேல் மண்டபத்தில் உட்கார்ந்தபடியே மற்றொரு நாற்காலியில் காலை உயர்த்தி வைத்துக்கொண்டு, காதரீனுக்காகக் காத்திருப்பது முண்டு. ஒவ்வொரு முறையும் அவள் வரும்போதெல்லாம் ஒரு நீண்ட பிரயாணத்திலிருந்து திரும்பி வருவதுபோல் எனக்குத் தோன்றும். அவளுடன் நடந்துகொண்டே என் அறையை அடைவேன். அவளும் தட்டுகள், முதலிய சாமான்களை வைத்துவிட்டு, என்னுடனே உள்ளே வந்துவிடுவாள். சிலசமயம் அவள் அறைக் கதவுப்புறம் சற்றுத் தாமதித்துத் தயங்குவதுமுண்டு. பக்கத்திலிருந்தவர்கள் எங்கள் நண்பர்களா, இல்லையா என்பதைப் பொறுத்தது இது. அவள் செய்யவேண்டிய வேலைகள் எல்லாம் செய்து முடித்த பின், எங்கள் அறைக்கெதிரிலேயே 'மேல் வராண்டா'வில் உட்கார்ந்து பேசிக் கொண்டிருப்போம். பிறகு நான் படுக்கச் சென்றுவிடுவேன்.

மற்றவர்கள் எல்லாம் உறங்கியதும், மேலே எவரும் தன்னை அழைக்க மாட்டார்கள் என்று நிச்சயித்துக் கொண்ட பின்னர், காதரின் மெதுவாக என் அறைக்குள் வருவாள். அவளுடைய அடர்ந்த கூந்தலைப் பிரித்துத் தொங்கவிட்டு அத்துடன் விளை யாடுவது எனக்கு ஆனந்தம். அவள் என் படுக்கையில் அசைவற்று அமைதியுடன் உட்கார்ந்தாள். அவ்வப்போது என்னைக் குனிந்து முத்தமிட்டாள். அவளுடைய கூந்தல் கொண்டை ஊசிகளை ஒவ்வொன்றாக எடுத்துப் படுக்கையில் விரிப்பின்மீது வைத்தேன். கேசம் தளர்ந்துகொண்டே வந்தது. கடைசி இரண்டு ஊசிகளை எடுத்ததும் கூந்தல் அவிழ்ந்து படர்ந்தது. தலையை அவள் தாழ்த்திய போது எங்கள் இரு முகங்களுமே விரிந்து படர்ந்த கேசத்திற்குள் மூழ்கி இருக்கும். ஒரு கூடாரத்திற்குள் அல்லது நீர்வீழ்ச்சிக்குப் பின்னால் இருப்பதுபோன்ற உணர்ச்சியடைவோம்.

அவளுடைய கூந்தல் தனி அழகு வாய்ந்தது. சில சமயங்களில் அதை அவள் எடுத்துச் சுருட்டி முடிப்பதை, திறந்த கதவின் வழியே வந்த வெளிச்சத்தில் படுத்தபடியே பார்த்துக் கொண்டிருப்பேன். பொழுது புலருவதற்கு முன் சில சமயங்களில் தண்ணீர் பள பளப்பதுபோல் இராக்காலங்களில் அவள் கூந்தல் பளபளக்கும். அவளுடைய எழில் மிகுந்த உடலும், முகமும், மென்மையான சருமமும் அவள் அழகைப் பன்மடங்கு எடுத்துக் காட்டின. நான் படுத்திருந்தபோது அவளுடைய கன்னங்களையும், நெற்றியையும், கண்ணிமைகளையும், மோவாயையும், கழுத்தையும் தொட்டுத் தொட்டுப் பார்ப்பேன். விரல் நுனிகளால் வருடுவேன். "பியானோவின் கட்டைகள்போல் வழவழப்பாக இருக்கின்றன" என்று நான் கூறுவேன். அவளும் பதிலுக்கு என்னுடைய கன்னங்களையும் மோவாயையும் தடவிப் பார்த்துவிட்டு, "உப்புக்காகிதம் போல் வழவழப்பாகத்தான் இருக்கிறது! பியானோ கட்டைமீது உராயும் போது எப்படி இருக்கும்?" என்பாள்.

"சொரசொரவென்றிருக்கிறதா?"

"இல்லை, அன்பரே, நான் வேடிக்கைக்காக அப்படிச் சொன்னேன்."

இராக்காலங்கள் இன்பகரமாக இருந்தது என்றால் அது முற்றிலும் சரியே. ஒருவரையொருவர் ஸ்பரிசித்தாலும் கூட நாங்கள் இன்பம் கண்டோம். காதல் கட்டத்தின் முக்கிய நிகழ்ச்சி முடிந்ததும் கூட, நாங்கள் காதல் லீலைகள் புரியப் பல்வேறு முறைகளைக் கையாண்டோம். வெவ்வேறு அறையிலிருந்தபோதும் கூட ஒருவர் எண்ணங்களை மற்றவர் புரிந்துகொள்ள முயற்சித்தோம். சில சமயங்களில் பயனுமளித்தது. ஆனால் இதில் விசேஷம் ஒன்று மில்லை. நாங்கள் இருவருமே ஒரே எண்ணங்களைத்தானே எப்போதுமே எண்ணினோம்.

அவள் ஆஸ்பத்திரிக்கு வந்த அந்த முதல்நாளே எங்களுக்கு மணமாகி விட்டது என்று நாங்கள் ஒருவருக்கொருவர் சொல்லிக் கொண்டோம். அன்றிலிருந்து இன்று வரையில் மணமாகி எத்தனை நாட்களாயிற்று என்று எண்ணிப் பார்த்தோம். மாதக்கணக்கில் ஆகியிருந்தது. வெளிப்படையாகவே மணம் புரிந்துகொள்ள நான் விரும்பினேன். ஆனால் அவ்வாறு செய்தால் உடனே அவளை அங்கிருந்து வெளியே அனுப்பிவிடுவார்கள் என்றும், அதற்கு வேண்டிய ஏற்பாடுகளைச் செய்தால் கூட அவைகள் கவனிக்கப்பட்டு எங்களைப் பிரித்து விடுவார்கள் என்றும் காதரின் சொன்னாள். மணம் புரிந்து கொள்ளுவதானால் இத்தாலியச் சட்டத்தின் கீழ்தான் செய்துகொள்ள வேண்டும். இதன்படி செய்யவேண்டிய ஏற்பாடுகள் எல்லாம் மிக விரிவானவை. கடினமும் கூட. எனக்கும்

பகிரங்கமாகவே மணம் புரிந்து கொண்டுவிட வேண்டும் என்று ஆசை. ஒருகால் எங்களுக்குக் குழந்தை பிறந்துவிட்டால் இது நல்ல தல்லவா என்று எண்ணினேன். ஆனால் மணமாகி விட்டதாகவே நாங்கள் பாவித்துக் கொண்டோம். அவ்விதம் நடந்து கொண்டோம். இதைப் பற்றி நாங்கள் அதிகமாகக் கவலைப்படவில்லை. இவ்வாறு இருப்பது இனிமையாக இருந்ததென்பதில் நான் ஒருவேளை திருப்தி கொண்டிருக்க வேண்டும். ஒரு இரவு, நான் காதரீனுடன் இதைப்பற்றிப் பேசியபோது "என்னை அனுப்பி விடுவார்களே," என்று அவள் சொன்னாள்.

"ஒருவேளை அனுப்பிவிடாமலுமிருக்கலாமல்லவா?"

"அனுப்பத்தான் செய்வார்கள். நான் வீட்டுக்கு அனுப்பப் பட்டுவிட்டால் யுத்தம் முடியும்வரை நாம் பிரிந்தே இருக்க வேண்டும்."

"நான் ரஜா வாங்கிக்கொண்டு வருகிறேன்."

"ரஜாவில் நீங்கள் ஸ்காட்லாந்து வந்து திரும்ப முடியுமா? ஆகவே அது அசட்டுப்பேச்சு. மேலும், நான் உங்களைத் தனித்து விட்டுச் செல்லச் சம்மதியேன். இப்போது மணந்து கொள்ளுவதில் என்ன நன்மை இருக்கிறது? நமக்குத்தான் உண்மையான திருமணம் ஏற்கனவே நடந்துவிட்டதே! மணச் சடங்கு எதற்காக?"

"உன் நன்மைக்காகவே நான் வெளிப்படையாக மணம் புரிந்து கொள்ளச் சடங்கைப்பற்றிச் சொன்னேன்."

"நான் என்று தனியாக ஒன்று இருக்கிறதா? நான் என்பது நீங்கள்தான். உங்களை விட்டு தனியாக என்னை ஆக்கிவிடாதீர்கள்" என்று அவள் ஒரு மனைவியின் உன்னதப் பண்புடனே பேசினாள்.

"பெண்கள் எல்லோரும் கல்யாணம் செய்துகொள்ள வேண்டு மென்றுதானே ஆசைப்படுகிறார்கள் என்று நினைத்தேன்."

"அவர்கள் அப்படித்தான் விரும்புகிறார்கள். ஆனால் என் அன்பே, எனக்கு ஏற்கனவே மணமாகிவிட்டது. எனக்கும் உங்களுக்கும் மணமாகிவிட்டதல்லவா? உங்களுக்கு ஏற்ற நல்ல மனைவியாக நான் இல்லையா?"

"நீ ரொம்ப நல்ல மனைவிதான், சந்தேகமில்லை."

"என் அன்பரே, இதைக் கொஞ்சம் கவனியுங்கள். மணம் புரிந்து கொள்ளுவதற்காக நான் காத்துக் கொண்டிருந்தது ஒரு முறை ஏற்பட்ட அநுபவம் போதும்."

"அதைப்பற்றி நான் கேட்க விரும்பவில்லை."

"உங்களைத் தவிர நான் வேறு எவரையும் காதலிக்கவில்லை என்பது உங்களுக்குத் தெரியும். என்னை முன்பு வேறு ஒருவர் காதலித்தார் என்பதைப் பொருட்படுத்தக் கூடாது."

“ஏன் கூடாது. நான் பொருட்படுத்துகிறேன்”

“இறந்துபோன ஒருவரைப்பற்றி நீங்கள் பொறாமைபடக் கூடாது. உங்களுக்குத்தான் எல்லாம் கிடைத்துவிட்டதே.”

“பொறாமைப்படவில்லை. எனினும் இதைப் பற்றியெல்லாம் நான் கேட்க இஷ்டப்படவில்லை.”

“எனதன்பரே, நீங்கள் பலவகைப்பட்ட பெண்களுடன் சல்லாபம் செய்திருக்கிறீர்கள் என்று தெரிந்தும் அதைப்பற்றி எல்லாம் நான் பொருட்படுத்துகிறேனா? இல்லையே?”

“நாம் எந்த வழியிலாவது திருமணம் செய்துகொள்ள வகை இருக்கிறதா? எனக்கு ஏதாவது நேர்ந்தால் அல்லது உனக்குக் குழந்தை பிறந்தால் இது நல்லதல்லவா!”

“மணம் புரிந்துகொள்ள இரண்டே வழிகள்தான் உண்டு. மாதா கோவில் முறைப்படி, அல்லது அரசாங்கச் சட்டத்தின்படித்தானே செய்துகொள்ள முடியும். நாம் ரகசிய மணம் செய்து கொண்டு விட்டோம். எனக்கு ஏதாவது மதப்பற்று இருந்தால்தானே இந்த மாதிரி மணச் சடங்குகள் தேவை. ஆனால் எனக்குத்தான் எந்த மதத்திலும் பற்று இல்லையே.”

“நீ எனக்கு ‘சாது அந்தோணி’ தாயத்துக் கொடுத்தாயே.”

“அது அதிர்ஷ்டத்திற்காக. யாரோ அதை எனக்கு அளித்திருந்தனர்.”

“அப்படியானால் இதைப்பற்றி நீ கவலைப்படவில்லையா?”

“உங்களை விட்டுப் போய்விட வேண்டி வருமோ என்ற ஒரு கவலைதான் எனக்கு. நீங்கள்தான் என்னுடைய மதம், எனக்கு என் ஆஸ்தியெல்லாம் நீங்கள் ஒருவர்தான்.”

“அப்படியே இருக்கட்டும். நீ என்றைக்குச் சொன்னாலும் அதே நாள் உன்னைப் பிறர் அறிய மணம் செய்து கொள்ளுகிறேன்.”

“அன்பரே, ஒழுக்கமுள்ள ஒரு பெண்ணாக என்னை ஆக்குவதற்கு நீங்கள் செயல்படவேண்டும் என்ற மாதிரிப் பேச வேண்டாம். நான் இப்போதே மிக நேர்மையான ஒழுக்கமுள்ள பெண்தான். என்னை அடைந்ததில் நீங்கள் சந்தோஷமும் பெருமையும் கொண்டால், அதைப்பற்றி அவமானப்பட வேண்டியதற்கு என்ன இருக்கிறது. நீங்கள் இப்போது சந்தோஷமாக இல்லையா?”

“ஆனால் நீ என்னை விட்டு வேறு யாருடனாவது சென்றுவிட மாட்டாயே?”

“மாட்டேன், அன்பரே. எக்காலத்திலும் உங்களை விட்டு மற்றொருவருடனும் போகவே மாட்டேன். நமக்கும் பல இடுக்கண்கள் நேரக்கூடும் என்று நினைக்கிறேன். ஆனால் அவைகளைப் பற்றி நீங்கள் கவலைப்பட வேண்டியதில்லை.”

"நான் கவலைப்படவில்லை. ஆனால் நான்மட்டும் உன்னை இவ்வளவு காதலிக்கிறேனே, நீ இதற்கு முன் வேறு ஒருவனைக் காதலித்திருக்கின்றாய்."

"அவருக்கு நேர்ந்ததுதான் உங்களுக்குத் தெரியுமே."

"தெரியும். அவன் இறந்துபோனான்" என்றேன்.

"ஆமாம். அவர் இறந்துபோகாதிருந்தால் நான் உங்களைப் பார்த்திருக்கவே மாட்டேன். நான் இப்போது தங்களிடம் பூரண விசுவாசத்துடன் இருக்கிறேன் அன்பரே. 'என்னிடம் பல குறைகள் இருக்கலாம். ஆனால், நான் ஒழுக்கம் மட்டும் குன்றாதவள். உங்களுக்கே வெறுப்புண்டாகிவிடும் அளவுக்கு நான் உங்களிடம் விசுவாசமாக இருப்பேன்."

"நான் சீக்கிரமேயே போர் முனைக்குத் திரும்பிச் செல்ல வேண்டுமே."

"அதைப்பற்றி இப்போது ஏன் சிந்திக்க வேண்டும். போகும் போது பார்த்துக் கொள்ளலாம். நான் சந்தோஷமாக இருக்கிறேன் எனதன்பரே, நாமிருவரும் இன்பமாகவே காலம் கழிக்கின்றோம். நான் நீண்ட காலமாக சந்தோஷமாகவே இருந்ததில்லை. உங்களை முதன்முதலில் சந்தித்தபோதே நாம் சற்றுப் பரபரப்படைந்து நிலை குலைந்திருக்க வேண்டும். இப்போது நான் ஒருவரையொருவர் காதலிக்கிறோம். இன்பமாக இருக்கிறோம். நாம் இவ்வாறே இருக்கும்படி விட்டுவிடுங்கள். நீங்கள் சந்தோஷமாக இருக்கிறீர்களா இல்லையா? நான் செய்வது ஏதாவது உங்களுக்குப் பிடிக்காததாக இருக்கின்றதா? உங்களை மேலும் சந்தோஷப்படுத்த நான் இன்னும் ஏதாவது செய்யவேண்டுமா? என் தலைக் கூந்தலை அவிழ்த்து விடட்டுமா? அத்துடன் விளையாட விரும்புகிறீர்களா?"

"ஆமாம், படுக்கைக்கு வா."

"சரி, நோயாளிகளை முதலில் பார்த்துவிட்டு வந்து விடு கிறேன்."

19

இந்த வகைகளில்தான் அந்தக் கோடைக்காலம் கழிந்தது. பகற் காலங்களைப் பற்றி எனக்கு அதிகம் நினைவில்லை. மிகவும் வெப்பமாக இருந்தது. பத்திரிகைகளில் புதுப்புது வெற்றிகளைப்பற்றி செய்திகள் வெளியாகி இருந்தன. என் உடல் நல்ல ஆரோக்கிய நிலையிலே இருந்தது. கால்கள் சீக்கிரமாகவே குணமடைந்து விட்டன. எனவே அதிக நாள் ஊன்றுகழிகளின் உதவி தேவைப்பட வில்லை. இதை எறிந்து விட்டு ஒரு கைப்பிரம்பின் உதவி கொண்டே

நடக்க முடிந்தது. மேற்கொண்டு செய்ய வேண்டிய, சிகிச்சைகளுக்கு 'ஆஸ்பிடெல் மாக்கியோரில்' ஏற்பாடு செய்யப்பட்டிருந்தது. யந்திர சாதனங்களினால் பலவகைச் சிகிச்சைகள் அளிக்கப்பட்டன. 'வயலெட் ரே' பரப்பும் கண்ணாடிப் பெட்டிகள்; உடம்பைத் தேய்த்துப் பிடித்தல்; குளிப்பு வகைகள். இப்படிப் பலவிதமான சிகிச்சை. இவைகள் எல்லாம் நான் லாகவமாக முழங்கால்களை மடக்கி நீட்டப் பழகிக்கொள்ளுவதற்காக அமைந்தவை.

பிற்பகலில் அங்கே செல்லுவேன். சிகிச்சை முடிந்து வரும் வழியில் ஒரு ஓட்டலில் மது அருந்துவிட்டுத் தினசரிப் பத்திரிகை களைப் புரட்டுவேன். மற்றபடி எங்கும் ஊர் சுற்றப்போவதில்லை. அங்கிருந்து நேராக ஆஸ்பத்திரிக்குத் திரும்பி விடுவேன். நான் பார்க்க வேண்டியதெல்லாம் காதரின் ஒருத்தியைத் தான். எஞ் சிய காலத்தை எப்படியோ கழித்தேன். அநேகமாக முற்பகல் முழுதும் தூக்கத்திலேயே சென்றது. ஒவ்வொரு நாளும் குதிரைப் பந்தயத் திற்கும் செல்லுவதுண்டு. சில சமயம் ஆங்கிலேய–அமெரிக்கச் சங்கத்திற்குச் சென்று ஜன்னல் எதிரே ஒரு பெரிய மெத்தை வைத்த நாற்காலியில் உட்கார்ந்து சஞ்சிகைகள் படிப்பதுண்டு.

ஆஸ்பத்திரியில் இப்போதெல்லாம் காதரீனை என்னுடன் அனுப்ப அனுமதிப்பதில்லை. ஊன்றுகழிகள் வேண்டாமென்று தள்ளிவிட்டதும், எனக்கு ஒரு நர்ஸின் உதவி தேவையில்லை என்ற நிலைமை ஏற்பட்டு விட்டதால், நர்ஸ் தனியாக என்னுடன் நகர வீதியில் காணப்படுவது சற்று ஒழுக்கக்குறைவெனக் கருதப்பட்டது. ஆகையால் பிற்பகல் வேளைகளில் நாங்கள் சேர்ந்திருக்க முடிய வில்லை. பெர்கூஸன் வந்தால் நாங்கள் மூவரும் இராச் சாப் பாட்டிற்கு ஒன்றாகச் செல்லுவோம். நானும் மிஸ் பார்க்லியும் பழகிய நண்பர்கள் என்ற நிலைமையை ஆஸ்பத்திரி அதிகாரி அங்கீகரித்துக் கொண்டு எங்களைப் பற்றி வேறு விதமாக நினைக்க வில்லை. ஆனாலும் மிஸ்வான் காம்ப்பன் காதரீனிடமிருந்து அளவுக்கு மீறி வேலை வாங்கினாள். காதரின் ஒரு உயர் குடும்பத்துப் பெண்ணாகத்தான் இருக்க வேண்டுமென்று அவள் எண்ணியதால் அவளைப்பற்றி வித்தியாசமாக நினைக்கவில்லை. மிஸ் காம்ப்பனும் உயர் குடியில் பிறந்தவள். ஆகையால் குடிப் பெருமையில் நம்பிக்கை யுள்ளவள். ஆஸ்பத்திரியும் இப்போது விரிவடைந்து விட்டது. அவளுக்கு வேலையும் அதிகரித்திருந்தது.

கோடைக்காலம் அதிக உஷ்ணமாயிருந்தது. எனக்கு நகரத்தில் அநேக நண்பர்கள் தெரிந்திருந்தாலும் மாலையில் சீக்கிரமாகவே ஆஸ்பத்திரிக்குத் திரும்புவதில்தான் பிரியம் அதிகம். போர் முனையில் இத்தாலியர்கள் முன்னேறிய வண்ணமிருந்தனர். கூக் (Kuk) என்னும் இடத்தைப் பிடித்த பின் 'பெயின்ஸிஸ்ஸா' (Bainsizza)

பள்ளத்தாக்கையும் கைப்பற்றியிருந்தனர். மேற்குப் போர்முனையில் இத்தகைய முன்னேற்றம் ஒன்றும் காணவில்லை. இப்போதுதான் யுத்தம் தீவிரமாக ஆரம்பித்துள்ளது. போருக்குச் சிப்பாய்களைத் திரட்டிப் பயிற்சி அளித்து முனைக்கு அனுப்பிப் போரை நடத்த ஒரு வருஷ காலமாவது பிடிக்கும் என்று தோன்றியது. இத்தாலிய ருக்கு ஆட் சேதம் ஏராளம். இந்த ரீதியில் மேற்கொண்டு போரின் போக்கு எப்படியிருக்கும் என்று நினைக்க முடியவில்லை. 'பெயின் ஸிஸ்ஸா' 'மாண்டே ஸென் கேப்ரீயல்' என்ற மலைப் பிராந்தியத்தைப் பிடித்தாலும், ஆஸ்திரியர்கள் கைவசம் மேலும் பல மலைப்பிரதேசங் கள் உள்ளன. அவற்றை எல்லாம் நான் பார்த்திருக்கிறேன். மிக உயரமான மலைகள் எல்லாம் அவற்றிற்கு அப்பால்தானிருந்தன. நெப்போலியனாக இருந்தால் இந்த மலைப்பகுதியில் யுத்தமே செய்திருக்கமாட்டான். சமவெளியிலேயே ஆஸ்திரியர்களைத் திரட்டி உதைத்திருப்பான். அவர்களை உள்ளே பிரவேசிக்கவிட்டு 'வெரோனா'வுக் கருகாமையில் முறியடித்திருப்பான். ஆனால் இந்தப் போரில் மேற்கு முனையில் யாரும் இன்னும் உதைவாங்க வில்லை. ஒருவேளை யுத்தங்கள் இனிமேல் வெற்றி தோல்வி யில்லாமலே நடந்து கொண்டிருக்குமோ, என்னமோ யார் கண்டது. மற்றுமொரு 'நூறு வருஷ யுத்தம்' போல் நடக்குமோ என்னமோ! சஞ்சிகை படித்தபோது இப்படியெல்லாம் சிந்தனைகள் ஓடும்.

சங்கத்தை விட்டு வெளியேறி ஓட்டல் பக்கம் வந்தபோது ஒருநாள் மேயர்ஸையும் அவர் மனைவியையும் சந்தித்தேன். அவர் கள் இருவரும் குதிரைப் பந்தயத்திலிருந்து திரும்பிக் கொண்டி ருந்தனர். அவர் வயதானவர்; குள்ளமானவர். பிரம்பின் உதவியுடன் தான் நடந்தார். மீசை நரைத்திருந்தது. அவர்களை நான் குசலம் வினவினேன்.

"இன்று பந்தயங்கள் எப்படி?"

"வெகு ஜோர். நான் பந்தயம் வைத்து ஆடிய மூன்று குதிரை களும் வெற்றி பெற்றன" என்றாள் மிஸஸ் மேயர்ஸ்.

"எனக்கும் ஒரு முதல் குதிரை கிடைத்தது" இது மேயர்ஸ்.

"அவருடைய ஆட்டத்தின் போக்கு எப்படி என்று எனக்குத் தெரியவில்லை. அவர் என்னிடம் சொல்லுவதில்லை," என்று குறை பட்டுக் கொண்டாள் அந்த அம்மாள்.

"அதெல்லாம் நான் லாபத்தில்தான் இருக்கிறேன்," என்று மேயர்ஸ் தன் மனைவிக்கு உறுதியளித்தார்.

"நான் ஆஸ்பத்திரிக்கு உன்னைப் பார்க்க வரப் போகிறேன். உங்களுக்கெல்லாம் கொடுப்பதற்காக சில சாமான்கள் வைத்திருக்

கிறேன். நீங்கள் எல்லாம் என்னுடைய குழந்தைகள் மாதிரி. என் அருமைக் குழந்தைகள்! என்னிடம் உயர்ந்த மார்ஸாலாவும் அப்பங் களும் இருக்கின்றன. அவற்றை எல்லாம் உங்களுக்குக் கொண்டுவந்து தர வேண்டும்," என்றாள் மிஸஸ் மேயர்ஸ்.

"அவசியம் வாருங்கள். நானும் மற்றவர்களும் உங்களை மிக மகிழ்வுடன் வரவேற்போம்," என்றேன்.

அவர்களிடம் விடைபெற்று, அடுத்த கடைக்குள் நுழைந்தேன். 'கோவா'வில் காத்ரீனுக்காக ஒரு பெட்டி சாக்கலேட் வாங்கினேன். கடைக்காரப் பெண் அதைச் சுற்றிக் கட்டிக்கொண்டிருக்கையில் நான் உள்ளே சென்று கொஞ்சம் 'மார்டினி' மது அருந்தினேன். உள்ளே வேறு இரண்டு ஆங்கிலேய வீரர்களும் விமானப்படை ஆட்களும் இருந்தனர். நான் அவர்களுடன் பேசவில்லை. வெளியே வந்து சாக்லேட் பொட்டலத்தை வாங்கிக்கொண்டு, வீதியில் மேலே நடந்தேன்.

அதே வீதியில் எனக்குத் தெரிந்த சில நண்பர்கள் வசித்தனர். ஒருவன் தூதர் காரியாலயத்தைச் சேர்ந்த 'உப–கான்ஸல்'. இருவர் சங்கீதப் பயிற்சி பெற்று வந்தனர். வேறு ஒருவன் ஸான்பிரான்ஸிஸ் கோவிலிருந்து இங்கே வந்துள்ள இத்தாலிக்காரன். எட்டோர் மோரெட்டி (Ettore Moretti) என்று அவன் பெயர். அவன் இத்தாலிய ராணுவத்தில் சேர்ந்திருந்தான். அவர்களுடன் சிறிது மது அருந் தினேன். பாடகரில் ஒருவன் பெயர் 'ரால்ப் ஸிம்மன்ஸ்' (Ralph Simmons) ஆனால் 'என்ரிகோ டெல் க்ரெடோ' (Enrico Del Credo) என்னும் புனைபெயரில்தான் கச்சேரி செய்துவந்தான். அவன் எவ்வளவு உயர்ந்த பாடகன் என்பது எனக்குத் தெரியாது. ஆனால் ஏதோ ஒரு பெரிய சங்கீத நிகழ்ச்சி ஏற்பாடாகிக் கொண்டிருக்கிற தென்றே சொல்லிக் கொண்டிருந்தனர். அவன் பருத்த தேக முள்ளவன். ஜுரத்திலடிபட்டது போன்ற தோற்றம். அவன் அப்போது 'பியாஸென்ஜா'விலிருந்து கச்சேரி முடிந்து வந்திருந்தான். ரால்ப் ஸிம்மன்ஸும் எட்டோரும் அன்றைய கச்சேரியைப் பற்றிச் செய்த விமர்சனம் ருசிகரமாக இருந்தது.

"நான் பாடுவதை நீங்கள் கேட்டிருக்க முடியாது."

"இல்லை. இங்கே எப்போது நீங்கள் பாடுவீர்கள்?"

"நான் 'ஸ்காலா' என்னுமிடத்தில் அடுத்த இலையுதிர் காலத் தில் பாடப்போகிறேன்" என்றான் பாடகன்.

"உங்கள் பாட்டைக் கேட்டுவிட்டு அங்கே உங்கள்மீது பெஞ்சு களை வீசி எறிவார்கள் என்று எனக்கு நிச்சயமாகத் தெரியும்," என்றார் எட்டோர். "அன்று "மொடீனா' என்னுமிடத்தில் இவருடைய

கச்சேரியின்போது எவ்வளவு பெஞ்சுகள் அவர்மீது விட்டெறியப் பட்டன என்பது தெரியுமா?"

"அதெல்லாம் பச்சைப் புளுகு."

"இல்லை. பெஞ்சுகள் அவர்மீது எறியப்பட்டது உண்மை. அந்தக் கச்சேரியில் நான் இருந்தேன். நானே ஆறு பெஞ்சுகளைத் தூக்கி எறிந்தேன்" என்றார் எட்டோர்.

"நீ ஸான்பிரான்ஸிஸ்கோவிலிருந்து வந்த ஒரு மட்டரக மனிதன்" என்றார் பாடகர்.

"அவருக்கு இத்தாலிய உச்சரிப்புகள் சரியாக வராது. அதனால் எங்கே அவர் பாடினாலும் அவருக்குப் பெஞ்சுகள்தான் பரிசு கிடைக்கும்" என்றார் மீண்டும் எட்டோர். இதைக் கேட்டு இரண்டாவது பாடகர் முதல் பாடகருக்குப் பரிந்து பேசினார்.

"பியாஸென்ஜாதான் வட இத்தாலியில் தலைசிறந்த சங்கீத மேடை. இங்கே ரஸிகர் கூட்டத்தில் பாடி வெற்றி பெறுவது மிகவும் கடினம்தான். அது எனக்குத் "தெரியும்" என்றார் எட்கர் ஸாண்டர்ஸ் என்னும் அந்தப் பாடகர். இவர் எடுவார்டோ ஜீயோவன்னி' (Eduvordo Giovanni) என்னும் புனை பெயரில் பாடி வந்தார்.

"அவர்கள் உன்மீது பெஞ்சுகளை விட்டெறியும்போது நான் அங்கே இருந்து பார்க்க ஆசைப்படுகிறேன். உனக்குத்தான் இத்தாலி பாஷையில் பாட வராதே" என்றார் எட்டோர் மறுபடியும்.

"அவர் ஒரு அரைப்பயித்தியம்," என்றார் ஸாண்டர்ஸ். "அவருக்குப் பேசத் தெரிந்ததெல்லாம் பெஞ்சை வீசி எறிதல்" என்பது தான்.

"நீங்கள் இருவரும் பாடும்போது அவர்களுக்கெல்லாம் தெரிந்தது ஒன்றுதான்-பெஞ்சை வீசி உங்கள் மீது எறிய வேண்டுமென்று" எட்டோர் சொன்னார். "நீங்கள் அமெரிக்கா திரும்பியதும் 'ஸ்காலாவில் உன்னதமாகப் பாடினீர்கள் என்று டம்பமடித்துக் கொள்ளுவீர்கள். இங்கே 'ஸ்காலா'வில் உங்களை ஆரம்ப ஸ்வரத் திற்கப்பால் போகவிட மாட்டார்கள்.

"நான் 'ஸ்காலா' எனும் இடத்தில் பாடப் போகிறேன்" என்றார் ஸிம்மன்ஸ் உறுதியாக. "வரும் அக்டோபர் மாதத்தில் நான் 'டாஸ்கோ' எனும் இசை வகையைப் பாடப்போகிறேன்."

"நாம் அங்கே போக வேண்டும், வேண்டாமா?" என்று எட்டோர் உப-கான்ஸல் மேக் (Mac) கைப் பார்த்துக் கேட்டார். "அவர் களிருவரையும் பாதுகாக்க யாராவது இருக்க வேண்டாமா?"

"ஒருவேளை அமெரிக்க ராணுவமே அவர்களுக்குப் பாது காப்பளிக்க அங்கே இருக்கலாம் என்று நினைக்கிறேன்," என்றார்

நற்றிணை பதிப்பகம் ● 133

உப-கான்ஸல். "மேலும் கொஞ்சம் மது சாப்பிடுகிறீர்களா, ஸிம்மன்ஸ். என்ன ஸாண்டர்ஸ், உங்களுக்கு இன்னும் ஒரு தம்ளர் வேண்டும் போலிருக்கிறதே."

"சரி என்று எல்லோரும் மறுபடியும் மது அருந்தினோம். "உங்களுக்கு வெள்ளிப் பதக்கம் கிடைக்கப் போவதாகக் கேள்விப் பட்டேன். விருதுப் பத்திரத்தில் என்ன விவரங்கள் கொடுக்கப்பட்டி ருக்கும்" என்று எட்டோர் என்னைப் பார்த்துக் கேட்டார்.

"எனக்குத் தெரியாது. எனக்குப் பதக்கம் கிடைக்கப் போவ தென்பதே எனக்குத் தெரியாது."

"இல்லை. உங்களுக்குக் கிடைக்கப்போவது நிச்சயம். ஆமாம், அப்படித்தான், கோவாவிலுள்ள அந்தப் பெண்கள் எல்லாம் உங்களை மாபெரும் வீரனென மதிப்பார்கள். இருநூறு ஆஸ்திரியர்களைக் கொன்றவர் என்றோ அல்லது ஒரு எதிரிப்போர்க் குழியைத் தனிமையாக நின்று கைப்பற்றிய தீரர் என்றெல்லாம் பேசிக் கொள்ளுவார்கள். நான் சொல்லுவதை நம்புங்கள். என்னைப்பற்றிய வரையில் என்னுடைய விருதுகளுக்கு நான் இனிமேல்தான் வேலை செய்தாக வேண்டும்" என்று எட்டோர் என்னைப் பார்த்துச் சொன்னார்.

"இதுவரையில் ஏதாவது விருதுகள் வாங்கியிருக்கிறீர்களா, எட்டோர்?" என்று உப-கான்ஸல் கேட்டார்.

"அவருக்கு எல்லாம் கிடைத்திருக்கிறது. இந்த யுத்தமே அவருக் காகத்தானே நடக்கிறது" என்று ஷிம்மன்ஸ் கிண்டலாகச் சொன் னார்.

"நான் இரண்டு தடவை வெண்கலப் பதக்கமும் மூன்று முறை வெள்ளிப் பதக்கமும் பெற்றிருக்கிறேன்," என்றார் எட்டோர். "ஆனால் ஒன்றைப்பற்றி மட்டும்தான் சிபாரிசுக் காகிதங்கள் வந்திருக்கின்றன."

"மற்றவை பற்றி என்ன ஆயிற்று?" என்று வினவினார் ஸிம்மன்ஸ்.

"அந்தப் போர் வெற்றிகரமாக முடியவில்லை. போர் வெற்றி கரமாக முடிவு பெறவில்லையென்றால் பதக்கங்களை எல்லாம் நிறுத்தி வைத்து விடுகிறார்கள்" என்று எட்டோர் பதிலளித்தார்.

"எத்தனை முறை நீங்கள் காயமடைந்திருக்கிறீர்கள் எட்டோர்?"

மூன்று முறை பலத்த காயங்கள் பெற்றேன். அதற்காக மூன்று காயச்சின்னங்கள் கிடைத்திருக்கின்றன. 'இதோ பாரும்' என்று எட்டோர் தன்னுடைய ஷர்ட் கையைப் பிரித்துக் காட்டினார். தோளுக்கு எட்டு அங்குலம் கீழே ஷர்ட் கையில் கறுப்புத்துணியில் மூன்று வெள்ளைக்கோடுகள் ஒன்றின் கீழ் ஒன்றாய் வரிசையாகத் தைக்கப்பட்டிருந்தன.

“நீங்கள் கூட ஒன்று பெற்றிருக்கிறீர்களே, எனக்கென்னமோ பதக்கங்களை விட இந்தக் காயச் சின்னங்கள்தான் மேலானது என்று தோன்றுகிறது. மூன்று கோடுகள் கிடைக்குமளவு காய முறுவது என்பது சாமானிய விஷயமல்ல. ஆஸ்பத்திரியில் மூன்று மாதம் இருக்க வேண்டிய காயங்களுக்கு ஒரே ஒரு வெள்ளைக் கோடுதான் கிடைக்கிறது.”

“நீங்கள் எங்கே காயமடைந்தீர்கள், எட்டோர்” என்று உப-கான்ஸல் கேட்டார்.

எட்டோர் ஷர்ட்டைப் பழையபடி மேலே தள்ளிவிட்டுக் கொண்டார். ‘இங்கே’ என்று அவர் மழமழவென்றிருந்த சிவந்த தழும்பைக் காட்டினார். மற்றொன்று காலில் இருக்கிறதென்றும், பட்டிபோட்டுக் கட்டியிருப்பதால் காட்ட முடியவில்லை என்றும், மூன்றாவது காயம் பாதத்தில் என்றும் அங்கே எலும்பு பொடியாகித் தினந்தோறும் அழுகிப்போன சிறுசிறு தூள்களை இப்பொழுதும்கூட எடுத்துப் போடவேண்டியிருக்கிறதென்றும் எட்டோர் கூறினார்.

“எது உன்னைக் காயப்படுத்தியது” என்று ஸிம்மன்ஸ் கேட்டார்.

“ஒரு கையெறி குண்டு. பார்வைக்கு ஒரு உருளைக்கிழங்கு வடிவமுள்ளது போலிருக்கும். என்னுடைய பாதத்தின் ஒரு பக்கத்தைப் பிய்த்தெறிந்தது. இந்த மாதிரி கையெறி குண்டுகளைப் பற்றி உங்களுக்குத் தெரிந்திருக்க வேண்டுமே” என்று என் பக்கம் திரும்பினார் எட்டோர்.

“தெரியும்.”

ஒரு நாய்ப்பயல் அதை எறிந்தான். அதை நான் பார்த்தேன். அது என்னை உடனே கீழே தள்ளிவிட்டது. நான் இறந்துவிட்டேன் என்றே நினைத்தேன். ஆனால், அந்தக் குண்டில் ஒன்றும் சாரமே இல்லை. உபயோகமற்றது. அந்தப் பயலை உடனே என் குழல் துப்பாக்கியால் சுட்டுக் கொன்றேன். நான் எப்போதும் துப்பாக்கி வைத்திருப்பது வழக்கம், பார்ப்பவர்கள் என்னை ஒரு அதிகாரி என்று தெரிந்துகொள்ளாமலிருப்பதற்காக.”

“அவன் எப்படி இருந்தான்” என்று ஸிம்மன்ஸ் மேலும் கேட்டார்.

“அதுதான் அவனிடமிருந்த கடைசிக் குண்டுபோல் தோன்றியது. அதை ஏன் அவன் எறிந்தான் என்றே எனக்கு விளங்கவில்லை. ‘ஏதோ ஒன்றை எறியவேண்டுமென்று எண்ணியிருக்க வேண்டும்.’ உண்மையான போர் எதையும் அவன் பார்த்து அநுபவப்படாதவன் போல் தோன்றியது. அவனைச் சுட்டுக் கொன்றேன்.”

"நீங்கள் அவனைச் சுட்டபோது அவன் எப்படிக் காணப் பட்டான்?"

"இந்த எழவெல்லாம், எனக்கு எப்படித் தெரியும். தலையைப் பார்த்துச் சுட்டால் ஒருவேளை குறி தவறி அவன் தப்பி விடுவானே என்று அவனை வயிற்றில் சுட்டேன்."

"எவ்வளவு காலமாய் நீங்கள் அதிகாரியாக இருக்கிறீர்கள், எட்டோர்" என்று நான் கேட்டேன்.

"இரண்டு வருஷம். சீக்கிரத்திலேயே நான் காப்டனாகப் போகி றேன். நீங்கள் எவ்வளவு காலமாக 'லெப்டினன்'டாக இருக்கிறீர்கள்?"

"மூன்று வருஷங்களாக."

"உங்களுக்கு இத்தாலிய மொழி பேசத் தெரிந்தாலும், எழுதவும் படிக்கவும் தெரியாது. ஆகையால் உங்களால் காப்டனாக ஆக முடியாது. காப்டனாவதற்குக் கல்விப் பயிற்சி கொஞ்சம் வேண்டும். நீங்கள் ஏன் அமெரிக்க ராணுவத்தில் சேரவில்லை."

"நான் சேர்ந்தாலும் சேருவேன்."

"என்னால் சேர முடியுமென்றால் அதைத்தான் நான் விரும்பு வேன். ஆண்டவனே, அதுதான் எனக்கும் இஷ்டம். அங்கே காப்டனுக்கு என்ன சம்பளம் கிடைக்கும், மாக்?"

"எவ்வளவு என்று தெரியாது. சுமாராக இருநூற்றைம்பது டாலர்களிருக்குமென்று நினைக்கிறேன்."

"கடவுளே, இருநூற்றைம்பது டாலர்களைக் கொண்டு நான் என்ன செய்வேன். நீங்கள் சீக்கிரத்திலேயே அமெரிக்க ராணுவத்தில் சேர்ந்துவிடுங்கள், ப்ரெட். என்னையும் சேர்த்துக்கொள்ள முடியுமா என்று பாருங்கள்" என்று எட்டோர் என்னைப் பார்த்துச் சொன் னார்.

"ஆகட்டும், அப்படியே."

"ஒரு சேனை அணிக்குத் தலைமை தாங்கி அதை நிர்வகிக்கும் அளவுக்கு எனக்கு இத்தாலிய மொழி தெரியும். ஆங்கிலத்தின் மூலமே இத்தாலிய மொழியைக் கற்றுக்கொள்ளுவது சுலபம்."

"நீங்கள் ஒரு தளபதியாக ஆகலாம்" என்றார் ஸிம்மன்ஸ்.

"இல்லை. ஒரு தளபதிக்குத் தெரியவேண்டிய அளவு எனக்குத் தெரியாது. அவனுக்குப் பல விஷயங்கள் தெரிந்திருக்க வேண்டும். யுத்தம் என்பது வெகு சாமானியம், அதில் ஒன்றுமில்லை என்று நீங்கள் நினைக்கிறீர்கள் போலிருக்கிறது. இரண்டாந்தர 'கார்போரல்' தலைவனாகக் கூட இருப்பதற்கு உங்களுக்குச் சாமர்த்தியம் போதாது."

“அவ்வாறு இருக்கவேண்டிய அவசியம் எங்களுக்கு ஏற்பட வில்லை. அதற்காக ஆண்டவனுக்கு நன்றி” என்றார் ஸிம்மன்ஸ்.

“நீங்கள் எல்லாம் பின்தங்கிகள் என்று உங்களைப் பிடித்துச் சென்றால் அவசியம் இருக்கிறதா இல்லையா என்பது அப்போது தெரியும். உங்களிருவரையும் என்னுடைய படைப்பகுதியில் சேர்த்துக் கொள்ள இஷ்டம்தான். மாக்கைக்கூட, என்ன, மாக், உங்களை என்னுடைய ஆர்டர்லியாக ஆக்கிவிடுகிறேன்.”

நீ தாராள மனமுடையவன்தான். இருந்தாலும் நீ போரையே விரும்புபவன்” என்றார் மாக்.

“யுத்தம் முடியுமுன்னர் நான் ‘கர்னலாகி’ விடுவேன் பாருங்கள்” என்றான் எட்டோர்.

“அதுவரையில் நீ கொல்லப்படாமலிருந்தால்...”

“அவர்களால் என்னைக் கொல்ல முடியாது” என்று சொல்லித் தனது கழுத்துப் பட்டையில் பொத்திருந்த நட்சத்திரங்களை விரல்களால் தொட்டான்.

“யாராவது கொல்லப்படுவது என்று சொன்னால்கூட நாங்கள் இவ்வாறு இந்தச் சின்னத்தைத் தொட்டு வணங்குவோம்” என்று தன்னுடைய செயலுக்கு விளக்கம் கூறினான்.

“சரி, நாம் செல்லலாம்” என்று ஸாண்டர்ஸ் எழுந்தார்.

“நானும் போகவேண்டும்” என்று எழுந்திருந்தேன்.

“நல்லது. சென்று வருகிறேன், ஆபத்தில் மாட்டிக் கொள்ளா தீர்கள்” என்று எட்டோரை எச்சரித்தேன்.

“என்னைப்பற்றிக் கவலை வேண்டாம். நான் அதிகம் குடிப்பது மில்லை. ஊர் சுற்றுவதுமில்லை. எனக்கு எது நல்லதென்று தெரியும்.”

“நல்லது. உங்களுக்குச் சீக்கிரமே காப்டன் பதவி கிடைக்கப் போவதைப்பற்றி சந்தோஷம்.”

“பதவி உயர்வு வரும்வரையில் காத்துக்கொண்டிருக்க வேண்டி யதே இல்லை. யுத்த சேவையைப் பார்த்தால் நான் இப்போதே காப்டன்தான். உங்களுக்குத் தெரியுமே. மூன்று நட்சத்திரங்கள், அதற்குமேல் இரண்டு பட்டாக்கத்திகள் குறுக்காக இணைக்கப்பட்டு, அதன்மேல் மகுடம்; இதுதானே சின்னம். அதுதான் நான்.”

“அதிர்ஷ்டம் உன் பக்கம் இருக்கட்டும்.”

“உங்களுக்கும் அதிர்ஷ்டம் வரட்டும். எப்போது போர் முனைக்குத் திரும்பவேண்டும்.”

“வெகு சீக்கிரத்திலேயே.”

“மறுமுறை சமயம் வாய்த்தால் பார்க்கிறேன்.”

இவ்வாறு விடைபெற்றுக் கொண்டு பின் தெரு ஒன்றின் வழியே நுழைந்து குறுக்குப் பாதையில் ஆஸ்பத்திரியை நோக்கிச் சென்றேன். எட்டோருக்கு வயது இருபத்து மூன்றுதானிருக்கும். அவன் ஸான்ஃபிரான்ஸிஸ்கோவில் தன் மாமன் பராமரிப்பில் வளர்க்கப்பட்டவன், 'டொரினோ'வில் வசித்த தன் தாய் தகப்பனைக் காணச் சென்றிருந்தபோது போர் மூண்டது. அவனுடைய தங்கை அமெரிக்காவில் தன் மாமன் வீட்டில் வசிக்கிறாள். அவள் கல்வி முடிந்து இவ்வருஷம் பட்டம் பெறுவாள். தன் வீரப்பிரதாபங்களைப் பற்றிக் கண்டவர்களிடமெல்லாம் சொல்ல எட்டோர் தவறுவதில்லை. காதரீனுக்கு அவனைப் பிடிக்காது "எங்களிடையே மட்டும் வீரர்கள் இல்லையா? ஆனால் அவர்களெல்லாம் இப்படிப் பறை சாற்றிக் கொள்ளுவதில்லை" என்பாள் அவள்.

"நான் அவனைப்பற்றிப் பொருட்படுத்துவதில்லை."

"நானும்தான் பொருட்படுத்தியிருக்க மாட்டேன். அவனுடைய இறுமாப்பும் பிறரிடம் சலிப்பை உண்டாக்கும்படி பேசுவதும்தான் எனக்கு வெறுப்பை உண்டாக்குகிறது."

"எனக்குக் கூடத்தான் சலிப்புண்டாகிறது அவன் பேச்சில்."

"நீங்கள் அப்படி நினைக்கிறீர்கள் என்று அறியச் சந்தோஷ மடைகிறேன். அவன் நல்ல பையன். உபயோகமுள்ளவன். போர் முனையில் திறமை வாய்ந்தவன். என்றாலும் அவனை எனக்குப் பிடிக்கவில்லை" என்றாள் காதரின் தீர்மானமாக.

"அவன் சீக்கிரமே காப்டன் ஆகப் போகிறானாம்."

"ரொம்ப சந்தோஷம். அவனுக்கு அது மகிழ்ச்சியூட்டும்."

"எனக்கும் இப்போதைவிட உயர்பதவி இருந்தால் நல்லது என்று நீ விரும்புகிறாயா?"

"இல்லை. அன்பரே. சற்று உயர்தரமான ஓட்டல்களுக்குச் செல்லப் போதுமான வருமானமளிக்கும் பதவியிருந்தால் போதும். அவ்வளவுதான் நான் கோருவது."

"அதற்கு வேண்டிய பதவிதான் எனக்கு இப்போது இருக்கிறது."

"உங்கள் அந்தஸ்து உன்னதமானது. இதைக் காட்டிலும் உயர் அந்தஸ்து வேண்டுமென்று ஆசைப்படவில்லை. கிடைத்தால் ஒருவேளை கர்வம் தலைக்கேறிப் போகலாம். அன்பரே, உங்களிடம் இறுமாப்பு துளியுமில்லை என்பதில் எனக்கு மிகவும் சந்தோஷம். இறுமாப்பு இருந்தால்கூட உங்களை நான் மணம் புரிந்துகொண்டிருப்பேன். எனினும் இறுமாப்பில்லாத ஒருவர் எனக்குக் கணவராக வாய்த்துள்ளார் என்ற நினைவு எனக்கு அமைதியளிக்கிறது.

நாங்கள் மேல் மண்டபத்தில் மெல்லிய குரலில் இனிமையாகப் பேசிக் கொண்டிருந்தோம். சந்திரன் உதயமாகும் சமயம். ஆனால் மேகம் மூடிக்கொண்டிருந்தது. குளிர் காற்று வீசத் தொடங்கிச் சிறிது நேரத்தில் தூறல் ஆரம்பித்தது. நாங்கள் உள்ளே சென்றோம். வெளியே தூறல் மழையாக மாறி, கடுமையாகப் பெய்தது. சாரல் உள்ளே அடிக்கவில்லை. ஆகையால் அறைக் கதவைத் திறந்தே வைத்திருந்தேன்.

"இன்னும் யார் யாரைப் பார்த்தீர்கள்?"

"மிஸ்டர் மேயர்ஸ், அவர் மனைவி."

"அவர்கள் ஒரு விசித்திரம்."

"அவன் ஊரில் எங்கோ ஜெயிலில் இருந்தானாம். இப்போது வயதாகிவிட்டதால் நிம்மதியாகச் சாகட்டும் என்று அவனை வெளியே அனுப்பிவிட்டார்களாம்."

"வெளியே வந்ததும் மிலானில் அவன் ஆனந்தமாக இருக்கிறான்."

"அவன் இங்கே வரப்போவதாகச் சொன்னாள். ஏதோ சாமான்கள் கொண்டுவந்து கொடுக்கப் போகிறானாம்."

"நீங்கள் அவளுடைய அருமைக் குழந்தை என்று சொன்னாளா?"

"அருமைக் குழந்தைகளில் நானும் ஒருவன் என்று சொன்னாள்."

"அவளுக்கு அருமைக் குழந்தைகள் மீதுதான் எவ்வளவு ஆசை! வெளியே நல்ல மழை பெய்கிறது. கூரைமீது எப்படி அடிக்கிறது பாருங்கள்."

"கடுமையாகத்தான் பெய்கிறது."

"நீங்கள் என்மீது எப்போதும் ஆசையுடன் இருப்பீர்கள் அல்லவா?"

"ஆமாம், இருப்பேன்."

"இந்த மழை அந்த ஆசைக்கு ஏதாவது குந்தகம் விளைவிக்குமா?"

"விளைவிக்கவே விளைவிக்காது."

"ரொம்ப சந்தோஷம். ஏன் கேட்டேன் என்றால் எனக்கு மழை என்றால் பயம்."

"ஏன் பயம்?" என்று கண்ணை மூடியபடியே கேட்டேன். எனக்கு அரைத்தூக்கம். வெளியே மழை கனமாகப் பெய்து கொண்டிருந்தது.

"ஏனென்று தெரியவில்லை. எப்போதுமே மழையைக் கண்டால் எனக்குப் பயம்."

"எனக்கு மழை என்றால் பிடிக்கும்."

"எனக்குக்கூட மழையில் உலாவச் செல்லவேண்டுமென்று தான் ஆசை. ஆனால் காதலுக்கும் மழைக்கும் ஒத்துவராது.

"நான் உன்னை எப்போதும் எல்லாச் சமயத்திலும் காதலிப் பேன்."

"நானும் உங்களை மழையானாலும், பனியானாலும், ஆலங் கட்டி மழையானாலும், எதுவானாலும் சரி, உங்களைக் காதலிப் பேன்."

"அதெல்லாம் எனக்குத் தெரியாது. இப்போது எனக்குத் தூக்கம் வருகிறது."

"தூங்குங்கள், அன்பரே. எது எப்படியிருந்தாலும் நான் உங்களை நேசிக்கிறேன்."

"உண்மையிலேயே நீ மழையைக் கண்டு பயப்படுகிறாயா?"

"உங்களுடன் இருக்கும்போது இல்லை."

"அதைக்கண்டு ஏன் பயப்படுகிறாய்?"

"ஏன் என்று எனக்குத் தெரியவில்லை."

"ஏன், சொல்லு."

"என்னைக் கட்டாயப்படுத்த வேண்டாம்."

"இல்லை, சொல்லித்தான் ஆகவேண்டும்."

"சரி, சொல்லுகிறேன். சில சமயங்களில் மழையில் நான் இறந்து கிடப்பதாக ஒரு பிரமை ஏற்படுகிறது. அதனால்தான் பயம் எனக்கு."

"அப்படியா? உண்மையாகவா?"

"சில சமயங்களில் நீங்கள்கூட இறந்து கிடப்பது மாதிரி எனக்குத் தோற்றம் உண்டாகிறது"

"என்னைப்பற்றி உண்டாவது ஒருவேளை நேரக்கூடியது தான்."

"இல்லை, அப்படி ஒன்றும் நேராது. ஏனெனில் நான் பத்திர மாக உங்களைப் பாதுகாப்பேன். ஜாக்கிரதையுடன் உங்களைப் பாதுகாக்க எனக்குத் தெரியும். என்னால் முடியும். ஆனால் தன்னைத் தானே பாதுகாத்துக் கொள்ள முடியுமா?"

"இந்த மாதிரிப் பேச்சை நிறுத்திவிடு. ஏதேதோ விஷயங்களைப் பற்றி மூளையைக் குழப்பிக் கொள்ளாதே. நாம் கூடி இருக்கும் நாட்கள் கொஞ்சம்தான் இருக்கின்றன."

"என் மூளை குழம்பித்தானிருக்கிறது. எல்லாம் அர்த்தமற்றது தான். ஆனாலும் இப்போது பேச்சை நிறுத்திக் கொள்ளுகிறேன்."

"உண்மை. எல்லாம் அர்த்தமற்றதுதான்."

"அர்த்தமற்றதுதான். இப்போது இந்த மழையைப்பற்றிப் பயம் இல்லை. பயமே கிடையாது. உண்மையிலேயே நான் பயப்படாம லிருக்க கூடாதா. ஐயோ ஆண்டவனே," என்று சொல்லிக்கொண்டே அவள் அழத் தொடங்கிவிட்டாள். நான் அவளை ஆசுவாசப் படுத்தினேன். அவள் அழுகை ஓய்ந்தது. வெளியே மழை பெய்து கொண்டே இருந்தது.

20

ஒருநாள் மாலை நாங்கள் குதிரைப் பந்தயத்திற்குப் போனோம். எங்களுடன் பெர்கூஸனும், கண்ணில் காயமடைந்திருந்த க்ரோவெல் ராட்ஜர்ஸ் என்னும் பையனும் வந்திருந்தார்கள். பெண்கள் உடை மாற்றிக்கொள்ளச் சென்றனர். அவர்கள் வரும் வரையில் குதிரை களின் தராதரம், முன்பு நடந்த பந்தயங்களில் அவை ஓடிய விவரம், அன்றைய பந்தயத்தில் எவை ஜெயிக்கக்கூடும் என்பதைப் பற்றி யெல்லாம் நானும் ராட்ஜர்ஸும் பேசிக் கொண்டிருந்தோம். க்ரோவெல்லின் தலையில் இன்னமும் கட்டுப் போடப்பட்டுத் தானிருந்தது. அவனுக்கு இந்தக் குதிரைப் பந்தயங்களில் அதிக அக்கறை இல்லை. எனினும் குதிரைப் பந்தய சம்பந்தமாகத் தினசரிப் பத்திரிகைகளைப் படித்துக் குதிரைகளின் முன் விவரங் களெல்லாம் தெரிந்து வைத்திருந்தான். கிழவன் மேயர்ஸ் ஹேஷ்யங் கள் கூறினான். அவனுக்கு க்ரோவெல்லைப் பிடிக்கும். ஜெயிக்கக் கூடிய குதிரைகளைப்பற்றி முன்கூட்டியே ஹேஸ்யம் கூறினால் பந்தயப்பண வருமானத்தில் குறைவு ஏற்படுமென்று அதிகமாக அவன் ஹேஸ்யம் சொல்லுவதில்லை. அவன்மட்டும் ஒவ்வொரு பந்தயத்திலும் ஜெயிக்கக்கூடிய முதல் குதிரையை எப்படியோ கண்டுபிடித்து அதன்மீது டிக்கட்டு வாங்கிவிடுவான்.

இத்தாலியில் குதிரைப் பந்தயமே மோசடி மிகுந்தது. இதரப் பந்தயக் கூட்டங்களில் நீக்கப்பட்டவர்களெல்லாம் இத்தாலியில் பந்தய நிர்வாகத்தில் கலந்து கொண்டனர். மேயர்ஸுக்குக் கிடைக்கும் செய்திகள் நம்பத்தகுந்தவை. ஆனாலும் அவனைக் கேட்க நான் விரும்பவில்லை. சிலசமயம் சொல்லமாட்டான். சிலசமயம் முகத்தைச் சுளித்துக்கொண்டே வேண்டா வெறுப்புடன் சொல்லு வான் இருந்தாலும் தனக்குத் தெரிந்ததை எங்களுக்குச் சொல்ல வேண்டும் என்று கடமை உணர்ச்சி உள்ளவன் போலவே நடந்து கொண்டான். அவன் எந்தக் குதிரை மீது பணம்கட்டுகிறான் என்று தன் மனைவியிடம் சொல்லும் வழக்கமில்லை. அவள்

இஷ்டப்படியேதான் அவள் ஜெயிப்பாள், அல்லது தோற்பாள். அநேகமாய் தோல்விதான். ஆனால், சதா பேசிக்கொண்டே இருப் பாள்.

நாங்கள் நால்வரும் ஒரு திறந்த கோச் வண்டியில் 'ஸான் ஸிரோ' (San Siro)வுக்குச் சென்றோம். அன்று பகல் பளிச்சென்றிருந்தது. மாளிகைகளும் தோட்டங்களும் நிறைந்த தெருக்கள் வழியே சென்றோம். வழியோரங்களிலிருந்த திறந்த கால்வாய்களில் நீர் நிறைந்து ஓடிக் கொண்டிருந்தது. காய்கறித் தோட்டங்கள் அங்கங்கே காணப்பட்டன. நகரத்துக்கப்பால் பண்ணைகளும் பண்ணை வீடு களும் பசுமையாக வெகு தூரம் வரையில் தென்பட்டன. பந்தயச் சாலையை நோக்கிப் பல வண்டிகள் ஓடிக்கொண்டிருந்தன. நாங்கள் ராணுவ உடை அணிந்திருந்ததால் அனுமதிச் சீட்டின்றியே உள்ளே சென்றோம். வண்டியை உள்ளேயே நிறுத்திவிட்டு, அன்றைய நிகழ்ச்சித் தாள்களை வாங்கிக்கொண்டு குதிரைகள் நிறுத்தப்பட்டி ருந்த இடத்திற்கே சென்றோம்.

பந்தயத்தை நன்கு கவனிக்க வசதியுள்ள முதல் வகுப்பு இடம் மிகவும் பழைமையானது. மரத்தால் அமைக்கப்பட்டது. பந்தய டிக்கட்டுகள் விற்குமிடங்கள் உட்காருமிடத்திற்குக் கீழேயே வரிசைக் கிரமமாக இருந்தன. உட்புறத்தைச் சுற்றி வேயப்பட்டிருந்த இரும்பு வேலியோரம் பல சிப்பாய்கள் கூட்டங் கூட்டமாக இருந்தனர். குதிரைகள் நிறுத்தப்பட்டிருந்த இடத்தைச் சுற்றிலுங்கூட ஜனங்கள் ஏராளமாகக் குவிந்திருந்தனர். எங்களுக்குத் தெரிந்தவர்கள் பலர் அங்குக் காணப்பட்டனர். இரண்டு நாற்காலிகள் வரவழைத்து அவற்றில் பெர்கூஸனையும் காதரீனையும் உட்கார வைத்தேன். குதிரைகள் ஒவ்வொன்றும் அங்கிருந்து போகப்போக அவற்றை நாங்கள் கவனித்துக் கொண்டிருந்தோம்.

அவை எல்லாம் தலையைத் தொங்கவிட்டுக் கொண்டே சென்றன. குதிரைக்காரர்கள் அவற்றைப் பிடித்துக்கொண்டு சென்றனர். ஒரு சிவப்புக் குதிரையைக் காட்டி அதற்கு அந்த வர்ணம் செயற்கையாகத் தீட்டப்பட்டது என்று க்ரோவெல் உறுதி கூறினான். அவன் சொன்னது உண்மையாக இருக்கலாம். குதிரையே மணி அடிப்பதற்குச் சற்று முன்புதான் சேணம் பூட்டி அங்கே கொண்டு வரப்பட்டது. குதிரைக்காரன் சட்டையிலிருந்த எண்ணிலிருந்து அந்தக் குதிரையின் பெயர் 'ஜபாலக்' என்று தெரிந்தது. ஆயிரம் லீராவுக்கு மேற்படாத பரிசுப்பணம் அதுவரையில் ஜெயிக்காத குதிரைகளுக்கு மட்டுமே அந்தப் பந்தயம் ஏற்படுத்தியிருந்தது. காதரின் கூட அந்தக் குதிரையின் இயற்கை வர்ணம் மாற்றப் பட்டுள்ளது என்று அபிப்பிராயப்பட்டாள். நாங்கள் எல்லோரும் அதன் மீது டிக்கட் வாங்குவது என்று தீர்மானித்து எங்களுக்குள்

நூறு லீரா பணம் திரட்டினோம். பந்தயப்பட்டியலில் ஒன்றுக்கு முப்பத்தைந்து மடங்கு வீதம் இந்தக் குதிரை ஜெயித்தால் பணம் கிடைக்கும் என்று போடப்பட்டிருந்தது. க்ரோவெல் டிக்கட்டுகளை வாங்கி வந்தான். சவாரிக்காரன் குதிரையை ஓட்டிச் செல்லுவதையும் அது மெல்ல ஓடும் விதத்தையும் நாங்கள் பார்த்துக் கொண்டிருந்தோம்.

பந்தயத்தைக் கவனிக்க எங்கள் ஆசனங்களில் அமர்ந்தோம். குதிரைகள் எல்லாம் வரிசையாக நிற்க வைக்கப்பட்டதைத் தூரத்திலிருந்து பார்த்தால் அவையெல்லாம் மிகச் சிறியவைகளாகக் காணப்பட்டன. அந்தக் காலத்தில் நாடாவைத் தாழ்த்தி பந்தயம் ஆரம்பிக்கும் ஏற்பாடு புகுத்தப்படவில்லை. ஒரு சாட்டையை அடித்ததும்தான் பந்தயம் ஆரம்பிக்கும். நாங்கள் உட்கார்ந்திருந்த இடத்திற்கு எதிராக குதிரைகள் ஓடியபோது நாங்கள் பணம் கட்டியிருந்த அந்தக் கருஞ்சிவப்புக் குதிரை முன்னாடி ஓடிக் கொண்டிருந்தது. பாதை வளைவில் சென்ற போதும் அது மற்ற குதிரைகளை விட முன்னாலேயே ஓடிக்கொண்டிருந்தது. நாங்கள் எங்கள் தூரதிருஷ்டிக் கண்ணாடிகள் மூலம் கவனித்தபோது சவாரிக்காரன் குதிரையைக் கட்டுப்படுத்த முயன்றதைப் பார்த்தோம். ஆனாலும், குதிரை அடங்காமல் முன்னாலேயே ஓடிக் கொண்டிருந்தது. பாதையில் மேலும் ஒரு வளைவைத் தாண்டி நேர்முகமாகத் திரும்பியபோது அந்தக் குதிரை அதி வேகமாக மற்ற குதிரைகளிலிருந்து பதினைந்து குதிரை நீளம் முன்னால் வந்துகொண்டிருந்தது. பந்தயம் முடிந்த பின்னரும் கூட கொஞ்ச தூரம் மற்ற குதிரைகளுக்கு முன்னால் ஓடித்தான் ஓய்ந்தது. எங்கள் டிக்கட்டுக்குப் பணம் கிடைத்தே தீரும்.

“இது அற்புதமாக ஓடவில்லையா? நமக்கு மூவாயிரம் லீராவுக்கு மேல் கிடைக்குமே. அது முதல் தரமான குதிரைதான்” என்றாள் காதரின்.

“டிக்கட்டுகளுக்குப் பணம் கொடுக்கும் வரையிலாவது அதனுடைய மேல்பூச்சு வர்ணம் அழியாமலிருக்க வேண்டும்” என்றான் க்ரொவெல்.

“அது உயர்ந்த ரகக் குதிரைதான். மிஸ்டர் மேயர்ஸ் அதன் மீது பணம் போட்டிருப்பார் என்றே நினைக்கிறேன்.” நான் மேயர்ஸ்ஸைக் கூப்பிட்டேன்.

“இந்தப் பந்தயத்தில் முதல் குதிரை உங்களுக்குக் கிடைத்ததா?” என்று கேட்டேன். “ஆமாம்” என்று அவர் தலையசைத்தார்.

“எனக்குக் கிடைக்கவில்லை” என்றாள் மிஸஸ் மேயர்ஸ்.

"குழந்தைகளே, நீங்கள் எந்தக் குதிரைமீது டிக்கட்டு வாங்கினீர்கள்" என்று அவள் எங்களைப் பார்த்துக் கேட்டாள்.

"ஜபாலக்."

"உண்மையாகவா? ஒன்றுக்கு முப்பத்தைந்து வீதம் பணமாச்சே!"

"அதனுடைய வர்ணம் எங்களைக் கவர்ந்தது."

"நான் அதன்மீது வாங்கவில்லை. அது ஏதோ சந்தேகமாகத் தோன்றுகிறது என்று அதில் வாங்க வேண்டாமென்று அவர்கள் தடுத்துவிட்டனர்."

"பணம் அதிகம் கொடுக்காது" என்றார் மேயர்ஸ்.

"ஏன்? ஒன்றுக்கு முப்பத்தைந்து என்று பந்தயப் பணப் பட்டியலில் போட்டிருந்ததே" என்று கேட்டேன்.

"அப்படியானால் நமக்கு மூவாயிரம் லீரா கிடைக்காதா?" இதென்ன மோசடியான குதிரைப் பந்தயம். இது எனக்குப் பிடிக்கவில்லை" என்றாள் காதரின்.

"நமக்கு இருநூறு லீரா கிடைக்கும்."

"அது என்ன பிரமாதம்? இதனால் நமக்கு என்ன நன்மை கிடைக்கும். நமக்கு மூவாயிரம் கிடைக்குமென்று எண்ணியிருந்தேன்."

"இதெல்லாம் ஒரே மோசடியாக இருக்கிறதே. எனக்கு வெறுப்பையூட்டுகிறது" என்றாள் பெர்கூஸன்.

"ஆமாம், ஆமாம். இதில் மோசடி ஒன்றுமில்லை என்றால் நாம்தான் அந்தக் குதிரைமீது டிக்கட்டு வாங்கியிருப்போமா? எப்படியும் மூவாயிரம் லீரா கிடைத்திருந்தால் எனக்குச் சந்தோஷமாக இருக்கும்" என்றாள் காதரின்.

"சரி, நாம் கீழே சென்று கொஞ்சம் மது அருந்திவிட்டு? என்னதான் பணம் கொடுக்கிறார்கள் என்று பார்ப்போம்," என்று க்ராவெல் கூறியதும், நாங்கள் கீழே போனோம். சற்று நேரத்தில் மணியடிக்கப்பட்டு ஒவ்வொரு பத்து லீரா டிக்கட்டுக்கும், பதினெட்டரை லீரா கொடுக்கப்படும் என்று அறிவிக்கப்பட்டது. அதாவது பத்துக்குப் பத்து என்று டிக்கட் பணத்திற்குச் சரி சமானமான தொகைகூட அவர்கள் கொடுக்கவில்லை.

நாங்கள் அங்கேயே 'விஸ்கி'யும் ஸோடாவும் சாப்பிட்டோம். எங்களுக்குத் தெரிந்த சில நண்பர்களைச் சந்தித்தோம். உப-கான்ஸல் மாக்–ஆடம்ஸ்கூட இருந்தார். இத்தாலியர்கள் எல்லோரும் மிக்க பண்பு வாய்ந்தவர்கள். மாக்–ஆடம்ஸ் காதரீனுடன் பேசிக்

கொண்டிருந்தார். நான் மறுபடியும் அடுத்த பந்தயத்திற்கு டிக்கட் வாங்கச் சென்றேன். அங்கே மிஸ்டர் மேயர்ஸ் நின்றுகொண்டிருந்தார்.

"எந்தக் குதிரைமீது டிக்கட் வாங்குகிறார் என்று அவரைக் கேளுங்கள்," என்று க்ரோவெல்லிடம் சொன்னேன்.

அவர் விசாரித்து ஐந்தாம் நம்பர் குதிரைமீது டிக்கட் வாங்கப் போவதாகத் தெரிவித்தார். மரியாதைக்காக, "நாங்களும் அதன்மீது வாங்குவதில் உங்களுக்கு ஒன்றும் ஆக்ஷேபமில்லையே" என்று கேட்டேன். "வாங்குங்கள். ஆனால் என் மனைவியிடம் இந்த நெம்பரை நான் சொன்னதாகச் சொல்லவேண்டாம்" என்று கேட்டுக் கொண்டார். அவருக்கு நன்றி கூறி, மது அருந்தும்படி அழைத்தேன். தான் குடிப்பதில்லை என்று அவர் மறுதலித்து விட்டார்.

நாங்கள் ஐந்தாம் நெம்பர் குதிரை மீது நூறு லீரா முதல் (Win) ஸ்தானத்திற்கும், நூறு லீரா அடுத்த (Place) ஸ்தானங்களுக்கும் டிக்கட்டுகள் வாங்கினோம். மேலும் சில இத்தாலியர்களைச் சந்தித்தோம். அவர்கள் எங்களுக்கு மது வழங்கினார்கள். டிக்கட்டு களை காதரீனிடம் கொடுத்தேன். "எந்தக் குதிரை மீது வாங்கினீர் கள்?" என்று கேட்டாள்.

"எனக்குத் தெரியாது, மேயர்ஸ் ஏதோ ஒரு குதிரையைச் சொன்னார். அதன்பேரில் வாங்கினேன்.

"பெயர்கூடத் தெரியாமலா வாங்கினீர்கள்?"

"தெரியாது. ஐந்தாம் நெம்பர். நிகழ்ச்சித் தாளிலிருந்து குதிரை யின் பெயரைப் பார்த்துக்கொள்," என்றேன்.

ஐந்தாம் நெம்பர் ஜெயித்தது. ஆனால், பணம் கிடைத்தது ஒன்றுமில்லை. மிஸ்டர் மேயர்ஸ் மிகவும் கோபமடைந்தார். "இருநூறு லீரா டிக்கட் வாங்கி இருநூற்று இருபது லீரா வாங்கு வதைக் காட்டிலும் வாங்காமலிருப்பதே மேல். பத்துக்கு பன்னி ரெண்டு! இந்தப் பந்தயம் மிக மோசம். என் மனைவி இருபது லீரா நஷ்டப்பட்டு விட்டாள்" என்றார் மிஸ்டர் மேயர்ஸ்.

"நான் உங்களுடன் வருகிறேன்" என்றாள் காதரின். கூடியிருந்த இத்தாலியர்கள் எல்லோரும் எழுந்து நின்று மரியாதை செலுத்தினர். நாங்கள் குதிரை நிறுத்தப்பட்டிருந்த லாயத்திற்குச் சென்றோம். ஒரு குதிரையைக் காட்டி.

"இது உங்களுக்குப் பிடிக்கிறதா?" என்று காதரின் கேட்டாள்.

"எனக்கு ஜெயிக்கும் என்று தோன்றுகிறது."

"சரி. ஆனால் அன்பேர, இங்கு இவ்வளவு பேருக்கு மத்தியில் இருப்பது எனக்கு என்னவோ போலிருக்கிறது. மேயர்ஸ், அவர்

நற்றிணை பதிப்பகம் ● 145

மனைவி அந்த பாங்கு மனிதர், அவர் மனைவி, பெண்... இப்படி பலபேர்கள்" என்றாள் காதரின்.

"அவர்தான் என்னுடைய உண்டியல்களுக்குப் பணம் கொடுக்கிறார்" என்றேன்.

"ஏன், அவர் கொடுக்காவிட்டால், வேறு யாராவது கொடுக்கிறார்கள். அந்த நான்கு பேர்களும் எனக்கு வெறுப்பூட்டுகின்றனர்."

"நாம் திரும்பிச் செல்ல வேண்டாம். இங்கே வேலியோரத்தில் நின்றுகொண்டே பந்தயத்தைப் பார்ப்போம்."

"ஆம், அதுதான் நல்லது. அன்பரே, நாம் ஏதாவது முன்பின் தெரியாத குதிரைமீது டிக்கட் வாங்கலாம். மிஸ்டர் மேயர்ஸ் வாங்காத குதிரையாக இருக்கட்டும்."

'சரி' என்று 'லைட்ஃபார் மி' (Light For Me) என்னும் குதிரை மீது வாங்கினோம். ஐந்து குதிரை ஓடி அந்தப் பந்தயத்தில் இது நான்காவதாக ஓடிற்று. நாங்கள் வேடிக்கை பார்த்து நின்றோம். குதிரை தோற்றாலும், பந்தயம் மோசடி இல்லாதது எங்களுக்கு திருப்தியளித்தது. குதிரைகள் எல்லாம் வியர்வையுடன் திரும்பி லாயத்திற்கு வரும் வரையில் பார்த்துக் கொண்டிருந்தோம்.

"இங்கேயே கொஞ்சம் மது அருந்தலாமா? இங்கேயே சாப்பிட்டுக் கொண்டு இப்படியே குதிரைகளைப் பார்க்கலாம்" என்றாள் காதரின்.

"நான் வாங்கி வருகிறேன்" என்று புறப்படலானேன்.

"நீங்கள் இருங்கள். பையன் கொண்டு வருவான்" என்று அங்கிருந்தபடியே கையை அசைத்தாள். அங்கிருந்த மது விடுதியிலிருந்து பையன் ஒரு சிறிய மேஜையை இவர்களிருந்த இடத்தில் கொண்டு வந்து போட்டான். மதுவும் வழங்கினான்.

"நாம் தனிமையாக இங்கே மது அருந்துவது நல்லது என்று உங்களுக்குத் தோன்றவில்லையா?"

"ஆமாம்."

"நான் அவர்கள் மத்தியில் இருந்த போதும்கூட எனக்குத் தனிமையுணர்ச்சிதான் மேலோங்கி நின்றது."

"இங்கே மிக நேர்த்தியாக இருக்கிறது."

"இந்தப் பந்தயப் பாதையும் மிக்க அழகாயிருக்கிறது."

"ஆமாம், நன்றாகவே உள்ளது."

"நீங்கள் ஆனந்தமாக இருங்கள். அன்பரே, உங்களுக்கு எப்போது போக வேண்டுமோ, சொல்லுங்கள், நாம் போகலாம்."

"வேண்டாம். இங்கேயே இருந்து இன்னும் கொஞ்சம் மது உட்கொள்ளலாம். பிறகு இங்கிருந்து போய் தண்ணீர் கால்வாய் ஓரம் நின்று 'ஸ்டீபில்–சேஸ்' என்னும் குதிரைப் பந்தயத்தைப் பார்க்கச் செல்லுவோம்" என்றேன்.

"நீங்கள் என்னிடம் ரொம்பவும் அன்புடன் நடந்து கொள்ளு கிறீர்கள்."

இவ்வாறு கொஞ்ச நேரம் தனிமையாக இருந்த பின்னரே மற்றவர்களுடன் கலந்து கொண்டோமாதலால் மகிழ்ச்சியுற்றோம். நாங்கள் அன்றையப் பொழுதை மிக ஆனந்தமாகவே போக்கினோம்.

21

செப்டம்பர் மாதத்தில் இராக்காலம் குளிர்ச்சியடைய ஆரம் பித்தது. சில நாட்களில் பகல்காலம் கூட குளிர்ச்சியாகவே இருந்தது. பூங்காவிலுள்ள மரங்களின் இலைகள் எல்லாம் நிறம் மாறின. கோடைக் காலம் முடிவுற்றது. போர்முனையில் யுத்தத்தின் போக்கும் திருப்திகரமாக இல்லை. 'ஸான்காப் ரியல்' என்னும் இடத்தை இத்தாலியர்கள் கைப்பற்ற முடியவில்லை. பைன்ஸிஸ்ஸா பள்ளத் தாக்குச் சமவெளியில் போர் முடிந்துவிட்டது. மாத நடுவில் ஸான் கேப்ரீஸலுக்கான போரும் நின்று விட்டது. எட்டோர், போர் முனைக்குத் திரும்பிப்போய் விட்டான். குதிரைகள் எல்லாம் ரோமாபுரிக்குச் சென்றுவிட்டன. இனிமேல் பந்தயங்களும் கிடையாது. க்ரோவெல்கூட ரோமாபுரிக்குச் சென்றுவிட்டிருந்தான். அங்கிருந்து அமெரிக்காவுக்குப் பயணமாகவிருந்தான். ஊரில் யுத்தத்திற்கு எதிராக இரண்டுமுறை கலகங்கள் நடந்தன. டூரின் நகரத்தில் கலவரம் தீவிரமாக இருந்தது.

சங்கத்தில் ஒரு ஆங்கிலேய மேஜர், இத்தாலியர்கள் பைன் ஸிஸ்ஸா பள்ளத்தாக்கில் லட்சத்து ஐம்பதினாயிரம் துருப்புகளை இழந்தனர் என்றும், கார்ஸோ பகுதியில் நாற்பதாயிரம் பேர் சேதமுற்றனர் என்றும் சொன்னார். நாங்கள் மது அருந்தினோம். அவர் மனம்விட்டுப் பேசினார். இப்பகுதியில் அந்த வருஷத்திற்குப் போர் முடிந்து விட்டதாகவே கருதலாம் என்றும், இத்தாலியர்கள் தங்களால் சமாளிக்க இயலாத அளவுக்குப் போர் முனையில் ஈடுபட்டுவிட்டனர் என்றும், பிளாண்டர்ஸ் முனையிலும் இதேபோல் தோல்விதான் என்றும், இம்மாதிரி நேச நாடுகள் இன்னும் கொஞ்ச நாட்கள் தோல்வியுற்றுக் கொண்டே போனால், ஒரு வருஷத்தில் தோல்வியுடன் யுத்தம் முடிந்துவிடும் என்றும் கூறினார், நாம் எல்லோரும் செம்மையாகத்தான் உதை வாங்குகிறோம் என்றும்

இது தெரியாமலிருக்கும் வரையில் பாதகம் ஏதுமில்லை என்றும், கூறினார். முக்கிய அம்சம் என்னவென்றால், தோல்வியுறு கிறோம் என்றே தெரிந்து கொள்ளாமலிருப்பதுதான். எந்த நாடு இதைக் கடைசியாக உணருகிறதோ, அந்நாடு யுத்தத்தில் வெற்றி பெற்று விடும்.

நாங்கள் மேலும் மது அருந்தினோம். நாங்கள் சங்கத்தில் தனிமையாக இருந்ததால் நான் சாவதானமாக நாற்காலியிலமர்ந்து யுத்தத்தின் போக்கைப் பற்றிப் பேசினேன். மேஜரும் எதிரில் அமர்ந்தார். அவர் பூட்ஸ்கள் பளபளவென்று பாலிஷ் போடப்பட்டி ருந்தன. உயர்ந்த ரக பூட்ஸுகள் அணிந்திருந்தார். போரில் அணிகள், ஆள் எண்ணிக்கை இவற்றில்தான் எல்லோரும் கவனம் செலுத்து கின்றனர். எதிர்பார்த்த அளவு இவர்கள் கிடைத்து விட்டால் அவர்களைச் சரிவரப் பயன்படுத்தத் தெரியாமல் செத்துப்போகவே விட்டுவிடுவார்கள். இவர்களுக்குக் கிடைத்ததெல்லாம் நல்ல உதைதான். வெற்றி எல்லாம் ஜெர்மானியருக்குத்தான். ஆண்டவனே, அவர்கள்தான் ராணுவ வீரர்கள். ஜெர்மானிய கெய்ஸரே ஒரு யுத்த வீரனாயிற்றே. இருந்தாலும் சில சமயம் அவர்கள்கூட உதை வாங்குகிறார்கள். நான் ரஷ்யர்களைப் பற்றி விசாரித்தேன். அவர்கள் ஏற்கனவே உதை வாங்கியவர்கள் தானே என்றார். ஆஸ்திரியர்கள்கூட உதைபடுகிறார்கள். ஒத்தாசைக்கு அந்த ஹூணர்களின் அணிகள் வந்தால், ஆஸ்திரியர்கள் போர் புரிந்து வெற்றி கொள்ளக் கூடும். இந்த இலையுதிர் காலத்தில் அவர்கள் தாக்குதல் நடத்துவார்கள் என்று கேள்விப்பட்டேன். அவர்கள் கட்டாயம் நடத்துவார்கள் என்றும் இத்தாலியர்கள் இப்போதே தோல்வியுற்றிருந்தார்கள். மேலும் தோல்வியே அடைவார்கள் என்றும் சொன்னார்.

ஜெர்மானிய ஹூணர்கள் டிரெஸ்டீனோ பள்ளத்தாக்கு மூலமாகப் பாய்ந்து, வைஸென்ஸாவில் ரெயில் போக்குவரத்தையே துண்டித்துவிடலாம். அப்படிச் செய்தால் இத்தாலியர்களின் கதி என்னவாகும்? 1916ஆம் ஆண்டில் இந்த ஹூணர்கள் இம்மாதிரி ஒருமுறை செய்யப் பார்த்தார்கள். ஆனால், முடியவில்லையே என்று நான் அவருக்குச் சுட்டிக்காட்டினேன். ஜெர்மானியர் மனது வைத்தால் கட்டாயம் செய்வார்கள் என்று அவர் சொன்னார். நான் அதை ஆமோதித்தேன். எனினும் அவ்வாறு செய்யமாட்டார்கள் என்று தோன்றியது. இது மிகவும் பட்டவர்த்தனமாயும், எளிமை யாயும் இருக்கிறது. ஜெர்மானியர்கள் இன்னும் சிக்கல் மிகுந்த தந்திரத்தைத்தான் கையாளுவர்.

நல்லது, நான் ஆஸ்பத்திரிக்குச் செல்ல வேண்டுமென்று அவரிடம் விடைபெற்றுக் கொண்டு அங்கிருந்து கிளம்பினேன். வழியில் ஒரு நாவிதன் கடையில் நுழைந்து சவரம் செய்து

கொண்டேன். பின்னர் ஆஸ்பத்திரியை அடைந்தேன். என் கால்கள் அநேகமாகக் குணமடைந்து விட்டன. ஆனாலும் இன்னமும் ஆஸ்பிடெல் மாக்கியோரில் கொஞ்சம் சிகிச்சை பாக்கியிருந்தது. நான் ஒரு குறுக்குப் பாதையில் நுழைந்து நொண்டி நொண்டி நடக்காமல் சரியாகவே நடக்க முடிகிறதா என்று நடந்து பார்த்தேன். அங்கே தெரு ஓரத்தில் ஒரு சித்திரம் வரைபவன் இரண்டு பெண்களைப் படமெடுத்துக் கொண்டிருந்தான். இதை வேடிக்கை பார்த்துக்கொண்டு நின்றேன். சித்திரத்தின் பிரதியை அங்கேயே கொடுத்து விட்டான். அந்தப் பெண்களும் படம் நன்றாக இருக்கிறதென்று சந்தோஷமாகவே சென்றனர். சித்திரக்காரன் என்னையும் நிற்கும்படிச் சொன்னான். என் தொப்பியுடனே ராணுவ உடையில் நின்றேன். என்னைப் படமெடுத்து அதன் பிரதியையும் உடனே கொடுத்து விட்டான். அவனுக்குக் காசு கொடுக்கப் போனேன். அவன் வேண்டாமென்று மறுத்து விட்டான். அவனுக்கு நன்றிகூறி, அவ்விடம் விட்டு நேராக ஆஸ்பத்திரியை அடைந்தேன்.

அங்கே எனக்குச் சில கடிதங்கள் வந்திருந்தன. அவைகளில் ஒன்று ராணுவத்திலிருந்தது. எனக்கு மேலும் மூன்று வாரம் உடல் நல்ல நிலைக்கு வருவதற்காக லீவு கொடுக்கப்பட்டிருக்கிறதென்றும், அது முடிந்ததும் போர்முனைக்குத் திரும்ப வேண்டுமென்றும் உத்தரவு வந்திருந்தது. அதைக் கவனமாகப் படித்தேன். என் சிகிச்சை முடிவு பெற்று உடல் நலமுறும் விடுமுறைக் காலம் அக்டோபர் நான்காம் தேதியிலிருந்து ஆரம்பித்தது. அதிலிருந்து மூன்று வாரம் ரஜா என்றால் அக்டோபர் இருபத்தைந்தாம் தேதியன்று போர் முனைக்குத் திரும்பிச் செல்ல வேண்டும். இரவு சாப்பாட்டிற்குத் திரும்பமாட்டேன் என்று ஆஸ்பத்திரியில் சொல்லிவிட்டு, அங்கிருந்து அருகிலிருந்த ஒரு ஓட்டலுக்குள் சென்று மற்ற கடிதங் களைப் பிரித்துப் பார்த்தேன். என்னுடைய பாட்டனாரிடமிருந்து குடும்ப சமாசாரங்கள் கொண்ட ஒரு கடிதம்; இருநூறு டாலர் களுக்கு ஒரு உண்டியல்; கத்தரித்த செய்தித் துணுக்குகள்; போர்முனைச் சாப்பாட்டு விடுதியிலிருந்து பாதிரியாரிடமிருந்து சார மில்லாத ஒரு கடிதம், ஃபிரான்ஸில் விமானம் ஓட்டிக்கொண்டிருந்த ஒரு நண்பன் தன் அநுபவங்களைப் பற்றி விவரித்துள்ள ஒரு கடிதம்; ரினால்டியிடமிருந்து "நான் எப்படியிருக்கிறேன் என்றும், எத்தனை நாள் இப்படியே மிலானில் பதுங்கிக்கிடக்க உத்தேசம்" என்று கேட்டும் எழுதியிருந்த ஒரு சீட்டு:—இவைகள் என்னுடைய அன்றைய தபால். கிராமபோன் தட்டுகள் வாங்கிக் கொண்டு வரும்படி ஞாபகமூட்டியிருந்தான் ரினால்டி.

ஓட்டலில் உணவுடன் கொஞ்சம் 'சியான்டி' என்னும் மது வகை உண்டு, அங்கேயே பத்திரிகை படித்து விட்டுப் பிறகு

ஆஸ்பத்திரிக்கு என் அறைக்குச் சென்றேன். அங்கே என் ராணுவ உடையை மாற்றிக் கொண்டு, வெளி மண்டபத்தில் மிஸஸ் மேயர்ஸ் அவளுடைய அருமைக் குழந்தைகளுக்கென்று விட்டுச் சென்றிருந்த போஸ்டன் நகர சஞ்சிகைகளைப் புரட்டிக்கொண்டிருந்தேன். அமெரிக்கச் செய்திகளடங்கிய அந்தச் சஞ்சிகைகள் பலவற்றையும் மேல்வாரியாகப் புரட்டிப் பார்த்தபோது அமெரிக்கா யுத்தத்தில் ஈடுபட்டுள்ளதா என்ற சந்தேகம் கூட எனக்குத் தோன்றியது. மிலானில் குதிரைப் பந்தயம் நடந்து கொண்டிருந்ததுபோல் அமெரிக்காவில் விளையாட்டுப் போட்டிகள் நடந்துகொண்டேதான் இருந்தன. ஃபிரான்ஸில் குதிரைப் பந்தயம் நிறுத்தப்பட்டிருந்தது. அங்கிருந்து வந்த குதிரைதான் ஐபாலக்.

அன்று இரவு ஒன்பது மணிக்குத்தான் காதரீனுக்கு ஆஸ்பத்திரி வேலை ஆரம்பம். அவளும் வந்துவிட்டாள். அவள் சென்றதைக் கவனித்தேன். அவள் ஹாலிலிருந்த பல அறைகளுக்குச் சென்று எல்லாவற்றையும் பார்வையிட்டுப் பின்னர் கடைசியாக என்னுடைய அறைக்குள் நுழைந்தாள்.

“இன்று வருவதற்குத் தாமதமாகி விட்டது. அன்பரே, அங்கே அதிக வேலை இருந்தது, அதனால்தான் நேரமாயிற்று. நீங்கள் எப்படி இருக்கிறீர்கள்?”

என்னுடைய ரஜாவைப் பற்றியும் உத்தரவைப் பற்றியும் அவளிடம் சொன்னேன். “இது நல்ல சமாசாரம், மூன்று வாரத்திற்கு நீங்கள் எங்கே செல்ல விரும்புகிறீர்கள்?” என்று கேட்டாள்.

“நான் எங்கும் செல்ல விரும்பவில்லை. இங்கேயே இருக்கப் போகிறேன்.”

“இதென்ன அசட்டுத்தனம். ஏதாவது ஒரு இடத்தைப் பாருங்கள். அங்கே நானும் வருகிறேன்.”

“அது எப்படி உன்னால் முடியும்?”

“எப்படி என்று சொல்லத் தெரியாது. ஆனால் முடியும். நான் வந்துவிடுவேன்.”

“நீ உண்மையிலேயே மெச்சத்தகுந்த பெண்.”

“இல்லை. நான் ஒன்றும் அப்படி அல்ல. இழந்து போவதற்கு ஒன்றுமில்லையானால் வாழ்க்கையில் கடினமானது என்று சொல்லக் கூடியது எதுவுமே இல்லை.”

“அப்படி என்றால் என்ன உன் கருத்து?”

“ஒன்றுமில்லை. ஒரு சமயம் மிகப் பெரிய தடங்கல்கள் என்று தோன்றியவை எல்லாம் எவ்வளவு எளிதானவைகளாக மாறி விடுகின்றன என்பதைப்பற்றி நினைத்தேன்.”

“அவ்வளவு சுலபமாக இப்போது என்னுடன் வருவதை எப்படி ஏற்பாடு செய்யமுடியும் என்றுதான் எனக்குத் தோன்ற வில்லை. கடினமாக இருக்கும் என்று நினைத்தேன்.”

“கடினமாயிருக்காது அன்பரே. கடினமாக இருந்தால் நான் வேலையை விட்டுச் சந்தடியின்றி நின்றுவிடுவேன். ஆனால் அதற்கு அவசியமிருக்காது என நினைக்கிறேன்.”

“நாம் எங்கே செல்லலாம்?”

“இன்ன இடத்திற்குத்தான் என்று எனக்கு அக்கறை இல்லை. உங்களுக்கு எங்கே விருப்பமோ அங்கே செல்லலாம். நமக்குத் தெரிந்தவர்கள் இல்லாத ஏதாவது ஒரு இடம் இருக்க வேண்டும்.”

“நாம் போகவேண்டிய இடத்தைப்பற்றி உனக்கு உண்மையிலேயே அக்கறை இல்லையா?”

“இல்லை. எந்த இடமும் எனக்குப் பிடிக்கும்.”

அவள் ஏதோ கலவரமடைந்திருப்பதாகத் தோன்றியது எனக்கு. அவள் சற்று பிகுவுடன்தானிருந்தாள்.

“உனக்கு என்ன, காதரின்?” என்று வினவினேன்.

“ஒன்றுமில்லை, எனக்கு ஒன்றுமில்லை.”

“இல்லை. ஏதோ இருக்கிறது. சொல்லு.”

“இல்லை, இல்லை, உண்மையாக ஒன்றுமில்லை.”

“ஏதோ இருக்கிறது, எனக்குத் தெரிகிறது. என் அன்பே, என்னவென்று என்னிடம் சொல்லலாம். சொல்.”

“நான் சொல்ல விரும்பவில்லை. சொல்ல அஞ்சுகிறேன். நான் சொல்வதனால் உங்கள் சந்தோஷம் குறையலாம் அல்லது உங்களுக்குக் கவலையுண்டாகலாம் என்று பயப்படுகிறேன்.”

“இல்லை. எனக்கு ஒரு கவலையும் உண்டாகாது.”

“நிச்சயமாகச் சொல்ல முடியுமா? எனக்கு ஒரு கவலையும் இல்லை. உங்களுக்கேதாவது கவலை உண்டாகுமோ என்றுதான் பயம்.”

“உனக்குக் கவலை உண்டாகாதென்றால் எனக்கு மட்டும் எப்படிக் கவலை மூளும்.”

“நான் சொல்ல விரும்பவில்லை.”

“சொல், சொல்லிவிடு.”

“அவசியம் சொல்லவேண்டுமா?”

“ஆமாம்.”

"எனக்குக் குழந்தை பிறக்கப்போகிறது. அன்பரே, மூன்று மாதமாக அது என் வயிற்றில் வளர்ந்து வருகிறது. நீங்கள் கவலைப் படுகிறீர்களா என்ன? தயவு செய்து, கொஞ்சங்கூட கவலைப்பட வேண்டாம். நீங்கள் கவலை கொள்ளவே கூடாது.

"நல்லது, ரொம்ப சரி."

"நல்லதுதானா, சரிதானா?"

"நிச்சயமாகச் சரிதான், இதிலென்ன சந்தேகம்?"

"இவை எல்லாவற்றிற்கும் நான்தானே பொறுப்பு! எனக்கு வேண்டுவதை எல்லாம் நானே அநுபவித்தேன், வேண்டியவற்றை எல்லாம் செய்தேன். இப்போதும் நான் ஒரு வித்தியாசத்தையும் காணவில்லை."

"நான் சிறிதளவும் கவலைப்படவில்லை."

"இப்போது ஏற்பட்டிருக்கும் நிலைமையைத் தவிர்க்க முடிய வில்லை. அன்பரே. அதைப்பற்றி நான் கவலைப்படவில்லை. நீங்கள் கூட கவலை கொள்ளவோ ஆயாசமடையவோ கூடாது."

"உன்னைப் பற்றித்தான் எனக்குக் கவலை."

"பார்த்தீர்களா? அதைத்தான் நீங்கள் செய்யக்கூடாதென்று நான் சொன்னேன். ஜனங்கள் சதா காலமும் குழந்தை பெற்றுக் கொண்டுதானிருக்கிறார்கள். ஒவ்வொருத்திருக்கும் குழந்தைகள் இருக்கத்தான் செய்கிறது. அது இயற்கையாக அமைந்தது. ஏன் கவலைகொள்ள வேண்டும்.

"நீ உண்மையாகவே ஒரு அற்புதமான பெண்."

"நான் ஒன்றும் அற்புதமில்லை. நீங்கள் மட்டும் அன்பரே, கவலை கொள்ளக்கூடாது. என்னால் உங்களுக்கு எவ்வித கஷ்டமும் நேராமல் பார்த்துக் கொள்ளுகிறேன். அப்படியே நான் முயற்சி செய்கிறேன். முன்பு நான் கஷ்டம் கொடுத்திருக்கிறேன். எனக்குத் தெரியும். ஆனால் இதுவரையில் உங்களுக்கு எவ்விதத்திலும் கஷ்டம் உண்டாகும் வண்ணம் நடந்து கொண்டேனா? இல்லையே. இதைப்பற்றி உங்களுக்குத் தெரியவே தெரியாது இல்லையா? அல்லது தெரியுமா?"

"தெரியாது."

"அது அப்படித்தான் ஆகும். நீங்கள் கவலைப்படவே கூடாது. நீங்கள் கவலைப்படுகிறீர்கள் என்று எனக்குத் தெரிகிறது. அதனால் தான் வற்புறுத்திச் சொல்லுகிறேன். அதை நிறுத்துங்கள். கவலையை ஒழித்துவிடுங்கள். நீங்கள் கொஞ்சம் மது அருந்துகிறீர்களா, அன்பரே? மது எப்போதும் உங்களுக்கு உற்சாகமூட்டுகிறதென்று எனக்குத் தெரியும்."

வேண்டாம், அது இல்லாமலே இப்போது உற்சாகத்துடனேயே இருக்கிறேன். நீ மிகமிக அற்புதமான பிறவி. உன்னை வியந்து வியந்து பாராட்டுகிறேன்."

"இல்லை. நான் ஒன்றும் அவ்விதம் இல்லை. நீங்கள் ஏதாவது ஒரு இடத்தைப் பார்த்துப் பிடியுங்கள். நாம் ஒன்றாகவே இருப்ப தற்கு வேண்டியதை எல்லாம் நான் பார்த்துக்கொள்ளுகிறேன். அக்டோபர் மாத ஆரம்பம் மனோகரமாக இருக்கும். நாம் இன்பமாக இக்காலத்தைக் கழிக்கலாம். அன்பரே, நீங்கள் போர் முனைக்குத் திரும்பிச் சென்றதும் தினந்தோறும் தவறாமல் உங்களுக்குக் கடிதம் எழுதுகிறேன்."

"நீ எங்கிருப்பாய் அப்போது?"

"இப்போது நிச்சயமாகத் தெரியாது. எங்கேயோ ஓரிடத்தில், இன்பகரமான ஓரிடத்தில்... அதை எல்லாம் நான் பார்த்துக் கொள்ளுகிறேன்."

"நாங்களிருவரும் சிறிது நேரம் அமைதியாக இருந்தோம். பேசவில்லை. காதரின் படுக்கைமீது உட்கார்ந்திருந்தாள். நான் அவளையே பார்த்துக் கொண்டிருந்தேன். ஒருவரையொருவர் தொடாமலே, அறையில் வேறு மனிதர் இருந்தால் எப்படியோ, அதுபோல, சற்று விலகியே இருந்தேம். அவள் கையை நீட்டி என் கையைப் பிடித்து இறுத்திக்கொண்டு "உங்களுக்கு ஒருவிதமான கோபமும் இல்லையே? அன்பரே?"

"இல்லவே இல்லை."

"அன்றி, ஏதாவது ஒரு வலையில் சிக்கிக் கொண்டு விட்டோம் என்று நினைக்கத் தோன்றுகிறதா?"

"ஒருவேளை அப்படித் தோன்றலாம், அதுவும் ஓரளவுக்குத்தான். ஆனால் உன்னால் அல்ல."

"என்னால் என்று நான் நினைக்கவுமில்லை. சொல்லவுமில்லை. புரிந்து கொள்ளாதவர்போல் நடிக்கவேண்டாம். சிக்கிக் கொண்டு விட்டோம் என்ற உணர்ச்சி உங்களுக்கு ஏற்பட்டதுண்டா என்று தான் கேட்டேன்."

"புது உயிர் தோன்றுகிறதென்னும் விஷயத்தில் அகப்பட்டுக் கொண்டுவிட்டோம் என்ற உணர்ச்சி உனக்கு எப்போதும் இருக் கின்றது."

என் கைப்பிடியைத் தளர்த்தாமலே படுக்கையில் உட்கார்ந்த படியே கொஞ்சதூரம் நகர்ந்தேன்.

"எப்போதும் என்பது அவ்வளவு அழகான வார்த்தை அல்ல."

"அப்படிச் சொன்னதற்கு வருந்துகிறேன்."

“சரி, சரி, அதைப்பற்றிக் கவலை வேண்டாம். நான் இதற்கு முன் குழந்தை பெற்றது கிடையாது. நான் ஒருவரையும் இதற்குமுன் காதலித்தது கூடக் கிடையாது. உங்கள் இஷ்டத்திற்கு இணங்கி, நீங்கள் எவ்விதம் வேண்டுமென்று விரும்பினீர்களோ அவ்விதமே தான் இருந்து வந்திருக்கிறேன். அப்படியிருக்கும்போது ‘எப்போதும்’ என்று ஏன் சொல்லுகிறீர்கள்?”

“தவறாகச் சொல்லிவிட்டேன். அதற்காக நாக்கை வேண்டு மானாலும் அறுத்துக் கொள்ளுகிறேன்” என்றேன்.

“ஆ எனதன்பே, அறுத்துக்கொள்வீர்கள்?” என்று அலறி எட்டி இருந்தவள் கிட்டே நெருங்கி வந்து, “நான் சொன்னதை யெல்லாம் நீங்கள் மறந்துவிட வேண்டும். மறுபடியும் ஒருமனத்தர் களாகி விட்டோம். நாம் உண்மையில் ஒன்றாக இருக்கும்போது வேண்டுமென்றே மனஸ்தாபப்பட்டுக் கொள்ளுவது அசட்டுத்தனம்,” என்று கூறினாள்.

“நாம் இனி அவ்வாறு அசட்டுத்தனமாக நினைக்கவே மாட்டோம்” என்று நானும் உறுதியளித்தேன்.

“ஆனால் பலபேர் இவ்வாறெல்லாம் அசட்டுத்தனமாக நடந்து கொண்டு, ஒருவரையொருவர் காதலித்தும் வேணடுமென்றே மனஸ் தாபப்பட்டுச் சண்டையிட்டுப் பிரிந்தும் போகின்றனர்.”

“நாம் சண்டையிட்டுக் கொள்ளவே கூடாது.”

“ஆமாம், கூடவே கூடாது. ஏன் தெரியுமா? உலகத்தில் எல்லோரும் சண்டை போட்டுக் கொள்ளுபவர்கள்தான். நாம் இருவர் மட்டும் தனி. நமக்கு நம்மைத் தவிர வேறெதுவுமில்லை. நமக்கிடையில் பிளவு ஏற்பட்டால், உலகம் நம்மை அழுத்திவிடும்.”

“உலகம் நம்மை ஒன்றும் செய்யாது. நீ மிகவும் தைரியசாலி. தைரியசாலிக்கு ஒன்றும் ஒருபோதும் கவலை ஏற்படாது.”

“எந்தத் தைரியசாலிக்கும் மரணம் என்பது ஒன்று உண்டல்லவா?”

“உண்மைதான். ஆயின் மரணம் என்பது ஒரே ஒரு தடவை தானே!”

“இதை எங்கோ கேட்டிருக்கிறேன். யாருடைய கூற்று அது?”

“கோழை ஆயிரம் தடவை சாவான். தீரனுக்கு மரணம் ஒரு முறைதான்,”

“இதைச் சொன்னது யார்?”

“எனக்குத் தெரியாது.”

“இதைச் சொன்னவன் ஒரு கோழையாக இருந்திருக்க வேண்டும். அவனுக்குக் கோழைகளைப் பற்றித்தான் நிறையத் தெரிந்திருக்கிறது.

தைரியசாலிகளைப் பற்றி ஒன்றுமே தெரியாது போலிருக்கிறது. தைரியசாலிகள் புத்திசாலிகளாக இருந்தால் இரண்டாயிரம் தடவையாவது செத்துச் செத்துப் பிழைப்பார்கள். அதைப்பற்றி அவர் ஒன்றுமே சொல்லவில்லையே."

"அதுவும் எனக்குத் தெரியாது. தைரியசாலியின் மனத்தில் என்னென்ன தோன்றுகிறதென்று யார் அறிவர்."

"ஆமாம். அதையெல்லாம் அவர்கள் மறைத்தேதான் வைத்துக் கொள்ளுகின்றனர்."

"இம்மாதிரி விஷயங்களில் நீ சொல்லுவதெல்லாம் பிரமாண மொழிகளே."

"என்னைப்பற்றி நீங்கள் சொல்லுவது முற்றிலும் சரிதான் அன்பரே."

"நீ மிக தைரியசாலியான பெண்."

"இல்லை. ஆனால், தைரியசாலியாக இருக்க ஆசைப்படுகிறேன்" என்றாள் காதரின்.

"நான் தைரியசாலி அல்ல என்பது மட்டும் எனக்குத் தெரியும். என்னுடைய நிலைமையை நான் நன்கு உணருகிறேன்.

நீண்டகாலம் வெளியே இருந்துவிட்டால் இம்மாதிரி விஷயங் களைப் பற்றியெல்லாம் தெரிந்துகொள்ள முடியவில்லை. ஆட்டத் தில் 230 எண்ணிக்கைகள் எடுத்துவிட்டதும் மேற்கொண்டு ஆட முடியாது என்று நினைக்கிறவனுடைய மனோநிலை எப்படியோ அப்படித்தான் என் நிலைமை இப்போது இருக்கிறது."

"அது என்ன ஆட்டம்! 230 எண்ணிக்கை வரையில் மட்டை கொண்டு அடிப்பது? இது மிகவும் உயர்ந்த எண்ணிக்கையாச்சே?"

"அப்படியொன்றும் உயர்ந்ததல்ல. 'பேஸ்பால்' விளையாட்டில் 230 எண்ணிக்கை ஒரு சாதாரண ஆட்டக்காரனைத்தான் குறிக்கும்."

"எனினும் ஆட்டத்தில் ஈடுபட்டிருப்பவன்தானே" என்று காதரின் மேலும் குத்தலாகச் சொன்னாள்.

"நாம் இருவரும் தற்பெருமையுடையவர்கள்தான். ஆனால் நீ தைரியசாலிதான்."

"இல்லை, இல்லை. தைரியசாலியாக ஆகிவிடுவேன் என்கிற நம்பிக்கை இருக்கின்றது."

"நாம் இருவருமே தைரியசாலிகள்தான். நான் மது அருந்தி விட்டால் ரொம்ப ரொம்ப தைரியசாலி" என்றேன்.

"பேஷ், பேஷ். நாம் இருவருமே அற்புத சிருஷ்டிதான்" என்று கூறி அலமாரியிலிருந்து 'கானியக்' பிராந்திப் புட்டியை எடுத்து

வந்தாள். தம்ளரில் அதை ஊற்றி "சாப்பிடுங்கள். அன்பரே, நீங்கள் மிகவும் களைத்திருக்கிறீர்கள்" என்று என்னிடம் நீட்டினாள்.

"இப்போது எனக்குத் தேவை இல்லை."

"ஒரு தம்ளர் மட்டும் சாப்பிடுங்கள்.

"சரி, உன் விருப்பப்படியே" என்று தம்ளரில் முக்கால் பாகம் நிரப்பி ஒரே மூச்சில் குடித்துவிட்டேன்.

"அது மிகவும் அதிகம். வீரர்களுக்கு பிராந்தி ஏற்றதுதான் என்று தெரியும். இருந்தாலும் ஒரே தரத்தில் அவ்வளவு அதிகம் சாப்பிடக்கூடாது.

"யுத்தத்திற்குப்பின் நாம் எங்கே வசிக்கலாம்?"

"எங்காவது ஒரு சாதாரண மக்கள் வாழும் பகுதியில் என்று நினைக்கிறேன். ஒவ்வொரு வருஷமும் கிறிஸ்துமஸ் பண்டிகைக்கு முன் யுத்தம் முடிந்துவிடுமென்று கடந்த மூன்று வருஷங்களாய் சிறுபிள்ளைத்தனமாக நம்பி வந்தேன். இப்போதிருக்கும் நிலைமையைப் பார்த்தால், நம்முடைய பையன் உபசேனாதிபதியாகி விட்ட பிறகுதான் யுத்தம் முடியும்போல் தோன்றுகிறது" என்றாள் காதரின்.

"ஏன், யுத்தம் முடிவதற்குள் அவன் தளபதியாகக்கூட ஆகி விடலாம்." முன்பொருகால் நிகழ்ந்த "நூறு வருஷ யுத்தம்" போல் இது நீடித்தால் நம்முடைய பையனுக்கு இவ்விரண்டு பதவிகளையும் வகிக்கப் போதிய அவகாசமிருக்கும்.

"கொஞ்சம் மது சாப்பிடேன்."

"வேண்டாம். அது உங்களுக்கு உற்சாகமூட்டுகிறது. எனக்குக் கிறுகிறுப்பை உண்டாக்குகிறது."

"நீ எப்போதும் 'பிராந்தி' அருந்தியதில்லையா?"

"இல்லை. அன்பரே, நான் ஒரு பழங்காலத்து மனைவி" என்றாள். நான் கீழே வைத்திருந்த புட்டியை எடுத்து மேலும் ஒரு தம்ளர் மது ஊற்றிக்கொண்டேன். "நான் இதர நோயாளிகளைக் கொஞ்சம் கவனித்துவிட்டு வந்துவிடுகிறேன். அதுவரையில் நீங்கள் பத்திரிகை படித்துக் கொண்டிருங்கள்" என்று சொல்லிவிட்டு அவள் வெளியே செல்ல முயன்றாள்.

"நீ அவசியம் போய்த்தானாக வேண்டுமா?"

"இப்போது போகாவிட்டாலும் கொஞ்சநேரம் பொறுத்தாவது போகவேண்டுமே."

“சரி, இப்போதே போய் வந்துவிடு. நீ திரும்புவதற்குள் நான் பத்திரிகைகளைப் படித்து முடித்துவிடுகிறேன்” என்று சொல்லி அவளை அனுப்பினேன்.

22

அன்றிரவு குளிர் அதிகமாயிற்று. மறுநாள் மழை பெய்தது. நான் ஆஸ்பிடெல் மாக்கியோரிலிருந்து திரும்பும் போது பலத்த மழை. நான் என் அறையை அடைந்தபோது, நன்றாக நனைந்து போயிருந்தேன். அறை வெளியே முன் மண்டபத்தில் மழை வெள்ள மாக ஓடிக்கொண்டிருந்தது. காற்று வேகத்துடன் கூடிய மழை ஜன்னல் கண்ணாடிகளின் ‘சட சட’வென்று ஓசையுடன் அறைந்து கொண்டிருந்தது. எனது நனைந்த உடைகளைக் கழற்றிவிட்டு உலர்ந்த ஆடை அணிந்துகொண்டு கொஞ்சம் ‘பிராந்தி’ சாப்பிட்டேன். அது ருசிக்கவில்லை. அன்றிரவு நான் அசௌக்கியமுற்றேன். மறுநாள் காலை ஆகாரம் சாப்பிட்டபின் எனக்குக் குமட்டல் ஏற்பட்டு வாந்தி எடுத்தேன்.

என்னைப் பரிசோதித்த ஆஸ்பத்திரி டாக்டர், “ஒன்றும் சந்தேகமேயில்லை. அவருடைய கண்களின் வெண்மையைக் கவனியுங்கள் மிஸ்” என்று அருகில் நின்றுகொண்டிருந்த மிஸ் கேஜிடம் சொன்னார்.

மிஸ் கேஜ் கூர்ந்து கவனித்தாள். முகம் பார்க்கும் கண்ணாடி கொண்டுவரச் செய்து அதில் என் முகத்தைப் பார்க்கும்படி சொன் னார்கள். கண்களின் வெண்மைப் பாகத்தில் மஞ்சள் படர்ந்திருந்தது. எனக்குக் காமாலை கண்டுவிட்டது. இரண்டு வாரம் அதனால் உடல்நலம் குன்றியது. எனவே நாங்கள் திட்டமிட்டப் பிரகாரம் எஞ்சியிருந்த விடுமுறைக் காலத்தை ஒன்றாகவே கூடிக் கழிக்க முடியவில்லை, “லாகோ மாக்கியார்” என்னும் ஏரிக்கரையில் ‘பல்லான் ஜா’ என்னும் கிராமத்திற்குச் செல்ல நாங்கள் எண்ணி யிருந்தோம். இலையுதிர்காலம் அங்கே சுகமாக இருக்கும். உல்லாச மாக உலாவ ஏராளமான சாலைகள் உண்டு. ஏரியில் மீன் பிடிக்கச் செல்லலாம். ‘ஸ்ட் ரெஸ்ஸா’வைக் காட்டிலும் இது எல்லா வகை யிலும் உகந்த இடம். ஏனெனில் பல்லான்ஜாவில் ஜனக்கூட்டம் குறைவு. ஸ்ட்ரெஸ்ஸா மிலானுக்கு வெகு அருகில் இருந்ததால் அங்கு எப்போதும் எங்களுக்கு அறிமுகமானவர்கள் பலர் இருந்தார்கள். ஏரியின் மத்தியிலுள்ள தீவுகளுக்கு வேண்டியபோது படகில் சென்று அங்கே இருந்த ஓட்டலில் உணவு கொள்ளலாம்.

இவ்வாறெல்லாம் நாங்கள் ஏற்பாடு செய்திருந்தும் எல்லாம் வீணாய்ப் போயிற்று.

நான் காமாலையுடன் படுத்திருந்த சமயம் ஒருநாள் மிஸ் வான் காம்ப்பன் என் அறைக்கு வந்து என் அலமாரியைத் திறந்து, அதில் காலிப்புட்டிகள் இருந்ததைப் பார்த்தாள். முன்னாடியே போர்ட்டர் மூலம் பெரிய காலிப் புட்டிகளை எல்லாம் ஒரு நடை வெளியே அனுப்பிவிட்டிருந்தேன். போர்ட்டர் அவைகளை எடுத்துச் சென்றதை அவள் ஒருகால் பார்த்திருக்க வேண்டும். மேலும் ஏதாவது இருக்கின்றனவா என்று காண்பதற்காக உள்ளே அறைக்கு வந்திருக்கிறாள் அவள். 'வெர்மத்', மார்ஸாலா, காப்ரீசியாண்டி, முதலிய மது வகைகளிருந்த காலிப் புட்டிகளை எல்லாம் அவள் எடுத்துப் போய்விட்டிருந்தாள். சில 'கானியக்' பிராந்தி காலிப் புட்டிகளும் இருந்தன. பிராந்திப் புட்டிகளைக் கடைசியாக எடுத்துச் செல்ல எண்ணியிருந்தாள். மிஸ் வான் காம்ப்பன் கண்ணில் அகப்பட்டது காலியான பிராந்தி புட்டிகளும் 'கும்மெல்' என்னும் மது இருந்த கரடியைப்போல் உருவமுள்ள புட்டிகளும் தான். 'கும்மல்' எனும் பெயர் கொண்ட அந்தக் காலிப்புட்டிதான் மிஸ் காம்ப்பனுக்கு முக்கியமாகக் கோபமூட்டியது. அந்தப் புட்டியின் குப்பியைத் தூக்கிப் பிடித்தாள். கரடி தன் பின்னங் கால்களில் உட்கார்ந்து முன் கால்களை நீட்டியிருப்பது போல் இருந்தது அதன் வடிவம். அந்தப் புட்டியின் அடியில் சிறு துளிகள் மது உறைந்து கிடந்தன. மிஸ் காம்ப்பன் இந்தப் புட்டியை மேலும் கீழுமாகக் கவனித்ததைக் கண்டு நான் சிரித்தேன்.

"அது 'கும்மல்' இருந்த புட்டி அம்மா. இதில்தான் உயர்ந்தரக மது ரஷ்யாவிலிருந்து வருகிறது" என்றேன்.

"இவை எல்லாம் பிராந்திப் புட்டிகள் இல்லையா? அப்படித் தானே?" என்று மற்ற புட்டிகளைக் காண்பித்தாள்.

"அவை சரிவர என் கண்ணுக்குத் தெரியவில்லை. நீங்கள் சொல்லியவாறே இருக்கலாம்.

"எவ்வளவு நாளாக இந்தக் குடிசேஷ்டை நடந்து கொண்டிருக்கிறது?"

"இத்தாலிய ராணுவத்தினர் அடிக்கடி என்னைக் காண வருவார்கள். அவர்களுக்குக் கொடுப்பதற்காக அவற்றைக் கடையில் வாங்கி நானே கொண்டுவந்து வைத்திருக்கிறேன்" என்று விளக்கம் கூறினேன்.

"நீங்களே சாப்பிடுவதற்காக அல்லவா? அப்படியானால் நீங்கள் குடிக்கவில்லை என்று சொல்லுங்கள்!"

"நானும்தான் குடிப்பதுண்டு."

"பிராந்தியா, சாப்பிட்டீர்கள்! பதினொரு காலி பிராந்திப் புட்டிகள்! அதற்குமேல் அந்தக் கரடிக்குட்டி மது!" மிஸ் வான் காம்ப்பனுக்கு ஆச்சரியம் தாங்கவில்லை.

"காலிபுட்டிகள் இவ்வளவுதானே? இவைகளை எடுத்துச் செல்லுவதற்கு யாரையாவது அனுப்புகின்றேன்."

"இப்போதைக்கு இவ்வளவுதான் காலி புட்டிகள்."

"உங்களுக்குக் காமாலை கண்டுவிட்டதே என்று நான் அநுதாபம் காட்டினேனே, அந்த அநுதாபம் வீண்."

"மிக்க வந்தனம்."

"இப்போது நீங்கள் நோயாளியாகிவிட்டபடியால் போர் முனைக்குத் திரும்பிச் செல்ல முடியாததற்கு உங்களை யாரும் குற்றம் கூற முடியாதல்லவா. போகவேண்டாம் என்றால் பிராந்தி சாப்பிட்டு மஞ்சள் காமாலை வரவழைத்துக் கொள்ளுவதைவிட இன்னும் ஏதாவது புத்திசாலித்தனமான காரியம் செய்திருக்க வேண்டும்."

"எதனால் மஞ்சள் காமாலை என்றீர்கள்?"

"பிராந்தி சாப்பிட்டு 'ஆல்கஹால்' என்னும் எரிபொருளின் மிகுதியால், ஏன் நான் சொன்னது காதில் விழவில்லையா?"

என் காதில் விழுந்தது. ஆனால், நான் பதில் பேசவில்லை. அவள் மேலும் சொன்னாள்: "இன்னும் வேறு ஏதாவது கோளாறு கள் உங்களால் கண்டுபிடிக்க முடியாதென்றால் இந்தக் காமாலை குணமானதும் நீங்கள் போர்முனைக்குத் திரும்பியே ஆகவேண்டும். வேண்டுமென்று வரவழைத்துக் கொண்ட காமாலைக்கு, உடல் நலமுற அளிக்கப்படும் ரஜா கிடைக்குமென்று நான் நம்பவில்லை."

"நீங்கள் நம்பவில்லையா?"

"இல்லை. நான் நம்பவில்லை."

"மிஸ் வான் காம்ப்பன், உங்களுக்கு எப்போதாவது மஞ்சள் காமாலை கண்டிருக்கிறதா?"

"காமாலை இல்லை, ஆனால் காமாலை கண்டவர்கள் பலரைப் பார்த்திருக்கிறேன்."

"இதை வரவழைத்துக் கொண்டு நோயாளிகள் எவ்வளவு சந்தோஷப்படுகிறார்கள் என்பதைக் கூட பார்த்திருக்கிறீர்களா?"

"போர்முனையைக் காட்டிலும் இது தேவலை என்றே அவர்களுக்குத் தோன்றியிருக்க வேண்டும்" என்றாள்.

"மிஸ் வான் காம்ப்பன் அம்மையே, தன்னை நோயாளியாக ஆக்கிக் கொள்ளுவதற்காக தன்னுடைய மர்மஸ்தானத்தில் தானே

உதைத்துக்கொண்டு அவதிப்படும் எந்த மனிதனையாவது உங்கள் அநுபவத்தில் கண்டிருக்கிறீர்களா?” என்று நான் கேட்டேன்.

அருவறுப்புத் தரக்கூடிய அந்த என் கேள்வியின் உட்கருத்தைக் கவனிக்காதவள்போல் அவள் அசட்டை செய்தாள். சட்டை செய் திருப்பாளானால் உடனே என் அறையைவிட்டு வெளியேறியிருப்பாள் அல்லவா. அப்படி வெளியேற அப்போது அவள் தயாராயில்லை. முதல் நாளிலிருந்தே அவளுக்கு என்னைப் பிடிக்காது; என்னைப் பழிவாங்க தக்க தருணம் இதுதானே அவளுக்கு!

“தானாகவே காயப்படுத்திக்கொண்டு போர்முனையிலிருந்து தப்பி ஓடிவரும் பலபேர்களை நான் கண்டிருக்கிறேன்.”

அவ்வளவு லகுவாக அவள் தப்பித்துக் கொள்ளப் பார்ப்பதை நான் விடவில்லை. “அது எனக்குத் தெரிந்ததுதான். மிஸ் காம்ப்பன். நான் கேட்ட கேள்விக்கு நேரான பதில் சொல்லவில்லையே நீங்கள்.”

“தன்னை நோயாளியாக ஆக்கிக் கொள்ளுவதற்காகவே தன்னு டைய மர்ம ஸ்தானத்தில் தானாகவே உதைத்துக்கொண்டு அவதிப் படும் எந்த மனிதனையாவது உங்கள் அநுபவத்தில் கண்டிருக் கிறீர்களா?” என்றுதான் நான் கேட்டேன். “ஏனெனில் அவ்விதம் அவதிப்படும் ஒருவனுடைய அவஸ்தைதான் காமாலையால் அல்லற்படும் ஒருவனுடைய அவஸ்தைக்கு ஏறக்குறைய சமானமாக உள்ளது. அந்த அவஸ்தையை மிகச் சில பெண்கள்தான் அநுபவித் திருப்பார்கள். அதனால்தான் நீங்கள் எப்போதாவது காமாலையால் அவஸ்தைப்பட்டதுண்டா என்று கேட்டேன், மிஸ் வான் காம்ப்பன். ஏனெனில்...” நான் வாக்கியத்தை முடிப்பதற்குள் மிஸ் வான் காம்ப்பன் அறையைவிட்டு வெளியே சென்றாள். சில விநாடிகளுக்கெல்லாம் மிஸ் கேஜ் அறையில் நுழைந்தாள்.

“நீங்கள் மிஸ் வான் காம்ப்பனிடம் என்ன சொன்னீர்கள்? அவள் ஒரேயடியாக கோபமடைந்திருக்கிறாளே?”

“நாங்கள் வியாதிஸ்தர் அநுபவங்களைப் பற்றி ஒத்திட்டுப் பார்த்துக் கொண்டிருந்தோம். அவள் பிரஸவ வேதனையின் அநுபவம் தெரியாதவள் என்று சொல்ல ஆரம்பித்தேன்...”

“நீங்கள் முட்டாள்தனம் செய்துவிட்டீர்கள். உங்கள் தலைக்கே ஆபத்து வைத்துவிடுவாளே.”

“இப்போதே என் தலைக்கு ஆபத்து வந்தமாதிரிதான். எனக்குக் காமாலை குணமானதும் கிடைக்கும் உடல்நலம் ‘ரஜா’வில் மண்ணைப் போட்டு விட்டாள். எனக்கு ராணுவத் தண்டனையே இப்போது வாங்கித்தருவாள் போலிருக்கிறது. அவள் அவ்வளவு இழிகுணமுள்ளவள்.”

"அவளுக்கு உங்களைக் கண்டால் பிடிக்காது. இப்போது அவள் கோபத்திற்குக் காரணம்?"

"நான் போர்முனைக்குச் செல்ல விருப்பமில்லாது பிராந்தி குடித்து வேண்டுமென்றே காமாலையை வரவழைத்துக் கொண்டேன் என்று சொன்னாள்."

"பூ, இவ்வளவுதானா. நீங்கள் ஒரு சொட்டுக்கூட சாப்பிட்ட தில்லை என்று நான் வேண்டுமானால் சத்தியம் செய்கிறேன். எல்லோருமே நீங்கள் மது அருந்துவதில்லை என்று சத்தியம் செய் வார்களே.

"என் அறையிலிருந்த காலி புட்டிகளை அவள் பார்த்து விட்டாளே."

"அந்தக் காலிப் புட்டிகளை அப்பால் எறிந்து விடுங்கள். நூறு தரமாவது உங்களிடம் சொல்லியிருக்கிறேனே. நீங்கள் அசிரத்தை யாயிருந்து விட்டீர்களே. இப்போது அவை எல்லாம் எங்கே?"

அலமாரியுள்ளே இருக்கின்றன.

"தோல் பெட்டி ஏதாவது இருக்கிறதா?"

"இல்லை. அந்தத் தோல் பையில் போட்டுக் கட்டு."

மிஸ் கேஜ் அந்தக் காலி புட்டிகளை எல்லாம் அந்தப் பையில் போட்டுக் கட்டினாள். "போர்ட்டரிடம் அதை எடுத்துப்போகச் சொல்லுகிறேன் என்று சொல்லி வெளியே போகக் கதவுப் பக்கம் திரும்பினாள். அங்கே மிஸ் வான் காம்ப்பன் நின்று கொண்டிருந் தாள்.

"சற்றுப் பொறுங்கள், அந்தப் புட்டிகளை நானே அப்புறப் படுத்துகிறேன்" என்று சொல்லி தன்னுடனிருந்த போர்ட்டரைப் பார்த்து 'இதைத் தூக்கிவா, தயவு செய்து' என்று அவனுக்கு உத்தர விட்டாள். "நான் என்னுடைய ரிப்போர்ட்டைச் சமர்ப்பிக்கும்போது இந்தப் புட்டிகளையும் டாக்டருக்குக் காட்டவேண்டும்" என்று மிஸ் கேஜிடம் கூறிவிட்டு வெளியே சென்றாள். அவளுடன் போர்ட்டரும் சென்றான் மூட்டையைத் தூக்கிக்கொண்டு, பைக்குள் என்ன இருக்கிறதென்று அவனுக்குத் தெரியும். எனக்குக் கிடைக்க வேண்டிய ரஜாவை நான் இழந்ததைத் தவிர இச்சம்பவத்தின் விளைவாக வேறொன்றும் நிகழவில்லை.

23

நான் போர்முனைக்குத் திரும்பிச் செல்லவேண்டிய நாள் வந்தது. அன்றிரவு முன்னதாகவே போர்ட்டரை ஸ்டேஷனுக்கு

அனுப்பிவிட்டேன். டூரினிலிருந்து வரும் அந்த வண்டி மீலானி லிருந்து இரவு பன்னிரெண்டு மணிக்குத்தான் கிளம்பும். ஆனால், பத்தரை மணிக்கே ஸ்டேஷனுக்கு வந்துவிடும். புறப்படும் நேரம் வரையில் ஸ்டேஷனிலேதானிருக்கும். ஆகையால் சௌகரியமாக இடம் கிடைக்க வேண்டுமானால் வண்டி வரும்போதே ஸ்டேஷனில் இருக்கவேண்டும். இதற்காகப் போர்ட்டர் தனக்குத் துணையாக பீரங்கிப் படையைச் சேர்ந்த ஒரு சிப்பாயையும் கூட்டிச் சென்றிருந் தான். இருவரும் சேர்ந்து எனக்கு ரெயிலில் இடம் பிடித்துக் கொடுப்பார்கள் என்று நம்பிக்கை. செலவுக்குப் போதிய பணம் அவர்களிடம் கொடுத்திருந்தேன். பெரிய கித்தான் பை ஒன்றும் தோல் பைகள் இரண்டும்தான் என்னுடைய சாமான்கள்.

மாலை ஐந்து மணிக்கே ஆஸ்பத்திரியில் எல்லோரிடமும் சொல்லிக்கொண்டு புறப்பட்டு விட்டேன். போர்ட்டர் என் சாமான்களைத் தன் விடுதிக்கு முன்னமே எடுத்துச் சென்றுவிட்டான். இரவு பன்னிரெண்டு மணிக்கு முன்னால் நான் ஸ்டேஷனுக்கு வந்துவிடுவேன் என்று சொல்லியிருந்தேன். அவன் மனைவி என்னைப் பெயர் சொல்லாமல் "ஸார்" என்றே அழைத்தாள். நான் விடைபெற்றுக்கொண்ட போது அவள் அழத் தொடங்கி விட்டாள். ஆறுதலுக்காக அவளைத் தட்டிக் கொடுத்தேன். அவள் மேலும் அழவே செய்தாள். அவள் என் துணிமணிகளைத் தைத்துப் பழுது பார்த்துக் கொடுத்துக் கொண்டிருந்தாள். குள்ளமாக உருண்டை முகமும் வெண்மையான கேசமும் உள்ளவள். சாதாரணமாக எப்போதும் சந்தோஷமான முகம்தான். ஆனால், அவள் அழும் போது மட்டும் பார்க்க சகிக்காது.

வீதியின் கோடியிலிருந்த மதுபானக் கடைக்குள் நுழைந்து ஜன்னல் அருகில் உட்கார்ந்தேன். வெளியே இருட்டிவிட்டது. மூடுபனிகூட லேசாகப் படர்ந்து குளிரும் ஆரம்பித்திருந்தது. என்னுடைய காஃபிக்கும் க்ரப்பா மதுவுக்கும் பணம் கொடுத்து விட்டு, அங்கேயே வீதியை நோக்கியவாறு உட்கார்ந்திருந்தேன். வெளியே காதரின் செல்லுவது தெரிந்தது. ஜன்னல் கதவைத் தட்டிச் சப்தம் செய்தேன். அவள் திரும்பிப் பார்த்து புன்முறுவல் பூத்து நின்றாள். அவளைச் சந்திக்க வெளியே வந்தேன். அவள் ஒரு கருநீலக் கழுத்தணியும், மிருதுவான தொப்பியும் அணிந் திருந்தாள். இருவரும் சிறு சந்துகள் வழியே நடந்து மாதாகோவில் சதுக்கத்தை அடைந்தோம். வீதியில் டிராம் வண்டிக்கெனத் தனிப்பாதைகள் இருந்தன. அதற்கப்பால் மாதாகோவில் தெரிந்தது. மூடுபனியில் வெண்மையாகவும் நனைந்தும் காணப்பட்டது. டிராம் பாதையைத் தாண்டி மறுபக்கம் சென்றோம். இடதுபுறம்

கடைகள் விளக்கொளியில் பிரகாசித்தன. நடந்துகொண்டே மாதாகோவில் வாயிலை அடைந்தோம்.

“உள்ளே சென்று வருகிறாயா?” என்று கேட்டேன்.

“வேண்டாம்” என்றாள் காதரின். நாங்கள் மேலே நடந்து சென்றோம். சிப்பாய் ஒருவன் தன் காதலியை இறுகத் தழுவியவாறு எதிர்ப் பக்கத்திலிருந்த சுவற்று நிழலில் நின்று கொண்டிருப்பதைப் பார்த்தோம்.

“அவர்களும் நம்போலத்தானே” என்றேன்.

“நம்மைப்போல ஒருவரும் இருக்கமாட்டார்கள்” என்றாள் காதரின். அவள் சொன்னவிதம் இன்பகரமான அர்த்தத்தில் கூறியதாகத் தெரியவில்லை.

“தனிமையான போக்கிடம் அவர்களுக்கென்று ஒன்றிருந்தால் நன்றாக இருந்திருக்கும்” என்றேன்.

“அது ஒன்றும் அவர்களுக்கு நன்மை பயத்திருக்காது.”

“அதென்னமோ எனக்குத் தெரியாது. ஒவ்வொருவனுக்கும் தனக்கென்று ஒரு இடம் வேண்டுமென்றுதான் நான் நினைக்கிறேன்.”

“அவர்களுக்குத்தான் மாதாகோவில் இருக்கிறதே” என்றாள் காதரின். நாங்கள் அவர்களைக் கடந்து மேலே நடந்தோம். சதுக்கத்தின் மறுகோடிக்குச் சென்று அங்கிருந்து மாதாகோவிலின் ஸ்தூபியைப் பார்த்தோம். பனியில் அது அழகாக விளங்கியது. தோல் சாமான் விற்கும் கடை எதிரில் நாங்கள் சிறிது நேரம் நின்றோம். அதன் ஜன்னலில் அழகாக வைக்கப்பட்டிருந்த குதிரை சவாரி பூட்ஸ்கள், தோல் பைகள், உறைபனி பூட்ஸுகள், பனியில் சறுக்கும் மரக் கட்டைகள் முதலிய பலவற்றையும் பார்த்துக் கொண்டே நின்றோம்.

“என்றாவது ஒருநாள் நாமும் சறுக்கி விளையாடச் செல்லலாம்” என்றேன்.

“இன்னும் இரண்டு மாதத்தில் ‘முர்ரென்’ (Murran) என்னும் பகுதியில் உறைபனிச் சறுக்கல் விளையாட்டு ஆரம்பமாகும்” என்றாள் காதரின்.

“நாம் அங்கே செல்லுவோம்.”

“சரி” என்றாள். நாங்கள் மேலே நடந்து அருகிலிருந்த ஒரு சந்தில் நுழைந்தோம்.

“நான் இந்த வழியே இதற்குமுன் சென்றதில்லை.”

“நான் ஆஸ்பத்திரிக்கு இந்த வழியாகத்தான் செல்லுவது வழக்கம்.” அது ஒரு குறுகிய சந்து. நாங்கள் அதன் வலதுபுறமாகவே சென்றோம். ஜனங்கள் நடமாட்டம் அதிகமாக இருந்தது. கடைகள்

ஏராளமாயிருந்தன. அவற்றின் ஜன்னல்கள் விளக்கொளியில் பளபளப்பாகப் பிரகாசித்தன. ஒரு ஜன்னலுக்குப் பின்னால் ‘சீஸ்’ கட்டிகள் குவிந்திருப்பதைக் கண்டோம். அக்கடையைத் தாண்டி துப்பாக்கி வகைகள் விற்பனை செய்யும் ஒரு கடைக்கு முன் நின்றோம்.

“ஒரு நிமிஷம் உள்ளே வா, நான் ஒரு துப்பாக்கி வாங்க வேண்டும்” என்று சொல்லி அந்தக் கடைக்குள் நுழைந்தோம்.

“எந்த மாதிரித் துப்பாக்கி” என்று கேட்டாள் காதரின். “ஒரு சிறு கைத்துப்பாக்கி” என்றேன். என்னுடைய தோல் பெல்ட்டைக் கழற்றி அதில் துப்பாக்கிக்குத் தனியாக தோலிலேயே தைக்கப் பட்டிருந்த காலிப் பையைக் கடைக்காரனுக்குக் காண்பித்தேன். கடைக்காரனுக்குதவியாக அங்கே இருந்த இரண்டு பெண்களில் ஒருத்தி பல துப்பாக்கி வகைகளைக் கொணர்ந்து காண்பித்தாள்.

“இந்தப் பையில் அடங்கக்கூடிய துப்பாக்கியாக இருக்க வேண்டும்” என்றேன். என்னுடைய பழைய தோல் பெல்ட், நகர் பகுதிகளில் அணிவதற்காகவென்றே வாங்கப்பட்டது.

“நல்ல கைத்துப்பாக்கிகள் இவர்கள் வைத்திருக்கிறார்களா?” என்று கேட்டாள் காதரின்.

“எல்லாம் ஒரே மாதிரிதான். இதை நான் சரி பார்க்கலாமா? இங்கே” என்று அந்தக் கடைக்காரப் பெண்ணைக் கேட்டேன்.

“இங்கே சுட்டுப் பார்க்க இடம் ஒன்றுமில்லை. நீங்கள் இதை நம்பிக்கையாக எடுத்துக்கொள்ளலாம். திருப்தியாக வேலை செய்யக் கூடியது” என்றாள் அவள்.

நான் துப்பாக்கி விசையை முன்னும் பின்னும் தள்ளிப் பார்த்தேன். விசை (Spring) கொஞ்சம் அழுத்தமாக இருந்தது.

ஆனால் நன்றாகவே இயங்கிற்று. நான் மறுமுறை விசையைக் கவனித்துத் திருப்தி செய்து கொண்டேன்.

“முன்பு இது உபயோகப்படுத்தப்பட்ட கைத்துப்பாக்கிதான். ஒரு ராணுவ அதிகாரிக்குச் சொந்தமானது. அவர் குறி தவறாதவர் என்ற பெயர் பெற்றவர்,” என்று அந்தக் கடைக்காரப் பெண் சிபாரிசு செய்தாள்.

“நீங்கள்தான் இதை அவருக்கு விற்றீர்களா?”

“ஆமாம்.”

“பின் எப்படி இது மறுபடியும் உங்களுக்குக் கிடைத்தது”

“அந்த அதிகாரியின், ஆர்டர்லியிடமிருந்து.”

"அதேபோல இதைக்கூட என்னுடைய ஆர்டர்லியிடமிருந்து தான் ஒருகால் வாங்கினீர்களோ என்னமோ? போகட்டும். இதற்கு எவ்வளவு கொடுக்கவேண்டும்?"

"ஐம்பது லீரா. வெகு மலிவு."

"சரி, எனக்கு அதிகப்படியாக இரண்டு சிற்றிடுக்கிகளும் ஒரு பெட்டி தோட்டாக்களும்கூட வேண்டும்."

எனக்கு வேண்டியவற்றை வாங்கிக்கொண்டேன்.

"உங்களுக்கு ஏதாவது பட்டாக்கத்தி தேவைப்படுமோ? எங்களிடம் சில பட்டாக்கத்திகள் மலிவான விலையிலுள்ளன."

"நான் போர்முனைக்குப் போகிறேன். பட்டாக்கத்திக்கு அவசிய மில்லை" என்று சொல்லி கடைக்காரனுக்குப் பணத்தைக் கொடுத்து விட்டு, தோட்டாக்களை அவற்றிற்குரித்தான இடங்களில் பொருத் தினேன். ரவைகள் நிரம்பிய துப்பாக்கியை அதன் பையில் வைத்தேன். உபரியாக இருந்த தோட்டாக்களை அதனதன் இடங்களில் தோல் பெல்ட்டில் சொருகி, பெல்ட்டை முன் மாதிரியே இடுப்பில் அணிந்து கொண்டேன். கைத்துப்பாக்கி கனமாக இடுப்பில் தொங்கிக் கொண்டி ருந்தது. ராணுவ விதிப்படி இந்தக் கைத்துப்பாக்கி இருந்தே ஆக வேண்டும். தோட்டாக்கள் எப்போதும் கிடைக்கும். என்னுடைய துப்பாக்கியை யாரோ எடுத்துக் கொண்டு விட்டனர். அதனால்தான் இப்போது வேறு ஒன்று வாங்க வேண்டிவந்தது.

"இப்போது என் வேலை முடிந்துவிட்டது. இதுதான் நான் வாங்கவேண்டுமென்று கவனப்படுத்திக் கொண்டிருந்தேன்."

"இது நல்ல துப்பாக்கி என்றே நம்புகிறேன்" என்றாள் காதரின்.

"இன்னும் ஏதாவது வேண்டுமோ?" என்று கடைக்காரப் பெண் கேட்டாள். துப்பாக்கியடியில் ஒரு கயிறு கட்டியிருந்ததைச் சுட்டிக் காட்டி" ஒரு பிகில் தேவையாயிருக்கலாமே என்று அதையும் எனக்கு விற்கப் பார்த்தாள் அந்தப் பெண். 'வேண்டாம்' என்று கூறிவிட்டு நாங்கள் வெளியே வந்தோம். கடைக்காரப் பெண் வாயிற்படி வரையில் வந்து எங்களுக்கு மரியாதை செய்துவிட்டுத் திரும்பினாள்.

கடையில் மரச்சட்டங்களில் கண்ணாடிகளைப் பதித்து வைத் திருந்தனர். இவை காதரின் கவனத்தைக் கவர்ந்தன. அது என்ன என்று அவள் கேட்டாள்.

"அவர்கள் பறவைகளை ஈர்ப்பதற்காக, வயல்களில் இந்தக் கண்ணாடிகளை வைத்து வேகமாகச் சுற்றுவார்கள். வானம்பாடிகள் தம் மறைவுகளிலிருந்து வெளியே வந்து கண்ணாடியை நோக்கிப்

நற்றிணை பதிப்பகம் • 165

பறந்து வரும். இத்தாலியர்கள் அவைகளைச் சுட்டுவிடுவார்கள் அந்தச் சமயம் பார்த்து."

"அவர்கள் சமத்காரமான ஜனங்கள்தான்."

நாங்கள் பாதையைக் கடந்து மறுபுறமாக நடந்தோம்.

"நான் இப்போது தெம்புடனிருக்கிறேன். கிளம்பியபோது எனக்குத் துளியும் உற்சாகமில்லாதிருந்தது" என்றாள் காதரின்.

"நாம் இருவரும் ஒன்றாக இருக்கும்போதெல்லாம் தெம்பாகத் தானிருக்கிறோம்."

"நாம் நிச்சயமாக எப்போதும் ஒன்றாகத்தான் இருப்போம்."

"உண்மை. ஆனால், இரவு பன்னிரண்டு மணிக்கு நான் புறப் பட்டுப் போகவேண்டும் என்பதை நினைக்கும்போது?"

"அன்பரே, அதைப்பற்றிச் சிந்திக்க வேண்டாம்."

நாங்கள் வீதியில் மேலும் நடந்துகொண்டே சென்றோம். மூடு பனியில் தெருவிளக்குகள் எல்லாம் மஞ்சளாக மங்கித் தெரிந்தன.

"உங்களுக்கு சலிப்பு உண்டாகவில்லையா? இவ்வளவு நேரம் நடந்து கொண்டிருக்கிறீர்களே" என்று கேட்டாள்.

"உனக்கு எப்படி இருக்கிறது?"

"எனக்குத் தெம்பாகத்தானிருக்கிறது. இப்படி நாம் நடந்து செல்லுவது தமாஷாகத்தானிருக்கிறது.

"அதற்காக நாம் அளவுக்கு மீறி நடக்க வேண்டாம்."

"இல்லை, இல்லை."

விளக்குகளில்லாத பக்கத்து வீதி ஒன்றில் நுழைந்தோம். ஓரிடத்தில் நின்று காதரீனை முத்தமிட்டேன். அவளும் என் தோள் களைத் தழுவியபடியே நின்றாள். அவள் கைகள் தானாகவே என் கழுத்தணியை இழுத்து எங்கள் இருவருடைய முகங்களையும் மறைத்தது. நாங்கள் தெருவில் ஒரு உயர்ந்த சுவரின் அருகில் நின்று கொண்டிருந்தோம்.

"நாம் எங்கேயாவது ஒரு இடத்துக்குச் செல்லுவோம்."

"நல்லது" என்று காதரின் ஆமோதித்தாள். அந்தச் சிறு வீதி யிலேயே நடந்து ஒரு பெரிய சாலையை அடைந்தோம். அது கால் வாய்க் கரை ஓரத்தில் சென்றது. தெருவில் எனக்கு முன்னால் ஒரு வாடகை வண்டி கால்வாய்ப் பாலத்தைக் கடந்து சென்று கொண்டிருந்தது.

"நாம் பாலத்தின்மீது சென்றால் ஒரு வண்டி அமர்த்திக் கொள்ளலாம்" என்றேன். அவ்வாறே அந்தப் பாலத்தின் மீது மூடு பனியில் வண்டிக்காகக் காத்துக்கிடந்தோம். பல வண்டிகள் எங்களைத்

தாண்டிச் சென்றன. ஆனால், அவைகளில் பிரயாணிகள் இருந் தனர். கடைசியில் ஒரு வண்டி வந்தது. அதிலும் யாரோ இருந்தார் கள். பனியும் அதிகரித்து மழை பெய்யும் போலிருந்தது.

"நாம் நடந்தே செல்லலாம். இல்லாவிட்டால் ஒரு டிராம் வண்டியில் போகலாம்" என்றாள் காதரின்.

"வேண்டாம், ஏதாவது ஒரு வாடகை வண்டி கிடைத்து விடும். இந்த வழியாகத்தான் அவை போகும்."

"இதோ ஒரு குதிரை வண்டி வருகிறது" என்று காதரின் கூறினாள். தூரத்தில் வந்த வண்டி எங்களிடம் வந்து நின்றது. வண்டியின் பக்கத்திலிருந்த மீட்டரின் பிடியைக் கீழே இறக்கினான் வண்டிக்காரன். மேல்மூடி போட்டிருந்தது. அதன் மேல் பனித் துளிகள் படிந்திருந்தன. வண்டிக்காரன் அணிந்திருந்த பாலிஷ் செய்யப்பட்ட தொப்பி ஈரத்தில் பளபளத்தது. நாங்கள் உள்ளே ஆசனத்தில் ஜோடியாக உட்கார்ந்தோம். மூடி போடப்பட்டிருந்ததால் உள்ளே இருட்டாகத்தானிருந்தது.

"வண்டியை எங்கே ஓட்டிச் செல்லச் சொன்னீர்கள்?"

"ஸ்டேஷனுக்குப் போகச் சொன்னேன். ஸ்டேஷனுக்கெதிரில் ஒரு ஓட்டல் இருக்கிறது. நாம் அங்கு செல்லலாம்."

"நாம் இப்படியே அங்கு செல்ல முடியுமா? பெட்டி படுக்கை களில்லாமல்?"

"முடியும்," என்றேன்.

மழையில் பல வீதிகள் வழியே போக வேண்டியிருந்ததால் ஸ்டேஷனுக்குச் செல்லத் தாமதமாயிற்று.

"நாம் இரவு சாப்பாடு கொள்ள வேண்டாமா? எனக்குப் பசியாயிருக்கும் போலிருக்கிறதே."

"நம்முடைய அறைக்குக் கொண்டுவரச் சொல்லிச் சாப்பிட லாம்.

"எனக்கு மாற்று உடை ஒன்றுமே இல்லை. இரவு கால 'கௌன்' கூட இல்லையே."

"நாம் இப்போதே வாங்கிக் கொள்ளலாம்" என்று சொல்லி, வண்டிக்காரனை 'மான்ஜோனி' தெரு வழியே ஓட்டிச் செல்லும்படிக் கூறினேன். அவன் தலையை அசைத்து வண்டியை அடுத்த திருப் பத்தின் இடது பக்கப் பாதையில் திருப்பினான். காதரின் கடை களையே கவனித்துக் கொண்டிருந்தாள். கடைசியில் ஒரு கடைக் கெதிரில் வந்ததும் "இந்தக் கடையில் கிடைக்கும்," என்று சொல்லி வண்டியை நிறுத்தச் சொல்லி காதரின் இறங்கினாள். மழை பெய்துகொண்டிருந்தது. வீதிகள் நனைந்து ஒருவித மழை நாற்றம்

வீசத் தொடங்கிற்று. சீக்கிரத்திலேயே அவள் ஒரு பொட்டலத்துடன் திரும்பி வண்டியில் ஏறிக் கொண்டாள்.

"நான் அதிகமாகவே பணம் செலவு செய்துவிட்டேன். அன்பரே, ஆனால் அந்த 'கௌன்', மிகவும் நேர்த்தியாக இருந்தது."

ஓட்டலை அடைந்ததும் காதரீனை வண்டியிலேயே உட்கார வைத்துவிட்டு நான் மட்டும் இறங்கி ஓட்டல் மானேஜரிடம் பேசினேன். அநேக அறைகள் காலியாக இருந்தன. திரும்பி வண்டிக்குச் சென்று கூலி கொடுத்து வண்டிக்காரனை அனுப்பி விட்டு நாங்களிருவரும் ஓட்டலுக்குள் சென்றோம். பொட்டலத்தை ஓட்டல் பையன் எடுத்து வந்தான். மானேஜர் 'லிஃப்டு' இருக்கும் பக்கத்தை எங்களுக்குக் காட்டினார். எங்கும் பளபளப்பாய் சிவப்பு விரிப்புகளுடன் சோபித்தது. மானேஜரும் எங்களுடன் லிஃப்டில் வந்தார்.

"தாங்கள் இருவருக்கும் போஜனம் அறைக்கு அனுப்ப வேண்டியதுதானே?"

"ஆமாம். இன்றைய உணவுப் பட்டியலை முதலில் அனுப்பி வையுங்கள்."

"சிறப்பாக ஏதாவது உணவு வகை தேவைப்படலாமோ? பறவைகள், அல்லது முட்டைப் பதார்த்தங்கள்?"

'லிஃப்ட்' மேலே சென்று கொண்டிருந்தது. ஒவ்வொரு மாடியைத் தாண்டும்போதும் 'க்ளிக்' 'க்ளிக்' என்ற ஓசையுடன் மூன்று மாடிகளைத் தாண்டி நான்காவது மாடியில் நின்றது. 'பறவை இனங்களில் என்ன இருக்கின்றது?"

"வான்கோழி அல்லது சாதாரண கோழி சமைத்து அளிக்க முடியும்."

"சாதாரணக் கோழி உணவு தயாரியுங்கள்" என்று உத்தரவு கொடுத்தேன். நாங்கள் லிஃப்டிலிருந்து வெளியேறி ஹாலின் வழியே சென்றோம். கீழே போட்டிருந்த விரிப்புகள் பழையவை. நைந்துபோயிருந்தன. வரிசையாகப் பல அறைகள் இருந்தன. ஒரு அறையைத் திறந்தார்.

"இதுதான் உங்களுக்கான இப்போதைக்கு மிகவும் நேர்த்தியான அறை" என்றார் மானேஜர்.

வேலைக்காரப் பையன், தான் எடுத்துவந்த பொட்டலத்தை மேஜைமீது வைத்தான். மானேஜர் ஜன்னல் தொங்கிகளை விலக்கி ஜன்னல்களைத் திறந்தார். "வெளியே பனி பெய்து கொண்டிருந்தது. அதனால்தான் ஜன்னல்கள் மூடி வைக்கப்பட்டிருந்தன" என்றார் மானேஜர். அறை அழகாகவே இருந்தது. நிலைக்கண்ணாடிகள்

பல இருந்தன. இரண்டு நாற்காலிகள், ஒரு பெரிய கட்டில், அதன்மீது 'ஸாட்டின்' விரிப்பு. அதிலிருந்தே ஒரு கதவு குளியல் அறைக்குச் சென்றது.

"உணவுப் பட்டியலை அனுப்பி வைக்கிறேன்" என்று எங்களுக்கு மரியாதை செலுத்திவிட்டு மானேஜர் அகன்றார்.

ஜன்னல் புறம் சென்று வெளியே பார்த்தேன். தொங்கிக் கொண்டிருந்த கயிறை இழுத்துத் திரைகளைத் தள்ளி ஜன்னலை மறைத்தேன். காதரின் படுக்கைமீது உட்கார்ந்து அறை மத்தியில் தொங்கிக்கொண்டிருந்த கண்ணாடி தொங்கு விளக்கைப் பார்த்துக் கொண்டிருந்தாள். அவளுடைய தொப்பியைக் கழற்றி வைத்தாள். அவள் கூந்தல் விளக்கின் ஒளியில் பளபளத்தது. ஒரு கண்ணாடியில் தன்னுடைய பிரதிபிம்பத்தைப் பார்த்தாள். கூந்தலைத் தடவிப் பார்த்துக்கொண்டாள். மூன்று இதர நிலைக்கண்ணாடிகளிலும் அவள் பிரதிபிம்பத்தை நான் பார்த்தேன். அவள் சந்தோஷ மாயிருப்பதாகக் காணப்படவில்லை. அவளுடைய கழுத்தாணிச் சட்டை நழுவிப் படுக்கை மீது விழுந்தது.

"என்ன ஒருமாதிரி இருக்கிறாயே, கண்ணே!"

"நான் ஒரு வேசி என்கிற உணர்ச்சி இதற்குமுன் எனக்கு ஏற்பட்டதில்லை" என்றாள் அவள், நான் ஜன்னல் திரையை விலக்கி வெளியே பார்த்தேன். "நிலைமை இம்மாதிரி இருக்கும் என்று நான் எண்ணவில்லை."

"நீ ஒருபோதும் வேசி அல்லவே."

"இல்லை, என்பது எனக்குத் தெரியும் அன்பரே. எனினும் 'ஒரு வேசியைப்போல' நான் என்று நினைப்பதுகூட அருவருப் பல்லவா." அவள் குரல் வறண்டு உற்சாகமிழந்து ஒலித்தது.

"இதுதான் இப்போதைக்கு நாம் வரக்கூடிய உயர்ந்த ஓட்டல்" என்று கூறினேன். ஜன்னலுக்கு வெளியே உற்று நோக்கினேன். எதிரே சதுக்கத்திற்கப்பால் ஸ்டேஷன் வெளிச்சம் தெரிந்தது. வீதியில் வண்டிகள் நடமாட்டமிருந்தது. பூங்காவின் மரங்கள் தெரிந்தன. ஓட்டல் விளக்கின் ஒளி வெளியே நடைபாதையில் வீசிக் கொண்டி ருந்தது. இது என்ன, இந்தச் சமயத்தில் இவளுடன் ஒரு விவாதத்தில் மாட்டிக்கொள்ள வேண்டுமா என்று ஒருகணம் நினைத்தேன்.

"இங்கே வாருங்கள் தயவு செய்து" என்று காதரின் அழைத் தாள். முன்பு அவள் குரலிலிருந்த உற்சாகக் குறைவு எங்கோ மறைந்துவிட்டது. "இங்கே வாருங்கள் தயவு செய்து, நான் மறுபடியும் நல்ல பெண்ணாக மாறிவிட்டேன்," என்று மேலும் சொன்னாள். படுக்கை மீது அமர்ந்திருந்த அவளைக் கவனித்தேன். அவள் முகத்தில் புன்சிரிப்புத் தவழ்ந்தது.

நற்றிணை பதிப்பகம் • 169

படுக்கைமீது அவள் பக்கத்தில் நெருங்கி உட்கார்ந்து அவளை முத்தமிட்டேன்.

“நீ என்னுடைய அருமையான பெண் ஆச்சே.”

“நான் நிச்சயமாக உங்களுக்கே முற்றிலும் சொந்தமானவள்தான்” என்றாள்.

நாங்கள் உணவு முடித்துக்கொண்டபின் மிக்க தெம்புடன் வெகு சந்தோஷமாக இருந்தோம். அந்த அறை எங்கள் வீடுபோல் அவ்வளவு சகஜமாய்விட்டது. ஆஸ்பத்திரி அறையில் இருந்தபோது கூட அதேமாதிரி உணர்ச்சியுடன்தான் இருந்தோம்.

“இந்த அறை அழகாகவும் சௌகரியமாகவும் இருக்கிறது. நாம் மிலானிலிருந்த காலம் பூராவையும் இங்கேயே கழித்திருந்தால் வெகு குஷியாயிருந்திருக்கும்” என்றாள் காதரின்.

“இது ஒரு விசித்திரமான அறைதான். இருந்தாலும் நன்றாகவே இருக்கிறது” என்றேன்.

“நெறிதப்பிய நடத்தையென்பதே ஒரு விசித்திரமான அநுபவம். அதில் ஆழ்ந்து திளைப்பவர்களுக்கே அதிலுள்ள ஆனந்தம் தெரியும். அதிருக்கட்டும். அன்பரே, இந்த அறையிலுள்ள பள பளப்பான சிவப்பு விரிப்புகளும், படுதாக்களும் எவ்வளவு ரம்மியமாக இருக்கின்றன, பார்த்தீர்களா? இங்குள்ள முகக் கண்ணாடிகளின் அழகே அழகு, இல்லையா” என்றாள் காதரின்.

“உண்மையில் நீ ஒரு தங்கமான பெண், காதரின்” என்றேன் நான்.

“காலையில் படுக்கையை விட்டெழுந்திருக்கும்போது இந்த அறை எந்தமாதிரி உணர்ச்சியைத் தோற்றுவிக்கும் என்று சொல்ல முடியாது. ஆனாலும் இது உன்னதமாகவே இருக்கிறது” என்று கூறி இன் னொரு தம்ளர் “ஸெயின்ட் எஸ்டாபி” என்னும் மது அருந்தினேன்.

“நாம் உண்மையிலேயே ஏதாவது தப்பான நடத்தையில் ஈடு படுவது நல்லதென்று சிலசமயம் எனக்குத் தோன்றுகிறது. நாம் இப்போது நடத்தும் வாழ்க்கையில் தப்பென்று சொல்லக்கூடிய தொன்றுமில்லையே” என்றாள்.

“நீ ஒரு அற்புதமான பெண் காதரின், சந்தேகமில்லை.”

“எனக்கு இப்போது அசாத்தியமான பசி. தாங்கமுடியாத பசி, சிலசமயம் வந்து விடுகிறது.

“நிஜமாக நீ ஒரு கபடமற்ற பெண்.”

"ஆம், கபடமற்றவள்தான். உங்களைத் தவிர வேறெவரும் இதை எப்போதும் புரிந்துகொண்டதில்லை."

"ஒரு சமயம் உன்னை 'ஓட்டல் காவோருக்குக் கூட்டிச்சென்று அங்கு நாமிருவரும் எவ்வளவு உல்லாசமாகக் கழிக்கலாமென்பதைப் பற்றி ஒரு பகல் பூராவும் சிந்தித்தேன். முதன்முதலில் நாம் சந்தித்த போது இது நடந்தது."

"உங்களுக்கு எவ்வளவு குறும்புத்தனம் இருந்திருக்க வேண்டும்! ஆனால் இது 'ஓட்டல் காவோர்' தானா? இல்லை என்று நினைக் கிறேன்."

"இல்லை, அங்கே நம்மை உள்ளே அனுமதித்திருக்க மாட்டார் கள்."

"அவர்கள் நம்மை அனுமதிக்கும் காலமும் வரும். ஆனால், பார்த்தீர்களா, இதுதான் உங்களுக்கும் எனக்குமுள்ள வித்தியாசம். அன்பரே, இதைப்பற்றி எல்லாம் நான் சிந்தித்ததே கிடையாது."

"ஒரு சமயம் கூடச் சிந்தித்ததில்லையா?"

"ஓரளவுக்கு இருக்கலாம்."

"நீ ஒரு அபூர்வமான பெண்," என்று சொல்லி மேலும் ஒரு தம்ளர் மது அருந்தினேன்.

"அப்படியொன்றுமில்லை, நான் மிகவும் சாதாரணமான பெண்தான்."

"நான் முதலில் அவ்வாறு நினைக்கவில்லை. நீ ஒரு பித்துப் பிடித்த பெண் என்று நினைத்தேன்."

"கொஞ்சம் பித்துப் பிடித்திருந்தது என்பது உண்மையாயிருக்க லாம். ஆனால், உங்களுக்குக் குழப்பம் உண்டாக்கும் அளவுக்குப் பித்துப் பிடிக்கவில்லை என்று நினைக்கிறேன். சரிதானே?"

"மதுவின் சக்தியே அபாரம். குறைபாடுகளை எல்லாம் மறக்கச் செய்துவிடுகிறது."

"நிஜம்தான். ஆனால், என் தகப்பனாருக்கு அது கடுமையான கீல்வாதத்தை உண்டாக்கிவிட்டது"

"உன் தகப்பனார் இருக்கிறாரா?"

"இருக்கிறார். அவருக்குக் கீல்வாதம். ஆனால், நீங்கள் அவரை ஒருபோதும் சந்திக்க வேண்டி இருக்காது. உங்களுக்குத் தகப்பனார் இல்லையா?"

"இல்லை. மாற்றாந் தகப்பனார்தான் இருக்கிறார்."

"அவரை எனக்குப் பிடிக்குமா?"

"அவரை நீ சந்திக்கவேண்டியே இருக்காது."

“நாம் இங்கே இன்பகரமாக இருக்கிறோம். எனக்கு வேறு எதைப்பற்றியும் இப்போது அக்கறையில்லை. உங்களை மணம் புரிந்துகொண்டு நான் மிக மிக ஆனந்தமாக இருக்கிறேன்.”

ஓட்டல்காரப் பையன் வந்து நாங்கள் சாப்பிட்ட தட்டுகள் முதலியவற்றை எடுத்துச் சென்றான். நாங்கள் சிறிது நேரம் அமைதி யுடன் வீற்றிருந்தோம். வெளியில் மழை பெய்யும் ஓசை நன்கு கேட்டது. வீதியில் ஒரு மோட்டார் ‘பாம், பாம்’ என்று சப்தித்துச் சென்றது. எனக்கு எப்போதோ படித்த ஒரு கவிதையின் பகுதியை இந்த மோட்டாரின் ஹாரன் ஞாபகமூட்டிற்று. அதன் ஓசையை யொட்டி அதன் அழைப்பைப் பூர்த்தி செய்துவதுபோல்,

‘காலமெனும் தேரின் கரங்களாம் சிறகுகள் படபடத்து விசை மிகுந்து முன்னே செல்ல இன்பமிகு என் காலமும் உற்றவாறு பின்னே பாய புறப்படும் நேரம் வந்ததே,’ என நினைவு கூறி என் உள்ளத்தே ஒலித்ததே, ஒலித்ததே,

என்று என் வாய் முணுமுணுத்தது.

“நான் இக்கவிதையைக் கேட்டிருக்கிறேன். மார்வெல் என்பவர் எழுதியது. ஆனால், புருஷனுடன் வாழ மறுத்த ஒரு பெண்ணைக் குறித்த கவிதை அல்லவா அது?”

இப்போது என் உள்ளமும் கருத்தும் மிகவும் தெளிவுடனிருந்தன. நான் அவளிடம் சில முக்கிய விஷயங்களைப் பற்றிப் பேச விரும்பி னேன்.

“உன்னுடைய பிரசவத்தை எங்கே வைத்துக் கொள்ளப் போகி றாய்?”

“எங்கே என்று தெரியவில்லை. எந்த இடம் எனக்கு சௌகரிய மாகக் கிடைக்கிறதோ அங்கேதான்.”

“எப்படி இதற்கு எல்லாம் ஏற்பாடு செய்வாய்?”

“என்னால் எவ்வளவு தூரம் சமாளிக்க முடியுமோ அவ்வளவு தூரம் சமாளிப்பேன். அன்பரே, அதைப்பற்றியெல்லாம் நீங்கள் கவலைப்படாதேயுங்கள். யுத்தம் முடிவடைவதற்குள் நமக்கு இன்னும் பல குழந்தைகள் பிறக்கக்கூடும்.”

“நாம் புறப்படும் நேரம் நெருங்குகிறது.”

“எனக்குத் தெரியும். உங்களுக்காக வேண்டுமானால் இன்னும் கொஞ்சநேரம் இருக்கலாம்.”

“முடியாது, நாழிகை ஆகிவிட்டது.”

“கவலை வேண்டாம். அன்பரே, இதுவரையில் உற்சாகமாக இருந்தீர்களே. இப்போது கவலைப்பட ஆரம்பித்து விட்டீர்களே.

"நான் கவலைப்படவில்லை. எத்தனை நாட்களுக்கொருமுறை எனக்குக் கடிதம் எழுதுவாய்?"

"தினந்தோறும்! உங்களுக்கு வரும் கடிதங்களை மற்றவர்கள் யாராவது படிப்பார்களா?"

"அவர்களுக்கு ஆங்கிலம் அதிகம் தெரியாது. எப்படியும் மற்ற வர்களுக்கு இன்னல் விளைவிக்கும் அளவுக்குத் தெரியாது."

"அவர்கள் படித்தாலும் புரிந்து கொள்ளாத வகையில் எழுது கிறேன்" என்றாள் காதரின்.

"ஆனால், அவர்களுக்கு அதிகக் குழப்பமூட்டும் வகையில் எழுதி விடாதே."

"இல்லை. சிறிதளவு குழப்பம் உண்டாகக்கூடும்."

"நல்லது, நாம் இப்போது புறப்பட வேண்டும்."

"நல்லது, செல்லுவோம். நம் அழகான இந்த வீட்டை விட்டுச் செல்ல எனக்கு மனமில்லை," என்றாள்.

"எனக்கும்தான். ஆனாலும் புறப்படவேண்டும். நம் வீடு என்று சொல்லிக்கொள்ளும் அளவுக்கு நிலைத்து நாம் அதிக நாள் இருக்க வில்லையே?" என்றேன்.

"நாம் சீக்கிரமே ஓரிடத்தில் நிலைத்துவிடுவோம். நீங்கள் திரும்பி வரும்போது நமக்கென்று ஒரு வீட்டை ஏற்பாடு செய்து விடுகிறேன்."

"ஒருகால் நான் உடனே திரும்பி வந்தாலும் வந்துவிடலாம்."

"காலில் ஏதாவது சிறு காயம், அல்லது காது நுனியில் சிறு காயம் என்று வரலாம் என்கிறீர்களா?"

"என்னவோ, எப்படிச் சொல்லுவது?"

"எப்படியும் உங்கள் காது, கால் எல்லாம் நன்றாகவே இருக் கட்டும். மேலும் காயப்பட வேண்டாம்."

"சரி, நாம் புறப்படலாம்," என்றேன்.

"நல்லது, நீங்கள் முன்னே செல்லுங்கள்."

24

நாங்கள் படிக்கட்டுகள் வழியே கீழிறங்கினோம். படிக்கட்டின் மீது போடப்பட்டிருந்த விரிப்புகள் எல்லாம் நைந்து போயிருந்தன. சாப்பாட்டுக்குப் பணம் அதைக் கொண்டுவந்தபோதே கொடுத்து விட்டிருந்தேன். வேலைக்காரப் பையன் கதவருகில் உட்கார்ந்திருந்த

வன் எங்களைப் பார்த்ததும் குதித்தெழுந்து நின்று வணக்கம் செய்தான். அவனுடன் சென்று அடுத்த அறையில் வாடகைப் பணத்தைச் செலுத்திவிட்டு அவனுக்கும் இனாம் அளித்தேன். மானேஜர் முதலில் முன்பணமாகக் கேட்க விரும்பாதவர்போல மறுத்தாலும், அதை வசூலித்துக்கொள்ள வேலைக்காரனை கதவருகில் தங்கச் செய்திருந்தார். அது நல்ல ஏற்பாடுதான். நம்பி அவர் இதற்கு முன்னால் சிலரிடம் மோசம் போயிருக்க வேண்டும். நண்பர்கள்கூட அவரை ஏமாற்றியிருக்க வேண்டும். யுத்தகாலத்தில் நண்பர்கள் என்று சொல்லிக்கொண்டு பலர் ஏற்படுகிறார்கள்.

வேலைக்காரனை ஒரு வண்டி கொண்டுவரச் சொல்லிவிட்டு நான் ஜன்னல் வழியே பார்த்துக்கொண்டு நின்றேன். வெளியில் மழை இன்னமும் பெய்துகொண்டிருந்தது.

“இப்போது உன் நிலைமை எப்படி இருக்கிறது, கேத்?”

“தூக்கம் வருகிறது.”

“எனக்கு வயிற்றில் ஒன்றுமே இல்லைபோல் மிகுந்த பசி ஏற்பட்டிருக்கிறது.”

“உண்பதற்கு ஏதேனும் வைத்திருக்கிறீர்களா?”

“இருக்கிறது. என்னுடைய தோல்பைகளில்.”

இதற்குள் வேலைக்காரன் வண்டி கொண்டுவந்தான். அவன் பிடித்துச் சென்ற குடையிலேயே எங்களை அழைத்துச் சென்று வண்டியில் ஏற்றினான். வீதியில் சாக்கடை நீர் வழிந்து ஓடிக் கொண்டிருந்தது.

“வண்டிக்குள் ஆசனத்தில் உங்கள் பொட்டலத்தை வைத்திருக் கிறேன்” என்று வேலைக்காரன் சொன்னான். அவனுக்கு இனாம் வழங்கினேன். சந்தோஷத்துடன் “சுகமாய்ப் போய் வாருங்கள்,” என்று எங்களுக்கு வாழ்த்துக் கூறி அனுப்பினான். இரண்டு வீதி களில் திரும்பி வண்டி சிறிது நேரத்தில் ஸ்டேஷனுக்கெதிரில் வந்தது. ஸ்டேஷன் ஓரத்தில் மழைக்கு ஒதுங்கி இரண்டு ராணுவப் போலீஸ் அதிகாரிகள் நின்று கொண்டிருந்தனர். ஸ்டேஷன் விளக்கு வெளிச்சத்தில் மழைத்துளிகள் விழுந்தது பளிச்சென்று தெரிந்தன. எங்களைப் பார்த்ததும் ஒரு கூலிக்காரன் மழையில் நனைந்தபடியே எங்கள் வண்டியை அணுகினான். ‘வேண்டாம், கூலிக்காரனுக்கு அவசியமில்லை’ என்று அவனை அனுப்பி விட்டேன்.

வண்டியினுட்புறம் காதரீனை நோக்கினேன். வண்டியின் மேல்மூடி இழுத்து விடப்பட்டிருந்ததால் அவள் முகம் இருட்டில் மறைந்திருந்தது.

"நாம் இங்கேயே விடைபெற்றுக் கொள்ளலாம்."

"ஏன், நான் உள்ளே வரக்கூடாதா?"

"கூடாது. நான் சென்று வருகிறேன் காத், குட் பை" என்று விடைபெற்றுக் கொண்டேன்.

"குட் பை, ஆஸ்பத்திரிக்கு என்னைக் கொண்டு விடும்படி வண்டிக்காரனிடம் சொல்லிவிடுங்கள்."

நான் டிரைவருக்கு ஆஸ்பத்திரியின் விலாசத்தைச் சொன்னேன். அவன் 'சரி' என்று தலையசைத்தான்.

"குட் பை; உன் உடம்பையும் குழந்தை காதரீனையும் நன்கு கவனித்துக்கொள்."

"குட் பை, என் அன்பரே."

நான் மழையில் நனைந்துகொண்டே வண்டியை விட்டிறங்கினேன். வண்டி மேலே சென்றது. காதரின் எட்டிப் பார்த்தாள். வெளிச்சத்தில் அவள் முகம் நன்கு தெரிந்தது. அவள் சிரித்தவண்ணம் கை ஆட்டினாள். வண்டி திரும்பி வளைவுமண்டபத்தின் வழியே வெளியே சென்றதும் நான் ஸ்டேஷன் உட்புறத்தை அடைந்தேன்.

பிளாட்பாரத்தில் ஆஸ்பத்திரி வேலையாள் ஒருவன் எனக்காகக் காத்துக்கொண்டிருந்தான். அவனைப் பின்பற்றி, ஜனக்கூட்டத்தைச் சமாளித்துக்கொண்டு இடுக்குகளில் நுழைந்து எனக்காக இடம் பிடித்து வைத்திருந்த பெட்டியை அடைந்தேன். ஒரு பெரிய பெட்டியில் ஒரு மூலையில் அந்தப் பீரங்கிப் படை ஆள் உட்கார்ந்திருந்தான். என்னுடைய தோல்பைகளும் கித்தான் பைகளும் அவன் உட்கார்ந்திருந்த இடத்திற்கு மேலே சாமான்கள் வைக்கப்படும் தளத்தில் வைக்கப்பட்டிருந்தன. பல பேர்கள் நின்றுகொண்டிருந்தனர். வழிகளிலும் கதவு ஓரங்களிலும் நெருக்கடி அதிகம். பெட்டியே நிரம்பி வழிந்துகொண்டிருந்தது. நாங்கள் வண்டிக்குள் நுழைந்ததும் எல்லோருடைய கண்களும் என்னையே பார்த்தன. அவர்கள் பார்வையில் கோபமும் விபரீதபாவமும் தோன்றின. பீரங்கிப் படையினன் எழுந்து எனக்கு உட்கார இடமளித்தான். அந்தச் சமயம் யாரோ என் தோளின் மீது தட்டினதை உணர்ந்தேன். திரும்பியதும் பக்கத்தில் பீரங்கிப்படை காப்டன் ஒருவன் உயர்ந்த விறைப்பான தோற்றத்துடன் நின்றதைக் கண்டேன். அவன் கன்னத்தில் பெரிய தழும்பு செவேலென்று தெரிந்தது. வெளியிலிருந்த அவன் நான் நுழைந்து உட்கார்ந்ததை கண்ணாடி வழியே கவனித்து, தானும் உள்ளே நுழைந்தான்.

"என்ன சொல்லுகிறீர்கள்?" என்று அவன் பக்கமாகத் திரும்பிக் கேட்டேன். என்னைக் காட்டிலும் உயர்ந்து வளர்ந்த தோற்றமும்,

அப்போதுதான் குணமடைந்து வந்த அந்தக் காயத்தின் மெருகும், அவனுடைய தலைத்தொப்பியின் நிழலில் சிறுத்துத் தோன்றிய முகமும் நன்கு தெரிந்தன. பெட்டியில் இருந்த எல்லோரும் என்னையே பார்த்துக்கொண்டிருந்தனர்.

"நீ இவ்வாறு செய்யக்கூடாது. ஒரு சிப்பாயை உனக்கு இடம் பிடித்துக் கொடுக்க உபயோகப்படுத்தக் கூடாது."

"நான் செய்துவிட்டேன்" என்று அழுத்தமாகக் கூறினேன். அவன் எச்சிலை விழுங்கினான். தொண்டை முடிச்சு ஏறி இறங்குவது தெரிந்தது. பீரங்கிப் படையினன் எனக்கெதிரில் நின்று கொண்டிருந்தான். மற்றவர்கள் கண்ணாடி ஜன்னல் வழியே பார்த்துக்கொண்டிருந்தனர். ஒருவரும் ஒன்றும் பேசவில்லை.

"உனக்கு அவ்விதம் செய்ய அதிகாரமில்லை. நீ வருவதற்கு இரண்டு மணிநேரம் முன்னதாகவே நான் இங்குவந்து காத்துக் கொண்டிருக்கிறேன்."

"இப்போது உனக்கு என்ன வேண்டும்?"

"அந்த இடம்."

"எனக்கும்தான் இடம் வேண்டும்."

அவனுடைய முகத்தையே பார்த்துக் கொண்டிருந்தேன். பெட்டியிலிருந்தவர்களெல்லோரும் எனக்கு விரோதமாகவே காணப்பட்டனர். அவர்களைக் குறை கூற முடியாது. காப்டன் சொன்னது சரிதானே. ஆனால், எனக்கு இடம் வேண்டியிருந்தது. அங்கிருந்த ஒருவரும் ஒன்றும் பேசவில்லை.

"உட்காருங்கள், மிஸ்டர் காப்டன்," என்றேன். என் பொருட்டு இடத்தைக் காத்துவந்த பீரங்கிப்படையினன் எழுந்து விட்டான். 'நெட்டையான அந்தக் காப்டன் அந்த இடத்தில் உட்கார்ந்து என்னை உற்றுப்பார்த்தான். அவன் முகம் கோபத்தாலும் அவமானத்தாலும் வெகுண்டிருந்தது. அவனுக்குத்தான் உட்கார இடம் அளித்து விட்டேன். பீரங்கிப் படையினனைக் கூப்பிட்டு, "என் சாமான்களை எடுத்துக் கொண்டு வா," என்று சொல்லி, நாங்கள் அவ்விடம் விட்டு பெட்டியின் நடைபாதையிலேயே வேறு இடம் பார்க்கச் சென்றோம். எங்கும் ஒரே கூட்டம். எனக்கு இடம் கிடைக்குமென்று தோன்றவில்லை. போர்ட்டருக்கும் பீரங்கிப் படையினனுக்கும் ஆளுக்குப் பத்து லீரா கொடுத்து எங்காவது இடம் காலியிருக்கிறதா என்று பார்த்து வர அனுப்பினேன். அவர்களும் மேலும் கீழும் அலைந்துவிட்டு 'எங்குமில்லை' என்று திரும்பிவந்தனர்.

"ப்ரேஸியா ஸ்டேஷனில் யாராவது இறங்கிச் சென்றால் இடம் கிடைக்கக்கூடும்," என்றான் போர்ட்டர்.

"ப்ரேஸியாவில் இறங்குவதைவிட அதிக ஜனங்கள் ஏறுவார்கள்," என்றான் பீரங்கிப்படையினன்.

"குட் பை" என்று கைகுலுக்கி அவர்களை அனுப்பிவிட்டேன். அவர்கள் விசனத்துடன் சென்றனர்.

வண்டிக்குள்ளே நானும் மற்றும் பலரும் நடைபாதைத் தாழ்வாரத்தில் நின்றுகொண்டேதானிருந்தோம். வண்டி புறப்பட்டது. கொஞ்சம் கொஞ்சமாக பிளாட்பாரமும் ஸ்டேஷன் வெளிச்சமும் மறைந்தன. மழை இன்னமும் பெய்து கொண்டிருந்தது. கண்ணாடி ஜன்னல்களெல்லாம் நனைந்து வெளியே ஒன்றையும் பார்க்க முடியாதபடி ஆகிவிட்டது. சிறிது நேரத்திற்குப் பின் நடைபாதையிலேயே கீழே படுத்துத் தூங்கினேன். தூங்குவதற்குமுன் ஜாக்கிரதையாக என்னுடைய மணிபர்ஸையும், ராணுவக் காகிதங்களையும் ஷர்ட்டு உள் ஜேபியில் பாதுகாப்பாக வைத்துக்கொண்டேன். ஷர்ட்டு ஜேபி என்னுடைய நிஜாருக்குள் அடைப்பட்டிருந்ததால் மணிபர்ஸும் பணமும் பத்திரமாகவே இருந்தன.

இரவு பூராவும் அப்படியே தூங்கினேன். ப்ரேஸியா, ரோனா என்னும் ஸ்டேஷன்களில் விழித்துக் கொண்டேன். இரண்டு இடங்களிலும் மேலும் ஜனங்கள் ஏறினார்கள். ஒரு தோல்பைமீது தலையை வைத்துக்கொண்டு, மற்றொரு தோல்பையைக் கையால் அணைத்தவாறு என் கித்தான் பையையும் தொட்டுக்கொண்டே தூங்கத் தொடங்கினேன். பெட்டியிலிருந்தவர்கள் என்னை மிதிக்காமல் நடந்து செல்லப் போதிய இடமிருந்தது. நடைபாதை முழுதும் பலர் படுத்துத் தூங்கினர். பலர் ஜன்னல் கம்பிகளைப் பிடித்துக்கொண்டும் கதவுகளின்மீது சாய்ந்துகொண்டும் நின்று கொண்டிருந்தனர். அந்த ரெயிலில் எப்போதுமே நெருக்கடியான கூட்டம்.

●

மூன்றாம் பாகம்

25

அப்போது இலையுதிர் காலமானதால் இங்கே மரங்களெல்லாம் மொட்டையாய்க் கிடந்தன. ரஸ்தாக்கள் சேறாக இருந்தன. நான் ஊடைன் ஸ்டேஷனிலிருந்து கொரிஜியாவுக்கு பீரங்கி இழுத்துச் செல்லும் வண்டியில் போனேன். ரஸ்தாவில் இன்னும் பல பீரங்கி களை இழுத்துச் செல்லும் வண்டிகள் சென்று கொண்டிருந்தன. கிராமச் சுற்றுப்புறத்தைக் கவனித்ததில் முசுக்கட்டை மரங்க ளெல்லாம் இலையே இல்லாது காணப்பட்டன. வயல்கள் பழுப்பு நிறமாகக் காணப்பட்டன. வீதியில் உதிர்ந்து கிடந்த சருகுகள்கூடப் பனியில் நனைந்திருந்தன. வேலைக்காரர்கள் சாலை பள்ளங்களி லெல்லாம் கற்களை நிரப்பி உரப்படுத்திக் கொண்டிருந்தனர். நகரத் தின் மீது மூடுபனி படர்ந்து அப்பாலிருந்த மலையை மறைத்தது. நதியைக் கடந்தபோது அதில் வெள்ளம் ஓடிக்கொண்டிருந்தது. தொழிற்சாலைகளைக் கடந்து நாங்கள் நகரத்திற்குள் பிரவேசித்தோம். முன்பிருந்ததைவிட இப்போது நிறைய வீடுகளும் மாளிகைகளும் குண்டுவீச்சுக்கு இலக்காகியிருந்தன. ஒரு குறுகிய வீதியில் ஆங்கிலே யரின் செஞ்சிலுவை ஆம்புலென்ஸ் லாரி ஒன்றைத் தாண்டிச் சென்றோம். அதன் டிரைவர் தொப்பி அணிந்து முகம் ஒடுங்கி சருமம் பழுப்பேறிக் காணப்பட்டான். அவனை எனக்குத் தெரியாது. நகர மேஜருடைய வீட்டிற்கு எதிரே சதுக்கத்தில் நான் வண்டியை விட்டிறங்கி, டிரைவரிடமிருந்து என்னுடைய தோல்பையை வாங்கி மாட்டிக் கொண்டு இரண்டு தோல்பைகளையும் கையில் தூக்கிக் கொண்டு எங்கள் பழைய விடுதியை நோக்கி நடந்தேன். வீட்டுக்குத் திரும்பி வருகிறோம் என்ற உணர்ச்சி உண்டாகவில்லை.

ஈரமாக இருந்த கப்பி தட்டின சாலை வழியே நடந்து கொண்டே மரங்களின் இடுக்கில் எங்கள் விடுதியை நோக்கினேன். ஜன்னல்கள் எல்லாம் மூடப்பட்டுக் கிடந்தன. ஆனால், தெருக் கதவு திறந்தே இருந்தபடியால் நான் நேரே உள்ளே நுழைந்தேன். நிறைய படங் களும், 'டைப்' செய்த காகிதங்களும் மாட்டப்பட்டிருந்த அந்தப் பெரிய அறையில் மேஜர் ஒரு மேஜைக்கெதிரில் உட்கார்ந்து கொண்டி ருந்தார். என்னைப் பார்த்ததும்,

"ஹல்லோ, எப்படி இருக்கிறாய்?" என்று வினவினார். அவர் வயது முதிர்ந்து வற்றலாகத் தோற்றமளித்தார்.

"நான் நன்றாகவே இருக்கிறேன். இங்கே எல்லாம் நிலைமை எப்படியிருக்கிறது?"

"இங்கே எல்லாம் முடிந்துவிட்டது. உன் மூட்டையைக் கீழே வை. உட்காரு" என்றார். என் பைகளைக் கீழே வைத்துவிட்டு, அருகிலிருந்த நாற்காலியை இழுத்து அவர் முன் அமர்ந்தேன்.

"கோடைக் காலம் இங்கே மிகவும் மோசமாக இருந்தது. உடம்பு நன்றாகத் தேறி குணமடைந்து விட்டாயா?" என்று கேட்டார்.

"ஆமாம்."

"உன்னுடைய விருதுப் பத்திரங்கள், பதக்கங்கள் எல்லாம் கிடைத்தனவா?"

"கிடைத்தன. மிகவும் நன்றாக இருக்கின்றன. நீங்கள் செய்த உதவிக்கு நான் மிகவும் கடமைப்பட்டிருக்கிறேன்."

"எங்கே, அந்தப் பதக்கங்களை எடு பார்க்கலாம்."

கழுத்துச் சட்டையை நீக்கி நான் அணிந்திருந்த இரண்டு நாடாக்களை அவர் பார்க்கும்படிக் காட்டினேன்.

"பதக்கங்கள் அடங்கிய பெட்டிகள் உனக்குக் கிடைக்க வில்லையா?"

"இல்லை, காகிதங்கள் மட்டும்தான் வந்தன."

"பெட்டிகள் பின்னால் வரும். இதற்கெல்லாம் சற்றுக் கால தாமதமாகும்.

"இப்போது நான் என்ன செய்ய வேண்டும்? சொல்லுங்கள்."

"ஆம்புலென்ஸ் வண்டிகள் எல்லாம் வெளியே போயிருக் கின்றன. ஆறு வண்டிகள் வடக்கே 'காபேரெட்டா'வில் இருக் கின்றன. உனக்குத் தெரியுமோ இல்லையோ இந்தக் காபேரெட்டா எங்கே இருக்கிறதென்று?"

"தெரியும்," என்றேன். பள்ளத்தாக்கில் மணிக்கூண்டு இருந்த ஒரு சிற்றூர் அது. சிறியதாயினும் சுகாதாரமுள்ள அழகான ஊர். நடுவிலுள்ள சதுக்கத்தில் தண்ணீர் பீறிடும் குழாயும்கூட அமைக்கப் பட்டுள்ளது.

"அந்த ஊரிலிருந்துதான் ஆம்புலென்ஸ் வேலை நடை பெறு கிறது. உடல் நலம் குன்றியவர்களின் எண்ணிக்கை அதிகமாய் விட்டது. போர் ஓய்ந்து விட்டது."

"மற்ற வண்டிகள் எங்கே இருக்கின்றன?"

"மலைமேல் இரண்டு இருக்கின்றன. மற்றும் நான்கு 'பெயின்ஸிஸா'வில் இருக்கின்றன. இரண்டு ஆம்புலென்ஸ் பகுதிகள் கார்ஸோவில் மூன்றாவது சேனையுடன் இருக்கின்றன.

"நான் இப்போது செய்ய வேண்டிய வேலை என்ன?"

"உனக்கு இஷ்டமிருந்தால் நீ பெயின்ஸிஸாவுக்குச் சென்று அங்குள்ள நான்கு வண்டிகளின் பொறுப்பை ஏற்கலாம். ஜீனோ தான் இப்போது அவற்றைக் கவனித்துக் கொண்டு வருகிறான். அவன் நீண்ட காலமாக அங்கேயே இருப்பதால் நீ அங்கே சென்று அவனை விடுவி. நீயும் அங்கே எல்லாம் எப்படி இருக்கிறதென்று பார்க்க வேண்டாமா...? அங்கே நிலைமை மோசமாகி நாம் மூன்று வண்டிகளை இழக்கவேண்டி வந்தது."

"ஆமாம், நான்கூட கேள்விப்பட்டேன்."

"எனக்குத் தெரியும். ரெனால்டி அதைப்பற்றியெல்லாம் உனக்கு எழுதினார்."

"ரெனால்டி இப்போது எங்கே இருக்கிறார்?"

"இங்கேதான் ஆஸ்பத்திரியில் இருக்கிறார். அவரும் வெய்யில் காலம் பூராவும் இங்கே அவதிப்பட்டார். இங்கே எவ்வளவு மோசமாக இருந்ததென்று உன்னால் எண்ணிப் பார்க்கவே முடியாது. நீ இங்கிருந்தபோது காயமடைந்தது உன்னுடைய அதிர்ஷ்டம்தான் என்றுகூடச் சில சமயம் நாங்கள் எண்ணினோம். இங்கே போர் நிலைமை அவ்வளவு மோசமாக இருந்தது."

"நான் அதிர்ஷ்டசாலிதான் என்று எனக்கு அப்போதே தெரியும்."

"அடுத்த வருஷம் நிலைமை இன்னும் மோசமாகும். ஒரு வேளை இப்போதே எதிரிகள் நம்மைத் தாக்கினாலும் தாக்கலாம். இப்போது தாக்கக்கூடும் என்றெல்லாம் பேசிக் கொள்ளுகிறார்கள். ஆனால், எனக்கு அப்படித் தோன்றவில்லை. நதியில் எப்படி வெள்ளம் போய்க்கொண்டிருக்கிறது என்பதை நீதான் வரும்போது பார்த்திருப்பாயே."

"பார்த்தேன். அப்போது வெள்ளம் அதிகமாகத்தானிருந்தது."

"இப்போது அவர்கள் தாக்க மாட்டார்கள் என்றுதான் எனக்குத் தோன்றுகிறது. மழைக்காலம் ஆரம்பித்து விட்டது பார். விரைவில் பனியும் பெய்ய ஆரம்பிக்கும். உங்கள் ஊர்க்காரர்களைப் பற்றி என்ன சேதி? உன்னைத் தவிர, இன்னும் அமெரிக்கர்கள் யாரேனும் போருக்கு வரப்போகிறார்களா?"

"நூறு லட்சம் துருப்புகளுக்கு அமெரிக்காவில் இப்போது பயிற்சி அளிக்கப்பட்டு வருகின்றன."

"அவற்றில் ஒரு பகுதியாவது நமக்கு இங்கே கிடைத்தால் நல்லது. ஆனால், அந்த ஃபிரெஞ்சுக்காரர்கள்தான் அவர்களெல்லோரையும் கூட்டிக்கொண்டு போய்விடுவார்கள். கிடக்கட்டும். இன்றிரவு நீ இங்கே இருந்து விட்டு, நாளைக் காலை சிறிய வண்டியை எடுத்துச் சென்று ஜீனோவை அனுப்பிவிடு. அந்தப் பக்கமுள்ள பாதைகளைப் பற்றி நன்கறிந்த ஒருவனை உன்னுடன் அனுப்பி வைக்கிறேன். ஜீனோ உனக்கு எல்லா விவரங்களையும் சொல்லுவான். இன்னமும் சிலசில இடங்களில் குண்டுவீச்சுகள் நடக்கின்றன. ஆனால், முக்கியமான போர் நின்றுவிட்டது. நீ கூட பெயின்ஸிஸாவைப் பார்க்க வேண்டாமா?

"நான் அங்கே செல்லவே விரும்புகிறேன். மிஸ்டர் மேக்கியோர் (இதுதான் மேஜரின் பெயர்) அவர்களே, மறுபடியும் தங்களைச் சந்திக்க நேர்ந்ததில் எனக்கு மிகவும் திருப்தி."

அவர் புன்முறுவல் செய்தார். "உன்னுடைய இந்த வார்த்தைகள் செவிக்கு இனிமையாயிருக்கின்றன. இந்த யுத்தம் எனக்கு மிக்க சலிப்பூட்டிவிட்டது. நான் இங்கிருந்து போய் விட்டேனானால் மறுபடி திரும்பி வரமாட்டேன் என்று நினைக்கிறேன்."

"அவ்வளவு மோசமாகவா இருந்தது நிலைமை?"

"ஆமாம். அவ்வளவு மோசம். படுமோசம். நீ போய் உடம்பைச் சுத்தம் செய்துகொண்டு உன் நண்பன் ரெனால்டியைப் போய்ப் பார்."

நான் என் சாமான்களைத் தூக்கிக்கொண்டு மாடிக்குச் சென்றேன். ரெனால்டி தன்னுடைய அறையில் இல்லை. அவனுடைய சாமான்கள் மாத்திரம் இருந்தன. படுக்கையில் உட்கார்ந்து என் கால் பட்டியை அவிழ்த்துவிட்டு, வலதுகால் பூட்ஸை மட்டும் கழற்றி எறிந்தேன். வலதுகால் அடிபட்ட காலாகையால் கொஞ்சம் வலித்தது. அப்படியே படுக்கையில் படுத்துவிட்டேன். ஒற்றைக்கால் பூட்ஸுடனே படுக்கையில் கிடப்பது என்னமோ போல் தோன்றவே, அதையும் கழட்டிக் கீழே எறிந்தேன். சோர்வு மிகுந்திருந்தது எனக்கு, ஜன்னல்கள் சாத்தப்பட்டு அறை புழுக்கமாகவே இருந்தது. ஆனாலும் எழுந்து சென்று ஜன்னலைத் திறந்துவிட மனமில்லை. என் சாமான்களெல்லாம் ஒரு மூலையில் கிடந்ததைப் பார்த்தேன். வெளியே இருட்டவாரம்பித்தது. படுக்கையிலிருந்தபடியே காதரீனைப் பற்றி சிந்தித்தவண்ணம் ரெனால்டியின் வரவை எதிர்பார்த்திருந்தேன். இரவில் தூங்கப் போகும் வரையில் காதரீனைப் பற்றி நினைக்கக் கூடாது என்று முயற்சிக்கத் திட்டமிட்டிருந்தேன். எனினும் எனக்கும் சோர்வு மிகுதியாயிருந்து செய்வதற்கும் வேறு வேலை இல்லாததால் என் எண்ணங்கள் அவளைச் சுற்றியே சென்றது.

அந்தச் சமயம் ரெனால்டி அறைக்குள் நுழைந்தான். முன்னால் இருந்த மாதிரியேதான் அவன் இப்போதும் காணப்பட்டான். சற்று மெலிந்திருக்கலாம் முன்னைவிட, அவ்வளவுதான்.

"குழந்தை, வந்துவிட்டாயா, நல்லது," என்று என் படுக்கையை அணுகி என் பக்கத்தில் அமர்ந்தான். நானும் எழுந்து உட்கார்ந்தேன். என்னைத் தட்டிக் கொடுத்து அணைத்தபடியே "என்னுடைய அன்புமிக்க நண்பன் நீ" என்று மிகப் பரிவுடன் கூறினான். அவனுடைய இரண்டு கைகளையும் நான் இறுகப் பிடித்துக் கொண்டிருந்தேன்.

"நண்பனே, உன்னுடைய முழங்கால் எப்படியிருக்கிறது பார்க்கலாம் காட்டு" என்றான்.

"சராயைக் கழட்ட வேண்டுமே."

"சராயைக் கழட்டி எறி, குழந்தை. நாம் எல்லோரும் நண்பர்கள் தான். அவர்கள் உன் காலுக்கு எப்படிச் சிகிச்சை செய்தார்கள் என்று நான் பார்க்கவேண்டும். "நான் எழுந்து நின்று சராயைக் கழட்டி, முழங்கால் பட்டையையும் நீக்கினேன். ரெனால்டி கீழே உட்கார்ந்து முழங்காலை முன்னுக்கும் பின்னுக்கும் லேசாக அசைத்துப் பார்த்தான். தழும்பின்மேல் தடவிப்பார்த்தான். கட்டை விரல்களால் முட்டிச் சிப்பியை அழுத்திப் பார்த்தான், தட்டிப் பார்த்தான். நன்றாக திருப்தியடையாதவன்போல்.

"இவ்வளவுதான் காலை மடக்கவும் நீட்டவும் முடிகிறதா?"

"ஆமாம்."

"போதாது. இந்நிலையில் உன்னைத் திரும்பிப் போர்முனைக்கு அனுப்பினது கொடுமை. நன்றாக மடக்கவும் நீட்டவும் வரும் வரையில் உன்னை அனுப்பியிருக்கக் கூடாது."

"முன்பிருந்ததைவிட இப்போது எவ்வளவோ மேல். முன்பு ஒரு மரக்கட்டை மாதிரி விறைப்பாகத்தானே இருந்தது.

ரெனால்டி என் முழங்காலை மேலும் அதிகமாக மடக்க முயன்றான். அவனது கைகளையே பார்த்துக் கொண்டிருந்தேன். அவன் உயர்தர ரண சிகிச்சை டாக்டர்தான். அவனது விரல்களில் தான் என்ன லாகவம். அவனுடைய வகுடிட்ட தலையின் அழகைப் பார்த்துக் கொண்டிருந்தேன். காலை அதிகமாக மடக்கியபோது வலி மிகுதியால் 'ஓ' என்று கத்தினேன்.

"பார்த்தாயா, நீ யந்திர சாதனங்களைக் கொண்டு மேலும் சிகிச்சை பெற்றிருக்க வேண்டும்."

"முன்னைக்காட்டிலும் இப்போது ரொம்ப குணமல்லவா?"

“அது சரிதான், நண்பா. இந்த விஷயங்களைப் பற்றியெல்லாம் உன்னைவிட எனக்கு அதிகம் தெரியும். முழங்கால் சம்பந்தப்பட்ட வரையில் நன்றாகவே குணமடைந்துள்ளது” என்று என் பக்கத்தில் உட்கார்ந்தான். “கால் விஷயம் சரிதான். மற்ற விஷயங்களைப் பற்றி எல்லாம் சொல்வாய்.”

“சொல்லுவதற்கென்ன இருக்கிறது. நான் அமைதியாகக் காலங் கழித்தேன்.”

“என்ன, கலியாணமானவன் பேசுவதுபோல் நடிக்கிறாயே என்ன வந்துவிட்டது உனக்கு?”

“எனக்கு ஒன்றுமில்லை. உனக்கு என்ன? முன்போல் காண வில்லையே” என்றேன்.

“யுத்தம்தான் என் உயிரை வாட்டிக்கொண்டிருக்கிறது. நான் மிகவும் அலுப்படைந்து விட்டேன்” என்றான் ரெனால்டி கைகளை முழங்கால் மீது வைத்தபடியே, “கோடைக்காலம் பூராவும், பிறகு இலையுதிர் காலம் பூராவும்கூட ரண சிகிச்சையும் ஆபரேஷனும்தான். ஓயவே இல்லாது வேலை செய்தேன். எல்லோருடைய வேலை யையும் நானே செய்ய வேண்டியிருந்தது. கடினமான “கேசுகள்” என்று அவர்கள் நினைத்ததெல்லாம் எனக்கு அனுப்பப்பட்டன. கடவுளே, என்ன வேலை, என்ன வேலை. நான் திறமையாக ரண சிகிச்சை டாக்டராக ஆகிக் கொண்டிருக்கிறேன்,” என்று தொடர்ந்து கூறினான்.

“இதைக் கேட்க இன்பமாகத்தான் இருக்கிறது”

“நான் சிந்தனை செய்வதே கிடையாது. ‘கேசு’ வந்த உடனே ஆபரேஷன் தொடங்க வேண்டியதுதான். ஆனால், நண்பா, இப்போது அதெல்லாம் முடிந்து விட்டது. ஆபரேஷன் இப்போ தெல்லாம் செய்வதில்லை. அதை நினைத்துக் கொண்டாலே நரக வேதனையாயிருக்கிறது. இந்த யுத்தம் மிகவும் கொடுமையானது என்று நான் சொன்னால் நீ அதை முற்றிலும் நம்பு. சரி, அது கிடக்கட்டும், எனக்கு உற்சாகம் உண்டாகும்படி ஏதாவது சொல்லு. கிராமபோன் தட்டுகள் எனக்கு வாங்கி வந்தாயா?”

“வாங்கி வந்திருக்கிறேன்.”

அவை எல்லாம் காகிதத்தில் சுற்றி ஒரு அட்டைப் பெட்டியில் வைக்கப்பட்டு என் பையில் இருந்தன. எழுந்து சென்று அதை எடுத்து வரக்கூட முடியவில்லை. அவ்வளவு அசதி எனக்கு.

“நீ கூடத் தெம்புடன் இல்லையா, நண்பா?”

“தெம்பா? நரகத்திலுள்ளதுபோல் இருக்கிறது.”

“இந்த யுத்தம் மிகவும் பயங்கரமானது. அது கிடக்கட்டும். நாம் கொஞ்சம் மது அருந்தி உற்சாகமாக இருப்போம். பிறகு மலம் கழித்துவிட்டால் உடம்பில் சற்றுத் தெம்பு உண்டாகும்” என்றான் ரெனால்டி.

“நான் காமாலையால் அவதிப்பட்டேன். குடித்துக் குதூகலமாக இருக்க முடியாது.”

“ஐயோ, நண்பா, இந்த நிலைமையிலா நீ என்னிடத்திற்குத் திரும்பி வரவேண்டும்? கல்லீரல் கோளாறுடன் நலங்குன்றி வந்திருக்கிறாயே. நிச்சயமாக நான் சொல்லுகிறேன். இந்த யுத்தம் இருக்கிறதே அது மிகவும் கொடுமையானது. எதற்காகத்தான் இந்த யுத்தம் தொடங்கியதோ அதுகூடப் புரியவில்லை.”

“நாம் சிறிது மது உட்கொள்ளுவோம். போதை ஏறுமளவிற்கு நிறையச் சாப்பிட முடியாவிட்டாலும் ஒருமுறை சாப்பிட முடியும்.”

ரெனால்டி எழுந்து சென்று கைகழுவுமிடத்திலிருந்து இரண்டு தம்ளர்களும் ஒரு புட்டி ‘கானியாக்’ பிராந்தியும் எடுத்து வந்தான். அது ஆஸ்திரியா தேசத்துச் சரக்கு. ஏழு நட்சத்திர மார்க்கு. ‘ஸான் கேப்ரீல்’ பகுதியை இத்தாலியர்கள் கைப்பற்றிய போது இவைதான் கிடைத்தன.

“அப்போது நீ அங்கே இருந்தாயா?”

“இல்லை. நான் எங்கேயும் செல்லவில்லை. இங்கேயேதான் இருந்தேன். சதா ஆபரேஷன்தான். இதோ பார்த்தாயா நண்பா. இந்த தம்ளர் உன்னுடைய பழைய பல் பிரஷ் கழுவும் தம்ளர். உன்னைப்பற்றி நினைப்பூட்டுவதற்காகவே அதை ஜாக்கிரதையாக வைத்திருக்கிறேன்.”

“அதற்காகவா வைத்திருக்கிறாய். தினந்தோறும் தவறாமல் பல் துலக்கவேண்டுமென்று ஞாபகமூட்டுவதற்காக என்று சொல்.”

“இல்லை, இல்லை. எனக்குத்தான் வேறொன்று இருக்கிறதே. தினந்தோறும் காலையில் முந்திய இரவு விபச்சார விடுதிக் கேளிக்கைகளையும் குடித்த மதுவின் நாற்றத்தையும் போக்க வேண்டியதற்காக நீ தின்ற ஆஸ்பிரின் மாத்திரைத் துகள்களைக் ‘பிரஷ்’ செய்து சிர்புவாயே. அதைப்பற்றிக் கவனப்படுத்திக் கொள்ளவே வைத்திருக்கிறேன். அதைப் பார்க்கும்போதெல்லாம் பல்லைத் துலக்கிவிட்டு உன் உள்ளம் சுத்தியாய் விட்டதென்று நீ திருப்தியடைவாயே அது நினைவுக்கு வரும்” என்று கூறிக்கொண்டே ரெனால்டி என் படுக்கைமீது குனிந்து “நண்பா, எனக்கு முத்தம் கொடு” என்றான்.

“நான் உன்னை முத்தமிடமாட்டேன். நீ ஒரு மனிதக் குரங்கு.”

“நீ அப்பட்டம் ஒரு ‘ஆங்கிலோ–ஸாக்ஸன்’ என்று எனக்குத் தெரியும். நீ பச்சாதாபப்படுபவன்தான். நான் வேண்டுமானால் மறுபடியும் இந்த ஆங்கிலோ ஸாக்ஸன் பல் பிரஷ் கொண்டு வேசி விளையாட்டின் அழுக்குகளைத் துலக்கும் வரையில் காத்திருந்து பிறகு சொல்லுகிறேன்.”

“சரி சரி, தம்ளரில் கொஞ்சம் பிராந்தி ஊற்று.”

இருவரும் மது அருந்தினோம். ரெனால்டி சிரித்தான்.

“உன்னைக் குடி மயக்கத்தில் ஆழ்த்தி உன்னுடைய கல்லீரலை எடுத்தெறிந்துவிட்டு அதற்குப்பதில் ஒரு இத்தாலியக் கல்லீரலைப் பொருத்தி உன்னை மனிதனாக்கி விடுகிறேன்” என்றான்.

நான் மேலும் கொஞ்சம் பிராந்திக்காக தம்ளரை நீட்டினேன். வெளியே நன்றாக இருட்டிவிட்டது. இப்போது கையில் மதுவுடனே சென்று ஜன்னலைத் திறந்தேன். மழை நின்றிருந்தது. ஆனால், குளிர் அதிகமாயிருந்தது. மரங்களில் பனி படர்ந்திருந்தது.

“ஜன்னலுக்கு வெளியே பிராந்தியைக் கொட்டிவிடாதே. உன்னால் சாப்பிட முடியவில்லை என்றால் எனக்குக் கொடுத்து விடு.

“போய் எங்காவது முழுகிச் செத்துப் போ” என்றேன். ரெனால்டியை மறுபடியும் கண்டதில் எனக்குப் பரமசந்தோஷம். இரண்டு வருஷம் ஓயாமல் என்னை நச்சரித்து இருந்தானே அதையெல்லாம் நான் விரும்பி ரசித்தேனல்லவா? (நாங்கள் ஒருவரையொருவர் நன்கு புரிந்துகொண்டோம்.)

“கலியாணம் செய்துகொண்டு விட்டாயா இல்லையா?” என்று அவன் படுக்கையிலிருந்தபடியே கேட்டான். நான் ஜன்னல் ஓரத்திலேயே நின்றுகொண்டிருந்தேன்.

“இன்னும் இல்லை.”

“நீ காதல் கொண்டுதானே இருக்கிறாய்!”

“ஆமாம்.”

“அந்த ஆங்கிலேயப் பெண்ணுடன் தானே?”

“ஆமாம்.”

“ஐயோ பாவம், நண்பா, அவள் உன்னிடம் அன்பாக இருந் தாளா?”

“ஆமாம். சந்தேகமில்லாமல்.”

“காரியாம்சத்தில் அன்புடன் இருந்தாளா என்றுதான் கேட்டேன்.”

“சட், நாவை அடக்கிப் பேசவும்.”

“அடக்கிக் கொள்ளுகிறேன். இதோ பார், நான் ரொம்பவும் நாசூக்கு மிகுந்தவன். அதனால்தான் அவள் உன்பால்...” என்றான் ரெனால்டி.

“ரெனின், தயவு செய்து அவ்விதம் பேச வேண்டாம். என்னுடைய நண்பனாக இருக்க விரும்புவாயானால் தயவுசெய்து அடக்கத்துடன் பேசவும்.”

“குழந்தாய், நான் உன் நண்பனாக இருக்கப் புதிதாக விரும்ப வேண்டுவதில்லை. எப்போதும் உன் நண்பனாகத்தானிருக்கிறேனே.”

“அப்படியானால் வாயை மூடிக்கொள்.”

“அப்படியே, உன்னிஷ்டப்படியே.”

நான் படுக்கையை அணுகி,·ரெனால்டியின் பக்கத்திலமர்ந்தேன். அவன் கையில் மது தம்ளருடன் தரையை உற்றுப் பார்த்து உட்கார்ந்திருந்தான்.

“நான் சொல்லுவது உனக்குப் புரியவில்லையா, ரெனின்?”

“நன்றாய்ப் புரிகிறது. என் வாழ்க்கை பூராவிலும் எனக்குப் புனிதமான விஷயங்களே எதிர்ப்படுகின்றன. ஆனால், உன்னிடம் அவை மிகக் குறைவு. ஆனால், உனக்கும் புனிதமான விஷயங்கள் சில இருக்க வேண்டியது அவசியமே” என்று சொல்லி அவன் மீண்டும் கொஞ்ச நேரம் தரையையே பார்த்துக் கொண்டிருந்தான்.

“உனக்கு அவ்விதம் புனிதமானது ஒன்றுமில்லையா?” என்று நான் கேட்டேன்.

“இல்லை” என்று ரெனால்டி பதிலளித்தான்.

“ஒன்றுகூட இல்லையா?” என்றேன் மறுபடியும்.

“ஒன்றுகூட இல்லை” என்றான் ரெனால்டி.

“இல்லையா? எல்லாப் பெண்களையும் தாயார்களென்றோ சகோதரிகளென்றோ நீ கருதுபவன், அப்படித்தானே? இப்படிப்பட்ட தாய்மாரையும் சகோதரிகளையும் பற்றி எனக்குத் தெரியும்” என்றேன் நான்.

“உன்னுடைய தங்கை மட்டும் என்ன? அவளைப் பற்றி எனக்குத் தெரியாதா?” என்றான் ரெனால்டி சுடச்சுட. அவன் அந்த ஆங்கிலேயப் பெண்ணைத்தான் குறிப்பிட்டு அவ்விதம் சொன்னான் என்பதை நான் புரிந்து கொண்டேன். நாங்கள் இருவரும் சிரித்தோம்.

“ஒருவேளை உன்னிடம் எனக்குப் பொறாமை வந்துவிட்டது என நினைக்கிறேன்” என்றான் ரெனால்டி.

“அப்படிப் பொறாமையொன்றும் உனக்கில்லை.”

“நீ கருதுவது போன்ற பொறாமை அல்ல. நான் வேறு அர்த்தத்தில் கூறினேன். உனக்கு யாராவது கலியாணமான நண்பர் கள் இருக்கிறார்களா சொல்,” என்றான் ரெனால்டி.

“இருக்கிறார்கள்” என்றேன் நான்.

“எனக்கு அப்படி ஒருவருமில்லை. அதிலும் கலியாணமானவர்கள் ஒருவரையொருவர் காதலிக்கும் நண்பர்கள் எனக்கில்லை.”

“ஏன் இல்லை.”

“அப்படிப்பட்டவர்கள் என்னை அருகில் சேர்ப்பதில்லை.”

“ஏன் சேர்ப்பதில்லை? உன்னைக் கண்டால் அவர்களுக்குப் பிடிக்கவில்லையோ?”

“ஒருவேளை என்னை ஒரு பாம்பென்று அவர்கள் நினைத்திருக் கலாம். பகுத்தறிவு என்னும் பாம்பாக மதித்திருக்கலாம்.”

“உன்னுடைய கூற்றுச் சரியில்லை, மாற்றிச் சொல்லுகிறாயே. பகுத்தறிவு என்று ஆப்பிள் பழத்தைத்தானே சொல்லியுள்ளது பைபிள் கதையில்.”

“பாம்பைத்தான் சொல்லியிருக்கிறது.” ரெனால்டி இப்போது உற்சாகத்துடனிருந்தான்.

“ஆழ்ந்த யோசனையில் ஈடுபடாதிருந்தால் நீ தெம்பாக இருக் கிறாய்” என்றேன்.

“உன்னிடம் எனக்கு மிகுந்த ஆசை. நண்பா, நான் ஒரு இத்தாலிய அறிஞனைப்போல ஆக முயற்சிக்கும்போதே என்னை ஒரே மூச்சில் கவிழ்த்து விடுகிறாய். ஆனாலும், நன்கு விளக்க முடியாவிட்டாலும் எனக்குப் பல விஷயங்கள் தெரியும். உன்னைவிட அதிகம் தெரியும்.”

“அதை நான் ஒப்புக்கொள்ளுகிறேன்.”

“எனினும் நீதான் சந்தோஷத்துடன் இருக்கிறாய். பச்சாதாபப் படும் சுபாவம் உடையவனென்றாலும் உன்னால் சந்தோஷமாக இருக்க முடிகிறது.” அவன் பார்வை மீண்டும் தரையில் பதிந்திருந்தது.

“நான் அப்படி நினைக்கவில்லை,” என்றேன் நான்.

“இல்லை, அதுதான் உண்மை. நான் வேலை செய்யும் போது மட்டும்தான் ஆனந்தமாக இருக்கிறேன். இல்லாவிட்டால் இல்லை.”

“இந்த மனப்பான்மை சீக்கிரமே மறைந்துவிடும்.”

“நான் அவ்வாறு நினைக்கவில்லை. வேலையைத் தவிர்த்து எனக்குப் பிடித்த விஷயம் இரண்டு. ஒன்று என் வேலைக்கு உகந்த தல்ல; மற்றொன்று அரைமணி அல்லது பதினைந்து நிமிஷத்திற்குள் முடிந்து விடுகின்றது. சில சமயங்களில் அவ்வளவு நாழிகை கூடயிருப்பதில்லை.” அவன் மதுபானத்தையும் விபச்சார விடுதியில்

அவன் கழிக்கும் காலத்தையும் பற்றியே அவ்வாறு குறிப்பிட்டான். அவன் மேலும் கூறினான்.

"உனக்குத் தெரியாது. நண்பா, இங்கே இவ்விரண்டு விஷயங் களும் எனது டாக்டர் வேலையும் தவிர வேறு என்ன இருக் கின்றன?"

"இதர வகை வேலைகளும் உனக்கு ஏற்படலாம்."

"அப்படி வேறெதுவும் ஏற்படுவதற்கு இங்கே வசதியில்லை. நாங்கள் பிறக்கும் போது என்ன சாமர்த்தியத்துடன் வந்தோமோ அவ்வளவுதான். புதிதாகத் தெரிந்துகொள்ளுவதென்பது கிடையாது. புதிதாக எங்களுக்கு ஒன்றும் கிடைப்பதுமில்லை. நீ ஒரு "லத்தீனாக" பிறக்காததற்கு சந்தோஷப்பட வேண்டும்." இத்தாலியர்கள் ஆதிகாலத்தில் லத்தீன் மொழி பயின்று பேசி வந்ததால் அவர்களை லத்தீனியர்கள் என்று அழைப்பதுண்டு. அவர்களுடைய சிந்தனைத் திறன் உயர்ந்ததென்று கருதப்பட்டது."

"லத்தீனாகப் பிறப்பது என்று தனியாக ஏதாவதொன்று இருக்கிறதா என்ன? நீங்கள் சொல்லுவதே 'லத்தீன்' சிந்தனை முறை போலிருக்கிறது! உங்கள் குறைபாடுகளை எடுத்துச் சொல்லுவதில் உங்களுக்குத்தான் என்ன திருப்தி" என்றேன். ரெனால்டி சிரித்தான்.

"குழந்தாய், நாம் இம்மாதிரிப் பேசுவதை நிறுத்திக் கொள்ள லாம். நாம் சாப்பிடுவதற்குப் போவோம். நீ திரும்பி வந்து விட்டாய், சந்தோஷம். எனக்கு நீதான் சிறந்த நண்பன். என்னுடைய போர்க் காலத் தோழன்."

"போர்க்காலத் தோழர்கள் எல்லாம் எப்போது சாப்பிடுவார்கள்?"

"இப்போதே. முதலில் உன்னுடைய கல்லீரல் குணமடைய வேண்டுமென்று இன்னும் கொஞ்சம் மது அருந்துவோம்."

"அதற்காக வேண்டாம். என்னுடைய நலனுக்காக என்று சொல்லு."

"உன் காதலியின் நலனுக்காக! அவளைப்பற்றி இனி ஒரு போதும் குறைவாகப் பேசமாட்டேன், நண்பா" என்று கூறி, மது தம்ளரை நிரப்பி, ஒரே மடக்கில் குடித்துவிட்டான்.

"இப்போது நான் புனிதமாகிவிட்டேன். உன்னைப் போலவே புனிதமாகி விட்டேன். நான்கூட ஒரு இங்கிலீஷ்காரப் பெண்ணாகப் பார்த்துப் பிடிக்கிறேன். உண்மையில் உன்னுடைய காதலியை உனக்கு முன் நான்தான் சந்தித்தேன். ஆனால், அவள் என்னைவிட சற்று உயரம். உயரமான பெண் என்றால் அவளைச் சகோதரியாகத் தான் கருதவேண்டும்? சாப்பாட்டுக்குப் போவோம் வா. நம்முடைய

மனம் நிர்மலமாக இருக்கிறது இப்போது" என்று அழைத்தான். இருவரும் கீழே இறங்கினோம்:

ரெனால்டிக்குக் கொஞ்சம் போதை ஏறியிருந்தது. சாப்பாட்டு விடுதியில் உணவு இன்னமும் தயாராகவில்லை. அவன் மறுபடியும் மாடிக்குச் சென்று மதுபுட்டியை எடுத்துவந்து இருவருக்கும் அரை தம்ளர் ஊற்றினான்.

"எனக்கு இது அதிகம்" என்றேன். தம்ளரை விளக்கொளியில் பார்த்தபடியே.

"வெறும் வயிற்றில் இது ஒன்றும் அதிகமில்லையப்பா. இது மிகவும் அற்புதமான வஸ்து. வயிற்றில் எரிச்சல் உண்டாக்கும். அவ்வளவுதான். உன்னுடைய தற்போதைய நிலைமையில் இது என்ன கெடுதி செய்துவிடப் போகிறது."

"ரொம்ப சரி, சாப்பிடுகிறேன்."

"இதனுடைய மகத்துவம் தெரியுமா? இதனால் ஒருவன் தன்னைத் தானே நாளுக்குநாள் படிப்படியாக தற்கொலை செய்து கொள்ள முடியும். வயிற்றைக் குடைந்து கைகளிலும் விரல்களிலும் நடுக்கத்தை உண்டாக்கும். ஒரு ரணசிகிச்சை டாக்டருக்கு இது தானே மிகவும் ஏற்றது" என்றான் ரெனால்டி.

"அப்படியானால் நீ இதைச் சிபாரிசு செய்கிறாயா?"

"மனப்பூர்வமாக சிபாரிசு செய்கிறேன். நான் இதைத் தவிர வேறெதையும் தொடுவதில்லை. சாப்பிடு, குழந்தை, சாப்பிட்டுவிட்டு அசௌக்கியம் எப்போது வரும் என்று எதிர்பார்த்துக் கொண்டிரு" என்றான் ரெனால்டி.

அந்த அரை தம்ளர் பிராந்தியைக் குடித்தேன். ஹாலில் "ஸூப் தயாராகிவிட்டது" என்ற குரல் கேட்டது. மேஜர் இந்தச் சமயம் உள்ளே நுழைந்தார். எங்களுக்கு வணக்கம் தெரிவித்துவிட்டு எங்கள் பக்கத்தில் ஒரு மேஜையில் அமர்ந்தார்.

"நாம் மட்டும்தானா சாப்பிட, வேறெவரையும் காணோமே" என்று மேஜர் கேட்டார். ஆர்டர்லி குழம்புக் கிண்ணத்திலிருந்து கரண்டியினால் ஒரு தட்டு நிறைய குழம்பு ஊற்றி அவர்முன் நகர்த்தினான்.

"நாம் மட்டும்தான், ஒருகால் பாதிரியார் வரலாம். ப்ரெடெரிகோ வந்துவிட்டான் என்று தெரிந்தால் இப்போதே வந்திருப்பார்" என்றான் ரெனால்டி.

"அவர் எங்கே இருக்கிறார்," என்று கேட்டேன்.

"அவர் 307இல் இருக்கிறார்" என்றார் மேஜர். அவர், ஸூப் சாப்பிடுவதில் முனைந்தார். வாயையும் மீசையையும் ஜாக்கிரதையாகத்

நற்றிணை பதிப்பகம் • 189

துடைத்துக்கொண்டு, "அவர் விரைவில் வந்துவிடுவார். நீ வந்து விட்ட சமாசாரம் தெரியப்படுத்தி விட்டுத்தான் வந்தேன்" என்றார்.

"சாப்பாட்டு விடுதியில் சந்தடியில்லாதது என்னமோ போலிருக் கிறது" என்றேன். மேஜர் நான் கூறியதை ஆமோதித்தார்.

"நான் வேண்டுமானால் சப்தம் செய்கிறேன்" என்றான் ரெனால்டி. "இன்னும் கொஞ்சம் மது அருந்துங்கள், சப்தம் போடச் சௌகரியமாக இருக்கும்" என்றார் மேஜர். இதற்குள் 'ஸ்பாஜ்ஜட்டி' என்னும் சேமியா இடியாப்பம் வந்தது. இதை உண்பதில் எல்லோரும் தீவிரமாக ஈடுபட்டோம். முடியும் சமயத்தில் பாதிரி யார் வந்தார். எப்போதும் போலவே அதே தோற்றம், சிறிய உருவம், பழுப்பேறிய நிறம். நான் எழுந்து நின்று கைகுலுக்கினேன். அவர் என்னைத் தட்டிக் கொடுத்தார்.

"நான் சமாசாரம் கேட்டதும் வந்தேன்."

"உட்காருங்கள், நீங்கள் 'லேட்' என்றார் மேஜர்.

"குட் ஈவினிங்' பாதிரியாரே" என்று ரெனால்டி இங்கிலீஷில் சொன்னான். பாதிரியாரைக் கேலி செய்வதில் உற்சாகம் காட்டின அந்தக் காப்டனிடமிருந்து ரெனால்டி இந்த இங்கிலீஷ் வார்த் தையைச் சொல்லிக் கடைப்பிடிக்க ஆரம்பித்திருந்தான்.

"குட் ஈவினிங்" என்றார் பதிலுக்குப் பாதிரியார்.

பாதிரியாருக்கும் உணவு படைக்கப்பட்டது. ஸபாஜ்ஜட்டியை முதலில் சாப்பிட்டார். பிறகுதான் ஸூப் விட்டு சாப்பிட்டார். "கொஞ்சம் மதுவும் இடையிடையே அருந்துங்கள்" என்று ரெனால்டி உபசரித்தான். "இது உங்கள் வயிற்றின் நலத்துக்காக, அப்படித்தானே பால்சாதுப் பெரியார் என்பவர் சொல்லியிருக்கிறார். உங்களுக்கும் தெரியுமே" என்று அவன் மெதுவாகப் பாதிரியாரைக் கேலி செய்யத் துவங்கினான்.

பாதிரியார் அமரிக்கையுடன், "ஆமாம், தெரியும்" என்றார். ரெனால்டியே ஒரு தம்ளரில் மதுவை ஊற்றிக் கொடுத்தான். "அந்தச் சாது பால் இருக்கிறாரே, அவரால்தான் எல்லாவிதக் கஷ்டங்களும் உண்டாகின்றன" என்றான் குறும்பாக. ஆனால், பாதிரியார் இதனால் ஒன்றும் கோபமடையவில்லை. அவர் புன்முறுவல் செய்தார். இம்மாதிரி கேலிப்பேச்சுக்களெல்லாம் அவருக்கு இப்போது பழக்க மாகிவிட்டிருந்தது போலும்!

ரெனால்டி மேலும் தொடர்ந்தான். "அந்தச் சாது பால் இரட்டை ஆட்டக்காரர். மட்டை கொண்டும் வீசுவார். துரத்தவும் துரத்து வார். ஆட்டம் சுவாரஸ்யமாக இல்லாவிட்டால் இந்த ஆட்டம் சாரமற்றது என்று சும்மா ஓய்ந்து உட்கார்ந்து விடுவார். அந்தச்

சமயத்தில்தான் நம்மைப் போன்று ஆட்டத்தில் சுவையுடன் சுறுசுறுப்புடன் இருப்பவர்களுக்குப் புத்தி சொல்லி விதிகளை வகுத்துத் தந்தார். என்ன ப்ரெடெரிகோ, நான் சொல்லுவது சரிதானே?" மேஜர் சிரித்தார். நாங்கள் எல்லாம் வேகவைத்த மாமிச உணவு சாப்பிட்டுக் கொண்டிருந்தோம்.

"சாதுக்களைப் பற்றி இருட்டுக்குப் பிறகு நான் விவாதிப்பதே இல்லை" என்றேன். பாதிரியார் குனிந்த தலையைத் தூக்கி என்னைப் பார்த்துச் சிரித்தார். நான் பாதிரியாருக்குப் பரிந்துபேசுகிறேன் என்பதை ரெனால்டி கண்டுகொண்டான். மது போதையும் அதிக மாகிக் கொண்டே சென்றது.

"இதென்ன, இந்தப் பாதிரியாரைக் கேலிசெய்யும் என் பழைய நண்பர்கள் எங்கே? காவல் காண்டியைக் காணோம். ப்ரூண்டி எங்கே? ஸிஸாரேவையும் காணவில்லை. நான் ஒருவனாகவே இந்தப் பாதிரியாரை அலைக்கழிக்க வேண்டியிருக்கிறதே. துணையின்றி நான் இருக்கிறேனே" என்று அவன் அங்கலாய்த்தான்.

"இவர் மிகச் சாதுவான பாதிரி, ரொம்ப நல்லவர்" என்றார் மேஜர். "ஆமாம், இவர் நல்ல பாதிரிதான். ஆனாலும் பாதிரி பாதிரிதானே. நான் இந்தச் சாப்பாட்டு விடுதியை முன்பிருந்த மாதிரி குதூகலமாகச் செய்யப்போகிறேன். ப்ரெடெரிகோவுக்குச் சந்தோஷமூட்ட வேண்டும்" என்று ரெனால்டி சொல்லிக்கொண்டே பாதிரியை நோக்கி, "நீங்கள் நரகத்திற்குச் செல்வீர்களாக, பாதிரி யாரே!" என்றான்.

ரெனால்டியை மேஜர் கூர்ந்து கவனிப்பதைப் பார்த்தேன். அவன் போதை வெறியில் இருந்தது தெளிவாயிற்று. வெண்மையான அவன் நெற்றிக்குமேல் அவனுடைய கருமை மயிர் தவழ்ந்தது. பாதிரியாரும் நிலைமையைப் புரிந்துகொண்டார். "சரி, சரி" என்று மட்டும் அவர் பதிலளித்தார்.

"நீ நாசமாய்ப் போக, நரகத்தில் விழு" என்று மீண்டும் கூறிக் கொண்டே ரெனால்டி நாற்காலியில் சாய்ந்தான்.

"அவன் வேலை மிகுதியால் சலிப்படைந்திருக்கிறான்" என்று மேஜர் லேசாக மழுப்பினார்.

"எனக்கு எந்தச் சனியனைப் பற்றியும் கவலையில்லை. எல்லா வற்றையும் நரகத்திற்கே கொண்டு செல்லுங்கள். போங்கள் நரகத் திற்கு" என்று கத்தி எங்கள் எல்லோரையும் வெறித்துப் பார்த்து ஏதேதோ உளறிக்கொண்டே இருந்தான். பாதிரியார் சாப்பிட்டு முடிந்ததும் ஆர்டர்லி தட்டை எடுத்துச் சென்றான். பாதிரியார் பக்கம் மறுபடியும் திரும்பிப் பார்த்து "இதோ இந்த மாமிசங்களைத்

தின்கிறீர்களே. எதற்காக? இன்று வெள்ளிக்கிழமை என்று உங்களுக்குக் கவனமில்லையா?" என்றான் ரெனால்டி.

"இன்று வியாழக்கிழமைதான் அப்பா," என்றார் பாதிரியார்.

"நீர் சொல்லுவது புளுகு. இன்று வெள்ளிக்கிழமைதான். நீங்கள் இன்று கர்த்தருடைய உடலைத்தான் புசித்தீர்கள். நீங்கள் சாப்பிட்டது ஏசுவின் மாமிசமே. எனக்குத் தெரியும். இறந்துபோன ஆஸ்திரியர்களின் மாமிசம் அது. அதைத்தான் நீங்கள் இப்போது சாப்பிட்டீர்கள்" என்று வெறி பிடித்தவன் போல் கத்தினான் ரெனால்டி.

"தசைகள் வெண்மையாக இருந்தால் அதிகாரிகளின் உடல்களிலிருந்து கிடைத்தவை" என்று ரெனால்டி சொன்னதைப் பூர்த்தி செய்தேன். இது ராணுவத்தினரிடையே வழங்கிய ஒரு விளைத்துணுக்கு. நான் சொன்னதைக் கேட்டு அவர் சிரித்தார். மேலும் தம்ளரில் மது ஊற்றி நிரப்பிக் கொண்டார்.

"நான் சொல்லுவதை எல்லாம் பொருட்படுத்த வேண்டாம். நான் இப்போது ஒரு பைத்தியக்காரனது நிலைமையில் இருக்கிறேன்."

"நீங்கள் ரஜா எடுத்துக்கொண்டு சென்றால் நல்லது. உங்களுக்கு 'லீவு தேவை' என்றார் பாதிரியார். இதை மேஜரும் ஆமோதித்தார். ஆனால் ரெனால்டி பாதிரியாரை நோக்கி.

"நீங்கள் அவ்விதம் நினைக்கிறீர்களா?" என்றான்.

"எனக்குத் தோன்றியதைச் சொன்னேன். உங்களிஷ்டப்படி செய்யுங்கள். உங்களுக்கு வேண்டாமென்றால் ரஜா வேண்டியதில்லை" என்றார் பாதிரியார்.

"நீங்கள் எல்லாம் நாசமாய்ப்போங்கள். நான் இங்கிருந்து ஒழிந்து போனால் மேல் என்பது இவர்களுடைய எண்ணம் போலும். என்னை ஒழித்துவிடவே திட்டமிடுகிறார்கள். ஒவ்வொரு இரவும் விபச்சார விடுதியில் என்னை ஒழித்துவிடத்தான் முயலுகின்றனர். ஆனால், அவர்களுடன் போராடித் தடுத்து வருகிறேன். தடுக்க முடியாமல் போனால்தான் என்ன? வியாதி வரப்போகிறது. அவ்வளவுதானே. எனக்கும்தான் வரட்டுமே. வந்தால் என்ன? இங்கே எல்லோருக்கும்தான் இந்த வியாதி இருக்கிறதே. இங்கு மட்டுமென்ன? உலகம் பூராவிலும் இருக்கிறது. நான் மட்டும் கவலை கொள்ளுவானேன். முதலில் ஒரு பருவு போலக் காணப்படும். பிறகு தோள்களுக்கு மத்தியில் முதுகில் ஒரு கொப்பளம் அல்லது சிறு புண். பிறகு அதுவும் மறைந்துவிடும். அவ்வளவுதானே. நமக்கு நம்பிக்கையளிக்க பாதரஸம் இருக்கவே இருக்கிறது."

"அதற்குப் பதிலாக அல்லது துணையாக 'ஸால்வர்ஸான்' மருந்துகூட இருக்கிறது" என்று மேஜர் அமைதியுடனேயே கூறினார். அதுவும் பாதரஸத்திலிருந்து கிடைத்த பொருள்தானே. இவை இரண்டின் சக்தியும் உபயோகமும் என்னவென்று எனக்குத் தெரியும். ஆனால் நம்முடைய நண்பர் பாதிரியாருக்கு இந்த மாதிரி வியாதி ஒன்றுமே வராது. ஆனால், என் போன்றவர்களுக்கு வரும். இதெல்லாம் தொழிற்சாலைகளில் சகஜமாக ஏற்படும் விநோதச் சம்பவம். அவ்வளவுதான்" என்றான் ரெனால்டி.

ஆர்டர்லி இப்போது எங்களுக்கு ஒரு தித்திப்பும் காப்பியும் கொண்டு வந்தான். தித்திப்பு என்பது கறுப்பு ரொட்டியைக் கூழ்போல் செய்த ஒரு பட்சணம். ரெனால்டியின் போதை இப்போது சற்றுத் தணிந்திருந்தது. அவன் பேசவில்லை. அமைதியுடனேயே இருந்தான். காப்பிக்குப்பின் சிறிது நேரம் பேசிக் கொண்டிருந்துவிட்டு அங்கிருந்து வெளி ஹாலுக்கு வந்தோம்.

"நீ வேண்டுமானால் பாதிரியாருடன் பேசிக்கொண்டிரு. நான் நகர்ப்பக்கம் போகவேண்டும்" என்று எனக்கும் பாதிரியாருக்கும் "குட் நைட்" சொல்லிவிட்டு ரெனால்டி வெளியே சென்றான். "பிறகு வந்து உன்னைப் பார்க்கிறேன்" என்று போகும்போது என்னிடம் சொல்லிவிட்டுப் போனான். மேஜரும் நாங்களும் மேலும் கொஞ்ச நேரம் பேசிக்கொண்டிருந்தோம்.

"பாவம், வேலை மிகுதியால் மிகவும் களைப்படைந்திருக்கிறான். தனக்கு மேகக்கிரந்தி வேறு வந்துவிட்டதோ என்று பயப்படுகிறான். அவனுக்கு வரலாம் என்று எதிர்பார்க்கக் கூடியதே. ஆனால் இல்லை என்றே நினைக்கிறேன். ஒருகால் அப்படியிருந்தாலும் அவனே அதற்குச் சிகிச்சை செய்துகொள்ளுவான். 'குட் நைட்' நீ அதிகாலையிலேயே புறப்பட்டுவிடுவாய் அல்லவா? பெடுஸ்ஸி உன்னை எழுப்பி அழைத்துச் செல்லுவான். உன்னுடன் அவனும் வருவான்" என்றார் மேஜர்.

"குட் பை, ஸெனார் மாக்கியோர்."

"ஏதோ ஆஸ்திரியத் தாக்குதல் எதிர்பார்க்கலாம் என்று பேசிக் கொள்ளுகிறார்கள். நான் நம்பவில்லை. அப்படி இருந்தாலும் இங்கே ஒன்றும் இருக்காது. ஜீனோ எல்லாவற்றையும் உனக்குச் சொல்லுவான். டெலிபோனும் இப்போது நன்றாக வேலை செய் கிறது," என்று எனக்கு நிலைமையை விவரமாகக் கூறினார்.

"நான் அடிக்கடி தங்களைப் பார்த்துப் போகிறேன்."

"அவசியம் வா, ரெனால்டியை அதிகம் பிராந்தி குடிக்க வேண்டாம் என்று கட்டுப்படுத்தவும்."

நற்றிணை பதிப்பகம் • 193

“நான் முயற்சி செய்கிறேன்.”

“குட் நைட்” என்று கூறிவிட்டு அவர் தன்னுடைய காரியாலயத்தில் நுழைந்தார்.

26

நான் தெருக்கதவை அணுகி வெளியே மழை பெய்கிறதா என்று பார்த்தேன். மழை நின்றுவிட்டது. பனிமட்டும் மூடிக் கொண்டிருந்தது.

“நாம் மாடி அறைக்குப் போவோமா?” என்று நான் பாதிரியாரைக் கேட்டேன்.

“நான் கொஞ்ச நேரமே தங்க முடியும்.”

“வாருங்கள், மேலே செல்லலாம்.”

நாங்கள் மாடிக்குச் சென்றோம். ரெனால்டியின் படுக்கையில் நான் சாய்ந்து கொண்டேன். ஆர்டர்லி முன்னதாகவே என் படுக்கையைத் தட்டிப் போட்டிருந்தான். பாதிரியார் அதன் மீது அமர்ந்தார்.

“நீ இப்போது எப்படி இருக்கிறாய், உண்மையாகச் சொல்லு” என்று என்னுடைய தேக நிலையைப் பற்றிக் கேட்டார்.

“நான் நன்றாகவே இருக்கிறேன். இன்றிரவு மட்டும் சற்று சோர்வுற்றிருக்கிறேன். அவ்வளவுதான்.”

“நான்கூடத்தான் தளர்ச்சியுற்றிருக்கிறேன். ஒரு காரணமுமில்லாமல்”

“யுத்தத்தின் போக்கு எப்படி இருக்கிறது?”

“சீக்கிரமே முடிந்துவிடும் என்றுதான் எனக்குத் தோன்றுகிறது. ஏனென்று சொல்லத் தெரியாது. ஆனாலும் எனக்கென்னமோ அப்படித்தான் நிச்சயமாக உணர முடிகிறது.

“அது எப்படி உங்களால் உணர முடிகிறது?”

“நீதான் மேஜர் எப்படியிருக்கிறார் என்று பார்த்தாயல்லவா? சாதுவாகத்தானே இருக்கிறார். இப்போது இங்கே எல்லோருமே அடங்கி ஒடுங்கிச் சாது ஆகிவிட்டார்கள்.”

“நான்கூட அப்படித்தான் ஆகிவிட்டேன்.”

“இந்தக் கோடைக்காலம் இங்கே அவ்வளவு கடுமையாக இருந்தது.”

“எவ்வளவு மோசமாக இருந்ததென்பதை உன்னால் நம்பவே முடியாது. இங்கே நீ இருந்து பழக்கப்பட்டதனால் ஒருவேளை ஊகித்துக்கொள்ள முடியும். இங்கே பலபேர்களுக்கு இந்தக் கோடையில்தான் யுத்தம் என்றால் எப்படிப்பட்டது என்று புரிந்து கொள்ள முடிந்தது. இதைப்பற்றி புரிந்துகொள்ளவே மாட்டார்கள் என்று நான் நினைத்த ராணுவ அதிகாரிகள் எல்லாம் இப்போது நன்கு புரிந்து கொண்டிருக்கின்றனர்.

“என்ன நடக்கும் என்று நினைக்கிறீர்கள்?” என்று கேட்டேன். என் விரல்கள் படுக்கை விரிப்பைத் தடவிக்கொண்டிருந்தன.

“எனக்குத் தெரியாது. ஆனால் அதிக நாள் யுத்தம் நீடிக்க முடியாது. அவர்கள் நிறுத்திவிடுவார்கள் என்றுதான் தோன்றுகிறது.

“யார் நிறுத்திவிடுவார்கள்?”

“இரண்டு பக்கத்தினர்களும்தான்.”

“அப்படியே நிறுத்த வேண்டும் என்பதுதான் என் விருப்பமும்.”

“அப்படி ஆகலாம் என்று நம்பவில்லையா நீ?”

“இரண்டு பக்கத்தினர்களும் ஒரே சமயத்தில் போரை நிறுத்து வார்கள் என்று நான் நம்பவில்லை.”

“நீ சொல்லுவது சரியாகவே இருக்கலாம். இருதரப்பினரும் நிறுத்துவார்கள் என்று எதிர்பார்க்க முடியாதுதான். ஆனால் துருப்புகளிடையே ஏற்பட்டிருக்கும் மாறுதல்களைப் பார்த்தால் அதிக நாள் இது நீடிக்காது என்றே நினைக்க வேண்டியிருக்கிறது.”

“இந்தக் கோடையில் யாருக்கு வெற்றி கிடைத்தது?”

“ஒருவருக்குமில்லை.”

“ஆஸ்திரியர்கள் வென்றார்கள் என்று நான் சொல்லுகிறேன். நாம் ஸான்காப்ரீல் பகுதியைக் கைப்பற்ற அவர்கள் விடவில்லையே. அவர்கள்தான் ஜெயித்தார்கள். வெற்றியடைந்தவர்கள் போரை நிறுத்தமாட்டார்கள் அல்லவா?”

“அவர்களும் நாம் உணர்வதுபோல் உணர்ந்து கொண்டால், நிறுத்திவிடலாம். நமக்கேற்பட்ட அநுபவங்கள் அவர்களுக்கும் ஏற்பட்டுத்தானே இருக்கவேண்டும்.

“இருந்தாலும் வெற்றி மிதப்பில் இருப்பவர்கள் போரை நிறுத்தமாட்டார்கள்.”

“நீ எனக்கு அதைரியமூட்டுகிறாயே.”

“எனக்குத் தோன்றுவதைத்தானே நான் சொல்ல முடியும்.”

“அப்படியானால் இது இப்படியே நீடித்துக்கொண்டே போகும் என்று நினைக்கிறாயா? நிற்கவே நிற்காதா?”

"அது எனக்குத் தெரியாது. ஆஸ்திரியர்கள் ஒரு போரில் வெற்றி கண்டபின் போரை நிறுத்தமாட்டார்கள் என்றுதான் நினைக்கிறேன். தோல்வியடைந்தால்தான் யாருக்குமே ஆண்டவனைப்பற்றிய நினைவும் கிறிஸ்து சமயப் பற்றும் உண்டாகும்."

"பாஸ்னியா பகுதியைச் சேர்ந்தவர்களை ஒதுக்கிவிட்டால், ஆஸ்திரியர்களும் கிறிஸ்தவர்கள்தானே."

"அவர்கள் கிறிஸ்தவ மதத்தைச் சார்ந்தவர்களாகயிருக்கலாம். ஆனால், நான் குறிப்பிட்டது ஏசுநாதரைப் போல் அன்பு காட்டு பவர்களை, நாமெல்லோரும் இப்போது சாதுவாக ஆகிவிட்டோம். நாம்தான் அதற்குக் காரண தோல்வியுற்றதனால், அந்தத் தோட்டத் திலிருந்து சாது பீட்டர் நமது கர்த்தா ஏசுவை விடுவித்திருந்தால், ஏசுநாதர் எப்படி மாறி இருப்பார் என்று நினைத்துப் பாருங்கள்."

"அப்போதும் ஏசுநாதர் தன் தன்மை மாறாமலே தானிருந் திருப்பார்."

"நான் அப்படி நினைக்கவில்லை" என்றேன்.

"நீ என்னை அதைரியப்படுத்துகிறாய்! போர் நின்றுவிடும் என்று நம்பி தினசரி பிரார்த்தனை கூடச் செய்கிறேன். நின்றுவிடும் என்றுதான் என் உள்ளத்தில் ஏதோ சொல்லுகிறது."

"ஏதாவது நிகழக்கூடும். ஆனால், அது நமக்குத்தான் நிகழும். நம் பக்கத்தில்தான் ஏற்படும். ஆஸ்திரியர்களும் நம்மைப் போலவே எண்ணினால் ரொம்ப நல்லதாகப் போச்சு. அவர்கள்தான் நம்மை நன்கு உதைத்துவிட்டார்களே. அவர்கள் வேறு விதமாகவே எண்ணு வார்கள்."

"துருப்புகளில் பலபேர் நாம் எண்ணுவதுபோலவே எண்ணு கிறார்கள். ஆனால், தோல்வியுற்றதால்தான் அவ்விதம் என்று சொல்லுவதற்கில்லை."

"அவர்களெல்லாம் ஆரம்பத்திலேயே தோல்வியுற்றவர்கள்தான். சந்தேகமில்லை. முதன்முதலாக தங்களுடைய பண்ணைகளிலிருந்தும் தொழில்களிலிருந்தும் அப்புறப்படுத்தப்பட்டு ராணுவத்தில் சேர்த்துக் கொள்ளப்பட்ட போதே அவர்களுடைய தோல்வி ஆரம்பித்து விட்டது. அதனால்தான் ஒரு குடியானவனுக்கு விவேகம் இருக் கிறது. ஏனெனில் அவன் ஆரம்பத்திலேயே தோல்வியடைந்தவன். அவனை அதிகாரத்தில் வைத்துப்பாருங்கள். அவன் எவ்வளவு விவேகமுடையவன் என்பது தெரியும்."

பாதிரியார் ஒன்றும் பேசவில்லை. சிந்தனையிலாழ்ந்தார். "இப்போது நானே தளர்வடைந்துவிட்டேன். அதனால்தான் இவ் விஷயங்களைப் பற்றி நான் சிந்திப்பதே இல்லை. நான் யோசனை

செய்யவேண்டும் என்றுகூட நினைப்பதில்லை. பேச ஆரம்பித்தால் சிந்திக்காமல் உள்ளத்தில் தோன்றுவதை வெளியிடுகிறேன்" என்றேன்.

"ஏதாவது நேரவேண்டும் என்று நான் எதிர்பார்த்தேன்" என்றார் பாதிரியார்.

"என்ன எதிர்பார்த்தீர்கள்? தோல்வியா?"

"இல்லை. அதைவிட என்ன இருக்கிறது. வெற்றிதான் உண்டு. ஆனால், தோல்வியைவிட வெற்றி அதிகமான இன்னல்களை விளைவிக்குமே."

"இருந்தாலும், வெற்றிகிட்டும் என்று நெடுநாளாக எண்ணிக் கொண்டிருந்தேன்."

"நான்கூட அப்படித்தான் எண்ணினேன்."

"இப்போது என்ன ஆகும் என்று நம்ப முடியவில்லையே."

"இரண்டில் ஒன்றுதானே ஆக வேண்டும்?"

"எனக்கு வெற்றியில் நம்பிக்கையில்லை" என்றார் பாதிரி.

"எனக்கும் நம்பிக்கை இல்லை. ஆனால், தோல்வியிலும் எனக்கு நம்பிக்கை இல்லை. இது தேவலை என்று தோன்றினாலும் கூட.

"பின் எதில்தான் உனக்கு நம்பிக்கை?"

"தூங்குவதில்" என்றேன். பாதிரியார் எழுந்தார்.

"நான் இவ்வளவு நேரம் இங்கே தங்கிவிட்டதற்கு வருந்துகிறேன். உன்னிடம் பேசிக்கொண்டிருப்பதில் எனக்கு விருப்பமதிகம்."

"மறுபடியும் பேசுவதில் எனக்கும் விருப்பந்தான்" என்றேன். ஆனால், நான் தூக்கத்தைப் பற்றித்தான் அர்த்தமில்லாமல் கூறினேன்.

நாங்கள் இருவரும் எழுந்து நின்று கைகுலுக்கினோம்.

"நான் இப்போது 317 ஆம் நெம்பரில்தான் இருக்கிறேன்" என்றார் பாதிரியார்.

"நாளைக் காலையில் நான் போர் முனைப்பகுதியில் என் நிலையத்திற்குச் செல்லுகிறேன்."

"அப்படியானால் நீங்கள் திரும்பி வந்ததும் பார்க்கிறேன்."

"நான் சற்றுத்தூரம் உங்களுடன் வருகிறேன்" என்று அவருடன் வாயிற்படி வரையில் சென்றேன்.

"வேண்டாம். நீதான் திரும்பி வந்துவிட்டாயே. உனக்கில்லா விட்டாலும் எங்களுக்கெல்லாம் நீ வந்ததில் சந்தோஷம். நீ சென்று படுத்துக்கொள். நான் போகிறேன். குட்நைட்" என்று சொல்லி பாதிரியார் விடைபெற்றுக்கொண்டார்.

எனக்கு அசாத்தியத் தூக்கம் வந்துவிட்டது.

27

இரவு அறைக்குள் ரெனால்டி நுழைந்தபோது நான் விழித்துக் கொண்டேன். ஆனால், அவன் பேசவில்லை. நான் மறுபடியும் தூங்கிவிட்டேன். அதிகாலையில் வெளிச்சமாவதற்கு முன்பே நான் கிளம்பிவிட்டேன். ரெனால்டி எழுந்திருக்கவில்லை. ஆகையால் அவனிடம் சொல்லிக் கொள்ளாமலே புறப்பட்டேன்.

பையின்ஸிஸ்ஸா பகுதியை நான் முன்பு பார்த்ததில்லை. நான் முன்பு காயமடைந்த இடத்திற்கு அப்பால் அது இருந்தது. ஆஸ்திரியர்கள் இருந்த இடமாகையால் அந்த மலைச்சாரலில் மேலே ஏறஏற எனக்கு எல்லாம் புதுமையாகத் தோன்றிற்று. செங்குத்தாக ஒரு புது சாலை போடப்பட்டிருந்தது. நிறைய லாரிகள் முடங்கிக் கிடந்தன. எங்களுக்கு முன்னால் சாலை சமவெளியில் சென்றுகொண்டிருந்தது. காடுகளும் செங்குத்தான மலைகளும் தெரிந்தன. அதிக சேதம் விளைக்காமல் பிடிபட்ட சில காடுகளும் தென்பட்டன. அதற்கும் அப்பால் குன்றுகளின் பாதுகாப்பில்லாத பகுதிகளில் சாலையில் இரு புறங்களிலும் தட்டிகள் நிறுத்தி அதற்கு மேலும் தட்டிகளால் மறைத்து பந்தல் போட்டதுபோல் இருந்தன. பாழடைந்த ஒரு கிராமத்தில் சாலை முடிவு பெற்றது. இக்கிராமத்தைத் தாண்டி வெகுதூரத்திற்கப்பால் போர்முனைகள் இருந்தன. நாலாபக்கத்திலும் பீரங்கிகள் கிடந்தன. கிராமத்தில் வீடுகளெல்லாம் பலத்த சேதமடைந்திருந்தன. ஆனால், ஏற்பாடுகள் செவ்வையாக இருந்தது தெரியவந்தது. ஆங்காங்கே அடையாளப் பலகைகள் பொருத்தப்பட்டிருந்தன.

நாங்கள் ஜீனோவைக் கண்டுபிடித்தோம். அவன் காப்பி வர வழைத்து எங்களுக்களித்தான். பிறகு அவனுடன் பல பகுதி களுக்குச் சென்று பல பேர்களைச் சந்தித்தேன். ஆங்கிலேயர்களின் ஆம்புலென்ஸ் பைன்ஸிஸ்ஸாவுக்கு மற்றும் கீழ்ப்புறமுள்ள ராவினே என்னுமிடத்தில் வேலை செய்கின்றனவென்றும், அப்போதும் சிறிதளவு குண்டுவீச்சு நடந்துகொண்டிருந்தாலும், காயமுற்றவர்கள் அதிகமில்லையென்றும், ஆனால் மழை ஆரம்பித்து விட்டபடியால் வியாதி அதிகமாகப் பரவி, வியாதியஸ்தர்கள் அதிகமாகக்கூடும் என்றும், ஆஸ்திரியர்கள் தாக்கப் போகிறார்கள் என்று பேசிக் கொள்ளப்பட்டாலும், உண்மையில் அவர்கள் தாக்குவார்கள் என்று தான் நம்பவில்லை என்றும் நாம்கூடத் தாக்கலாம் என்று பேச்சு கள் உலவிக்கொண்டிருக்கின்றன. ஆனாலும் இதற்கு வேண்டிய அதிகப்படியான துருப்புகள் தளவாடங்கள் வந்து சேராததால் அதுவும் நடக்காது என்றும் ஜீனோ அங்குள்ள நிலைமையை

விளக்கிச் சொன்னான். உணவுப் பற்றாக்குறையும் இருந்தது. ஜீனோகூட கொரிஜியாவுக்குச் சென்று வயிறார உண்ணலாம் என்று ஆவலாக இருந்தான். முந்திய இரவு எனக்கு என்ன சாப்பாடு அங்கே அளித்தார்கள் என்று விசாரித்தான். தித்திப்புக்கூட அளிக்கப்பட்டது என்று நான் பொதுவாகச் சொன்னேன். இந்த வார்த்தையைக் கேட்டே அவன் திருப்தியடைந்தான். அது வெறும் கறுப்பு ரொட்டியைக் கொண்டு செய்யப்பட்ட ஒருவகைப் புட்டு என்று விளக்கிக் கூறவில்லை.

என் அணியைச் சார்ந்த இதர லாரிகள் இருந்த காபோ ரிட்டாவைப் பற்றி எனக்குச் சொன்னான் ஜீனோ. அது அழகான சிறிய இடம். அதற்கப்பால் மலைகளும் குன்றுகளும் இருந்தன. ஜீனோ நல்ல மனிதன். எல்லோரும் அவனை நேசித்ததாகவே காணப்பட்டது. ஸான் கேப்ரீல் பகுதியில் மிகவும் கடுமையான போர் நிகழ்ந்த இடத்தையும், அதற்கப்பால் லோம் பகுதியில் நாம் தோல்வியுற்ற இடத்தைப்பற்றியும் சொன்னான். எங்களுடைய முனைக்கு மேலே டேர்னோவா குன்றையொட்டி இருந்த காட்டுப் பகுதியில் ஆஸ்திரியர்கள் ஏராளமாக பீரங்கிகளை வைத்திருந் தார்களாம். இராக்காலங்களில் எங்களுடைய சாலைகளை எல்லாம் பொடிப் பொடியாகத் தகர்த்தனராம். கப்பல் படையில் உபயோகிக் கப்படும் பீரங்கி வகைகளை இங்கே ஆஸ்திரியர்கள் உபயோகித்து மிக்க பீதி விளைவித்தனராம். இந்தப் பீரங்கி வகைகளைப் பற்றி எனக்குத் தெரியும். முதலில் வெடி ஓசை கேட்கும். அடுத்த கணமே குண்டு காற்றில் பறந்து வரும் ஓசை அழுகுரல்போல் கேட்கும். ஆஸ்திரியர்கள் ஒவ்வொரு தடவையும் இரண்டு முறை இந்தப் பீரங்கிகளை அடுத்தடுத்துச் சுட்டனர். குண்டு வெடித்துச் சிதறும் துண்டுகள் மிகப் பெரியவை. ஒரு அடி நீளமுள்ள கருக்குடன் அரிவாள் போன்ற ஒரு எஃகுத் துண்டை ஜீனோ மாதிரிக்காக எனக்குக் காட்டினான். தகரம், தாம்பிரம், ஆன்டிமொனி முதலிய உலோகங்களின் சேர்க்கையால் ஆக்கப்பட்டது போல் இருந்தது அவன் காட்டிய துண்டு.

"அவை அதிகச் சேதம் விளைவிக்கவில்லை என்றே நினைக் கிறேன். ஆனால், அவை எனக்குக் கிலியை உண்டுபண்ணி விட்டன. இந்தக் குண்டுகள் நேராக என்னை நோக்கி வருவதுபோன்ற உணர்ச்சி ஏற்படுத்துகின்றன. ஒரு இடிமுழக்கம், கிரீச்சிடும் சப்தம். இவை கலந்த ஒரு வெடி அதிர்ச்சி உண்டாகும். இது உண்டாக்கும் பீதியினால் ஏற்படும் மரணாவஸ்தையை விட, காயமடைந்து விடுவதே மேல் என்று தோன்றும்" என்றான் ஜீனோ.

எங்களுக்கெதிரில் இப்போது க்ரோஷியா தேசத்தினரும், மாக்யார்களும்தான் ஆஸ்திரியப் படையிலிருந்தனர். எங்கள்

துருப்புகள் எதிரியைத் தாக்குவதற்கு வசதியான இலக்குகளில்தான் இப்போதும் இருந்தார்களெனினும் டெலிபோன் மூலம் பேசக் கம்பிகள் இல்லை. ஆஸ்திரியர் தாக்கினால் பின்னடைய வேண்டு மானால் செல்லுவதற்கும் பாதுகாப்பான ஸ்தலங்களும் இல்லை. தற்காப்புக்காகவும் தாக்குதலைச் சமாளிக்கவும் ஏற்ற இடங்கள் அப்பகுதியில் நிறைய இருந்தபோதிலும் அவற்றை அரண்படுத்த எவ்வித முயற்சியும் செய்யப்படவில்லை. ஆனால் பைன்ஸிஸ்ஸா பகுதியைப்பற்றி நான் ஏமாற்றமடைந்தேன் என்றே சொல்லவேண்டும். ஒரு பீடபூமி போன்ற சமவெளிப் பிரதேசமாக இருக்கும் என்று எதிர்பார்த்தேன். ஆனால் நிறைய சிறுசிறு குன்றுகளடர்ந்த பிரதேசம் தான் அது. நாங்கள் திரும்பி ஜீனோ வசித்த வீட்டிற்குச் சென்றோம். மலை உச்சியில் சமதளமாக ஒரு இடமுமிருந்து அதில் பள்ளத் தாக்கைப் போன்று ஆழமும் இருக்குமேயானால் அந்த இடத்தில் போர்முனை அமைத்து எதிரியின் தாக்குதலைச் சமாளிக்க லகுவாக இருக்குமென்றும், அடுக்கடுக்காக இருந்த சிறு மலைகளைக் காட்டிலும் இவ்வித பீடபூமி சமதளத்திலே போர்முனை இருப்பது மேல் என்றும் தெரிவித்தேன். சாதாரணமான சமவெளியில் போரிடுவதைவிட மலைமீது பீடபூமியில் போரிடுவது ஒன்றும் கடினமில்லை என்று வாதித்தேன். அதெல்லாம் மலைகள் அமைந் திருக்கும் வளைவுகளைப் பொறுத்த விஷயம். உதாரணமாக, ஸான் காப்ரீலில் நம்மால் முன்னேற முடியவில்லையே என்று சுட்டிக் காட்டினான்.

"நீ சொல்லுவது சரி. ஆனால், நம் துருப்புகளுக்கு அங்கே, ஏற்பட்ட நஷ்டமெல்லாம், மலைஉச்சிக்குச் சென்று அங்கு சம பூமியான ஒரு இடத்தை எதிரி பிடித்துக்கொண்டால்தானே. அவர் கள் கடினமின்றி மலை உச்சிக்குச் சென்று விட்டனர் போலிருக் கிறதே"

"அவ்வளவு சுலபமாகச் சொல்லவில்லை."

"சரிதான். இருந்தாலும் அது ஒரு தனி விஷயம். இங்கே மலை உச்சி என்பதைவிட மலைக்கோட்டை என்று சொல்லுவது பொருத்த மாயிருக்கும். ஆஸ்திரியர்கள் இந்த இடங்களைப் பல வருஷங்களாகப் போருக்கென்றே பலப்படுத்தியிருந்தனர்" என்றேன். ராணுவ தந்திர முறைப்படி முன்னாலும் பின்னாலும் போகக்கூடிய இடவசதியுள்ள அடுக்கடுக்கான மலைகளைப் போர்முனையாக அமைத்துக் கொண்டு அதைப் பாதுகாப்பது மிகவும் கடினம். ஏனெனில் போரில் நட மாட்டத்திற்கு இடம் வேண்டும். மலைகளில் இதற்கு வசதி குறைவு. மேலும் மலை உச்சியிலிருந்து கீழே சுட்டால் சாதாரண மாகவே தவறிவிடும். பக்கவாட்டில் எதிரி நம்மை சூழ்ந்துகொண்டால், நம்முடைய சிறந்த துருப்புகள் மலைஉச்சியில் அகப்பட்டுக்

கொள்ளுவார்கள். எனக்கென்னமோ மலைப்பிரதேச யுத்தத்தில் நம்பிக்கையே இல்லை. நான் இதைப்பற்றியெல்லாம் தீவிரமாகச் சிந்தனை செய்தே இந்த முடிவுக்கு வந்திருந்தேன். நாம் ஒரு மலையைப் பிடித்தால் எதிரி மற்றொரு மலையைப் பிடிப்பான். முடிவில் நேருக்கு நேரில் போர் நிகழும்போது எல்லோரும் மலையை விட்டு இறங்கித்தானாக வேண்டும்."

"உங்கள் நாட்டுக்கு மலைகள்தான் எல்லைப்புறம் என்று அமைந்திருந்தால் என்ன செய்வீர்கள்" என்று கேட்டான் ஜீனோ.

"அதைப்பற்றி நான் இன்னமும் சிந்தித்ததில்லை" என்றேன். இருவரும் சிரித்தோம். "ஆனால், பழைய காலத்தில் ஆஸ்திரியர்கள் அடைந்த தோல்விகள் எல்லாம் வெரோனா பகுதியில் ஏற்பட்டவை தானே. எதிரிகள் ஆஸ்திரியர்கள் மலையை விட்டு இறங்கி வரும் வரை காத்திருந்து சமவெளியை அடைந்ததும் நன்றாக அவர்களை உதைத்து அனுப்பினார்கள்" என்றேன்." "ஆமாம். ஆனால் அப்போது ஆஸ்திரியர்களுக்கெதிராக ஃப்ரெஞ்சுக்காரர்கள் போர் புரிந்தார்கள். ஒருவன் அயல்நாட்டில் யுத்தம் செய்து கொண்டிருக்கும் போது வக்கணையாக ராணுவ சூழ்ச்சிகளும் தந்திரங்களும் வகுக்க முடியும்" என்றான் ஜீனோ.

"உண்மைதான். உன் சொந்த நாட்டில் போர் நடந்தால்" நுட்ப மான வகையில் திட்டங்களை வகுக்க முடியாது என்பதை ஒப்புக் கொள்ளுகிறேன்."

"ரஷ்யர்கள் மட்டும்தான் அவ்வாறு செய்து காட்டினார்கள். நெப்போலியனைத் தோற்கடித்தபோது" என்றான் ஜீனோ.

"ஆமாம். ஆனால், ரஷ்யர்களுக்கு நாடு விஸ்தாரமாக இருந்தது. எவ்வளவு தூரம் வேண்டுமானாலும் பின்வாங்கிச் செல்ல முடிந்தது. இத்தாலியில் நெப்போலியனை உள்ளுக்கு இழுத்து முறியடிக்க வேண்டுமானால் நாம் 'பிரிண்டிஸி'க்குத்தான்" போக வேண்டும்.

"நீங்கள் அந்த ஊருக்குப் போயிருக்கிறீர்களா? மிக மோசமான ஊர் அல்லவா?" என்றான் ஜீனோ.

"அங்கேயே தங்குவதற்காகச் செல்லவில்லை."

"நான் தேசாபிமானிதான். இருந்தாலும் பிரிண்டிஸியோ டாரண்டோவோ எனக்குப் பிடிக்கவில்லை."

"இந்த பைன்ஸிஸ்ஸாவை உங்களுக்குப் பிடிக்கிறதா?"

"இது புனிதமான பூமி. இதுமட்டும் இன்னும் கொஞ்சம் உருளைக்கிழங்கு உற்பத்தி செய்து கொடுத்தால் எவ்வளவு நன்றாக இருக்கும். நாம் இங்கே வந்தபோது ஆஸ்திரியர்கள் பயிராக்கிய

உருளைக்கிழங்கு ஏராளமாக வயல்களில் இருந்தது" என்றான் ஜீனோ.

"இங்கே உணவுப்பஞ்சம் அவ்வளவு அதிகமாகவா இருக்கிறது?"

"எனக்கே வயிறு நிறைய உண்பதற்கு எப்போதுமே கிடைத்ததில்லை. நான் பெருந்தீனிக்காரன்தான். ஆனாலும் நான் பட்டினி கிடக்கவில்லை. இங்கே சாப்பாட்டு விடுதி சுமாராகத்தான் இருக்கிறது. போர்முனையிலிருக்கும் சேனைத் தளத்திற்கு மட்டும் நல்ல உணவு கொடுக்கப்படுகிறது. அவர்களுக்குப் பின்னாலிருந்து உதவி செய்யும் படையணிகளுக்கு அவ்வாறு ஒன்றும் கிடைப்பதில்லை. நிர்வாகத்தில் ஏதோ ஊழல் என்றுதான் சொல்லவேண்டும். துருப்புகளுக்கு நிறைய சாப்பாடு வேண்டாமா?"

"கள்ளத்தனமாக உணவுப் பொருள்களையெல்லாம் வெளியில் எங்கோ விற்றுவிடுகிறார்களாமே?"

"ஆமாம், முன்னணியிலுள்ள துருப்புகளுக்கு வேண்டிய மட்டும் எல்லாம் கொடுக்கிறார்கள். பின்னால் உள்ளவர்களுக்கு ஒன்றும் கிடைப்பதில்லை. இவர்கள் ஆஸ்திரியர்கள் பயிராக்கிய உருளைக் கிழங்கை எல்லாம் சாப்பிட்டார்கள். அவர்களுக்கு நிறைய உணவு அளிக்கப்படவேண்டும். நாமெல்லாம் நன்றாகச் சாப்பிடுபவர்கள். உணவு நிறையத்தான் இருக்கிறதென்று நினைக்கிறேன். துருப்புகள் சாப்பாடு இல்லை என்றால் என்ன செய்வார்கள். உணவு இல்லையென்றால் இங்கே நிலைமையில் எப்படி மாறுதல் ஏற்படுகிறதென்று நீங்கள் கவனித்திருக்கிறீர்களா?"

"கவனித்திருக்கிறேன். போரில் அது நிச்சயமாகத் தோல்வியில் தான் கொண்டுவிடும்."

"தோல்வியைப் பற்றி நாம் பேசக்கூடாது. ஏற்கனவே தோல்வியைப்பற்றி வேண்டிய மட்டும் பேசிக் கொள்ளுகிறார்கள். இந்தக் கோடையில் இங்கு நடந்ததெல்லாம் வியர்த்தமாகவா முடியும்?"

நான் ஒன்றும் பேசவில்லை. புனிதமான, கீர்த்தியான, தியாகம் புரிந்த, வியர்த்தமாக என்றெல்லாம் வார்த்தைகள் வீசப்படும்போது எனக்குக் குழப்பம்தான் உண்டாகிறது. மழையில் நனைந்து கொண்டு அணியாக நின்று காதில் கூடச் சரிவர விழாதபடி எங்கிருந்தோ காற்றில் ஓசை மட்டும் கேட்கும் வகையில் 'இம்மாதிரி வார்த்தைகளை யாரோ கத்திக் கொண்டிருப்பதை நாங்கள் அடிக்கடிக் கேட்டிருக்கிறோம். பிரகடனங்களிலும், அறிக்கைகளிலும் சுவரொட்டிகளிலும் இவ்வார்த்தைகளை எல்லாம் நீண்ட நாட்களாகப் பார்த்திருக்கிறோம், படித்திருக்கிறோம். ஆனால், நடைமுறையில் புனிதமானது என்று ஒன்றையும் நான் காணவில்லை. கீர்த்தியானது என்று கருதப்பட்ட எதிலும் எவ்வகை கீர்த்தியையும் காணவில்லை. தியாகத்தைப்

பற்றிச் சொல்ல வேண்டியதே இல்லை. குழிதோண்டிப் புதைப்ப தற்கு மட்டுமே மாமிசப் பிண்டங்கள் சிகாகோ நகரத்துக் கிடங்கு களில் மலை மலை அருகதையுள்ளயாகக் குவிந்து கிடந்த மாதிரி தான் இங்கே செய்யும் தியாகத்தின் நிலைமையும். இதைப்போல் இன்னும் எத்தனையோ வெறும் வார்த்தைகள் காதில் கேட்பது நாராசம்போல் இருக்கும். முடிவில் கௌரவத்துடன் விளங்கிய தெல்லாம் ஊர்ப் பெயர்கள்தான்; சில எண்களும் அதேபோலத்தான். குறிப்பிட்ட சில தேதிகளும் அவ்வாறே. இந்தத் தேதிகளும் ஊர்ப் பெயர்களும்தான் முடிவாகச் சொல்லப்படும். அவைகளுக்குத்தான் பொருள் உண்டு.

கீர்த்தி, கௌரவம், தீரம், புனிதத்துவம் முதலிய பொருளற்ற வார்த்தைகளெல்லாம் பொருள் கொண்டு அர்த்தத்துடன் விளங்கும் ஊர்ப்பெயர்கள், சாலைகளின் பெயர்கள், நதிப் பெயர்கள், படை அணி எண்கள், தேதிகள் முதலியவைகளுடன் உச்சரிக்கப்படும் போது தகாத வார்த்தைகளாகவே காணப்படும். ஜீனோ ஒரு தேசாபிமானி. அதனால் அவன் கூறிய வார்த்தைகள் எனக்கும் அவனுக்குமிடையே சில சமயம் வேற்றுமையை ஏற்படுத்தின. எனினும் அவன் மிகவும் நல்லவன்தான். தேசாபிமானியாதலால் அவன் கூறியவற்றிற்காக நான் வருந்தவில்லை. அவன் இத்தாலியில் பிறந்தவன். தேசாபி மானம் இருக்கவேண்டியதுதான். அவன் பெருஸ்ஸியுடன் வண்டி யில் புறப்பட்டு கொரிஜியாவுக்குச் சென்றான்.

அன்று முழுதும் புயல் வீசியது. காற்று வேகத்தில் எங்கேயோ பெய்ய வேண்டிய மழை இங்கே பொழிந்து எங்கு பார்த்தாலும் சேறும் தண்ணீரும் தேங்கிக் கிடந்தன. பாழடைந்த வீடுகளின் மேற்பூச்செல்லாம் ஈரமாயிருந்தது. பிற்பகல் வெகுநேரம் கழித்துத் தான் மழை நின்றது. என்னுடைய இரண்டாவது நிலையத்திலிருந்து பார்த்தபோது அந்தப் பள்ளத்தாக்கு பூராவும் மேகம் சூழ்ந்து காணப்பட்டது. சாலையை மறைத்த வைக்கோல் தட்டிகளெல்லாம் நனைந்து நீர் சொட்டிக் கொண்டிருந்தது. சூரியன் கொஞ்ச நேரம் வெளியே தெரிந்தது. பிறகு அஸ்தமனமாகி விட்டது. ஆஸ்திரியா பகுதியில் தெரிந்த காடுகளில் மட்டும் கொஞ்சம் மஞ்சள் வெய்யில் படர்ந்திருந்தது. அங்கெல்லாம் ஆஸ்திரியர்களுடைய பீரங்கிகள் நிறைய இருந்தாலும் ஒன்றிரண்டு மட்டுமே அவ்வப்போது முழங்கின. போர்முனைக்கடுத்த ஒரு பண்ணை வீட்டுப் புறமாக திடீரென்று ஒரு குண்டு வெடித்து மஞ்சள் நிறப் புகைப் படலத்தின் மத்தியில் மின்னல்போன்ற ஒளி, மேலே எழுந்ததைப் பார்த்தேன். முதலில் பளிச்சென்று ஒரு ஒளி, பிறகு வெடிக்கும் ஓசை, பிறகு புகைப்படலம் காற்றில் சிதறி மறைந்தது. பாழடைந்த வீட்டுப் புறங் களிலும் சாலையிலும், என்னுடைய இரண்டாவது நிலையமிருந்த

இடத்திற்குப் பக்கத்திலும் குண்டு சிதறிய இரும்புத் துண்டுகள் பல கிடந்தன. அன்று மாலை என் நிலையத்தின் பக்கம் குண்டு ஏதும் விழவில்லை. நாங்கள் இரண்டு வண்டிகளில் பளுவு ஏற்றிக்கொண்டு வைக்கோல் தட்டி மூடியிருந்த சாலை வழியே சென்றோம். தட்டி இடுக்குகளின் வழியே அஸ்தமனத்தின் சூரிய வெளிச்சம் காணப் பட்டது. அந்த இடத்தைவிட்டு சாலையின் மறுபுறம் செல்லும் முன்னே இருட்ட ஆரம்பித்தது. மழையும் பெய்யத் தொடங்கிற்று.

இரவு காற்றின் வேகமும் அதிகரித்தது. விடியற்காலம் சுமார் மூன்று மணிக்கு மழை தாரை தாரையாகப் பெய்து கொண்டிருந்த சமயம் எதிர்த்தாக்குதல் ஆரம்பித்தது. க்ரோஷிய நாட்டினர் மலைப்பகுதிகளிலிருந்து பாய்ந்து மலைச்சாரல் புல்வெளிகளைத் தாண்டி சிறு சிறு மரத் திட்டுகளிடையே புகுந்து புகுந்து எங்களு டைய போர்முனைக்கெதிரில் வந்துவிட்டனர். ஏற்கனவே பீதி யடைந்திருந்த எங்களுடைய சைன்யத்தின் எதிர்த்தாக்குதலை அவர்கள் அந்த இருட்டிலேயே சமாளித்துவிட்டனர். ஆனால், இரண்டாவது பின் அணியில் இருந்த எங்கள் படை அவர்களை முன்னேறவிடாமல் தடுத்து விரட்டியடித்தது. குண்டு வீச்சுகள் பலமாக இருந்தன. பறக்கும் வெடிகுண்டும், பீரங்கி முழக்கமும், துப்பாக்கி ஓசையும் அந்த முனை நெடுகிலும் கேட்டுக்கொண்டே இருந்தன. விரட்டி அடிக்கப்பட்டவர்கள் திரும்பி வரவில்லை. கொஞ்சம் அமைதி நிலவியது. புயற்காற்றின் ஓசைக்கும் மழை பொழியும் ஓசைக்குமிடையில் எங்கள் பகுதிக்கு வடக்கே வெகு மும்முரமாகத் தாக்குதல் நடந்து கொண்டிருக்கும் சப்தம் கேட்டது!

காயமடைந்தவர்கள் என் நிலையத்தில் குவியத் தொடங்கினர். ஸ்ட்ரெச்சர்களில் கொண்டு வரப்பட்டவர் சிலர்; தாங்களாகவே நடந்து வந்தவர் சிலர்; வயல்களிலிருந்து சிப்பாய்களால் தங்கள் முதுகில் சுமந்து எடுத்து வரப்பட்டவர் சிலர். எல்லோரும் முற்றிலும் நனைந்து கிலிப்பிடித்துப் போயிருந்தனர். ஸ்ட்ரெச்சரில் வந்தவர் களை மட்டும் நான் இரண்டு லாரிகளில் ஏற்றிக்கொண்டேன். கதவைச் சாத்திவிட்டு ஆசனத்தில் உட்கார்ந்தபோது எனது முகத்தின் மீதிருந்த மழைத்துளிகள் பனியாக மாறுவதை உணர்ந்தேன். கன மான பனித் துகள்கள் காற்று வேகத்தில் வேகமாக விழுந்து கொண்டிருந்தன.

உதயமான பிறகும்கூட புயலடித்துக் கொண்டே இருந்தது. ஆனால், உறைபனி நின்றுவிட்டது. தரையில் விழுந்ததும் பனித் துகள்கள் நீராக மாறின. முற்பகலில் மற்றொரு தாக்குதல் நடந்தது. ஆனால், இதுவும் வெற்றி பெறவில்லை. நாள் பூராவும் இப்படித் தான் தாக்குதல் இருக்கும் என்று நினைத்தோம். அதுவேயொழிய மேற்கொண்டு ஒன்றும் நிகழவில்லை. சூரிய அஸ்தமனமானபின்

நாங்களிருந்த இடத்திற்குத் தெற்கே மலைக்குன்றுக் காட்டிலிருந்து தாக்குதல் ஆரம்பித்தது. இங்கேதான் ஆஸ்திரியர்கள் பீரங்கிகளை ஏராளமாக வைத்திருந்தனர். இவற்றிலிருந்து மும்முரமான பீரங்கித் தாக்குதலை எதிர்பார்த்தோம். ஆனால், ஒன்றும் நிகழவில்லை இருட்டிவிட்டது. பீரங்கிகள் மட்டும் எதிரே கிராமத்திற்குப் பின்னால் வயல்களிலிருந்து முழங்கின. குண்டுகள் எல்லாம் இலக்குத் தவறி சிதறி விழுந்தன.

தெற்குப் பகுதித் தாக்குதல்கூட வெற்றி பெறவில்லை என்று பின்னால் தெரியவந்தது. அன்றிரவு தாக்குதல் ஏதும் நிகழவில்லை. ஆனால், வடபகுதியில் அவர்கள் முன்னேறிவிட்டனர் என்றும் நாங்கள் பின்வாங்கத் தயாராக இருக்க வேண்டுமென்றும் இரவு செய்தி கிடைத்தது. எங்கள் நிலையத்திலிருந்த காப்டன் இதை என்னிடம் சொன்னார். அவருக்குப் படைத் தலைவரிடமிருந்து கிடைத்த சமாசாரம் இது. சிறிது நேரத்திற்கெல்லாம் அவரே டெலி போனில் பேசிவிட்டு முன்னால் கேட்ட செய்தி புளுகு என்றும் என்ன நேர்ந்தாலும் பைன்ஸிஸ்ஸா முனையை பாதுகாத்தே ஆகவேண்டுமென்று சேனைத்தலைவருக்கு மேலிடத்திலிருந்து உத்தரவு வந்திருப்பதாயும் சொன்னார். வடபகுதியில் முன்னேறி விட்டார்கள் என்ற செய்தியைப் பற்றிக் கேட்டேன். காபோரிட்டா பகுதியில் இருபத்து ஏழாவது படை அணியைத் தகர்த்து ஆஸ்திரி யர்கள் முன்னேறினர் என்று படைத்தலைவரிடமிருந்து தானும் கேள்விப்பட்டதாகக் காப்டன் சொன்னார். வடக்கே நாள் பூராவும் மும்முரமாகப் போர் நடந்து கொண்டிருந்தது.

“அந்தக் கீழ்தரப் பயல்கள் ஆஸ்திரியர்களை முன்னேற விட்டு விட்டால் நம்முடைய கதி அதோகதிதான்,” என்றார்.

“தாக்குதலை நடத்துபவர்கள் ஜெர்மானியர்கள் என்றார். அருகிலிருந்த ஒரு டாக்டர், “ஜெர்மானியர்” என்ற வார்த்தையே பீதியை விளைவிக்கப் போதுமானது. ஜெர்மானியருடன் எவ்வித விவகாரமும் வைத்துக்கொள்ள நாங்கள் விரும்பவில்லை.

“பதினைந்து படைகள் கொண்ட ஜெர்மானிய சேனை தாக்கு தலில் ஈடுபட்டுள்ளது” என்று அந்த டாக்டர் கூறினார். “அவர்கள் வடக்கே முன்னேறிவிட்டனர். நாம் சீக்கிரமே துண்டிக்கப்பட்டு விடுவோம்.”

“காரியாலயத்திலிருந்து இந்த முனையை எப்படியும் பாது காத்தாக வேண்டும் என்று படைத்தலைவர் உத்தரவு பிறப்பித்திருக் கிறாரே. எதிரியின் முன்னேற்றம் சிறந்த முறையில் இல்லை என்றும், நாம் மான்டிமாக்கியோரிலிருந்து குறுக்காக மலைப்பகுதிக்கு

ஒரு முனையில் நிலைத்து நிற்கவேண்டும் என்றும் சொல்லுகிறார்கள்” என்றார் காப்டன்.

“இந்தச் சமாசாரம் எங்கிருந்து கிடைத்தது அவர்களுக்கு?”

“படைத்தலைவரிடமிருந்து.”

“அவரிடமிருந்துதானே சற்று நேரத்திற்கு முன் நாம் பின்வாங்கத் தயாராக இருக்கவேண்டுமென்று செய்தி கிடைத்ததாகச் சொன்னீர் கள்” என்று டாக்டர் கேட்டார்.

சந்தேகத்தைத் தீர்த்துக்கொள்ள நான் குறிப்பாகக் கேட்டேன். “நாங்கள் படைப் பகுதியின் தலைமையில் வேலை செய்கிறோம். ஆனால் இங்கே நான் உங்கள் உத்தரவுக்குக் கீழ்ப்படிந்து பணி யாற்றுகிறேன். ஆகையால், நீங்கள் என்னைப் பின்வாங்கிச் செல் என்றால் போகிறேன். எப்படியும் உத்தரவுகளைச் சந்தேகத்திற்கிட மில்லாமல் கொடுக்கவும்.”

“எனக்குக் கிடைத்திருக்கும் உத்தரவுப்படி நாம் இங்கேயே இருக்க வேண்டும். இங்கே அடிபட்டவர்களை எல்லாம் திரட்டிக் கொண்டு அவர்களை அனுப்பிவைக்கவேண்டிய ஸ்தலத்திற்கு நீங்கள் கொண்டு சேர்க்க வேண்டும்” என்றார் காப்டன் திட்டமாக.

“விநியோகிக்கும் நிலையத்திலிருந்து நேராக போர்முனை ஆஸ்பத்திரிகளுக்கு அடிபட்டவர்களைச் சிலசமயம் அனுப்புவது முண்டு. எனக்குச் சற்று விளக்கமாகச் சொல்லுங்கள். படை பின் வாங்குவதை நான் பார்த்து அனுபவமில்லை. பின்வாங்க வேண்டு மானால் அடிபட்டவர்களை எப்படி இங்கிருந்து அப்புறப்படுத்து வது?” என்று நான் கேட்டேன்.

“அவர்களை அப்புறப்படுத்துவதில்லை. எத்தனை பேர்களை எடுத்துச் செல்ல முடியுமோ அவர்களை ராணுவத்தினரே எடுத்துச் செல்வார்கள். மற்றவர்களை அப்படியே விட்டுவிடுவார்கள்.”

“ஆம்புலென்ஸ் வண்டிகளில் நான் என்ன ஏற்றிச் செல்ல வேண்டும்?”

“ஆஸ்பத்திரிச் சாமான்களை”

“சரி, அப்படியே” என்றேன்.

அடுத்த நாள் இரவு பின்வாங்குதல் ஆரம்பமாயிற்று. வடக்கே ஆஸ்திரியர்களும் ஜெர்மானியரும் எங்கள் அரண்களைத் தகர்த்துப் பள்ளத்தாக்குகளைக் கடந்து ஸிவிடேல், ஊடைன் என்னும் நகரங்களை நோக்கி வந்து கொண்டிருக்கின்றனர் என்று எங்களுக்குச் செய்தி கிடைத்தது. நாங்கள் ஒழுங்காகவே பின்வாங்கினோம். பயனற்ற கோபத்துடன் சேற்றிலும் தண்ணீரிலும் நனைந்து சென்றோம். இரவில் மெதுவாக எங்கள் வண்டிகள் சென்றன. வழியெல்லாம்

மழையில் பீரங்கிகளும் குதிரை இழுத்துச் சென்ற வண்டிகளும் சுமைக் கழுதைகளும் மோட்டார் டிரக்குகளும் போர்முனையிலிருந்து பெருவாரியாகச் சென்று கொண்டேயிருந்தன. தாக்குதலின்போது இருந்த கலவரத்தைவிடப் பின்வாங்குவதில் அதிகக் கலவரத்தைக் காணவில்லை.

குண்டுவீச்சு அதிகமில்லாத கிராமப்பகுதிகளில் நிர்மாணிக்கப் பட்டிருந்த போர்முனை ஆஸ்பத்திரிகளிலிருந்த சாமான்களைக் காலி செய்ய நாங்கள் அன்றிரவு பூராவும் உதவினோம். அடிபட்ட வர்களை எல்லாம் நதிப்படுக்கையில் கீழே இருந்த பலாவா என்னு மிடத்திற்குக் கொண்டு சேர்த்தோம். மறுநாள் பூராவும் பலாவாவி லிருந்து ஆஸ்பத்திரிச் சாமான்களை அப்புறப்படுத்துவதில் கழிந்தது. இடைவிடாது மழை பெய்து கொண்டே இருந்தது. பைன்ஸிஸ்ஸாவி லிருந்த படை பீடபூமியை விட்டு அந்த அக்டோபர் மழையில், முன்னம் வஸந்த காலத்தில் வெற்றிகிட்டிய ஆற்றுப் பகுதி வழியே பின்வாங்கிச் சென்றது. மறுநாள் பகல் நாங்கள் கொரிஜியாவை அடைந்தோம். மழை அப்போதுதான் ஓய்ந்தது. நகரம் முழுவதும் காலியாக இருந்தது. தெருக்கள் வழியே சென்றபோது விபச்சார விடுதியிலிருந்த பெண்களையெல்லாம் ராணுவத்தினர் லாரிகளில் ஏற்றிக் கொண்டிருந்தனர். ஏழு பெண்கள் கோட்டும் தொப்பியும் அணிந்து கையில் சிறு தோல்பெட்டிகளுடன் இருந்தனர். இருவர் அழுது கொண்டிருந்தனர். மற்றவர்களில் ஒருத்தி எங்களைப் பார்த்துச் சிரித்தாள். இவர்களெல்லாம் சிப்பாய்களுக்கான விடுதியி லிருந்தவர்கள். அதிகாரிகளின் விடுதியிலிருந்தவர்கள் அதிகாலை யிலேயே சென்றுவிட்டதாகத் தெரிந்தது. எல்லோரும் கோனிக்லி யானோவுக்குப் போனார்களாம்.

"நாம் அந்தப் பெண்களுடன் சென்றால் மிகவும் உல்லாசமாக இருக்கும்," என்றான் நான் அமர்ந்திருந்த ஆம்புலென்ஸ் டிரைவர் போனெல்லோ.

"இல்லாவிட்டால் கூட நம்முடைய இந்தப் பயணம் உல்லாச மாகத்தானிருக்கும்" என்றேன் நான்.

"உல்லாசமாகவா? இந்தப் பிரயாணம் நமக்கு நரகத்திற்குச் செல்லுவதை ஒத்திருக்கும்."

"அதைத்தான் நான் சொன்னேன்." இதற்குள் எங்கள் வண்டி கள் எல்லாம் நான் முன்னம் வசித்த விடுதிக்கு வந்து சேர்ந்தன.

"இந்தச் சிறுக்கிகளெல்லாம் வண்டியில் ஏற்றப்படும் போது நான் அங்கே இருந்தால் நன்றாக இருக்கும்," என்றான் போனெல்லோ.

"அவர்கள் எல்லோரும் லாரியில் ஏறுவார்களா?"

"நிச்சயமாக. இரண்டாவது சேனையிலுள்ளவர்களுக்கெல்லாம் இந்த விடுதித் தலைவியைத் தெரியும். தலைமைத் தாயார் என்று அவளுக்கு அவர்கள் அன்புடன் பட்டம் சூட்டியிருந்தனர். விடுதியி லிருந்த பெண்கள் எல்லாம் புதியவர்கள். பின்வாங்குதலுக்கு முன்புதான் அவர்கள் அங்கு வந்திருக்க வேண்டும்" என்றான் போனெல்லோ.

"அந்தப் பெண்கள் லாரியில் இருக்கும் டிரைவர் கோலாகல மாகவே இருப்பார்."

"நிச்சயமாக குஷியாகத்தான் இருப்பார். நான் அங்கு இருந் தால் நானும் குஷியாகத்தான் இருப்பேன். இப்போது பணம் கொடுக்காமலே தமாஷாக இருக்கலாமே. மற்ற நாட்களில் எங்களிடம் அதிகக் கட்டணம் வசூலித்து விடுகின்றனர். அரசாங்கத் திற்குத் தெரிந்தே இதெல்லாம் நடக்கிறது."

"வண்டிகளை எல்லாம் எடுத்துச் சென்று பட்டறையில் நன்கு சரிபார்த்து வாருங்கள். எண்ணெய் போட்டுக் கொள்ளுங்கள். பெட்ரோல் நிறையப் போட்டுக்கொள்ளுங்கள். எல்லாம் முடித்துக் கொண்டு சிறிது தூங்குங்கள். பிறகு கிளம்பவேண்டும்" என்று டிரைவர்களுக்கு உத்தரவு கொடுத்தேன். 'அப்படியே ஆகட்டும்' என்று சொல்லி அவர்கள் சென்றனர்.

எங்கள் விடுதி காலியாக இருந்தது. ஆஸ்பத்திரி அங்கிருந்து மாற்றப்பட்ட போது, அதனுடன் ரெனால்டியும் சென்று விட்டிருந் தான். ஆஸ்பத்திரிச் சிப்பந்திகளை மேஜர் தன்னுடைய மோட்டாரில் அழைத்துச் சென்றுவிட்டார். ஜன்னலின் மீது எனக்கு ஒரு சீட்டு எழுதி ஒட்டப்பட்டிருந்தது. அங்கே ஹாலில், குவித்துக்கிடந்த சாமான்களை ஏற்றிக்கொண்டு போர்டினேன் என்னும் ஊருக்கு ஓட்டிச் செல்லும்படி எழுதியிருந்தது. டிரைவர்கள் எல்லோரும் போய்விட்டனர். நான் வண்டிகள் பழுதுபார்க்குமிடத்திற்குச் சென்றேன். அப்போதுதான் இதர வண்டிகளும் அங்கு வந்தன. மழை திரும்பவும் பெய்ய ஆரம்பித்தது.

"எனக்கு ஒரே தூக்கம். பலாவாவிலிருந்து இங்கே வருவதற்குள் மூன்று முறை தூங்கி விழுந்தேன்" என்றான் ஒரு வண்டியின் டிரைவர் பியானி. "இப்போது என்ன செய்ய வேண்டும் டெனன்டி?" என்று கேட்டான்.

"நாம் எண்ணெய் மாற்றிக்கொண்டு வண்டியைப் பழுது பார்த்துவிட்டு, பெட்ரோல் நிரப்பியபின் இந்த ஆஸ்பத்திரிக்குள்ளே குவித்து வைத்துள்ள தட்டுமுட்டுச் சாமான்களை எடுத்துக்கொள்ள வேண்டும்.

"பிறகு உடனே நாம் புறப்பட வேண்டுமா?"

"வேண்டாம், மூன்று மணி நேரம் தூங்கலாம்."

"ஆண்டவனே, தூங்குவதற்கு உத்தரவு கொடுத்தீர்களே. என்னால் விழித்துக்கொண்டு வண்டி ஓட்டவே முடியாது" என்றான் அந்த டிரைவர் போனெல்லோ.

"உன் வண்டி எப்படி இருக்கிறது அயிமோ" என்று மூன்றாவது வண்டியின் டிரைவரைக் கேட்டேன்.

"நன்றாகவே உள்ளது."

"எனக்கு ஒரு அழுக்குச் சட்டை கொடு. அதற்கு மாறாக உனக்கு எண்ணெய் ரொப்பித் தருகிறேன்."

"அதெல்லாம் ஒன்றும் நீங்கள் செய்ய வேண்டாம், டெனன்டி. நீங்கள் போய் உங்கள் சாமான்களை எல்லாம் கட்டி வையுங்கள்", என்றான் அயிமோ.

"என் சாமான்கள் தயாராகவே இருக்கின்றன. வண்டிகளை சரிபார்த்துக்கொண்டு விடுதிவாயிலுக்கு எடுத்து வாருங்கள். சாமான்களை ஏற்றிவிடுவோம்."

அவர்கள் வண்டிகளை ஒவ்வொன்றாக விடுதி வாயிலுக்குக் கொண்டு வந்தனர். சாமான்களை ஏற்றினோம். எல்லாம் முடிந்ததும் மூன்று வண்டிகளும் வரிசையாக நின்றன. நாங்கள் விடுதிக்குள் நுழைந்தோம்.

"சமையல் கட்டில் நெருப்புமூட்டி உங்களுடைய நனைந்த துணிமணிகளை உலர்த்திக்கொள்ளுங்கள்" என்று டிரைவர்களிடம் சொன்னேன்.

"உலர்ந்த உடைகள் வேண்டுமென்கிற அக்கறையில்லை எனக்கு. நான் தூங்க வேண்டும்" என்றான் பியானி.

"மேஜருடைய மெத்தையின்மீது நான் படுத்துத் தூங்கப் போகிறேன்", என்றான் போனெல்லோ.

"நான் எங்கே தூங்குவது என்கிற கவலையில்லை," என்றான் பியானி.

கதவைத் திறந்து அங்கே வேறு இரண்டு மெத்தைகளிருந்ததை அவர்களுக்குக் காண்பித்தேன். அந்த இரண்டு டிரைவர்களையும் அவற்றில் படுத்துத் தூங்குமாறு சொன்னேன். நானே அவர்களை எழுப்பி விடுவதாகக் கூறிவிட்டு நானும் நித்திரைக்குச் சென்றேன்.

"அதிகநேரம் தூங்கிவிடாதீர்கள். அப்புறம் ஆஸ்திரியர்கள் தான் வந்து உங்களை எழுப்புவார்கள்" என்று போனெல்லோ என்னை எச்சரித்தான். அயிமோ சமையற்கட்டிற்குள் சென்றான். நானும் அங்கே நுழைந்தேன். அவன் அடுப்பில் நெருப்பு மூட்டி அதில் ஒரு கெட்டில் நீரைச் சூடு செய்துகொண்டிருந்தான்.

 நற்றிணை பதிப்பகம் • 209

"ஏதாவது ரொட்டி அடை மாதிரி செய்யலாமா என்று எண்ணிக் கொண்டிருந்தேன். தூங்கி எழுந்ததும் பசி எடுக்குமே" என்றான் அயிமோ.

"ஏன், உனக்குத் தூக்கம் வரவில்லையா, பார்த்தோலோமியோ."

"அவ்வளவு அதிக தூக்கம் தேவையில்லை. நீர் கொதிக்க ஆரம் பித்ததும் நான் எழுந்து வந்துவிடுகிறேன். நெருப்புத் தானாகவே அணைந்துவிடும்."

"நீ போய்ப் படுத்துத் தூங்குவது நல்லது. நம்மிடம் வெண் ணெயும் வேகவைத்த மாமிசமும் இருக்கின்றன. எழுந்ததும் அவற்றைச் சாப்பிடலாம்."

"இது நல்லதுதான். அந்தச் சண்டைக்காரப் பயல் இருவருக்கும் ஏதாவது சூடாக இருந்தால்தான் சற்று அமைதியுடனிருப்பார்கள். நீங்களும் போய்ப் படுத்துக் கொள்ளுங்கள். மேஜருடைய அறையில் மெத்தை காலியாக இருக்கிறது. அதில் படுத்துக் கொள்ளுங்கள்" என்றான்.

"அது வேண்டாம், என்னுடைய அறைக்கே நான் போகிறேன். நீ கொஞ்சம் மது சாப்பிடுகிறாயா, பார்த்தலோமியோ?"

"நாம் புறப்படும்போது கொடுங்கள். இப்போது அது எனக்குத் தேவை இல்லை" என்றான்.

"மூன்று மணி நேரத்திற்குப்பின் விழித்துக்கொண்டு நான் உன்னைக் கூப்பிடவில்லையானால் நீயே என்னை வந்து எழுப்பி விடு" என்றேன்.

"என்னிடம் கடியாரம் ஒன்றுமில்லையே."

"மேஜர் அறையின் சுவரில் ஒரு கடிகாரம் இருக்கிறது."

"சரி, போய்ப் படுத்துக் கொள்ளுங்கள்."

ரெனால்டியுடன் நான் வசித்த என் அறைக்கு இறங்கிச் சென்றேன். வெளியில் மழை பெய்து கொண்டிருந்தது. ஜன்னல் களைத் திறந்து வெளியே நோக்கினேன். இருட்டாக இருந்தது. மூன்று லாரிகளும் வரிசையாக மரத்தின்கீழ் நின்றுகொண்டிருந்தன. மரங்களிலிருந்து மழைத்தண்ணீர் சொட்டிக் கொண்டிருந்தது. ரெனால்டியின் படுக்கை மீதில் சாய்ந்த வண்ணம் அப்படியே தூங்கி விட்டேன்.

புறப்படுவதற்கு முன்னால் சமையலறையில் நாங்கள் உணவு எடுத்துக் கொண்டோம். அயிமோ ஒரு கிண்ணம் நிறைய ஸ்பாஜ் ஜெட்டியும், டப்பா மாமிஸமும் கலந்து வெங்காயம் நறுக்கிப் போட்டு ஒரு கலப்பு உணவைத் தயார் செய்திருந்தான். நாங்கள் எல்லோரும் மேஜையில் வட்டமாக உட்கார்ந்து அங்கே விடுதியில்

அவர்கள் விட்டுச் சென்றிருந்த இரண்டு புட்டி மதுவைக் காலி செய்தோம். வெளியே இன்னமும் மழை பெய்து கொண்டிருந்தது. பியானிக்குத் தூக்கம் நன்றாகத் தெளியவில்லை.

"முன்னேறித் தாக்குவதை விடப் பின்வாங்குவதுதான் எனக்குப் பிடித்திருக்கிறது. பின்வாங்கித் திரும்பும்போது குடிக்க 'பார்பெரா' மது கிடைக்கிறதே" என்றான் போனெல்லோ.

"அதை இப்போது குடித்துத் தீர்த்துவிடுவோம். நாளைக்கு நமக்குக் குடிக்க மழைத்தண்ணீர்தான் கிடைக்கலாம். யார் கண்டது?" என்றான் அயிமோ,

"நாளை நாம் ஊடைன் நகருக்குச் சென்று விடுவோம். அங்கே 'ஷாம்பெய்ன்' குடிக்கலாம். பின்தங்கிச் செல்லுவோர்களெல்லாம் அங்கேதான் இருக்கிறார்கள். ஏய், பியானி, விழித்துக்கொள். நாளைக்கு நாம் ஊடைனில் ஷாம்பெய்ன் சாப்பிடலாம்" என்றான் போனெல்லோ.

"நான் விழித்துக்கொண்டுதானிருக்கிறேன்" என்றான் பியானி. ஒரு தட்டில் ஸ்பாஜ்ஜெட்டியை நிரப்பிக்கொண்டு, 'கொஞ்சம் டொமட்டோ குழம்பு கிடைக்கவில்லையா, அப்பா, பார்த்தோ?" என்று கேட்டான்.

"இங்கு எங்கும் காணவில்லை."

"நாளைக்கு ஊடைனில் ஷாம்பெயின் சாப்பிடலாம்" என்றான் போனெல்லோ. அப்போதைக்கு பார்பெரா மதுவைத் தன் தம்ளரில் ஊற்றிக்கொண்டான்.

"நீங்கள் சரிவரச் சாப்பிட்டீர்களா, டெனன்டி" என்று பரிவுடன் வினவினான் அயிமோ.

"நான் வேண்டிய மட்டும் சாப்பிட்டேன். அந்தப் புட்டியை நகர்த்து, பார்த்தாலமியோ" அவன் நகர்த்தினான். மேலும் கொஞ்சம் மது அருந்தினேன்.

"நாம் வண்டியில் எடுத்துச் செல்ல இன்னும் மூன்று புட்டிகள் வைத்திருக்கிறேன்" என்றான் அயிமோ.

"நீங்கள் தூங்கினீர்களா இல்லையா?" என்று போனெல்லோ என்னைக் கேட்டான்.

"எனக்கு அதிகத் தூக்கம் தேவையில்லை. சிறிது தூங்கினேன்.

"நாளை நாம் ஒருகால் ராஜாவின் பஞ்சணையிலேயே தூங்கலாம்" என்றான் போனெல்லோ. அவன் இப்போது உற்சாகத்துடனிருந்தான்.

"என் பக்கத்தில் பஞ்சணைமீது ராணிகூட இருப்பாள்." என்று மேலும் கூறிவிட்டு இந்த ஹாஸ்யத்தை நான் ரசிக்கிறேனா என்று என்னைக் கவனித்தான்.

"வாயை அடக்கு. கொஞ்சம் மது சாப்பிட்ட உடனே உனக்குத் தலைகால் புரியவில்லை" என்று நான் கண்டித்தேன். வெளியே இன்னமும் மழை கனமாகவே பெய்துகொண்டிருந்தது. கடியாரம் மணி ஒன்பதரை காட்டிற்று.

"நாம் எல்லாவற்றையும் முடித்துக்கொண்டு புறப்பட வேண்டும். நேரமாகி விட்டது" என்றேன்.

"எந்த வண்டியில் நீங்கள் வரப்போகிறீர்கள் டெனன்டி" என்று போனெல்லோ கேட்டான்.

"அயிமோ வண்டியில். பின்னால் நீ வா. மூன்றாவதில் பியானி. கோர்மோன்ஸுக்குச் செல்லும் சாலையில் நாம் செல்லப்போகிறோம்" என்றேன்.

"ஒருவேளை நான் தூங்கிவிடுவேனோ என்று அச்சமாயிருக் கிறது" என்றான் பியானி.

"சரி, அப்படியானால் நான் உன் வண்டியில் வருகிறேன். பின்னால் போனெல்லோ, கடைசியாக அயிமோ" என்று வரிசைக் கிரமத்தை மாற்றினேன்.

"அதுதான் நல்லது. எனக்கு இன்னும் தூக்கக் கலக்கமாகவே இருக்கிறது" என்றான் பியானி.

"அப்படியானால் வண்டியை நான் ஓட்டிச் செல்லுகிறேன். நீ கொஞ்சம் வண்டியிலேயே தூங்கு," என்றேன்.

"வேண்டாம். நானே ஓட்டுகிறேன், தூங்கிவிட்டால் எழுப்பி விடப் பக்கத்தில் ஒருவர் இருப்பதே எனக்கு உறுதியளிக்கிறது" என்றான் பியானி.

"என்னுடைய டிரங்குப் பெட்டி ஒன்று மேலே இருக்கிறது. அதைக் கீழே எடுத்துவர உன் உதவி வேண்டும், பியானி" என்று அவனிடம் சொன்னேன்.

உடனே அவனும் போனெல்லோவும் மாடிக்குச் சென்று சிறிது நேரத்தில் பெட்டியுடன் கீழே வந்தனர். அந்த அறையும் விடுதியும் அங்கு காணப்பட்ட வசதிகளும் அவர்களைப் பெரிதும் கவர்ந்தன. "இது மிகவும் நேர்த்தியான இடம். இதைப்போல் இனிமேல் எங்கே நமக்குக் கிடைக்கப் போகிறது? இங்கிருந்து பின்வாங்கி அவர்கள் எங்கே போகப் போகிறார்கள், டெனன்டி?" என்று அயிமோ கேட்டான்.

“டாக்லியமென்டோவுக்கு அப்பால் என்று அவர்கள் சொல்லிக் கொண்டார்கள். ஆஸ்பத்திரியும் யுத்த அரங்கமும் பார்திேனோன் நகரத்தில் இருக்கும்.”

“பார்திேனோன் நகரைவிட இது எவ்வளவோ மேல்.”

“அந்த ஊரைப்பற்றி எனக்குத் தெரியாது. ஒரு சமயம் அதன் வழியே சென்றிருக்கிறேன்” என்றேன்.

“அப்படி ஒன்றும் அது நேர்த்தியான ஊரல்ல” என்றான் அயிமோ.

28

நாங்கள் நகரத்தின் வீதிவழியே சென்றபோது மழையும் இருட்டுமாகயிருந்ததால் ஜன நடமாட்டமேயில்லை. பிரதான வீதி வழியே துருப்புகளும் பீரங்கிகளும் அணி அணியாகச் சென்ற வண்ணமிருந்தன. நிறைய லாரிகளும் இதர வண்டிகளும் பக்கத்துச் சிறு வீதிகளில் நுழைந்து கொஞ்ச தூரம் சென்று பிரதான சாலையில் கலந்து கொண்டன. அங்கே இருந்த தோல் பதனிடும் தொழிற்சாலையைக் கடந்து சென்ற போது கண்ணுக்கெட்டிய தூரம் வரையில் துருப்புகளும் மோட்டார் டிரக்குகளும் குதிரை பூட்டிய வண்டிகளும் பீரங்கிகளும் பாகுபாடே இல்லாது கும்பலாகப் பின்வாங்கிப் போய்க்கொண்டிருந்தன.

நாங்கள் மழையில் மெதுவாகவே சென்றோம். எங்கள் வண்டியின் முன்னே சென்ற லாரியில் குவித்திருந்த சாமான்களைத் தொட்டுக் கொண்டே வண்டி நகர்ந்தது. முன் வண்டி நின்றால் பின் வண்டிகளெல்லாம் அப்படியே நின்றுவிடும். மறுபடியும் முன் வண்டி கொஞ்சம் நகரும். அந்த ராணுவச் சமுத்திரமும் கொஞ்சம் முன்னுக்கு அசையும். மறுபடியும் நின்றுவிடும். நான் வண்டியை விட்டிறங்கி லாரிகள் இடுக்கிலும் குதிரைகள் கழுத்திற்குக் கீழேயும் குனிந்து நடந்து சென்று பார்த்தேன். நாங்கள் போய்ச் சேரவேண்டிய இடம் இன்னும் நெருங்கவில்லை. பாதையை விட்டு விலகி அடுத்திருந்த வயலில் நடந்து சென்றேன். நான் முன்னே சென்று பின்னால் மரங்களின் இடுக்குகளில் பார்த்தபோது தடைப்பட்டு நின்ற வண்டிகளின் வரிசை நன்கு தெரிந்தது. குறுக்காக சுமார் ஒருமைல் வயலில் சென்று முன்னால் போனேன். சாலையில் வண்டிகள் தடைப்பட்டு நின்ற இடத்திற்கும் அப்பால் சில துருப்புகளின் நடமாட்டம் தெரிந்தது. நான் திரும்பி என்னுடைய லாரிகள் இருந்த இடத்திற்கு வந்தேன். இந்தப் பாதையடைப்பு ஊடைன்

நகரம் வரைக்குமே இருக்கலாம் என்று எனக்குத் தோன்றியது. டிரைவர் பியானி கையில் சக்கரத்தைப் பிடித்தபோது தூங்கிக் கொண்டிருந்தான். நான் அவன் பக்கத்து ஆசனத்தில் ஏறி உட்கார்ந்ததும் நானும் தூங்கிவிட்டேன். பலமணி நேரம் இவ்வாறு நாங்கள் வண்டியிலேயே தூங்கி இருக்க வேண்டும். ரொம்ப நேரங் கழித்து எங்களுக்கு முன்னாலிருந்த லாரி புறப்படும் ஓசை கேட்டது. நான் பியானியை எழுப்பினேன். எங்கள் வண்டியை நிறுத்தி நிறுத்தி செலுத்த வேண்டியதாயிற்று. மழை இன்னமும் பெய்து கொண்டிருந்தது.

அந்தச் சைன்யம் அன்றிரவு அங்கிருந்து நகரவே இல்லை. நான் வண்டியை விட்டிறங்கி அயிமோவையும் போனெல்லோவையும் பார்க்கச் சென்றேன். போனெல்லோ தன் பக்கத்தில் இரண்டு என்ஜினீயர்–சார்ஜண்டுகளை உட்கார வைத்திருந்தான். என்னைக் கண்டதும் அவர்கள் விரைந்தெழுந்தனர்.

“வாராவதியில் ஏதோ முக்கியமான வேலை செய்யவேண்டு மென்பதற்காக இவர்கள் அங்கே விடப்பட்டிருந்தனர். அவர்கள் திரும்பிச் சென்று தம் படை அணியுடன் சேர்ந்துகொள்ள முடிய வில்லை... ஆகையால், என் வண்டியில் அவர்களை ஏற்றிக் கொண் டேன்” என்றான் போனெல்லோ.

“லெப்டினன்ட் துரையின் அனுமதி கிடைக்கும் என்றே நினைக் கிறோம் என்று அவர்களும் மரியாதைக்காக என்னைப் பார்த்துக் கேட்டனர்.”

“அப்படியே அனுமதிக்கிறேன்” என்று உத்தியோக தோரணை யில், அவர்கள் என்னுடைய ஆம்புலென்ஸ் வண்டியில் உட்கார அனுமதித்தேன்.

“எங்கள் லெப்டினன்ட் ஒரு அமெரிக்கர். அவர் யாருக்கு வேண்டுமானாலும் தன் வண்டியில் இடம் தருவார்” என்றான் போனெல்லோ பெருமையுடன்.

அந்த ஸார்ஜென்ட் முறுவலித்தான். மற்றவன் நான் வட அமெரிக்காவைச் சேர்ந்த இத்தாலியனா, தென் அமெரிக்காவைச் சேர்ந்த இத்தாலியனா என்று போனெல்லோவைக் கேட்டான். அவர் இத்தாலியரே அல்ல, வட அமெரிக்காவைச் சேர்ந்த ஆங்கி லேயர்.”

ஸார்ஜென்ட்டால் இதை நம்பவே முடியவில்லை. அவர்களை அப்படியே விட்டுவிட்டு அயிமோ இருந்த லாரிக்குச் சென்றேன். அவன் ஆசனத்தின் பக்கத்தில் இரண்டு பெண்கள் உட்கார்ந்திருந்தனர். அவன் ஒரு ஓரத்தில் புகை பிடித்துக் கொண்டு உட்கார்ந்திருந்தான்.

“பார்த்தோ, பார்த்தோ” என்று கூவினேன். அவன் சிரித்தான்.

“அவர்களுடன் பேசுங்கள் டெனன்டி. அவர்கள் சொல்லுவது எனக்குப் புரியவில்லை. ஏய்” என்று சொல்லிக் கொண்டே அவர்களில் ஒருத்தியை லேசாகக் கிள்ளினான். அவள் தன் போர்வையை இழுத்து மூடிக்கொண்டு அவன் கையை உதறித் தள்ளினாள். அவள் மறுபடியும் அவளை “டெனன்டிக்கு உன் பெயரையும், நீ இங்கே என்ன செய்து கொண்டிருக்கிறாய் என்பதையும் சொல்” என்றான்.

அந்தப் பெண் என்னைக் கோபக்கனல் பறக்க நோக்கினாள். மற்றவள் தலைகுனிந்தபடியே இருந்தாள். என்னை உற்று நோக்கிய வள் கருத்துப் பருத்து சுமார் பதினாறு வயது மதிக்கத்தகுந்தவள். அவள் ஏதோ சொன்னாள். பாஷை புரியவில்லை.

“உன் தங்கையா” என்று அடுத்த பெண்ணைக் காட்டிக் கேட்டேன்.

“ஆமாம்” என்று தலையசைத்துச் சிரித்தாள் அவள்.

“சந்தோஷம்” என்று சொல்லி அவளுடைய முழங்காலில் தட்டினேன். என் கைபட்டதும் அவள் உடல் விறைத்தது எனக்குத் தெரிந்தது. மற்றவள் குனிந்த தலையை நிமிர்த்தவே இல்லை. ஒரு வருஷம்தான் சின்னவளாக இருக்கலாம் எனத் தோன்றியது. அயிமோ அந்தப் பெண்ணைச் சீண்டினான். அவள் அவன் கையை உதறித் தள்ளினாள். அவன் சிரித்தான்.

“நான் நல்லவன்” என்று தன்னைச் சுட்டிக் காண்பித்துக் கொண்டான் அவன். “இவரும் நல்லவர்” என்று என்னையும் சுட்டிக் காட்டினான். “நீங்கள் ஒன்றுக்கும் பயப்பட வேண்டாம்” என்றான் அப்பெண்களிடம். அவர்கள் அவனைக் கோபப் பார்வையுடனேயே பார்த்தனர். இரண்டு காட்டுப் பறவைகள் போல் அப்பெண்கள் காணப்பட்டனர்.

“என்னைப் பிடிக்கவில்லை என்றால் என் வண்டியில் எதற்காக அவர்கள் வரவேண்டும், நான் கையை அசைத்த உடனே அவர்கள் வந்து வண்டியில் ஏறிக்கொண்டனர்!” என்று சொல்லிக்கொண்டே அவர்கள் பக்கம் திரும்பி, “நீங்கள் கவலைப்பட வேண்டாம், நாங்கள் ஏதாவது உங்கள் விஷயத்தில் தவறாக நடப்போமென்று பயப்பட வேண்டாம். அதற்கெல்லாம் இது இடமுமல்ல,” என்று அயிமோ சொன்னான். அவன் சொன்னதை அப்பெண் புரிந்து கொண்டதாகவே தோன்றியது. அவள் பார்வையில் பீதி இருந்தது. கம்பளத்தை இறுக்கிப் போர்த்திக்கொண்டாள். “வண்டியில் நிறைய சாமான் இருக்கிறது. உனக்குப் பயமில்லை. அதற்கெல்லாம் இங்கே இடமில்லை” என்று அவன் சொல்லச் சொல்ல அந்தப் பெண்ணின் உடல் விறைக்கத் தொடங்கிற்று. பிறகு அவள் அழத்தொடங்கி விட்டாள். உதடுகள் அழுகைக்கு ஆயத்தமாவது தெரிந்தது. உடனே

உப்பின கன்னங்களில் கண்ணீர் வழிந்தோடியது. அவள் தங்கை அக்காளின் கையைப் பற்றிக்கொண்டு நெருங்கி உட்கார்ந்து கொண்டாள். அக்கா விசும்பி விசும்பி அழத் தொடங்கினாள்.

“பயப்படுத்தி விட்டேன் என்று நினைக்கிறேன். பயப்படுத்தும் எண்ணமில்லை எனக்கு” என்று கூறி தன்னுடைய பையை எடுத்து அதிலிருந்து இரண்டு பாலேடுத் துண்டுகளை, “இந்தா இதைத் தின்னுங்கள், அழாதீர்கள்” என்று அவர்கள் பக்கம் நீட்டினான் அயிமோ.

பெரியவள் வேண்டாமென்று தலையை ஆட்டினாள். அழுகை நிற்கவில்லை. சிறியவள் இரண்டு துண்டுகளையும் வாங்கிக் கொண்டு தின்ன ஆரம்பித்தாள். சிறிது நேரத்திற்கெல்லாம் அவளே ஒரு துண்டைப் பெரியவளுக்குக் கொடுத்தாள். அவளும் சாப்பிட்டாள். கொஞ்சம் கொஞ்சமாக விசும்பலும் நின்றது.

அயிமோவுக்கு சட்டென்று ஒரு எண்ணம் தோன்றியது. சிறிய பெண்ணைப் பார்த்து “கன்னிப் பெண்ணா நீ” என்று கேட்டான். அவள் “ஆமாம்” என்று பலமாகத் தலையசைத்தாள். “பெரியவள் கூட கன்னிகையா” என்று வினவினான். இரண்டு பேரும் ஆமாம் என்றனர். பெரியவள் ஏதோ சொன்னாள். பாஷை புரியவில்லை. ஆனால், இப்போது அவர்கள் சற்று நிம்மதியுடனிருந்தனர் போலத் தோன்றிற்று.

அவர்களை அப்படியே விட்டுவிட்டு பியானியின் வண்டிக்குச் சென்றேன். அங்கு வண்டிகள் ஒன்றும் நகரவில்லை. ஆனால், துருப்புகள் மட்டும் சாலையின் ஓரத்தில் முன்னே போய்க் கொண்டிருந்தன. மழை இன்னமும் கனமாக இருந்ததால் ஒருகால் ஈரம் காரணமாக முன்னே வண்டிகளில் ஏதாவது கோளாறு ஏற்பட்டு அதனால்தான் எல்லாம் நின்றுவிட்டதோ என்று தோன்றிற்று. குதிரை பூட்டிய வண்டிகள் இவ்வாறு சீர்கெட்டு இருக்கலாம். அல்லது டிரைவர்கள் தூங்கிப்போயிருக்கலாம். நகரங்களில் போக்குவரத்து நெருக்கடி ஏற்படுவது போலத்தான் இங்கேயும், ஒருவருக்கொருவர் உதவி புரிவதில்லை. வண்டிகள் தானே நகர்ந்தால்தான் உண்டு.

பார்த்தோவுடன் இரண்டு கன்னிப் பெண்கள் இருக்கின்றனர். சைன்யம் பின்வாங்குமிடம் கன்னிப் பெண்களுக்கு ஏற்றதல்ல. அதிலும் உண்மையிலேயே அவர்களிருவரும் கன்னிகைகள். பயபக்தியுள்ளவர்களாகக் கூட இருக்கலாம். யுத்த காலமில்லை என்றால் இந்தச் சமயம் நாங்கள் எல்லோருமே, படுத்து நிம்மதியாகத் தூங்கிக் கொண்டிருப்போம். நானும் மெத்தையில் கட்டை போலக் கிடப்பேன். இப்போது என் சிந்தனை காதரின் மீது ஓடிற்று. என்னுடைய காதரின் இப்போது கீழே ஒரு விரிப்பும் மேல்

போர்வையுமாக படுக்கையில் தூங்கிக் கொண்டுதானிருப்பாள். அவள் எந்தப் பக்கம் திரும்பிப்படுப்பது வழக்கம்? ஒருகால் அவள் தூங்காமல் விழித்துக் கொண்டுதானிருக்கிறாளோ? என்னைப்பற்றிச் சிந்தித்துக் கொண்டே புரண்டு கொண்டிருக்கிறாளோ? மேற்கத்திக் காற்று ஜிவ்வென்று வீசிற்று. "ஏ, காற்றே, வீசு, வீசு. கவலை வீசு. அது வீசிக்கொண்டு தானிருந்தது. அத்துடன் சிறுமழை அல்ல, மழையே பொழிந்து தள்ளியது. இரவு பூராவும் பெய்தது இரக்க மின்றிய அந்த மேல் காற்றுதான் அவ்வளவு மழைக்கும் காரணம். ஆண்டவனே! என் பிரியை காதரீனை அணைத்துக்கொண்டு இந்தச் சமயம் நான் மெத்தையிலிருந்தால் எவ்வளவு ஆனந்தமாக இருக்கும்! இந்த மழைக்குப் பதில் என் அன்பான காதரின் இன்ப மழையைச் சொரிந்தால் எப்படியிருக்கும். ஏ, காற்றே, நீ வீசும் வேகத்தில் அவளையும் அடித்துக்கொண்டு வந்து என்னிடம் சேர்த்து விடக் கூடாதா?

இவ்வாறு எவ்வளவுதான் என் சிந்தனை ஓடினாலும் நான் சுயநிலைக்கு வரவேண்டியே இருந்தது. மழை என்னை இழுத்து வந்து நாங்கள் நடு ரோட்டிலிருக்கிறோம் என்பதை நினைப்பூட்டியது. "சரி காதரின், குட் நைட், நீயாவது நிம்மதியாகத் தூங்கு. இந்தப் பக்கம் படுத்திருப்பது கஷ்டமாக இருந்தால் மறுபக்கம் திரும்பி படுத்துக்கொள். நான் கொஞ்சம் குளிர்ந்த நீர் கொண்டு வந்து தருகிறேன். சற்று நேரத்தில் பொழுது புலர்ந்துவிடும். அப்புறம் இவ்வளவு கஷ்டமாக அந்தச் சின்னப் பயல் உனக்கு இவ்வளவு வேதனை கொடுக்கிறான். அதற்கு நான் வருந்துகிறேன். சற்று தூங்கு என் அன்பே," என்று நான் அன்பு மொழிகளைப் பொழிந்து கொண்டிருந்தேன். அதற்கு அவள் பதிலும் சொன்னாள். "நான் நிம்மதியாகத் தூங்கிக் கொண்டுதானிருந்தேன் இவ்வளவு நேரமாக. நீங்கள்தான் தூங்கவில்லை போலிருக்கிறது. தூக்கத்தில் பேசிக் கொண்டே இருக்கிறீர்களே? உங்களுக்கு உடம்பு ஒன்றுமில்லையே?" என்று கேட்டது அவள் குரல்.

"நீ உண்மையிலேயே இருக்கிறாயா? வாஸ்தவமாக நீதான் இப்படிக் கேட்டாயா? இதெல்லாம் என் கற்பனை அல்லவா? உண்மை தான். நான் இங்குதான் இருக்கிறேன். ஆனாலென்ன, நமக்குள் இது எவ்வித வித்தியாசத்தையும் உண்டுபண்ணாது. எப்போது வேண்டுமானாலும் நான் உன்னிடம் வந்துவிடுவேன்." இப்படி யெல்லாம் கனவு உலகத்தில் நான் சஞ்சரித்துக் கொண்டிருந்தபோது யாரோ தூரத்திலிருந்து கூப்பிடுவது போல் கேட்டது. "அவர்கள் மறுபடியும் புறப்பட்டு விட்டனர்" என்று பியானியின் குரல் என் சிந்தனையைக் கலைத்தது. "தூக்கக் கலக்கத்திலிருந்தேன்" என்று சொல்லிக் கொண்டே என் கடியாரத்தைப் பார்த்தேன். விடியற்

காலம் மணி மூன்றாகி இருந்தது. ஆசனத்தின் மூலையில் வைத் திருந்த 'பார்பெரா' மதுப்புட்டியைத் தேடித் தடவினேன்.

"நீங்கள் வாய்விட்டே பேசிக் கொண்டிருந்தீர்களே" என்று கேட்டான் பியானி.

"நான் ஆங்கிலத்தில் கனவு கண்டு கொண்டிருந்தேன்" என்றேன்.

மழை குறையத் தொடங்கியது. நாங்கள் சாலையில் மெல்ல நகர்ந்தோம். சூரியோதயமாவதற்கு முன் மறுபடியும் ஒருமுறை எங்கள் போக்குத் தடைப்பட்டது. நன்றாக வெளிச்சமான போது ஒரு மேட்டுப் பாதையின் உச்சியில் நாங்கள் இருந்தது தெரியவந்தது. எங்களுக்கு முன்னால் சாலை முடிவே இல்லாது போய்க் கொண்டி ருந்தது. காலாட் படையினர் நுழைந்து நுழைந்து முன்சென்றனரே தவிர வண்டிகள் ஒன்றும் கணிசமான அளவுக்குச் செல்லவில்லை. பிரதான சாலையை விட்டு விலகிச் சென்றாலொழிய ஊடைன் நகரத்தை அடைவது முடியாத காரியமாகவே தோன்றியது.

அந்த இரவில் அப்பகுதியிலிருந்த பல விவசாயிகளும்கூட இந்தக் கூட்டத்தில் கலந்துவிட்டிருந்தனர். ராணுவ ட்ரக்குகள் மோட்டார்களுக்கிடையில் கிராம மக்களின் வண்டிகளும் வீட்டுச் சாமான்கள் ஏற்றப்பட்டு நெருக்கடியில் அகப்பட்டுக் கொண்டு திணறின. வண்டிகளில் கட்டித் தொங்கவிட்டிருந்த வாத்துகளும் கோழிகளும் கோழிக்குஞ்சுகளும், மூலைக்கு மூலை தலையை நீட்டிக் கொண்டிருந்த கண்ணாடிகளும் மெத்தைகளும், நாற்காலி களும் வண்டிகளிலெல்லாம் நிரம்பிக் கிடந்தன. எங்களுக்கு முன்னாலிருந்த ஒரு வண்டியில் ஒரு தையல் மிஷின் இருந்தது. விலை மதிப்புள்ள சாமான்கள் எல்லாம் பாதுகாத்து எடுத்துச் செல்லப்பட்டன. சில வண்டிகளில் பெண்கள் மழையில் மூட்டை கள் போல் ஒடுங்கிப் பதுங்கிக் கிடந்தனர். அவர்களைச் சேர்ந்த ஆடவர்கள் வண்டியின் பக்கத்தில் நடந்து சென்றனர். இந்தக் கோஷ்டியில் சில நாய்களும் இருந்தன. வண்டிகளின் கீழேயே அவை பதுங்கிப் பதுங்கி நடந்து வந்தன.

சாலை முழுதும் சேறாய் இருந்தது. ஓரத்திலிருந்த கால் வாய்களிலிருந்து நீர் வழிந்து ஓடிக்கொண்டிருந்தது. சாலையிலிருந்த மரங்களுக்கப்பால் வயல்களெல்லாம் ஈரமாகவும் களிமண்ணாகவும் இருந்ததால் அவற்றைக் கடந்து செல்ல முடியாது. எனவே நான் வண்டியை விட்டிறங்கிக் கொஞ்ச தூரம் நடந்து சென்று எங்கே யாவது குறுக்குப் பாதையுண்டாவென்று தேடிப் பார்த்தேன். அப்படிப்பட்ட பாதைகள் அப்பகுதியில் அநேகம் இருந்தன என்று எனக்குத் தெரியும். ஆனால், ஏதாவது ஒரு மொட்டை சாலையில் அகப்பட்டுக் கொண்டு விழிக்கத் தயாராக இல்லை. முன்பு இந்தப்

பக்கங்களில் சென்றபோதெல்லாம் மோட்டாரில் வேகமாகச் சென்ற தால் எல்லாச் சாலைகளும் ஒன்று போலவே தோன்றின. இப்போது எங்களை வெளியே கொண்டு செல்லும் ஏதாவது சரியான பாதை ஒன்றைக் கண்டுபிடித்தாக வேண்டும். ஆஸ்திரியர் இப்போது எந்த இடத்தில் இருக்கிறார்கள் என்றும், என்ன செய்து கொண்டிருக் கின்றனர் என்றும் ஒருவருக்கும் தெரியாது. ஆனால், ஒன்றுமட்டும் நிச்சயம். மழை நின்று விமானங்கள் பறந்து வந்து எங்கள் சைன் யத்தைத் தாக்க ஆரம்பித்தால் எங்களை நிர்மூலமாக்கி விட முடியும்.

ஆகையால் அவர்களை முன்னேற விடாமல் தடுப்பதற்காக சில டிரக்குகளையும், குதிரைகளையும் வண்டிகளையும், சேதமடை யட்டுமென்று அங்கேயே குவித்து சாலையில் போக்குவரத்துத் தடை செய்தால்தான் தப்பமுடியும்.

மழை லேசாகத்தான் தூறிக் கொண்டிருந்தது. சீக்கிரம் வானம் வெளி வாங்கிவிடும் போலத் தோன்றிற்று. சாலை ஓரமே சென்று கவனித்தபோது ஒரு சிறிய பாதை பிரதான சாலையிலிருந்து வடக்குப் புறமாகப் பிரிந்து இரண்டு வயல்களுக்கிடையே சென்றது தென்பட்டது. இதில் திரும்பிச் செல்லுவது உசிதமெனப் பட்டது எனக்கு. அவசரமாக என் வண்டிகளிருந்த இடத்திற்குத் திரும்பி வந்து பியானியை இந்தப் பாதையில் திரும்பும்படிக் கூறிவிட்டு பின்னால் சென்று அயிமோவையும் போனெல்லோவையும் அவ்வாறே திரும்பச் சொன்னேன்.

"அது கடைசியில் ஒரு மொட்டைப் பாதையாக இருந்தால் நாம் திரும்பிப் பிரதான சாலைக்கு வந்து சேர்ந்து விடுவோம்" என்று டிரைவர்களுக்குச் சொன்னேன். வண்டியிலிருந்த இரண்டு ஸார்ஜெண்டுகளைக் காட்டி "இவர்களை என்ன செய்வது?" என்று போனெல்லோ என்னைக் கேட்டான். அவர்களுக்கு தாடி வளர்ந் திருந்தாலும் ராணுவத்தினருக்குள்ள தோரணை இருந்தது.

"வண்டியைத் தள்ளவேண்டி வந்தால் அவர்கள் உபயோகப் படலாம். நம்மோடு அவர்களும் வரட்டும்" என்றேன். பிறகு அயிமோவைப் பார்த்து "நாம் இப்பகுதியில் குறுக்காகச் செல்ல முயற்சி செய்வோம்" என்று அவனை உற்சாகப்படுத்தினேன்.

"இந்த இரு கன்னிப் பெண்களின் கதி என்ன?" என்று அந்தப் பெண்களைச் சுட்டிக்காட்டினான். அவர்கள் உட்கார்ந்தபடியே தூங்கிக் கொண்டிருந்தனர்.

"அவர்களால் ஒன்றும் உபயோகமில்லை, வண்டியைத் தள்ளக் கூடியவர்கள்தான் வேண்டும்."

"அவர்களை உள்ளே உட்காரச் சொல்லட்டுமா? சாமான்கள் மத்தியில் கொஞ்சம் இடமிருக்கிறது."

"உனக்கு விருப்பமிருந்தால் உள்ளே அவர்களை உட்கார வைத்துக் கொள். உரம் கொண்ட முதுகுள்ளவனாக யாரையாவது ஏற்றிக் கொள். நமக்கு உதவியாக இருக்கலாம்."

"அப்படியானால் 'பெர்ஸெக்லியாரி' ராணுவ வகுப்பைச் சேர்ந்தவனைத்தான் நான் பொறுக்கவேண்டும். அவர்களுக்குத்தான் முதுகு அகலமானது. அவர்களை ராணுவத்தில் சேர்த்துக்கொள்ளு முன்பே அவர்கள் முதுகை அளந்து பார்த்துவிட்டுத்தான் சேர்த்துக் கொள்ளுகிறார்கள்," என்று சொல்லிவிட்டுச் சிரித்தான் அயிமோ. பெர்ஸெக்லியாரிப் படையினரைப் பற்றி அவனுக்கு அவ்வளவு அலட்சியம்!

"நீங்கள் எப்படி இருக்கிறீர்கள் இப்போ, டெனன்டி?"

"நன்றாய்த்தானிருக்கிறேன். நீ எப்படியிருக்கிறாய்?"

"நானும் நன்றாகவே இருக்கிறேன், ஆனால் பசி."

"அந்தப் பாதையில் மேலே போனால் ஏதாவது கிடைக்கலாம். அங்கே வண்டியை நிறுத்திச் சாப்பிடலாம்."

"உங்கள் கால் எப்படியிருக்கிறது, டெனன்டி."

"நன்றாகவே இருக்கிறது."

வண்டியின் ஓரத்திலிருந்து முன்னால் கூர்ந்து கவனித்தேன். முதலில் போன பியானியின் வண்டி அப்போதுதான் அந்தக் குறுக்குப் பாதையில் திரும்பி மேலே போய்க்கொண்டிருந்தது. சாலை மரங் களின் இடுக்குகளில் தெரிந்தது. கொஞ்சம் பின்னால் போனெல் லோவும் திரும்பிச் சென்றது தெரிந்தது. அவர்களைப் பின்பற்றி நாங்களும் போனோம். பாதை ஒரு பண்ணை வீட்டுக்கு இட்டுச் சென்றது.

பண்ணைக்கு வெளியே வண்டிகளை நிறுத்திவிட்டு போனெல் லோவும் பியானியும் வீட்டைப் பார்த்துக் கொண்டிருந்தனர். அது ஒரு தாழ்வான நீண்ட வீடு. கிராதி போட்டிருந்தது. அதன் மீது திராட்சைக் கொடி படர்ந்திருந்தது. வெளி முற்றத்தில் ஒரு கிணறு இருந்தது. பியானி தன் வண்டியின் 'ரேடியேட்ட'ருக்கு தண்ணீர் ஊற்றினான். வீட்டில் ஒருவரையும் காணவில்லை. சுற்றுமுற்றும் பார்த்தபோது அந்த வீடு ஒரு உயர்ந்த மேட்டில் இருந்தது தெரிய வந்தது. அங்கிருந்து பார்த்தபோது சுற்றியிருந்த நிலப்பரப்பும் சாலைகளும், வயல்களும் சைன்யம் பின்வாங்கிச் சென்று கொண்டி ருக்கும் சாலையிலுள்ள மரங்களின் வரிசையும் எல்லாம் தெரிந்தன. இரண்டு ஸார்ஜெண்டுகளும் வீட்டுக்குள் நுழைந்து துருவிப் பார்த் தனர். இப்போது அந்த இரண்டு பெண்களும் விழித்துக்கொண்டனர்.

வீட்டின் உள்ளே சென்ற சார்ஜெண்டுகளில் ஒருவன் கையில் ஒரு கடியாரத்துடன் வெளியே வந்தான்.

"இருந்த இடத்திலேயே அதை வைத்துவிட்டு வா" என்று அவனைக் கண்டித்தேன். அவன் விறைத்துப் பார்த்துவிட்டு உள்ளே சென்று அதை வைத்துவிட்டுத் திரும்பினான்.

"மற்றொரு சார்ஜன்ட் எங்கே?"

"அவன் கக்கூஸுக்குப் போயிருக்கிறான்" என்று சொல்லி வீட்டு வாசலில் ஏறி உட்கார்ந்து கொண்டான். நாங்கள் அவனை அங்கேயே விட்டுச் சென்றுவிடப் போகிறோம் என்ற கவலை அவனுக்கு.

"நாம் கொஞ்சம் ஆகாரம் செய்துகொண்டாலென்ன, டெனன்டி. அதிக நேரமாகாது" என்றான் போனெல்லோ.

"மறுபக்கம் போகிறதே இந்தப் பாதை. இது நம்மைச் சரியான இடத்திற்குக் கொண்டுவிடுமா?"

"கொண்டு விடுமென்றுதான் நான் நினைக்கிறேன்."

"சரி, நாம் ஏதாவது சாப்பிடுவோம்," என்றேன். பியானியும் போனெல்லோவும் வீட்டிற்குள் சென்றனர். "இறங்கி, வாருங்கள்" என்று அந்தப் பெண்களை அழைத்தான். அவர்களை இறக்கக் கையை நீட்டினான் அயிமோ. பெரியவள் முடியாது என்று தலை யாட்டினாள். தனிமையாக ஒருவருமில்லாத வீட்டிற்குள் செல்ல அவர்கள் அஞ்சினர். எங்களையே பார்த்துக்கொண்டு நின்றனர்.

"நாம் சொல்வதை அவர்கள் கேட்கமாட்டார்கள்" என்று அயிமோ அவர்களை வற்புறுத்தவில்லை. நாங்கள் உள்ளே சென்றோம். உண்ண ஒன்றையும் காணோம். எல்லாம் காலியாகக் கிடந்தது. சமையல் கட்டின் எங்கோ ஒரு மூலையிலிருந்து ஒரு பெரிய 'சீஸ் கட்டியும், மதுவும் ஆப்பிள்களும்' பியானி கொண்டு வந்து மேஜைமீது பரப்பினான்.

"இவ்வளவு உணவு வகை இருக்கும் காலை உண்டி சிறந்த உண்டிதான்."

மது ஜாடியின் மூடியைத் திறந்து மதுவை ஒரு தாமிரத் தட்டில் ஊற்றினான். முகந்து பார்த்துவிட்டு, "கெட்டுப் போக வில்லை; நன்றாகவே இருக்கிறது" என்று போனெல்லோ சொன் னான். அதற்குள் அங்கு வந்த ஸார்ஜெண்டுகளுக்கும் கொஞ்சம் 'சீஸ்' கட்டி கொடுத்தான். அதைச் சாப்பிட்டுக் கொண்டே அவர் களில் ஒருவன் "நாம் சீக்கிரம் புறப்பட வேண்டும்," என்று பர பரப்புக் காட்டினான்.

"நாம் புறப்படுவோம். அதைப்பற்றிக் கவலை கொள்ள வேண் டாம்," என்றான் போனெல்லோ.

“சேனைக்குக் கால்கள் வயிற்றில்தான் என்பது உனக்குத் தெரியாதா?” என்றேன் நான்.

“என்ன?” என்று ஸார்ஜெண்ட் கேட்டான்.

“சாப்பிடுவது முதல் வேலை” என்றேன்.

“உண்மைதான். எனினும் நமக்கு இப்போது காலதாமதம் செய்ய நேரமில்லை.”

“அந்தக் கழுதைப் பயல்கள் ஏற்கனவே நன்கு சாப்பிட்டிருக்க வேண்டும்,” என்றான் பியானி. ஸார்ஜண்டுகள் அவனை உற்று நோக்கினர். அவர்களுக்கு எங்களில் யாரையும் பிடிக்கவில்லை.

“உங்களுக்கு இந்த வழி தெரியுமா?” என்று ஒருவன் கேட்டான்.

“தெரியாது.” என்றேன். அவர்கள் ஒருவரையொருவர் பார்த்துக் கொண்டனர்.

“நாம் உடனே புறப்படுவது நல்லது.” என்றான் அவன் மறு படியும்.

“இதோ நாம் கிளம்பிக் கொண்டிருக்கிறோம்,” என்று சொல்லிக் கொண்டே அந்தச் சிவந்த மதுவை மேலும் கொஞ்சம் குடித்தேன். சீஸ் கட்டியையும் ஆப்பிள் பழத்தையும் உண்ட பிறகு இது வெகு ருசியாக இருந்தது.

“வெண்ணெய்க் கட்டி மீதியை எடுத்து வந்துவிடு,” என்று சொல்லி வெளியே வந்தேன். கூடவே போனெல்லே மது ஜாடியைத் தூக்கிக் கொண்டு வந்தான்.

அது மிகவும் பெரியது. இங்கேயே போட்டுவிடு,” என்றேன். அவன் அதையே பார்த்துக் கொண்டிருந்தான். அதை விட்டுவர மனமில்லை அவனுக்கு.

“பெரியதுதான். உங்கள் டப்பாக்களைக் கொடுங்கள். அவை களில் நிரப்பிவிடுகிறேன்” என்று சொல்லி அவ்வாறே நிரப்பினான். கொஞ்சம் மது சிந்திக் கல் தரையில் ஓடிற்று. பிறகு ஜாடியை வீட்டிற்குள் கதவுப்பக்கத்திலேயே வைத்துவிட்டான்.

“ஒருவேளை ஆஸ்திரியர்கள் வந்துவிட்டால் கதவை உடைத்துப் பார்க்கவேண்டிய சிரமம் வேண்டாமென்று கதவருகிலேயே வைத்துவிட்டேன்” என்றான் போனெல்லோ.

“நாம் கிளம்பலாம். பியானியும் நானும் முன்னே செல்லு கிறோம்” என்று நான் புறப்பட்டேன். போனெல்லோ வண்டியில் இரண்டு ஸார்ஜென்டுகளும் ஆசனத்தில் தயாராக உட்கார்ந்திருந் தனர். இரு பெண்களும் வெண்ணெய்க் கட்டியையும் ஆப்பிள்

களையும் தின்றுகொண்டிருந்தனர். அயிமோ புகைபிடித்துக் கொண்டி ருந்தான்.

குறுகிய அந்தப் பாதை வழியே நாங்கள் சென்றோம். எங்கள் பின்னால் போனெல்லோ, அயிமோ இவர்களின் வண்டிகள் வந்தன. பண்ணை வீட்டைக் கடந்து வெகு தூரம் வந்துவிட்டோம். எங்களுக்கு முன்னாலிருந்த பாதை சகதி நிறைந்து குறுகலாக இருந்தது. இரு ஓரங்களிலும் புதர்கள் உயர்ந்து வளர்ந்திருந்தன.

29

பகல் உச்சிவேளை இருக்கும். பாதையின் ஓரிடத்தில் சேற்றில் எங்கள் வண்டிகள் புதைந்துவிட்டன. அந்த இடத்திலிருந்து ஊடைன் சுமார் பத்துமைல் இருக்கலாமென்று ஊகித்தேன். மழை நன்றாக நின்றுவிட்டிருந்தது. முற்பகல் நேரத்திலேயே மூன்று முறை விமானங்கள் எங்களுக்கு மேல் பறந்து வட்டமிட்டதைக் கவனித் தோம். அவை இடது பக்கம் திரும்பி வெகுதூரம் சென்றுவிட்டன. பிரதான சாலைப் பகுதியில் குண்டு பொழியும் ஓசையும் கேட்டது. கிராமப் பகுதியின் பலப்பல சிறு சிறு பாதைகளின் வழியே நாங்கள் சென்றோம். மொட்டைச் சாலையாக இருந்தால் பின்னால் திரும்பி, வேறு ஒரு பாதையில் இப்படியும் அப்படியுமாக முன்னேறி ஊடைனுக்கு மிக அருகாமையில் வந்து சேர்ந்தோம். இவ்வாறு ஒரு மொட்டைச் சந்திலிருந்து பின்னால் வந்தபோதுதான் அயிமோவின் வண்டி கெட்டியாக இல்லாத பாதைப் பகுதியில் சேற்று மண்ணில் புதைந்து கொண்டது. சக்கரங்கள் சுற்றச்சுற்ற, சேறு சிதறியதனால் வண்டி மேலும் பூமியில் அழுந்தியதே தவிரக் கிளம்பவில்லை. இப்போது இதை அவ்விடத்தை விட்டுக் கிளப்ப ஒரே வழிதான் உண்டு. செடிகளையும் கிளைகளையும் கழித்து எடுத்து வந்து பள்ளத்தை நிரப்பி, சக்கரங்களுக்குப் பிடிப்பு ஏற்படுத்தி வண்டியைத் தள்ளி நகர்த்தவேண்டும். நாங்கள் எல்லோரும் இறங்கி வண்டியைச் சுற்றி நின்று கொண்டிருந்தோம். இரண்டு ஸார்ஜென்டு களும் இறங்கி வண்டியையும் சக்கரங்களையும் கூர்ந்து கவனித்து விட்டு, ஒரு வார்த்தைகூடச் சொல்லாமல் பாதையில் நடந்து செல்லலாயினர். நான் அவர்கள் பின்னால் சென்றேன்.

“எங்கே போகிறீர்கள்? கொஞ்சம் செடிகளை வெட்டிக் கொண்டு வாருங்கள்” என்றேன்.

“நாங்கள் அவசரமாகப் போகவேண்டும்” என்றான் அவர்களில் ஒருவன்.

"காலத்தை வீணாக்காதே. சீக்கிரம் செடிகளை வெட்டிக் கொண்டு வா" என்று அவர்களை நோக்கி அதிகார தோரணையில் சொன்னேன்.

"நாங்கள் செல்ல வேண்டும்" என்று திரும்பவும் அவன் சொன்னான். மற்றவன் சும்மா நின்றான். அவர்கள் மேலே செல்லுவதில் தான் கவனமாயிருந்தனர். நான் சொல்லுவதைப் பொருட்படுத்தவே இல்லை.

"திரும்பி வரும்படியும், வந்து செடிகளை வெட்டிக்கொண்டு வா என்றும் நான் உத்தரவிடுகிறேன். வா, திரும்பி" என்றேன் கடுமையாக. ஒருவன் திரும்பினான். "நாங்கள் போகவேண்டும். இன்னும் சிறிது நேரத்தில் நீங்கள் துண்டிக்கப்பட்டு விடுவீர்கள். நீங்கள் எங்களை அதிகாரம் செய்ய முடியாது. நீங்கள் எங்களுடைய அதிகாரி அல்ல" என்றான்.

"நான் உன்னை உத்தரவிடுகிறேன். திரும்பி வந்து செடிகளை வெட்டி வா" என்றேன். அவர்கள் மேலே செல்ல ஆரம்பித்தனர்.

"நில் அப்படியே" என்று கத்தினேன். பாதையிலிருந்த இரு வரிசைப் புதர்கள் நடுவிலேயே அவர்கள் மேலும் செல்ல ஆரம்பித் தனர். "அப்படியே நில் என்று உத்தரவிடுகிறேன்" என்று மறுபடியும் கத்தினேன். அவர்கள் சற்று வேகமாக நடந்தனர். என்னுடைய இடுப்பிலிருந்து கைத்துப்பாக்கியை எடுத்தேன். துடுக்காகப் பேசினவனைக் குறிபார்த்துச் சுட்டேன். குறி தவறியது அவர்கள் ஓடத் தொடங்கினர். மறுபடியும் மூன்று முறை சுட்டேன். ஒருவன் கீழே விழுந்தான். மற்றவன் புதருக்குள் பதுங்கி மறைந்துவிட்டான். புதரைப் பார்த்துச் சுட்டேன். அவன் வெளிக் கிளம்பி வயல்களில் குறுக்கே ஓடினான். ரவை காலியாகிவிட்டது. மறுபடியும் ரவைகளை நிரப்பினேன். அதற்குள் அவன் வெகுதூரம் ஓடிவிட்டான். தலையைத் தாழ்த்திய வண்ணம் அவன் ஓடிக்கொண்டிருந்தான். இதற்குள் போனெல்லோ நான் இருந்த இடத்திற்கு வந்தான்.

"துப்பாக்கியை இப்படிக் கொடுங்கள். கீழே விழுந்தவனைத் தீர்த்துவிட்டு வருகிறேன்" என்று போனெல்லோ என் துப்பாக்கியுடன் முதலாவது ஸார்ஜென்ட் விழுந்திருந்த இடத்தை அணுகினான். அவன் நெற்றியினருகில் இருமுறை சுட்டுவிட்டு அவன் இறந்து விட்டதை நிச்சயப்படுத்திக்கொண்டு திரும்பி வந்தான்; துப்பாக்கியை என்னிடம் திரும்பிக் கொடுத்தான்.

"நாய்ப் பயல்" என்றான் துச்சமாக போனெல்லோ.

நாங்கள் செடி கொடிகளையெல்லாம் வெட்டிப் போட்டோம். வண்டிக்குள்ளே இருந்த சாமான்களை எல்லாம் எடுத்து வெளியே வைத்தோம். சக்கரத்திற்கு முன்னால் போனெல்லோ பள்ளம்

செய்து அதைச் செடிகளால் நிரப்பினான். எல்லாம் தயாரானதும் அயிமோ வண்டியை இயக்கினான். சக்கரம் சுற்றியது. சேறும் தழையும் வாரியடிக்கப்பட்டன. நாங்கள் வண்டியைத் தள்ளினோம். ஆனால், பலனில்லை வண்டி நகரவில்லை.

“முன்னுக்கும் பின்னுக்குமாக மெல்ல அசைத்துக் கொடு. பார்தோ” என்றேன்.

அவன் விசையை முடுக்கிப் பின்னுக்கு ஓட்டினான். சக்கரங் கள் மேலும் ஆழத்தில் பதிந்தன. வண்டி முதலில் இருந்த நிலை யிலேயே இருந்தது.

“கயிற்றைக்கட்டி இழுத்துப் பார்க்கலாம்” என்று நான் யோசனை கூறினேன்.

“அது ஒன்றும் பிரயோஜனப்படாது. டெனன்டி, நேராக இழுக்க முடியாது வண்டியை” என்றான் பார்தோ.

“நமக்கு வேறு வழியே இல்லை. இதைத்தான் செய்து பார்க்க வேண்டும்” என்றேன். பியானி, போனெல்லோ இருவருடைய வண்டி களையும் கயிற்றால் இணைத்து, இழுத்தோம். பலனில்லை. நாங்கள் எல்லோரும் வண்டியைச் சுற்றி நின்று செய்வதறியாமல் விழித் தோம். அவ்விரு பெண்களும் நாற்பது கெஜத்திற்கப்பால் ரஸ்தாவில் ஒரு கல் சுவரின் மீது உட்கார்ந்திருந்தனர்.

“இப்போது நாம் செய்யக்கூடியது என்ன? டெனன்டி” என்று என்னைப் பார்த்துக் கேட்டான் போனெல்லா.

“மறுபடியும் செடியை வெட்டிப்போட்டுத்தான் பார்க்க வேண்டும்” என்றேன். இதெல்லாம் என்னுடைய தவறு. இந்த வழியில் நான் தானே அவர்களை அழைத்து வந்தேன். மறுபடியும் தழைகளையும் செடிகளையும் வெட்டிக் கொணர்ந்து பள்ளத்தை நிரப்பி, வயலில் செத்துக் கிடந்த ஸார்ஜென்டின் சொக்காய், தொப்பிகளைக் கூட சுழட்டி எடுத்துச் செடி தழைகளின் மீது போட்டு சக்கரங்களுக்குப் பிடிப்பு உண்டாக்கினோம். ஆனால் விசையை இயக்கியபோது, ‘பழையபடி சக்கரங்கள் இருந்த இடத்திலேயே சுழன்றன. வண்டி நகரவில்லை.

“இந்த வண்டி பிரயோஜனமில்லை. இதிலிருந்து ஏதாவது எடுத்துக் கொள்ள வேண்டுமா” என்றேன். அயிமோ போனெல் லோவுடன் அவன் வண்டியில் ஏறிக்கொண்டான்.

போனெல்லோதான் வண்டியை ஓட்டினான். அவ்விரண்டு பெண்களும் வண்டியின் பின்புறத்தில் ஏறிக்கொண்டனர். அவர்கள் ஸார்ஜென்ட் சுட்டு வீழ்த்தப்பட்டதைக் கவனிக்காதவர்கள் போலவே இருந்தனர். சாலையின் பின்பக்கம் பார்த்தேன். ஸார் ஜென்டின்

உடல் தரையில் விழுந்து கிடந்தது. நான் பியானியின் வண்டியில் ஏறினேன். நாங்கள் அங்கிருந்து வயல்களில் குறுக்காகச் செல்ல முடியுமா என்று ஆராய்ந்தேன். வயல்களை நோக்கி சாலை திரும்பு மிடத்தில், நான் வண்டியை விட்டிறங்கி முன்னால் நடந்து சென்றேன். குறுக்கே சென்றுவிட முடியுமானால் அப்பால் ஒரு சாலை இருந்தது. அதில் போய்க் கலந்து விடலாம் என்று என்னு டைய எண்ணம்.

ஆனால், எங்களால் அந்த வயல்களைக் கடக்க முடியவில்லை. சேறும் மணலுமாக இருந்ததால் வண்டிகள் செல்ல முடியாது. முடிந்தவரையில் முன்னேறிப் பார்த்தோம். வண்டிச் சக்கரங்கள் தரையில் பதிந்து அச்சு வரையில் அமுழ்ந்திப்போனபின் அவைகளை அப்படியே விட்டுவிட்டு ஊடைன் நகரத்தை நோக்கிக் கால் நடையாகவே புறப்பட்டோம்.

பிரதான சாலைக்கு இட்டுச் செல்லும் பாதையை அடைந்ததும் அந்த இரண்டு பெண்களுக்கும் பிரதான சாலையைச் சுட்டிக்காட்டி, "அந்த வழியே செல்லுங்கள். ஊர் மக்களிருப்பார்கள். நண்பர்களும் கிடைப்பார்கள்" என்று கூறி அவர்களுக்குத் தலைக்குப் பத்து லீரா பணமும் கொடுத்துப் போகச் சொன்னேன். நான் சொன்னதை அவர்கள் புரிந்து கொள்ளவில்லை. பணத்தை மட்டும் கெட்டியாக வைத்துக் கொண்டனர். ரஸ்தாவை நோக்கி நடந்தனர். திரும்பித் திரும்பிப் பார்த்துக் கொண்டே சென்றனர். பணத்தை நான் மறுபடியும் பிடுங்கிக்கொள்ளுவேனோ என்ற பயம்போலும். அவர்கள் தம் போர்வைகளை நன்றாக இறுக்கிப்பிடித்துக் கொண்டு, சென்றதைச் சிறிது நேரம் பார்த்துக் கொண்டு நின்றோம். மூன்று டிரைவர்களும் சிரித்துக் கொண்டார்கள்.

"நான் அப்பெண்களுடன் சென்றால் நீங்கள் எனக்கு எவ்வளவு கொடுப்பீர்கள், டெனன்டி" என்றான் போனெல்லோ.

"ஆஸ்திரியர்கள் கையில் சிக்கிக் கொள்ளுவதற்கு முன்னால் ஜனங்கள் மத்தியில் அவர்கள் போய்ச் சேர்ந்து விடுவது அவர்களுக்கு நல்லது" என்றேன்.

"எனக்கு இருநூறு லீரா கொடுங்கள். இங்கிருந்து நேராக நான் ஆஸ்திரியாவுக்கே நடையைக் கட்டுகிறேன்" என்றான் போனெல்லோ.

"அதையும் ஆஸ்திரியர்கள் உன்னிடமிருந்து பிடுங்கிக் கொள்ளு வார்கள்" என்றான் பியானி.

"நீ போய்ச் சேருவதற்குள் ஒருகால் யுத்தமே முடிந்தாலும் முடிந்து விடலாம்" என்றான் அயிமோ. நாங்கள் அந்தச் சாலையில் வேகமாகவே நடந்தோம். சூரியன் அவ்வப்போது மேகங்களிடையே தோன்றினான். சாலையில் பக்கங்களில் முசுக்கொட்டை மரங்கள்

காணப்பட்டன. அவற்றின் ஊடே பார்க்கும் போது, கொஞ்ச தூரத்துக்கப்பால் சேற்றில் பதிந்து கிடந்த எங்கள் இரண்டு பெரிய ஆம்புலன்ஸ் வண்டிகளும் தெரிந்தன. பியானியும் அவைகளை ஏக்கத்துடன் பார்த்தான்.

"புதியதாக ரோடு அமைத்தால்தான் அந்த வண்டிகளை அங்கிருந்து அப்புறப்படுத்த முடியும்" என்றான்.

"நமக்கு இங்கே சைக்கிள்கள் கிடைத்தால் எவ்வளவு நன்றாக இருக்கும்" என்றான் போனெல்லோ.

"அமெரிக்காவில் சைக்கிள் சவாரி ரொம்ப சாதாரணமோ?" என்று அயிமோ கேட்டான்.

"முன்பெல்லாம் சைக்கிள் சவாரி இருந்தது"

"இங்கு சைக்கிள் மிகவும் ஒரு அற்புதமான வஸ்து. சிறந்த வாகனம்" என்றான் அயிமோ.

"எனக்கு நடந்து பழக்கமில்லை. இந்த நிலைமையில் சைக்கிள் மட்டும் கிடைத்தால் எவ்வளவு நன்றாக இருக்கும்" என ஏங்கினான் போனெல்லோ.

"அது என்ன துப்பாக்கிச் சப்தமா?" என்று கேட்டேன். எனக்கு வெகு தூரத்திலிருந்து துப்பாக்கிகள் சுடப்படும் ஓசை கேட்டதுபோல் தோன்றியது.

"அது என்னமோ தெரியவில்லையே" என்று சொல்லிவிட்டு? அயிமோ உன்னிப்பாய்க் கவனிக்கலானான்.

"துப்பாக்கிச் சப்தந்தான் என்று தோன்றுகிறது எனக்கு" என்றேன் நான்.

"ஒருகால் ஆஸ்திரிய சைன்யம் முன்னேறி வருவதானால் முதன் முதலில் குதிரைப் படைதான் நமக்கு எதிர்ப்படும்" என்றான் பியானி.

"ஆஸ்திரியர்களிடம் குதிரைப்படை இல்லை என்றே நினைக்கிறேன்" என்று நான் அவர்களுக்கு எடுத்துச் சொன்னேன்.

"கடவுளே! குதிரை வீரனுடைய ஈட்டி முனையால் குத்துண்டு சாக வேண்டுமா. இந்த அனுபவம் எனக்கு வேண்டாம்."

"அந்த ஸார்ஜெண்டை நன்றாகத்தானே சுட்டுக் கொன்றீர்கள் டெனன்டி" என்று பியானி கேட்டான். நாங்கள் இப்போது வெகு வேகமாகவே நடந்தோம்.

"அவனை நான் கொன்று தீர்த்தேன். இந்த யுத்தத்தில் நான் யாரையுமே கொன்றதில்லை. ஆனால் என் வாழ்க்கையில் ஒரு ஸார்ஜெண்டைக் கொல்லவேண்டுமென்று எனக்கு ஆசை. இதை இன்று பூர்த்திசெய்து கொண்டேன்" என்றான் போனெல்லோ.

"இதென்ன வீரம் பேசுகிறாய்? பறந்து ஓடிக் கொண்டிருந்த வனையா நீ சுட்டுக் கொன்றாய்? கீழே விழுந்து கிடந்தவனைத்தானே சுட்டாய்" என்று கேலி செய்தான் பியானி.

"எப்படியோ நான் அவனைக் கொன்று தீர்த்தேன். அது நன்றாக எனக்குக் கவனமிருக்கிறது. அதிலும் ஒரு அயோக்கிய ஸார்ஜெண்டை.

"பாதிரியாருக்குமுன் உன் பாபங்களைப் பற்றி எல்லாம் ஒப்புக் கொள்ளும் போது இதை எப்படிச் சொல்லுவாய்" என்று அயிமோ கிண்டலாகக் கேட்டான்.

"பிதாவே, எனக்கு ஆசி கூறுங்கள். நான் ஒரு ஸார்ஜெண்டைக் கொன்றேன் என்று சொல்லுவேன்" என்றான். இதைக்கேட்டு எல்லோரும் சிரித்தனர்.

"அவன் ஒரு அராஜகவாதி. அவன் மாதா கோவிலுக்கே போவ தில்லை" என்றான் பியானி.

"பியானிகூட அராஜகவாதிதான்" என்றான் போனெல்லோ.

"நீ உண்மையில் அராஜகவாதியா?" என்று நான் அவனைக் கேட்டேன்.

"இல்லை. டெனன்டி, நாங்கள் எல்லாம் சம உடைமைவாதிகள். நாங்கள் எல்லாம் ஐமோலாவிலிருந்து வந்தவர்கள்.

"நீங்கள் அங்கே சென்றதுண்டா?"

"இல்லை."

"ஆண்டவனே. அது மிகவும் நேர்த்தியான இடம் டெனன்டி. யுத்தம் முடிந்த பிறகு நீங்கள் அந்த ஊருக்கு வாருங்கள். உங்களுக்கு என்னவெல்லாம் காண்பிக்கிறேன் பாருங்கள்."

"நீங்கள் எல்லோரும் சம உடைமைவாதிகள்தானா?"

"ஆமாம் நாங்கள் ஒவ்வொருவரும்."

"ஐமோலா அவ்வளவு நேர்த்தியான நகரமா?"

"அற்புதமான நகரம். அதைப்போல் வேறொரு நகரத்தையே காணமுடியாது.

"நீங்கள் சம உடைமைவாதிகளாக எப்படி ஆனீர்கள்."

"நாங்கள் ஆகவில்லை. எப்போதுமே நாங்கள் சம உடைமை வாதிகள்தான். அப்படித்தான் இருந்து வருகிறோம். நாங்கள் ஒவ்வொருவனும் அப்படித்தான். நீங்கள் ஒருமுறை எங்கள் ஊருக்கு வாருங்கள். உங்களைக்கூட ஒரு சம உடைமைவாதியாக ஆக்கி விடுகிறோம்."

எங்களுக்குச் சற்று முன்னால் சாலை இடது பக்கமாக வளைந்து சென்றது. தூரத்தில் ஒரு குன்று தெரிந்தது. அதற்கப்பால் ஒரு

கற்சுவரும் ஒரு ஆப்பிள் தோட்டமும் இருந்தன. குன்றின் பக்கம் சாலையில் மேலே செல்லச் செல்ல எங்கள் பேச்சும் தடைப்பட்டது. நாங்கள் வெகு வேகமாகப் போய்க் கொண்டிருந்தோம். காலங் கடத்திவிட்டோம் என்ற நினைவில் தீவிரமாகச் சென்றோம்.

30

சிறிது நேரத்திற்குப் பின் நாங்கள் சென்ற சாலை ஒரு நதிக்கு இட்டுச் சென்றது. பாலத்தை அடையுமுன் கவனிப்பாரற்று விடப் பட்டிருந்த டிரக்குகளும் வண்டிகளும் வரிசை வரிசையாக நின்று கொண்டிருந்ததைப் பார்த்தோம். ஒரு மனிதன்கூடத் தென்பட வில்லை. நதி பெருக்கெடுத்து ஓடிக்கொண்டிருந்தது. பாலத்தின் மத்திய பாகம் உடைத்தெறியப்பட்டிருந்தது. உடைத்தெறியப்பட்ட பகுதிகள் ஆற்றில் தள்ளப்பட்டிருந்தன. அவற்றின்மீது நீர் மங்கலாக ஓடிக் கொண்டிருந்தது. நாங்கள் நதிக்கரையை அடைந்து அதைக் கடந்து செல்ல வசதியுள்ள இடம் எங்கு இருக்கிறதென்று கவனித் தோம். அந்த இடத்திற்குக் கொஞ்சம் முன்புறத்தில் ஒரு ரெயில்வே பாலம் இருக்கிறதென்பது எனக்குத் தெரியும். அதன் வழியே நதியைக் கடந்து சென்று விடலாம் என்று எண்ணினேன். அதை யணுகும் பாதைகளிலெல்லாம் சகதி மிகுந்திருந்தது. அருகாமையில் எங்கும் துருப்புகளின் நடமாட்டத்தைக் காணவில்லை. கைவிடப் பட்ட டிரக்குகளும் சாமான்களும்தான் எங்கு பார்த்தாலும் காணப் பட்டன. நதிக்கரை ஓரம் பூராவிலுமே ஜனநடமாட்டமுமில்லை துருப்புகளுமில்லை. சிறு சிறு புதர்களும் சகதி மிகுந்த தரையும்தான் இருந்தன. ஓரத்திலேயே நடந்து அந்த ரெயில் பாலம் கண்ணுக்குத் தெரியும் வரையில் போனோம்.

அது ஒரு இரும்புப் பாலம். சாதாரணமாக அந்த நதியில் நீர் இருக்காது. அதன்மீது போடப்பட்டிருந்த இந்தப் பாலம் உறுதி யாகவே இருந்தது.

"எதிரிகள் அதையும் உடைத்தெறிவதற்கு முன் நாம் அதனைக் கடந்து சென்று விடலாம். சீக்கிரம் வாருங்கள்" என்று நான் சொன் னேன்.

"உடைத்தெறிய அங்கு ஒருவனும் இருப்பதாகத் தெரிய வில்லையே. அவர்கள் எல்லோரும் போய்விட்டனர்" என்றான் பியானி.

“ஒரு வேளை பாலத்தில் கண்ணி வைத்துவிட்டுத்தான் சென்றிருக் கிறார்களோ என்னமோ; டெனன்டி, நீங்கள் முதலில் செல்லுங்கள்” என்றான் போனெல்லோ.

“அந்த அராஜகவாதி சொல்லுவதைக் கேட்டீர்களா? அவனையே முதலில் முன்னாடிப் போகச் சொல்லுங்கள்” என்றான் அயிமோ.

“ஏன், நானே போகிறேன் முன்னால். கண்ணி வைத்திருந்தாலும் ஒரே ஒரு மனிதன் நடந்து செல்லும்போது வெடிக்கும் படியாகக் கண்ணி வைத்திருக்கமாட்டார்கள்” என்றேன்.

“பார்த்தாயா. இதற்குத்தான் மூளை வேண்டுமென்பது. உனக்கு ஏன் மூளையே இல்லை. நீதான் அராஜகவாதியாச்சே” எனறான் அயிமோ போனெல்லோவைப் பார்த்து.

“மூளை இருந்தால் நான் இவ்விடத்தில் இருந்திருக்கவே மாட்டேன்” என்றான் போனெல்லோ.

“ரொம்ப சமத்காரமாகப் பேசுகிறான் இல்லையா? டெனன்டி” என்றான் அயிமோ.

“ரொம்ப சமத்காரம்தான்” என்று ஆமோதித்தேன்.

நாங்கள் பாலத்தை இப்போது நெருங்கிவிட்டோம். வானத்தில் மேகம் மறுபடியும் பரவி லேசாக தூறலும் ஆரம்பித்தது. பாலம் நீளமாயும் உரம் கொண்டதாகவும் காணப்பட்டது. அதன் முனை யிலிருந்த மேட்டுப் பாதையின் மீதேறி நான் “ஒவ்வொருவனாகத் தனித்து வாருங்கள்” என்று அவர்களை எச்சரித்துவிட்டு, பாலத் தின்மீது முன்னே சென்றேன். செல்லும்போது தண்டவாளத்தின் ஓரங்களிலும் இடுக்குகளிலும் ஏதாவது கம்பிகள் பொருத்தப் பட்டிருக்கின்றனவா என்றும் ஏதாவது வெடி வைக்கப்பட்டுள்ளதா’ என்றும் பார்த்துக்கொண்டே சென்றேன். தண்டவாளங்களின் குறுக்கு இணைப்புச் சட்டங்களுக்குக் கீழ் நதியில் பிரவாகம் கலங் கலாக ஓடிக்கொண்டிருந்தது. சந்துகள் வழியே புலனாயிற்று. பாலத்திற்கு அப்பால் திரும்பிப் பார்த்தேன். இந்தப் பாலத்திற்கு கொஞ்ச தூரம் தள்ளி நதியில் மற்றொரு பாலம் இருந்தது. அதைக் கவனித்து நோக்கியபோது அதன்மீது மண்ணைப் போன்ற மஞ் சள் நிற மோட்டார் ஒன்று சென்று கொண்டிருந்தது தெரிந்தது. பாலத்தின் கைப்பிடிச் சுவர்கள் உயரமாக இருந்தன. பாலத்தில் நுழைந்துவிட்டால் மோட்டாரின் பக்கங்கள், வெளியே தெரியாதபடி அவ்வளவு உயரமாகவே இருந்தன. ஆனால், அந்த மோட்டார் டிரைவரின் தலையும் அவனுடன் முன் பக்கத்தில் ஒருவனும் பின் ஆசனத்தில் வேறு இருவர் இருந்ததும் தெரிந்தது. அவர்கள் ஜெர்மானியர்கள் அணியும் தலைக்கவசங்கள் அணிந்திருந்தனர். அந்த மோட்டார் பாலத்தைக் கடந்து மரங்களிடையேயும் கைவிடப்

பட்டிருந்த டிரக்குகள் மத்தியிலும் எங்கோ சென்று மறைந்து விட்டது. எனக்குப் பின்னால் சற்றுத் தூரத்தில் வந்து கொண்டிருந்த அயிமோவையும் மற்றவர்களையும் சீக்கிரமாக வரும்படி கையினா லேயே சமிக்ஞை செய்தேன். இதற்குள் பாலத்தின் மறுமுனையை அடைந்துவிட்ட நான் பாதை மேட்டின் ஓரத்தில் பதுங்கியிருந்தேன். என்னுடன் அயிமோ இருந்தான்.

"அந்த மோட்டார் வண்டியைப் பார்த்தாயா?"

"இல்லை. நாங்கள் உங்களையே பார்த்துக் கொண்டிருந்தோம்" என்றான்.

"ஒரு ஜெர்மானிய ராணுவ அதிகாரியின் கார் பக்கத்திலிருந்த அந்தப் பாலத்தில் சென்றது."

"ராணுவ அதிகாரிகள் வண்டியா?"

"ஆமாம்."

"ஆண்டவனே, அம்மாடியோ!"

இதற்குள் மற்றவர்களும் வந்து சேர்ந்துவிட்டனர். நாங்கள் அந்த மண் மேட்டிலேயே தரையில் பதுங்கியிருந்தோம். பாலத்தின் தண்டவாளங்களையும் அதற்கப்பாலிருந்த மரத்திட்டுகளையும், சாலையையும், சாலை ஓரத்திலிருந்த கால்வாய்களையும் கூர்ந்து கவனித்துக் கொண்டே சிறிதுநேரம் அசைவற்றிருந்தோம்.

"நாம் நம் தளத்திலிருந்து துண்டிக்கப் பட்டுவிட்டோம் என்று நினைக்கிறீர்களா டெனன்டி?"

"நிச்சயமாகச் சொல்லமுடியாது. எனக்குத் தெரிந்ததெல்லாம் ஜெர்மானிய ராணுவ அதிகாரிகளின் மோட்டார் வண்டி ஒன்று அந்தச் சாலை வழியே சென்றது."

"நம்முடைய நிலைமையைப்பற்றி உங்களுக்குச் சற்று விசித்திர மாகத் தோன்றவில்லையா டெனன்டி, நீங்கள் என்ன நினைக் கிறீர்கள்?"

"அசட்டுத்தனமாக உளறாதே போனெல்லோ."

"கொஞ்சம் மது சாப்பிட்டால் என்ன? நாம் துண்டிக்கப்பட்டு விட்டது உண்மையாக இருந்தால் இப்போதே இந்த மதுவைக் கொஞ்சம் அருந்திவிடலாமே." அவன் தன்னுடைய தகர டப்பாவைத் திறக்க முற்பட்டான்.

"அதோ பாருங்கள்" என்று அயிமோ அந்தச் சாலை பக்கம் சுட்டிக்காட்டினான். பாலத்தின் கைப்பிடிச் சுவர்களுக்கு மேலே ஜெர்மானியர்களின் தொப்பிமுனைகள் நகருவது தெரிந்தது. அவர் களெல்லாம் சற்று முன்பக்கமாக சாய்ந்து அசையாமல் முன்னேறிச்

சென்றதாகத் தெரிந்தது. பாலத்தின் மறுகோடியில் அவர்கள் வெளி யேறியதும்தான் அவர்கள் சைக்கிள் படையினர் என்பது தெரிய வந்தது. முதலில் சென்ற இருவரின் முகங்கள்கூடத் தெளிவாகத் தெரிந்தன. சிவந்திருந்ததுடன் நல்ல ஆரோக்கியத்துடனிருந்ததாகவே காணப்பட்டனர். அவர்களுடைய தலைக்கவசங்கள் நெற்றியை மூடிக்கொண்டு கன்னத்தையும் மறைத்தன. துப்பாக்கிகள் சைக்கிள் சட்டத்திலேயே பொருத்தப்பட்டிருந்தன. குச்சுக் குண்டுகள் (Stick bombs) ஒவ்வொருவனுடைய இடுப்பிலும் தோல் பட்டையிலிருந்தும் தொங்கிக் கொண்டிருந்தன. அவர்களுடைய சாம்பல் நிற உடை களும் கவசங்களும் மழையில் நனைந்திருந்தன. சைக்கிள்களில் வெகு லாகவமாக முன்னாலும் பக்கங்களிலும் அதி ஜாக்கிரதையாகப் பார்த்துக்கொண்டே அவர்கள் சென்றனர். முதலில் இருவர் ஜோடி யாகச் சென்றனர். பின்னால் நால்வர் ஒரே வரிசையில் சென்றனர். அதற்குப் பின்னால் இருவர், அவர்களுக்குப் பின்னால் பன்னிரண்டு பேர்கள் இரண்டு அணியாகச் சென்றனர். கடைசியில் தனியாக ஒருவன் சென்றான். அவர்கள் ஒன்றும் பேசியதாகத் தெரியவில்லை. பேசியிருந்தாலும் நதியின் பிரவாக ஓசையில் எங்களுக்குக் கேட்டிருக் காது. சாலையில் எங்கேயோ எங்கள் பார்வைக்கப்பால் சென்று விட்டனர்.

"காப்பாற்றினாயே மேரி அம்மாவே!" என்றான் அயிமோ. "அவர்கள் எல்லோரும் ஜெர்மானியர்கள். ஆஸ்திரியர்கள் அல்ல" என்றான் பியானி.

"ஏன் அவர்களைத் தடுத்து நிறுத்த இங்கே ஒருவருமில்லை? ஏன் அந்தப் பாலத்தையே உடைத்தெறியவில்லை. ஏன் இந்த மணல் திட்டில் ஒரு யந்திரத் துப்பாக்கிக்கூட பொருத்திவைக்கப்பட வில்லை?" என்றெல்லாம் கூறி நான் வியந்தேன்.

"இதையெல்லாம் நீங்கள்தான் எங்களுக்கு விளக்க வேண்டும் டெனன்டி" என்றான் போனெல்லோ.

எனக்குக் கோபந்தான் வந்தது

"இது எல்லாமே பைத்தியக்காரத்தனமாகவே இருந்தது. நதியின் கீழே ஒரு சிறிய பாலத்தை உடைத்தெறிந்திருக்கிறார்களே தவிர பிரதான சாலையிலிருந்து வரும் பெரிய பாலத்தை அப்படியே விட்டுவைத்திருக்கின்றார்களே! துருப்புகள் எல்லாம் எங்கே சென்றன? எதிரிகளைத் தடுத்து நிறுத்தப் பிரயத்தனம்கூட செய்யவில்லையே!" என்று நான் வாய்விட்டே சொன்னேன்.

"நீங்கள்தான் சொல்லுங்கள், டெனன்டி" என்றான் போனெல்லோ. நான் ஒன்றும் பேசவில்லை. "அவை எல்லாம் என்னுடைய விவகார மில்லை. எனக்கு இட்ட உத்தரவு இந்த ஒன்று; ஆம்புலென்ஸ் வண்டி

களைப் போர்த்தினானுக்குக் கொண்டு சேர்க்க வேண்டியது. இதைச் செய்ய நான் தவறிவிட்டேன். இப்போது நான் செய்யக்கூடியது போர்த்தினானுக்கு நாங்களாவது போய்ச் சேருவதே. இப்போதிருக் கும் நிலைமையில் ஊடைனுக்குக் கூடப்போய்ச் சேரமுடியாது போலிருக்கிறது. அடுத்தபடி செய்யக்கூடியது சும்மாவாவது அமைதி யாக இருந்து கைதியாகப் பிடிபடாமலாவது அல்லது சுட்டுக் கொல்லப்படாமலாவது பார்த்துக் கொள்வதே.

"உன் தகரக் குவளையைத் திறந்தாயே, எங்கே அது" என்று பியானியைக் கேட்டேன். அதை அவன் என்னிடம் கொடுத்தான். நான் நிறையவே மது குடித்தேன். "நாம் இங்கிருந்து புறப்படுவது நல்லது" என்றேன். "இருந்தாலும் அவசரமில்லை. உனக்கு ஏதாவது சாப்பிட வேண்டுமென்றிருக்கிறதா?"

"தாமதிப்பதற்கு இது ஏற்ற இடமில்லை" என்றான் போனெல்லோ.

"சரி, நாம் புறப்படுவோம்."

"நாம் ஒருவர் கண்ணிலும் படாமல் இந்தப் பக்கமாகச் செல்ல லாமா?"

"நாம் உயரத்தில் இருப்பதே சிறந்தது. அவர்கள் இந்தப் பாலத் தின் வழியே வந்தால் நமக்கு மேலேயிருந்து அவர்கள் நம்மைச் சுடும்படியான நிலைமையில் நாம் இருக்கக் கூடாது."

நாங்கள் ரெயில் பாதை ஓரமே நடந்து சென்றோம். படர்ந் திருந்த தரை எங்களுக்கு இரு புறத்திலும் ஈரமாயிருந்தது. எங்களுக்கு முன்னாலிருந்த சமவெளிக்கப்பால் ஊடைன் நகரத்துக் குன்று தெரிந்தது. குன்று மீதிருந்த மாளிகையின் கூரைகள் விழுந்து விட்டி ருந்தன. சரிவிலிருந்த வீடுகளும் மணிக்கூண்டும் தென்பட்டன. வயல்களில் நிறைய முசுக்கொட்டை மரங்கள் இருந்தன. எதிரில் ஓரிடத்தில் ரெயில் பாதை உடைத்தெறியப்பட்டிருந்தது காணப் பட்டது. இணைப்புச் சட்டங்கள் பெயர்த்தெடுக்கப்பட்டு பாதை மேட்டுச்சரிவில் அவை வீசி எறியப்பட்டிருந்தன.

"தலையைத் தாழ்த்துங்கள், தாழ்த்துங்கள்" என்றான் அயிமோ. நாங்கள் உடனே சரிவில் குப்புறப்படுத்தோம். சாலையில் மற்றொரு சைக்கிள் படைக் கூட்டம் சென்றது. அதை நானும் பார்த்தேன்.

"அவர்களும் நம்மைப் பார்த்தார்கள். எனினும் நம்மை லட்சியம் செய்யாமல் போய்க்கொண்டிருந்தனர்" என்றான் அயிமோ.

"நாம் அங்கே சென்றால் நிச்சயமாக இறந்து போக வேண்டி யதே டெனன்டி" என்றான் போனெல்லோ.

"அவர்களுக்கு நம்மைப்பற்றி அக்கறையில்லை. வேறு ஏதோ முக்கியமான ஒன்றின்மேல் அவர்களுடைய திருஷ்டி விழுந்திருப்பதாகத்

தெரிகிறது. திடீரென்று நம்மீது பாய்ந்தால் தான் நமக்கு ஆபத்து" என்றேன்.

"அவர்கள் கண்களில் படாமல் நடந்து செல்லுவதுதான் புத்திசாலித்தனம்" என்றான் போனெல்லோ.

"நல்லது. நாம் பாதையை ஒட்டிக் கீழேயே நடந்து போவோம்" என்றேன்.

"நாம் ஊரை அடைந்து விடலாம் என்று நினைக்கிறீர்களா?" போனெல்லோ கேட்டான்.

"நிச்சயமாக. அவர்கள் இன்னமும் அதிகப் பேர்கள் இல்லை. நாம் இருட்டில் இங்கிருந்து வெளியேறிச் சென்றுவிடலாம்."

"அந்த ராணுவ அதிகாரி வண்டி என்ன செய்து கொண்டிருந்தது?"

"கடவுளுக்கே வெளிச்சம்" என்றேன். நாங்கள் ரெயில் பாதை யோரமே சென்றோம். போனெல்லோ கீழே சகதியில் நடந்து அலுப்புற்றவனாய் மேலே எங்களுடன் சேர்ந்து தண்டவாளங்களின் பக்கத்திலேயே நடந்து வந்தான். ரெயில் பாதை இங்கே தெற்கே திரும்பிச் சென்றது. சாலையில் என்ன நடக்கிறதென்பதை திருப்பத் தில் இருந்து கவனிக்க முடியாது. கால்வாயின் மீதிருந்த ஒரு சிறு பாலம் தகர்க்கப்பட்டிருந்தது. ஆனால் விழாமல் நின்று கொண்டிருந்த கற்களின் மேல் தாவித் தாவிச் சென்றோம். எங்களுக்கு முன்னால் துப்பாக்கிச் சப்தம் கேட்டது.

கால்வாயைக் கடந்து மறுபடியும் ரெயில்வே பாதையிலேயே நடந்தோம். பள்ளமான வயல்கள் வழியே ஊரை நோக்கி அந்தப் பாதை போய்க்கொண்டிருந்தது. இரண்டாவது ரெயில் பாதைகூட எங்கள் முன் தெரிந்தது. எங்களுக்கு வடக்கேதான் சைக்கிள் படையினர் சென்ற பிரதான சாலை இருந்தது. தெற்கே ஒரு சிறு பாதை வயல் நடுவே சென்றது. பாதை ஓரங்களில் மரங்களிருந்தன. அது வயல் வழியே ஊருக்குத் தென்புறமாகச் சென்றது. அப்படியே காம்போபார் மீயோவுக்குப் போய், அங்கிருந்து நடந்து டாக்லிய மெண்டோவை அடையலாம் என்று எனக்குத் தோன்றியது. சைன்யம் பின்வாங்கிச் சென்ற பிரதான சாலையை விட்டு விலகிப் பக்கவாட்டிலிருந்த சிறு சாலையின் வழியே ஊடைனை வளைத்துக் கொண்டு போய்ச் சேரலாம் என்று நான் நினைத்தேன். அங்கே சிறு சிறு ரஸ்தாக்கள் அநேகமிருந்தன வென்பது எனக்குத் தெரியும். நான் கரையிலிருந்து கீழே இறங்கினேன். மற்றவர்களையும் "வாருங் கள் சீக்கிரம்" என்று துரிதப்படுத்தினேன்.

பக்கத்திலிருந்த பாதைவழியே சென்று நகரத்தின் தென் பகுதியை அடைய உத்தேசம். நாங்கள் மேட்டை விட்டு கீழே இறங்கிக்

கொண்டிருக்கும் போது எங்கிருந்தோ, எங்களை நோக்கி யாரோ சுடுவது தெரிந்தது. ஆனால் சுடப்பட்ட குண்டு குறி தவறி மேட்டி லிருந்து மண்ணில் விழுந்து புதைந்தது.

மறுபடியும் மேட்டுமேல் ஏறிவிடலாம் வாருங்கள் என்று கத்தினேன். நான் மறுபடியும் மேலே ஏற முயன்றபோது கால் சறுக்கி விழுந்தேன். டிரைவர்கள் எனக்கு முன்னால் சென்றுவிட்டனர். நான் சரிவின் மீது முடிந்த மட்டும் வேகமாக ஏறினேன். மேலும் இரண்டு ரவைகள் அருகிலிருந்த அடர்ந்த புதரிலிருந்து பாய்ந்து வந்தன. அயிமோ ரெயில் தண்டவாளத்தைக் கடந்து கொண்டி ருக்கும் போது ஒரு ரவை அவன்மீது பாய்ந்தது. அவன் தள்ளாடி அங்கேயே குப்புற வீழ்ந்தான். அவனை அங்கிருந்து இழுத்துப் பாதையின் மறுபக்கத்துச் சரிவில் கொண்டு சேர்த்தோம். அங்கே அவனைப் புரட்டிப் பார்த்தோம். அவன் தலையைச் சரிவின் மேல் பக்கமாக உயரத்தில் வைத்து, கால்களைத் தாழ்வாக இருத்தி பியானி அவன் கை கால்களை அசைத்துப் பார்த்தான். ஒவ்வொரு மூச்சுடனும் ரத்தம் கலந்து வந்துகொண்டிருந்தது. நாங்கள் மூவரும் அவனைச் சுற்றி அந்த மழையிலேயே உட்கார்ந்தோம். அவனுடைய பின்புறக் கழுத்தின் கீழ்பாகத்தில் தாக்கிய குண்டு மேலே பாய்ந்து வலது கண்ணிற்குச் சற்றுக் கீழே வெளிவந்து விழுந்திருந்தது தெரியவந்தது. அதனால் ஏற்பட்டிருந்த இரண்டு துவாரங்களையும் நான் பஞ்சினால் துடைத்துக் கொண்டிருக்கும் போதே அயிமோவின் ஆவி பிரிந்தது. பியானி அவனுடைய தலையைத் தரையில் கிடத்தி முகத்தைத் துடைத்தான்.

"நாய்ப் பயல்கள்" என்று பியானி அவர்களைச் சபித்தான்.

"சுட்டவர்கள் ஜெர்மானியர்கள் அல்ல. இந்தப் பக்கம் ஜெர்மானியர்கள் இருக்க முடியாது" என்றேன்.

"இத்தாலியக்காரர்கள்தான் சுட்டிருக்கிறார்கள்" என்றான் பியானி. இத்தாலியன் என்று துச்சமாகச் சொன்னான். போனெல்லோ மௌனமாக உட்கார்ந்திருந்தான். கீழே விழுந்து கிடந்த அயிமோவின் தொப்பியை எடுத்து அவன் முகத்தை மூடினான். பிறகு தன்னு டைய தகரக் குப்பியை எடுத்து "உனக்குக் கொஞ்சம் மது வேண்டுமா?" என்று போனெல்லோவைக் கேட்டான். "வேண்டாம்" என்றான் அவன்.

உடனே பியானி என்னைப் பார்த்து "ரெயில் பாதையில் நடந்து வந்துகொண்டிருந்தபோது நமக்கும் கூட இம்மாதிரி விபத்து நேர்ந் திருக்கக் கூடுமல்லவா" என்று அங்கலாய்த்தான்.

 நற்றிணை பதிப்பகம் ● 235

"அவ்வாறு நிகழ்ந்திருக்க வேண்டியதில்லை. நாம் பாதையை விட்டு விலகி வயல்களில் திரும்பியதால்தான் இப்படி நேர்ந்தது" என்று நான் சொன்னேன்.

"இப்போது அயிமோ இறந்துவிட்டான். அடுத்தபடி யாரோ? டெனன்டி. இப்போது நாம் இங்கிருந்து எங்கே செல்லுகிறோம்?" என்று போனெல்லோ கேட்டான்.

"சுட்டவர்கள் இத்தாலியர்கள்தான். ஜெர்மானியர்கள் அல்ல" என்றேன். "ஜெர்மானியர்களாக இருந்தால் நம்மெல்லோரையுமே கொன்று தீர்த்திருப்பார்களே" என்றான் போனெல்லோ. "அதிக ஆபத்து இத்தாலியர்களிடமிருந்துதான். ஜெர்மானியர்களிடமிருந்து அல்ல. ஜெர்மானியர்கள் தங்களுக்கு எது அத்தியாவசியமோ அதைத்தான் செய்வார்கள். பின்னணியில் நிறுத்தப்பட்டிருக்கும் இந்தப் பயங்கொள்ளி இத்தாலியர்கள்தான் அர்த்தமில்லாமல் சுடுகிறவர்கள்," என்றேன்.

"நீங்கள் சொல்லுவது சரியாகத்தான் இருக்கிறது," என்றான் போனெல்லோ."

"நாம் எங்கே இப்போது போகவேண்டும்?" என்று பியானி கேட்டான்.

"இருட்டும் வரையில் நாம் இங்கேயே எங்காவது தங்கி விட்டுப் பிறகு நகரத்தின் தென்புறமாகச் சென்றால் நமக்கு ஆபத்து ஏற்படா மலிருக்கலாம்" என்றேன்.

"நம்மை எதிரிகள் என்று அவர்கள் எண்ணிச் சுட்டார்கள் என்றால், நம்மில் ஒருவனை மட்டும் சுடாமல் எல்லோரையும் அல்லவா அவர்கள் சுட்டுத்தள்ளியிருக்க வேண்டும். முதலில் செய்ததே தவறு. மறுபடியும் அவர்கள் நம்மைப் பார்த்துச் சுடும்படி அவர்களுக்குச் சந்தர்ப்பமளிக்கப் போவதில்லை" என்றான் போனெல்லோ.

"நாம் ஊடைனுக்குச் சமீபமாக ஏதாவது நல்ல இடமாகப் பார்த்துப் பதுங்கி இருந்து, இருட்டினதும் மேலே செல்லுவோம்" என்றேன்.

நாங்கள் புறப்பட்டு ரெயில் பாதை மேட்டின் வடக்குப்புறம் ஓரமாகவே நடந்தோம். திரும்பி ஒருமுறை அயிமோவைப் பார்த் தோம். மண்மீது கிடந்த அவன் உருவம் மிகவும் சிறியதாகத் தென்பட்டது. பட்டிகள் கட்டப்பட்டிருந்த கால்களும் அழுக்கடைந்த பூட்ஸு அணிந்த பாதங்களும் நன்றாகத் தெரிந்தன. மழை பெய்துகொண்டே இருந்தது. நான் பழகியிருந்த எல்லோரிடத்திலும் எனக்கு அன்பு அதிகம். அவனுடைய காகிதங்களை எல்லாம்

நான் எடுத்து வைத்திருந்தேன். அவன் குடும்பத்தாருக்கு நான் கடிதம் எழுத எண்ணினேன்.

எங்களுக்கு முன்னாலிருந்த வயல்களுக்கப்பால் ஒரு பண்ணை வீடிருந்தது. அதைச் சுற்றிலும் மரங்களடர்ந்திருந்தன. இது இரண்டு மாடிக் கட்டடம். மேல் மாடித் தாழ்வாரத்தைத் தாங்கிய தூண்கள் நன்கு தெரிந்தன. இந்தக் கட்டடத்திற்கு எதிரில் பல சிறு பண்ணை வீடுகள் இருந்தன.

"நாம் தனித் தனியாக இருப்பது நல்லது. நான் முன்னே செல்லுகிறேன்" என்று சொல்லிவிட்டு, அந்தப் பண்ணை வீட்டை நோக்கி நடந்தேன். வயல் நடுவே ஒரு பாதை சென்றது.

பண்ணை வீட்டிலிருந்தாவது, அதைச் சுற்றிலுமிருந்த மரங்களி லிருந்தாவது யாராவது என்னைப் பார்த்துச் சுடக்கூடும். எனினும் இதைப்பற்றி அப்போது நான் அதிகம் சிந்திக்கவில்லை. அதை நோக்கி நேராகவே போனேன். மேல் மாடியின் முன் மண்டபமும் பக்கத்திலிருந்த வைக்கோல் போரும் ஒரே உயரத்தில் சமமாகவே இருந்தது தெரிந்தன. தூண்களின் இடையில் வைக்கோல் திணித்து வைக்கப்பட்டிருந்ததும் தெரிந்தது. பதிக்கப்பட்டிருந்தது. மரங்களி லிருந்து மழை நீர் சொட்டிக் கொண்டிருந்தது. கீழே முன்புறமெல் லாம் கருங்கல் காலி வண்டி ஒன்று அங்கு கிடந்தது. வெளி முற்றத்தைத் தாண்டி, முன் மண்டபத்தின் கீழ்ப்பகுதியை அடைந்தேன்.

பண்ணை வீட்டின் கதவு திறந்து கிடந்தது. நான் உள்ளே நுழைந்தேன். போனெல்லோவும் பியானியும் என் பின்னால் வந்தனர். உள்ளே ஒரே இருட்டு; சமையல் கட்டிற்குச் சென்றேன். திறந்த அடுப்பில் அப்போதுதான் அணைந்துபோன நெருப்பின் சாம்பல் கிடந்தது. அடுப்பின்மேலே சமையல் பாத்திரங்கள் கிடந்தன. ஆனால் எல்லாம் காலி. சுற்றுமுற்றும் பார்த்தேன். தின்பதற்கு உணவு ஒன்றையும் காணவில்லை.

"நாம் இங்கே சற்று நேரம் தங்கவேண்டுமென்று தோன்றுகிறது. பியானி, உண்பதற்கு ஏதாவது கிடைக்குமா என்று பார்" என்றேன். போனெல்லோ, பியானி இருவரும் வீட்டில் சுற்றுமுற்றும் பார்த்துக் கொண்டிருந்தனர். "பண்ணைக் களஞ்சியத்தைப் பார்த்து வருகிறேன்" என்று மாடிமீது ஏறினேன்.

கீழே கொட்டிலிலிருந்து கருங்கல் பதித்த படிக்கட்டுகள் மாடிக்குச் சென்றது. தொழுவத்தில் ஒரு பிராணியுமில்லை. பண்ணைச் சொந்தக்காரன் வெளியேறியபோது கால்நடைகளையும் ஓட்டிச் சென்றிருக்க வேண்டும். தொழுவத்தின் வாசனை அந்த மழையில் மனோகரமாகவே இருந்தது. வைக்கோல் கட்டடத்தில் பாதி நிரம்பி யிருந்தது. கரையில் இரண்டு ஜன்னல்களிருந்தன. ஒன்று பலகை

களடித்து மூடப்பட்டிருந்தது. மற்றது வடபுறமாக இருந்த சிறு ஜன்னல். அங்கிருந்து வைக்கோலைக் கீழே தாங்கிச் செல்ல ஒரு சரிவும் இருந்தது. வைக்கோல் வண்டி தாராளமாக உள்ளே நுழைய வாயிற்புறத்தை உயரமான தூலங்கள் தாங்கி நின்றன. வைக்கோல் மணமும் உலர்ந்த சாணத்தின் மணமும் சுற்றிலும் வீசின. மூடியிருந்த ஜன்னலின் ஒரு பலகையை நீக்கினால் அங்கிருந்து பண்ணை வீட்டின் முன்புறத்தைப் பார்க்க முடியும். மற்ற ஜன்னல் வடக்கே வயல்களை நோக்கி இருந்தது. படிக்கட்டுகள் பழுதாயிருக்கும் பட்சத்தில் இரண்டு ஜன்னல்களின் வழியாகவும் மேலே கரைக்குப் போக முடியும். கீழே முற்றத்திற்கும் இறங்கலாம். யாராவது ஆளரவம் கேட்டால் நாங்கள் வைக்கோல் மத்தியிலேயே பதுங்கி இருக்க முடியும். பண்ணைக் கட்டடம் அவ்வளவு விஸ்தாரமாக இருந்தது.

இது தகுந்த இடமென்றே எனக்குத் தோன்றியது. எங்கள் மீது மட்டும் ஒருவரும் சுடாமலிருந்திருந்தால் நாங்கள் எல்லோருமே தப்பிச் சென்றிருக்க முடியும். இங்கே ஜெர்மானியர் இருக்க முடியாது. அவர்கள் 'வடக்கே ஸிவிடேல் பகுதியிலிருந்துதான்' சாலை வழியே வந்து கொண்டிருக்கின்றனர். தெற்குப் புறத்திலிருந்து அவர்கள் வந்திருக்க முடியாது.

இத்தாலியர்களிடமிருந்துதான் எங்களுக்கு ஆபத்து அதிகம். அவர்கள் கிலியடைந்திருந்தனர். பயத்தின் மிகுதியால் எதைக் காண்கின்றனரோ அவற்றையெல்லாம் சுட்டுத் தள்ளினர். வடக்கே பின்வாங்கிச் சென்ற இத்தாலிய சேனையில் பல ஜெர்மானியர் இத்தாலிய துருப்புகளின் உடை அணிந்து கலந்திருந்தனர் என்று முன்னமே நாங்கள் கேள்விப்பட்டிருந்தோம். நான் அதை நம்பவில்லை. இம்மாதிரி வதந்திகள் யுத்த காலத்தில் பரவுவது சகஜம். எதிரி உங்களுக்குப் பீதி விளைவிக்கும் தந்திரங்களில் இது ஒன்று. சாதாரணமாகக் கையாளப்படுவது. அதேபோல ஜெர்மானிய உடை அணிந்து அவர்கள் மத்தியில் கலந்து குழப்பம் விளைவித்ததாக இத்தாலியர்களைப் பற்றி நான் கேட்டதே இல்லை. ஒருவேளை அம்மாதிரி செய்துமிருக்கலாம். ஆனால் நான் நம்பவில்லை. எப்படியும் ஜெர்மானியர் இங்கே இருக்க மாட்டார்கள் என்பதே எனது நம்பிக்கை. அவர்களுக்கு அங்கே இருக்கவேண்டிய அவசியமுமில்லை. நாங்கள்தான் பின்வாங்கி ஓடுகிறோமே. பின்வாங்குவதில் மேலும் குழப்பம் உண்டாக்கத் தேவையே இல்லை. எனினும் இத்தாலியர் எங்களை ஜெர்மானியர்கள் என்று எண்ணிச் சுடலாம். அயிமோவைச் சுட்டார்களே, அதுபோல.

நாங்கள் வைக்கோல்மீது அமர்ந்து நிம்மதியாகவே இருந்தோம். எங்களுக்கு இப்படிப்பட்ட திறந்தவெளியில் படுத்திருந்து பறந்து

செல்லும் குருவிகளைச் சுட்டுப் பழக்கமுண்டு. எனவே இந்தச் சூழ்நிலை அப்போதைக்கு அமைதியாகவே இருந்தது. எப்படியும் இங்கிருந்து பின்புறம் திரும்பிச் செல்ல முடியாது. முன்னேறித்தான் போக வேண்டும். முன்னால் செல்லமுடியவில்லை என்றால் என்ன ஆகும்? மிலானுக்குத் திரும்பிச் செல்ல முடியாது. ஆனால், மிலானுக்குச் சென்றால் மட்டும் என்ன பயன் விளையும்?

இவ்வாறெல்லாம் சிந்தனை செய்துகொண்டிருக்கும்போது வடக்கே ஊடைன் நகரத்தை நோக்கி பீரங்கி முழங்குவது கேட்டது. குண்டுகள் ஏதும் வந்து விழவில்லை. இருந்தாலும் ஏதோ நிகழ்ந்து கொண்டிருப்பதை இது குறிப்பிட்டது. அந்தச் சாலையில் கொஞ்சம் துருப்புகளை அவர்கள் வரவழைத்து இருக்கவேண்டும். நான் கீழே கவனித்தபோது பியானி நின்றுகொண்டிருந்தது தெரிந்தது. கையில் ஒரு ஜாடியும் 'ஸாஸேஜ்' துண்டு ஒன்றும் இரண்டு புட்டி மதுவும் வைத்திருந்தான்.

"மேலே வா, அதோ ஏணி இருக்கிறது" என்றேன். எனக்கு அரைத் தூக்கம். உடனே நானே கீழே சென்று அவனை அழைத்துவர உதவினால்தான் சாமான்களுடன் அவன் மேலே வரமுடியுமென்று உணர்ந்தேன். நான் கீழே போனேன்.

"போனெல்லோ எங்கே?' என்று கேட்டேன்.

"மேலே வந்து சாவதானமாகச் சொல்லுகிறேன்" என்றான். ஏணி வழியே நாங்கள் மாடியை அடைந்தோம். கையில் இருந்த உணவுச் சாமான்களை எல்லாம் கீழே பரப்பினான். மதுப்புட்டியைத் திறந் தான். அது அரக்கு வைத்து மூடியிருந்ததால் உயர்ந்த ரகமாகவே இருக்கவேண்டும் என்று தோன்றியது.

"போனெல்லோ எங்கே" என்று நான் மறுபடியும் கேட்டேன். பியானி என்னை உற்றுநோக்கினான்.

"அவன் ஓடிப் போய் விட்டான், டெனன்டி. நாம் எப்படியும் கொல்லப்பட்டு விடுவோம் என்ற பயம் அவனைச் சூழ்ந்து கொண்டது. அதைவிட எதிரியிடம் அகப்பட்டுக் கொண்டு கைதி யாகி விடுவது மேல் என்று சென்றுவிட்டான்."

நான் ஒன்றும் சொல்லவில்லை. மதுப்புட்டியைப் பிடித்த படியே சிந்தனையிலாழ்ந்தேன். "நீயும் ஏன் போகவில்லை" என்று பியானியைக் கேட்டேன். "தங்களைத் தனியாக விட்டு விட்டுச் செல்வதை நான் விரும்பவில்லை" என்று அவன் பதிலளித்தான். அவன் எங்கு சென்றான் என்று தனக்குத் தெரியாதென்றும் கூறினான். போனவனைப் பற்றி நாங்கள் அதற்குமேல் சிந்திக்க வில்லை. 'ஸாஸேஜ்' துண்டை சீக்கிரமாகவே நாங்கள் சாப்பிட் டோம். பிறகு மது அருந்தினோம். நான் மதுப்புட்டியைக் கையில்

பிடித்தவாறே ஒரு பக்கத்து ஜன்னல் வழியே வெளியே பார்த்துக் கொண்டிருந்தேன். மறு ஜன்னல் வழியே பார்த்துக்கொண்டிருக்கும்படி பியானியிடம் சொன்னேன். வெளியே என்ன எதிர்பார்த்தோம் என்று நிச்சயமாகச் சொல்லமுடியாது. பரந்த வயல்களும் முசுக் கட்டை மரங்களும் தான் காணப்பட்டன. இருட்டு நன்றாகக் கவ்விக் கொண்டது. மழையும் கனமாகப் பெய்யும் போலத் தோன்றிற்று. அந்தக் காரிருளில் வெளியே எதைப் பார்க்க முடியப் போகிறது? பியானி என்ன செய்கிறான் என்று அடுத்த ஜன்னல் பக்கம் திரும்பினேன். அவன் அயர்ந்து தூங்கிக் கொண்டிருந்தான். சிறிது நேரம் அவனைத் தூங்கவிட்டுப் பிறகு எழுப்பினேன். இருவரும் அவ்விடத்தை விட்டுப் புறப்பட்டோம்.

அது ஒரு விசித்திரமான இரவு. வெளியே எங்களுக்கு என்ன நேரலாம் என்றுகூடச் சரியாகச் சிந்திக்க முடியாத நிலை. இருட்டில் யாராவது எங்களைச் சுட்டுவிடலாம். நாங்கள் நிலை தெரியாது ஓட வேண்டியிருக்கலாம். சாகவேண்டியிருந்தாலும் இருக்கலாம். எதற்கும் ஜாக்கிரதையுடனே நடந்தோம். வெளியே சாலை ஓரம் கால்வாய்க் கரையில் சிறிது நேரம் பதுங்கி இருந்தோம். ஒரு ஜெர்மானிய சேனைப்பகுதி அந்தச் சாலையில் சென்றது. அவர்கள் போனதும் நாங்கள் வெளிக் கிளம்பி மேலே சென்றோம். இருட்டிலும் மழையிலும் இருமுறை ஜெர்மானியருக்கு வெகு அருகில் சென்று விட்டோம். ஆனால் அவர்களுடைய பார்வைக்கு அகப்படவில்லை. நகரத்தின் வடபுறமாகச் சென்று கொண்டே இருந்தோம். ஒரு இத்தாலியன்கூடத் தென்படவில்லை. வெகு தூரம் இவ்வாறு நடந்துசென்ற பின்னர்தான் இத்தாலிய சேனை பின்வாங்கிச் சென்ற பிரதான சாலையை அடைந்தோம். அந்த வழியிலேயே இரவு பூராவும் நடந்தோம். ‘டாக்லியமெண்டோ’வை எப்படியும் அடைந்து விடவேண்டும் என்பது எங்கள் நோக்கம். வெகு வேகமாக நடந்து எங்கள் சேனைப் பகுதியில் கலந்துவிட்டோம். ஓரளவுக்கு ஆறுதலடைந்தோம்.

சேனை பின்வாங்கிச் செல்வதென்றால் எப்படி இருக்குமென்று நான் அறிந்ததில்லை. இப்போதுதான் புரிந்தது. படைகள்தான் பின்வாங்கிச் செல்வது என்பது மட்டுமல்ல. கிராமம் கிராமமாகச் சாதாரண மக்கள் கூட ராணுவத்தினருடன் கலந்து வெளியேறிச் சென்றனர். அந்தப் பிரதேசமே நிலை பெயர்ந்து செல்லுவதுபோல காணப்பட்டது. நாங்கள் மேலே நடந்து கொண்டே இருந்தோம். வண்டிகளைவிட எங்களால் வேகமாக முன்செல்ல முடிந்தது. என் கால்கள் வலித்தன. ஆனாலும் நாங்கள் துரிதமாகவே போய்க் கொண்டிருந்தோம். போனெல்லோ செய்தது எவ்வளவு அசட்டுத் தனமான காரியம் என்று இப்போதுதான் தெரிந்தது. எங்களுக்கு

இப்போது ஒன்றும் ஆபத்து இல்லை. வழியில் ஜெர்மானியச் சேனையின் இரண்டு பகுதிகளை ஒருவித ஆபத்திற்கும் உள்ளாகாமல் தாண்டி வந்தோமே. அயிமோ சுட்டுக் கொல்லப்படாமலிருந்தால் ஆபத்து நேரக்கூடுமென்கிற எண்ணமே எங்களுக்குத் தோன்றியிருக் காது. ரெயில் பாதை மீது எல்லோர் கண்களிலும் படும்படியாகவே நடந்துவந்தபோது எங்களைப்பற்றி ஒருவரும் கவலைப்படவில்லை. அயிமோ சுடப்பட்டது அக்கிரமம். எதிர்பாராதது. போனெல்லோ இப்போது எங்கே இருக்கிறானோ பாவம்!

நாங்கள் நடந்துகொண்டே இருந்தோம். டிரக்குகளும் வண்டி களும் துருப்புகளும் பக்கத்திலேயே சென்று கொண்டிருந்தன. நாங்கள் சாலை ஓரமாகவே ஒருவரையொருவர் உற்சாகப்படுத்திக் கொண்டே சென்றோம். இனிமேல் எங்களுக்கு நடந்து செல்லுவ தால் வேறுவிதக் கவலை ஒன்றுமில்லை.

"போனெல்லோ ஒரு முட்டாள் என்பதில் சந்தேகமேயில்லை. அவனைப்பற்றி என்ன செய்யப் போகிறீர்கள், டெனன்டி?" என்று கேட்டான் பியானி. எனக்குப் புரியவில்லை.

"கைதியாகப் பிடிக்கப்பட்டு விட்டான் என்று சொல்லி விடலாமா?"

"எனக்குச் சரியாக விளங்கவில்லை."

"அவனைப் பற்றி அறிக்கை சரிவர இல்லாமல் யுத்தமும் நீடித் தால் ராணுவத்தினரால் அவன் குடும்பத்தினருக்குப் பெரும் கஷ்டங்கள் நேருமே," என்றான் பியானி.

பக்கத்தில் சென்ற ஒரு சிப்பாய், "யுத்தம் நீடிக்காது, நாம்தான் வீட்டுக்குத் திரும்பிக் கொண்டிருக்கிறோமே. யுத்தம் இப்போதே முடிந்துவிட்டது" என்று சொன்னான்.

"எல்லோருமே தான் வீட்டுக்குத் திரும்பிப் போகிறார்களே" என்றான் மற்றொரு சிப்பாய். "நாமும்தான் வீட்டுக்குத் திரும்பிக் கொண்டிருக்கிறோம்" என்றேன்.

நான் அவர்களிடம் பேச்சுக் கொடுப்பதை பியானி விரும்ப வில்லை. "வாருங்கள் முன்னால் போவோம் டெனன்டி," என்று என் கையைப் பிடித்திழுத்து மேலே சென்றான். "டெனன்டி" என்ற வார்த்தையைக் காதில் கேட்டதும் அருகிலிருந்த சிப்பாய்கள் இந்த டெனன்டி? ஒரு பெர்ஸெக்லியார் அதிகாரியாக இருக்கும். "யார் ராணுவ அதிகாரிகள் வீழ்க" என்று கோஷமிட்டனர்.

பியானி நிலைமையைப் புரிந்து கொண்டு அவர்களிடமிருந்து ஆபத்து நேரக்கூடாதென்று என்னைப் பெயரிட்டே அழைத்தான். இம்மாதிரி சந்தர்ப்பங்களில் சிப்பாய்கள் அதிகாரிகளைச் சுட்டுத்

நற்றிணை பதிப்பகம் ● 241

தள்ளவும் கூடும். ஆகையால் நாங்கள் அவர்களை விட்டு விலகி முன்னால் போனோம்.

"அவன் குடும்பத்தினருக்கு இன்னல் விளைவிக்கும்படி நான் யாதாஸ்து தயாரிப்பேனா? மாட்டேன்," என்று எங்கள் சம்பாஷ னையைத் தொடர்ந்தேன்.

"சண்டை நின்றுவிட்டால் ஒன்றுமிருக்காது. ஆனால், யுத்தம் நின்று விடுமா? நம்ப முடியவில்லையே"

"சீக்கிரமே தெரிந்துவிடும். பார்ப்போம்."

"யுத்தம் முடிந்துவிட்ட மாதிரியேதான் எல்லோரும் பேசுகிறார் கள். பக்கத்திலிருந்த சிப்பாய்கள் கூட "நாம் வீட்டுக்குத் திரும்பு கிறோம்," என்று கோஷமிடுகின்றனர். நீங்கள்தான் கேட்டுக் கொண்டி ருந்தீர்களே."

"எவனாவது அவர்கள் சொல்லுவதைப் பற்றிச் சந்தேகித்தால் அவர்கள் துப்பாக்கியைக் கூட கீழே எறிந்துவிட்டு வெறும் கையுடன் நடந்து தங்கள் கூற்று உண்மை என்பதை எடுத்துக் காட்டுகிறார்கள்."

"அவர்கள் கோஷமும் "நாம் வீடு திரும்புகிறோம்" என்று தான் கேட்கிறது. 'இப்படியெல்லாம் இருந்தாலும் யுத்தம் நின்று விடும் என்று எனக்கு நம்பிக்கை ஏற்படவில்லை," என்றான் பியானி.

"அவர்கள் துப்பாக்கியைக் கீழே போடுவது தவறு," என்றேன்.

"துப்பாக்கியைக் கீழே எறிந்துவிட்டால் அவர்களை மீண்டும் யுத்தத்தில் ஈடுபடுத்த முடியாது என்று அவர்கள் எண்ணம் போலும்."

இவ்வாறு பியானி சொன்னாலும் சிப்பாய்களின் தோள்களில் துப்பாக்கிகள் இருக்கத்தான் இருந்தன. அவற்றின் முனை அந்த இருட்டிலும்கூட தலைக்குமேலேயே நீட்டிக்கொண்டிருந்தது காணப் பட்டது.

"நீ எந்தப் படைப் பகுதியைச் சேர்ந்தவன்," என்று ஒரு அதிகாரி யின் குரல் கேட்டது.

"சமாதானப் படைப்பகுதி" என்று யாரோ ஒருவன் பதிலுக்கு உரக்கக் கத்தினான். முகத்திலறைந்தாற்போல் வெளிவந்த அந்தப் பதிலைக் கேட்ட அதிகாரி மௌனமாக தலைகுனிந்தான். ஏதாவது சொல்லியிருந்தால் உடனே "அதிகாரிகள் வீழ்க" என்று கோஷமிட அவர்கள் தயாராகவே இருந்தனர். நாங்கள் இன்னும் மேலே சென்றோம். இரண்டு ஆங்கிலேய ஆம்புலென்ஸ் வண்டிகள் கைவிடப்பட்டுக் கிடந்ததைக் கண்டோம். அவைகள் கொரிஜியாவி லிருந்தவை என்று பியானி அடையாளம் கண்டு கொண்டான்.

"நம்மைவிட அதிகமாகவே அவர்கள் முன்னேறியிருக்கிறார் களே," என்றான் பியானி.

“அவர்கள் நமக்கு முன்னால் புறப்பட்டவர்கள். அவற்றின் டிரைவர்கள் கூட முன்னால் எங்கேயாவது இருக்கலாம். ஜெர்மானியர் கள் எல்லோரும் ஊடைன் நகரத்தை அடைந்ததோடு நின்று விட்டனர். ஆகையால் இந்தச் சேனை முழுதும் நதியைத் தாண்டி மறுபக்கம் ஆபத்தில்லாமல் சென்றுவிடலாம்,” என்றேன். அவர்கள் மேற்கொண்டு ஏன் முன்னேறி வரவில்லை என்பது ஆச்சரியமாகவே இருந்தது. இந்த யுத்தத்தின் போக்கே ஒன்றும் புரியவில்லை. எல்லாம் விசித்திரமாகவே இருந்தது. ஒருக்கால் அவர்களுக்கு இன்னமும் போக்குவரத்துச் சாதனங்கள் வந்து சேரவில்லையோ என்னமோ.

இவ்வாறெல்லாம் நாங்கள் சிந்தித்தவாறே நடந்து கொண்டிருந் தோம். பியானி மிக நல்லவன். தனித்திருந்தால் மிருதுவாகவே பேசுவான். மற்ற துருப்புகளின் மத்தியில் அவனும் விறுவிறுப்புடன் பேசுவான். ஆகையால் அவனிடம் யுத்தத்தைப் பற்றிப் பேசாமல் அவன் குடும்பத்தைப் பற்றிப் பேச்சுக் கொடுத்தேன். அவனுக்கு விவாகமாகியுள்ளது என்றும், போனெல்லோ கல்யாணமாகாதவன் என்றும் தெரியவந்தது. இம்மாதிரி சந்தர்ப்பங்களில் கல்யாண மானவன் நடத்தைக்கும் கல்யாணமாகாதவன் நடத்தைக்கும் வித்தியாசம் காண முடியாதென்றாலும் மணமானவன்தான் கைதியாவதை விரும்பமாட்டான். எப்படியாவது தனது குடும்பத் துடன் சேர்ந்து விட வேண்டுமென்பதையே விரும்புவான் என்ற உண்மையை உணர்ந்தேன்.

காலையில் சூரிய வெளிச்சத்திற்கு முன் நாங்கள் டாக்லிய மெண்டோ நதிக்கரையை அடைந்துவிட்டோம். கரையோரமே சென்று அங்கிருந்த ஒரு பாலத்தின் முகப்பை அடைந்தோம். அப்பாலத்தின் வழியேதான் பின்வாங்கிச் செல்லும் அந்தப் படை முழுதும் தாண்டிப் போகவேண்டும். நதியில் வெள்ளம் குமிழ்ந்து குமிழ்ந்து ஓடிக்கொண்டிருந்தது. நதி மிகவும் அகலமானது. அதன் மீதிருந்த மரப்பாலம் சுமார் முக்கால் மைல் நீளமிருக்கும். நீர் மட்டம் பாலத்தின் அடிப்புறத்தைத் தொட்டுக் கொண்டிருந்தது. நாங்கள் வேகமாக முன்னேறி பாலத்தைக் கடந்து செல்லும் கூட்டத்தில் கலந்து கொண்டோம். அந்தக் குறுகிய பாலத்தில் கூட்டத்தின் நடுவில் இறுக்கப்பட்டு, முன்னால் சென்ற பீரங்கி வண்டியின் முனை முகத்தில் இடிக்க, மேலே மழைபெய்ய, எங்கள் வேகம் தடைப்பட்டு நின்றது. அப்போதுதான் நானும் சோர்வுற்றேன். என் கால் வலியையும் உணர்ந்தேன். வட்டத்தில் இடிபட்டு நதிப் பாலத்தைக் கடந்து செல்லுவது உற்சாகமான காரியம் அல்ல. காலை வெளிச்சத்தில் எதிரி விமானங்கள் வட்டமிட்டுக் குண்டுமாரி பொழிந்தால் எப்படியிருக்கும்?

எனக்குச் சற்று முன்னால் போய்க்கொண்டிருந்தான் பியானி. பாலத்தின் மீது நெருக்கடி ஏற்பட்டு வண்டிகளும் ஜனங்களும் சிப்பாய்களும் வெகு நிதானமாகவே செல்லவேண்டிய நிலை ஏற்பட்டது. ஒருவரும் பேசவில்லை. எல்லோருடைய குறியும் சீக்கிரமாகப் பாலத்தைக் கடந்து அப்பால் போகவேண்டுமென்பதே. நாங்கள் அநேகமாகப் பாலத்தின் மறுமுனைக்கு வந்துவிட்டோம். அங்கே இரண்டு பக்கங்களிலும் ராணுவ அதிகாரிகளும் 'கரபினியாரி' துப்பாக்கி வீரர்களும் டார்ச்சு விளக்குகளை வீசி பாலத்தின்மீது சென்றவர்களையெல்லாம் கூர்ந்து கவனித்துக் கொண்டிருந்தனர். நாங்கள் அவர்களுக்குச் சற்றுத் தூரத்தில் வந்தபோது அந்தத் துப்பாக்கி வீரன் கூட்டத்தில் யாரோ ஒருவனைச் சுட்டிக்காட்டினான். மற்றவன் உடனே அவன்மீது பாய்ந்து அவனைப் பிடித்துப் பாதையிலிருந்து தனியே இழுத்துச் சென்றுவிட்டான். நாங்கள் இப்போது அவர்களுக்கு நேராகவே வந்தபோது, அந்த அதிகாரிகள், கூட்டத்தில் ஒருவனைக் கூட விடாமல் வெகு ஜாக்கிரதையுடன் கவனித்தனர் என்று தெரிந்தது. எல்லோருடைய முகத்திலும் டார்ச்சின் ஒளி பாய்ந்தது. இப்போது ஒரு லெப்டினன்ட் கர்னலையே கூட்டத்திலிருந்து பிடித்து அப்புறப்படுத்திச் சென்றனர். அவர் சட்டையின் நுனியில் நட்சத்திரங்கள் வைத்திருந்தது அவர்கள் வீசின டார்ச்சு வெளிச்சத்தில் பளபளத்தது. குள்ளமாக சதைப் பற்றுடன் நரைத்த மயிருடன் காணப்பட்டார் அவர். அந்த ராணு வத்தினன் இவரை அதிகாரிகளிருந்த இடத்திற்குக் கொண்டு சேர்த்தான். உடனே அவர்கள் பர்வை என்மீது விழுந்தது. ஒருவருக் கொருவர் ஏதோ அவர்களுக்குள் பேசிக் கொண்டனர். பிறகு ஒருவன் கூட்டத்தின் ஓரமாக வந்து என்னை அணுகி என்னுடைய சட்டைக் காலரைப் பிடித்துக் கொண்டான்.

"எதற்காக என்னைத் தொடுகிறாய்?" என்று கேட்டுக் கொண்டே அவன் முகத்தில் ஓங்கி ஒரு குத்து விட்டேன். அவனுடைய தொப்பிக்குக் கீழ் அவன் முகமும் மீசையும் தெரிந்தன. நான் அடித்த வேகத்தில் முகத்தில் ரத்தம்கூடக் கசிந்தது. இதைக்கண்டு மற்றொரு ராணுவத்தினன் என்மீது பாய்ந்தான்.

"எதற்காக என்னிடம் வருகிறாய்?" என்று அவனையும் கேட்டேன். ஆனால் அவன் பதில் பேசவில்லை. என் கைகளை இடுப்புப் பக்க மாகத் தாழ்த்தி என்னுடைய கைத்துப்பாக்கியை எடுக்க முயன்றேன்.

"ஒரு ராணுவ அதிகாரியை நீ தொடக்கூடாது என்று உனக்குத் தெரியாதா?" என்று அதிகார தோரணையில் அதட்டினேன். ஆனால் அவன் பதில் பேசவே இல்லை.

இதற்குள் மற்றவன் என் கையை இறுக்கிப்பிடித்து முறுக்கி னான். வலி மிகுதியால் நானும் கைதிரும்பிய பக்கமாக திரும்ப

வேண்டியிருந்தது. முதலவன் என்னுடைய கழுத்தைப் பற்றிக்கொண் டான். நின்றபடியே ஒருவனைக் காலால் உதைத்தேன். என் பூட்ஸின் நுனி அவன் இடுப்பில் புதைந்தது. "திமிறிக் கொண்டு செல்ல முயன்றால் சுட்டுத் தள்ளிவிடு அவனை" என்று தூரத்தி லிருந்து யாரோ உத்தரவிடுவது கேட்டது.

"இந்தக் காரியத்திற்கு அர்த்தமென்ன? என்ன அநியாயம் இது?" என்று நான் கத்தினேன். ஆனால் குரலில் வேகமில்லை. பாதையி லிருந்து அப்புறப்படுத்தப்பட்டேன். அங்கேயிருந்த அதிகாரி "திமிறி னால் அவனைச் சுட்டுத் தள்ளுங்கள். பின்புறமாக அவனை இட்டுச் செல்லுங்கள்" என்று உத்தரவிட்டான்.

"யார் நீ?" என்று கேட்டேன்.

"சீக்கிரம் உனக்கே தெரிய வரும்."

"யார் நீ, சொல் முதலில்?"

"யுத்த முனைப் போலீசு," என்றான் அதிகாரிகளில் ஒருவன்.

"ஏன், நீங்கள் என்னைத் தனித்து வரும்படிச் சொன்னால் நான் வந்திருப்பேனே. இந்தக் "குட்டி ஏரோப்ளேன்" களை எதற்காக என் மீது ஏவினீர்கள்?" என்று கேட்டேன். இந்தக் கரபினியாரி துப்பாக்கி வீரர்களுக்கு நாங்கள் ராணுவத்தில் வழங்கிய ஒரு இழிச்சொல் இந்த 'குட்டி ஏரோப்ளேன்' என்பது. என் கேள்விக்கு அவர்கள் பதில் சொல்லவில்லை. பதில் சொல்லத் தேவையில்லை. அவர்கள்தான் போர்முனைப் போலீசு ஆயிற்றே!

"அவனைப் பின்னால் மற்றவர்களிருக்குமிடத்திற்கு இட்டுச் செல்லுங்கள். அவன் இத்தாலி மொழி பேசுவதைப் பாருங்கள். அந்நிய நாட்டு மனிதன் பேசுவதுபோல இருக்கிறது" என்றான் முதலில் பேசிய அந்த அதிகாரி.

"நீயும் அம்மாதிரித்தானே பேசுகிறாய். ஈன ஜாதிப் பயலே" என்று திட்டினேன்.

"அவனைப் பின்னால் இட்டுச் செல்லுங்கள்" என்று அவன் கத்தினான், அவர்களுக்குப் பின்னால் நதி ஓரத்தில் வயலில் தனியாக நின்று கொண்டிருந்த வேறு சிலருடன் என்னையும், கூட்டிச் சென்றனர். நான் அவர்களை நோக்கிச் சென்று கொண்டி ருந்தபோதே துப்பாக்கி சுடப்படும் ஓசை கேட்டது. ரவை வெளிப் போந்த ஒளி கூடப் பளிச்சிட்டது. அங்கு நான்கு அதிகாரிகள் நின்றுகொண்டி ருந்தனர். அவர்களுக்கு முன்னால் ஒரு மனிதன் தனித்து நின்று கொண்டிருந்தான். அவனுடைய இருபுறத்திலும் இரண்டு போலீஸ் சிப்பாய்கள் காவலாக இருந்தனர். விசாரிக்கப்பட வேண்டியவர்கள் போலீஸ் பாதுகாவலுடன் தனியாக மற்றொரு

பக்கத்தில் நின்று கொண்டிருந்தனர். விசாரணை நடத்திய அதிகாரி யின் பக்கத்தில் மேலும் நான்கு துப்பாக்கி வீரர்கள் வரிசையாகத் தங்கள் துப்பாக்கி முனைகளின் மீது சாய்ந்த வண்ணம் நின்று கொண்டிருந்தனர். அவர்கள் எல்லோரும் அகலமான தொப்பிகள் அணிந்த "கரபினியாரி" சிப்பாய்கள். என்னைப் பிடித்துவந்த அந்த இரண்டு சிப்பாய்களும் என்னை அங்கே விட்டுவிட்டு அப்பால் சென்றனர்.

விசாரணை ஆரம்பமாயிற்று. எனக்கு முன்னால் பிடித்துச் செல்லப்பட்ட அந்த லெப்டினன்ட் கர்னல் முதலில் விசாரிக்கப் பட்டார். விசாரணை நடத்திய அதிகாரியிடம் அத்தகைய ஒருவனுக்கு இருக்க வேண்டிய திறமை, இரக்கமற்றத் தன்மை, அதிகாரச் செருக்கு எல்லாம் காணப்பட்டன. இத்தாலியத் துருப்பின் பாதுகாப்பில் பத்திரமாக நின்றுகொண்டு மற்றவர்களைச் சுட்டு வீழ்த்தும் நிலை மையிலல்லவா அவன் இருந்தான்! அவனை ஒருவனும் சுட்டு வீழ்த்த முடியாதே! கேள்விகள் கேட்கப்பட்டன.

"உன்னுடைய சேனைத்தளம் எது? நீ எந்த வகுப்பைச் சேர்ந்த வன்? ஏன் அதை விட்டு விலகி வந்தாய்? ஒரு ராணுவ அதிகாரி எப்போதும் தன் சைனியத்துடன் இருந்தாக வேண்டுமென்பது உனக்குத் தெரியாதா?" என்றெல்லாம் சரமாரியாகக் கேள்விகள் கேட்கப்பட்டன. உடனுக்குடன் இவற்றிற்கெல்லாம் தக்க விடைகள் அளிக்கப்பட்டன. அப்போது மற்றொரு அதிகாரி குறுக்கிட்டுப் பேசினார்:

"நீயும், உன்னைப்போன்ற இதர அதிகாரிகளும்தான் இந்தக் காட்டுமிராண்டி எதிரிகளைப் புனிதமான நம் தாய்நாட்டிற்குள்ளே நுழைய விட்டீர்கள்" என்று குற்றம் சாட்டினான்.

"நீங்கள் என்ன சொன்னீர்கள்? மறுமுறை சொல்லுங்கள்" என்றார் லெப்டினன்ட் கர்னல் கோபத்துடன்.

"உன்னைப் போன்றவர்கள் துரோகம் செய்து நாட்டைக் காட்டிக் கொடுத்ததால்தான் நம்முடைய வெற்றியின் பலன்களை நம்மால் அடைய முடியாமல் போய்விட்டது" என்றான் மறுபடியும்.

"பின்வாங்கிச் செல்லும் சேனையில் இருந்து அநுபவம் உங்களுக்கு எப்போதாவது ஏற்பட்டதுண்டா? என்று லெப்டினன்ட் கர்னல் திருப்பிக் கேட்டார். "பின்வாங்கும் நிலைமை இத்தாலிக்கு ஒரு போதும் நேரக்கூடாது" என்று சூரம் பேசினான் அந்த அதிகாரி.

நாங்கள் அங்கேயே மழையில் நின்றுகொண்டு இந்த விசாரணை நடந்ததைப் பார்த்துக் கொண்டே இருந்தோம். நாங்கள் அதிகாரி களுக்கு எதிர்முகமாக நின்றோம். விசாரிக்கப்பட்ட கைதி எங்களுக்கு ஒரு பக்கத்தில் நின்றான்.

"நீங்கள் என்னைச் சுட்டுக்கொல்ல வேண்டுமென்றால், உடனே சுட்டு வீழ்த்துங்கள். மேற்கொண்டு கேள்விகள் கேட்க வேண்டாம். நீங்கள் கேட்கும் கேள்விகள் எல்லாம் முட்டாள்தனமானவை," என்றார் லெப்டினன்ட் கர்னல். வெகு அலட்சியமாக தன்னுடலில் சிலுவைச் சின்னம் வரைந்தார். அதிகாரிகள் தங்களுக்குள் பேசிக் கொண்டு காகிதத்தில் ஏதோ எழுதிக்கொண்டனர்.

"தன்னுடைய படை அணியைக் கைவிட்ட குற்றத்திற்காக இவன் சுட்டுக் கொல்லப்பட வேண்டும் என்று உத்தர விடப்படு கின்றது" என்று அவர்களில் ஒருவன் படித்தான்.

இரண்டு போலீசுப் படையினர் லெப்டினன்ட் கர்னலை அங்கிருந்து நதி தீரத்திற்கு இட்டுச் சென்றனர். அவர் வயது முதிர்ந்த வீரர். அந்த மழையில் தலைத் தொப்பியுமில்லாமல் பக்கத் திற்கு ஒருவனாக இரண்டு போலீசுப் படையினருடன் அவர் சென்றது பரிதாபமாக இருந்தது. அவர் சுடப்படுவதை நான் பார்க்கவில்லை. துப்பாக்கிச் சப்தம் மட்டும் கேட்டது.

அடுத்தபடியாக ஒருவரை விசாரணை செய்தனர். அவரும் ஒரு அதிகாரிதான். இவரும் தன் படை அணியை விட்டுப் பிரிக்கப்பட்டவர்தான். அவர் எந்தவிதமான விளக்கமும் தெரிவிக்க அனுமதிக்கப்படவில்லை. அவர்கள் தீர்ப்பைப் படித்தபோது அவர் அழத் தொடங்கினார். அவரை அங்கிருந்து நதி தீரத்திற்கு அழைத்துச் சென்றபோதும் அழுது கொண்டேதான் இருந்தார். அவர் சுடப்பட்ட போது வேறொருவனை இங்கே விசாரித்துக் கொண்டி ருந்தனர். இவ்வாறு முன்னால் இட்டுச் செல்லப்பட்டவர் சுடப் படும் போதெல்லாம் பின்னாலிருப்பவரைக் கேள்விகள் கேட்டு விசாரணை நடத்துவதிலேயே அவர்கள் முக்கிய கவனம் செலுத்தினர். இந்த முறையில் அவர்கள் செய்யக்கூடியது வேறு என்ன இருக்கிறது என்றே தெரியவில்லை. விசாரணைக்காக நின்றுகொண்டிருந்த நாங்கள் இந்நிலையில் என்ன செய்ய முடியும்! நானும் விசாரணை நடத்தும் வரையில் அங்கேயே காத்திருப்பதா அல்லது இப்போதே தப்பிச் செல்ல முயற்சிப்பதா என்ற நிச்சயம் செய்ய முடியாமல் இருந்தேன். என்னுடைய குற்றம் எதுவாக இருக்க முடியும்? நான் இத்தாலி உடையில் நடமாடும் ஒரு ஜெர்மானிய எதிரி என்று அவர்கள் சொல்லலாம். அவர்கள் மூளை எப்படிச் செயல் புரிந்தது என்பது எனக்கு ஒருவாறு தெரிந்தது. ஆனால், அவர்களுக்கு மூளை என்று ஒரு உறுப்பு இருந்து அது வேலை செய்கிறதா என்பதே சந்தேகம்! அவர்கள் எல்லோரும் இளைஞர்கள். தங்களது நாட்டைக் காப்பாற்றிக் கொண்டிருப்பதாக அவர்கள் எண்ணினர். டாக்லியமெண்டோ நதிக்கப்பால் இரண்டாவது சேனையின் புனரமைப்பு வேலை நடந்து கொண்டிருந்தது. தங்களுடைய படை

அணிகளிலிருந்து துண்டிக்கப்பட்டு விட்ட மேஜர்கள், அதற்கு மேற்பட்டவர்கள், அந்தஸ்துள்ளவர்கள் யாவரையும் அவர்கள் தாட்சண்யமின்றிச் சுட்டுக் கொன்றனர். இத்தாலியர் உடையில் காணப்பட்ட ஜெர் மானியக் கலகக்காரர்கள் அனைவரும் உடனடி யாகக் கொல்லப்பட்டனர்.

அவர்கள் இரும்புத் தொப்பி அணிந்திருந்தனர். எங்களுக்குள் இரண்டு பேர்தான் இரும்புத் தொப்பி அணிந்திருந்தவர்கள். சில 'கரபினியாரி'கள் கூட இரும்புத் தொப்பி அணிந்திருந்தனர். ஆனால், பலர் அகலமான தொப்பிகள்தான் வைத்திருந்தனர். நாங்கள் மழையில் வரிசையாக நின்றுகொண்டிருந்தோம். ஒவ்வொருவனாக இவ்வாறு விசாரிக்கப்பட்டு நதிதீரத்திற்கு இட்டுச் செல்லப்பட்டுக் கொல்லப்படுவதைப் பார்த்துக் கொண்டே நின்றோம். அதுவரையில் அவர்கள் விசாரித்த ஒவ்வொருவனையும் சுட்டுக்கொன்று தீர்த்தனரே தவிர, வேறு எந்தவிதத் தண்டனையும் அளிக்கவில்லை. தங்களுக்கு எவ்வித அபாயமுமில்லாது, நீதிபதிக்கு இருக்கவேண்டிய நீதி உணர்ச்சி ஒன்றைமட்டும் அடிப்படையாகக் கொண்டு சாவுத் தண்டனையை அவர்கள் அலட்சியமாக அள்ளி வீசிக் கொண்டிருந்தனர்.

அடுத்து ஒரு 'கர்னல்' விசாரிக்கப்பட்டார். அவர் ஒரு படைத் தளத்திற்குத் தலைமை அதிகாரி. எங்கள் வரிசையில் மேலும் மூவர் கொண்டுவந்து நிறுத்தப்பட்டனர்.

"உங்கள் படைத்தளம் எங்கே?" என்று கேள்வி ஆரம்பமாயிற்று. 'கரபினியாரி'கள் புதியதாக வந்த மூன்று பேர்களைக் கூர்ந்து கவனித்துக் கொண்டிருந்தனர். மற்றவர்கள் அந்தக் கர்னலையே பார்த்துக் கொண்டிருந்தனர். இதுதான் எனக்கு ஏற்ற சமயமென்று சட்டென்று என் தலையைத் தாழ்த்திக் குனிந்து, பக்கத்திலிருந்த இரண்டு பேர்களின் நடுவில் நுழைந்து தலையைத் தாழ்த்திக் கொண்டே நதியை நோக்கி ஓடினேன். கரை ஓரத்தில் சறுக்கி அப்படியே உருண்டு நதியில் 'பொத்'தென்று விழுந்துவிட்டேன். ஆற்று நீர் மிகவும் குளிர்ச்சியாக இருந்தது. என்னால் முடிந்த வரையில் தண்ணீருக்குள் அமிழ்ந்திருந்தேன். வெள்ளத்தின் சுழல் என்னை இழுத்துச் சென்றதை உணர முடிந்தது. இனிமேல் மூழ்கி இருந்தால் உயிரே போய்விடும் என்று தோன்றும்வரை மூழ்கி இருந்தேன். பிறகு மேலே கிளம்பிக் கொஞ்சம் மூச்சு வாங்கிக் கொண்டு மறுபடியும் தண்ணீருக்குள் மூழ்கினேன். நான் அணிந் திருந்த உடையின் கனமும் காலில் பூட்ஸின் கனமும் தண்ணீருக்குள் மூழ்கி இருப்பதற்குச் சாதகமாகவே இருந்தன.

இரண்டாவது தடவை மூச்சு வாங்கிக்கொள்ள மேலே வந்த போது என்னருகில் ஒரு மரக்கட்டை வெள்ளத்தில் மிதந்து

கொண்டிருந்தது. என் தலையை அதன் பின்னால் மறைவில் நீட்டிக் கொண்டே ஒரு கையால் அதைப் பிடித்துக் கொண்டு மிதந்து சென்றேன். அந்த மரக்கட்டை பூராவையும் பார்ப்பதற்கு நான் விரும்பவில்லை. தலையை வெளியே நீட்டுவதற்குப் பயம். நான் ஓடியபோது அவர்கள் துப்பாக்கிப் பிரயோகம் செய்தனர். தண்ணீருக்குமேல் முதல் தடவை வந்தபோதும் துப்பாக்கிப் பிரயோகம் செய்தனர். நான் தண்ணீருக்கு மேலே இருந்த அந்த நிமிஷம் எனக்கு ஓசைகூடக் கேட்டது. இப்போது மேற்கொண்டு துப்பாக்கிச் சப்தம் கேட்கவில்லை. மரக்கட்டை வெள்ளத்தில் மிதந்து சென்றது. ஒரு கையில் கெட்டியாக அதைப் பிடித்துக் கொண்டு, கரையைத் திரும்பிப் பார்த்தேன். கரைக்கு வெகுதூரத்தில் மரத்திம்மை மிதந்து ஓடுவது தெரிந்தது. நதியில் மேலும் நிறைய மரத்திம்மைகள் மிதந்து வந்ததை இப்போதுதான் கவனித்தேன். தண்ணீர் ஜில் என்று குளிர்ச்சி மிகுதியாக இருந்தது. இப்போது ஒரு தீவு போன்ற திட்டில் புதர் ஒன்று காணப்பட்டது. அதையும் தாண்டிச் சென்றுகொண்டிருந்தேன். வெள்ளத்தின் வேகம் என்னை இழுத்துச் சென்றது. கரை இப்போது என் பார்வையிலிருந்து மறைந்தது.

31

ஆற்றில் வெள்ளம் வேகமாகச் செல்லும்போது மிதந்து சென்றால் எவ்வளவு நேரமாகத் தண்ணீரில் இருக்கிறோம் என்ற கால அளவே தெரியாது. நீண்ட நேரம் இருப்பது போலத் தோன்றலாம். ஆனால், சிறிது நேரமே இருந்திருப்போம். நீர்மட்டம் உயர வெள்ளத்தில் கரையோரமுள்ள பலவகைப் பொருள்கள் மேன் மேலும் அடித்துச் செல்லப்பட்டன. எனக்குப் பிடித்துக் கொள்ள ஒரு மரக்கட்டை கிடைத்தது என்னுடைய அதிர்ஷ்டம்தான். என் மோவாயை மரக்கட்டையின் மீது பதியவைத்து இரு கைகளால் லேசாக அதைப் பிடித்துக் கொண்டு பிரயாசையின்றியே மிதந்து சென்றேன். கைகால்கள் குளிரில் விறைத்து விடுமோ என்று பயம் ஒருபுறம். எனவே, சீக்கிரமாகவே கரைப் பக்கமாக அடித்துச் செல்லப் பட்டால் நல்லது என்று எண்ணினேன். இப்போது நன்றாகவே வெளிச்சமாகி விட்டபடியால் கரையோரத்திலிருந்த புதர்கள் எல்லாம் நன்கு தெரிந்தன. எதிரில் ஒரு திட்டு தென்பட்டது. அதில் நிறைய புதர்கள் அடர்ந்திருந்தன. என்னுடைய பூட்ஸுகளையும் உடையையும் களைத்தெறிந்து விட்டு நீந்திக்கரை சேர்ந்துவிடலாமா என்றும் ஒருகணம் நினைத்தேன். ஆனால், வேண்டாமென்று

அந்த யோசனையைக் கைவிட்டேன். எப்படி யாவது கரைசேர்ந்து விடவேண்டும் என்ற ஒரே லட்சியத்தில் சென்றேன். வெறுங்காலுடன் கரை சேர்ந்தால் மேற்கொண்டு நடப்பது கடினம். எப்படியாவது 'மிஸ்ட்ரி' என்னும் இடத்தை அடைந்துவிட்டால் பிறகு கவலை யில்லை.

வெள்ளத்தின் வேகத்தில் சில சமயம் கரைக்கு வெகு அருகில் சென்றேன். உடனே தூரத்தில் அடித்துச் செல்லப்பட்டேன். மறு படியும் ஓரமாக வந்தேன். வேகம் இப்போது குறைந்திருந்தது. நான் ஒரு சமயம் ஒரு புதருக்குச் சமீபமாகச் சென்றபோது மரக்கட்டை மெதுவாகச் சுழல ஆரம்பித்தது. எனக்குப் பின்புறம் அருகிலேயே கரை இருந்தது.

நான் ஒரு சுழலில் அகப்பட்டுக் கொண்டேன் என்பது உடனே விளங்கியது. மரக்கட்டையை ஒரு கையால் பிடித்துக் கொண்டு அந்தச் சுழல் வேகத்திலேயே உதைத்துக் கரைப்பக்கம் செல்ல முயன்றேன். ஆனால் கணிசமான அளவு பலன் காணவில்லை. சுழலின் உதவியைக் கொண்டே கரைசேர எண்ணி சுழலினின்று வெளியே வராமலே மரக்கட்டையின் ஒரு பகுதியை என் கால் களில் இறுக்கி அணைத்துக்கொண்டு கையால் நீந்திக் கரைப்பக்கம் செல்ல முயன்றேன்.

என் பலம் கொண்ட மட்டும் நீந்தியும், கால்களின் பூட்ஸு கனத்தால் அதிகம் முன்னேற முடியவில்லை. இந்தப் பூட்ஸே என்னை அமிழ்த்தி விடுமோ என்று கூடப் பயந்தேன். வேறு வகை யில்லாது எப்படியும் இம்முறை கரை சேர்ந்தே ஆக வேண்டுமென்ற வேகத்தில் மேலும் மும்முரமாகத் தண்ணீரை உதைத்துக்கொண்டே கட்டையையும் விடாமல் சிறிது நேரம் மன்றாடிய பின்னர் கரையோரமிருந்த ஒரு புதரை அடைய முடிந்தது. உடனே அந்தப் புதர்ச் செடிகளையும் கோரைகளையும் கெட்டியாகப் பிடித்துக் கொண்டு விட்டேன். ஆனால், அங்கிருந்து கரைமீது செல்ல எனக்கு உடல் சக்தி இல்லை. இப்போது (கரையில் ஓரத்திலேயே இருந்ததால்) நான் முழுகிச் சாகமாட்டேன் என்பது நிச்சயம். தண்ணீரில் கட்டையோடு மிதந்து சென்றபோதெல்லாம் நான் முழுகிப் போகக்கூடும் என்று தோன்றவே இல்லை. இப்போது பத்திரமான இடத்தைச் சேர்ந்ததும் இவ்வித நினைப்புக்குச் சற்றும் இடமில்லையல்லவா? வயிற்றிலும் மார்பிலும் நெடுநேரம் நீந்திய தால் ஏற்பட்ட வலியை உணர்ந்தேன். சிறிது நேரம் அந்நிலையிலேயே நின்று களைப்பகன்றதும் அந்தப் புதரின் நடுவே ஏறிச் சென்றேன். மறுபடியும் களைப்பாறிச் கொண்டு ஆற்றை விட்டுக் கரைமீது வந்து சேர்ந்தேன். ஏறக்குறைய பகல் உச்சிவேளை ஆகியிருந்தது.

சுற்றுமுற்றும் பார்த்தேன். ஒருவரையும் காணவில்லை. கரைமீது மல்லாந்து படுத்தபடியே சிறிதுநேரம் களைப்பாறினேன்.

சற்று நேரம் கழித்ததும் எழுந்து கரையோரமாகவே நடந்து போனேன். ‘லாடிஸா’ என்னுமிடத்தை அடையும்வரை நதியின் மீது வேறு பாலம் ஏதும் இல்லை என்று எனக்குத் தெரியும். ‘ஸான் விட்டோ’வுக்கு எதிராக அடுத்த பாலம் இருந்ததாக ஞாபகம். மேற்கொண்டு நான் என்ன செய்ய வேண்டுமென்பதைப் பற்றிச் சிந்திக்கலானேன். எதிரே ஒரு சாக்கடைக் கால்வாய் நதியில் பாய்ந்து கொண்டிருந்தது. இதுவரையில் எவரும் என்னைக் கவனித்ததாகத் தெரியவில்லை.

எனவே, அந்தக் கால்வாய்க் கரையில் ஒரு புதருக்குப் பக்கத்தில் மறைந்து உட்கார்ந்து பூட்ஸுகளைக் கழற்றி, அவற்றிலிருந்த தண்ணீரைக் கொட்டினேன். கோட்டையும் ஷர்ட்டையும் கழற்றிப் பிழிந்தேன். என் மணிபர்ஸ் எல்லாம் நனைந்திருந்தது. உள்ளே இருந்த காகிதங்களும் பணமும் ஒரே ஈரமாயிருந்தன. நிஜார்களை நன்றாகப் பிழிந்து உடம்பையும் துடைத்துக் கொண்டு மறுபடியும் ஈர உடைகளையே அணிந்து கொண்டேன். என்னுடைய தொப்பி மட்டும் எங்கேயோ காணாமல் போய்விட்டது.

கோட்டை அணியுமுன் அதன் கையில் தைக்கப்பட்டிருந்த நட்சத்திரச் சின்னம் அமைந்திருந்த நாடாவைப் பிய்த்தெடுத்து மணிபர்ஸில் பணத்துடன் வைத்துக்கொண்டேன். பணத்தை எண்ணிப்பார்த்தேன். ஈரமாக இருந்தாலும் சரியாகவே இருந்தது. மூவாயிரம் லீராவுக்குச் சற்றுக் கூடவே இருந்தது. ஈரச்சட்டை ஆதலால் உடம்பிலும் மார்பிலும் கையால் தேய்த்து சூடு உண்டாக்கிக் கொண்டேன். கம்பளியாலான உள்சட்டை அணிந்திருந்ததால், நடந்துகொண்டே இருந்தால் ஜலதோஷம்கூடப் பிடிக்காது என்று தோன்றியது. என்னுடைய கைத்துப்பாக்கியை அங்கே அவர்கள் பிடுங்கிக்கொண்டனர். ஆகையால், என் காலி பெல்ட்டைக் கோட்டில் வைத்துச் சுற்றிக் கொண்டேன். கழுத்தை மூடும் சட்டையில்லாத தால் இன்னமும் குளிராகவே இருந்தது.

அந்தக் கால்வாய்க் கரையோரமாகவே நடந்தேன். நல்ல பகல் வெளிச்சம். சுற்றுப்புறம் எங்கு பார்த்தாலும் ஒரே ஈரமும் ஓதமும். மனித சஞ்சாரமே இல்லாமல் பாழடைந்த தோற்றம். வயல்களில் கூடத் தண்ணீர் தேங்கிக் கிடந்தன. பயிரே எங்கும் காணப்பட வில்லை. தூரத்தில் சமவெளிப் பிரதேசத்திலிருந்த ஒரு மணிக்கூண்டு தென்பட்டது. அதை நோக்கி நடந்தேன். வழியில் ஒரு சாலை குறுக்கிட்டது. அதன் கீழ்க்கோடியிலிருந்து துருப்பு அணி ஒன்று வந்து கொண்டிருந்தது. சாலையின் பக்கத்தில் நான் நொண்டி நொண்டி நடந்தேன். சைன்யத்தின் ஒரு பகுதி என்னைப் பார்த்துக்

கொண்டே என்னைத் தாண்டிச் சென்றது. அது ஒரு பீரங்கிப் படைப் பகுதி. நதி தீரத்தை நோக்கிப் போய்க் கொண்டிருந்தது. என்னைப் பற்றி அவர்கள் கவலைப்படவில்லை. நான் சாலையில் மேலும் நடந்து அன்று நான் கடந்து சென்றது பிரசித்திபெற்ற வெனிஸ் பிராந்திய சமவெளிப் பிரதேசம். மழை பெய்திருந்ததில் எங்கும் நீர்தேங்கி அந்தச் சமவெளி ஒரு பெரிய தட்டுப்போல் சமமாகக் காணப்பட்டது. சமுத்திரத்தையொட்டிய பகுதிகளெல்லாம் சதுப்புப் பூமியாயிருந்ததால் சாலைகள் அங்கே மிகக் குறைவு. அங்கிருந்த சில சாலை நதிக்கரையையொட்டியே இருந்தமையால் அந்தச் சமவெளியைக் கடந்து செல்ல வேண்டுமானால் கால்வாய் களின் ஓரத்திலுள்ள சாலைகளில்தான் செல்ல வேண்டும். ஆனால், இப்பகுதியை வடக்கிலிருந்து தெற்கு நோக்கி நான் குறுக்கு வாட்டாகவே கடந்து சென்றதால் பல சாலைகளையும் இரண்டு ரெயில் பாதைகளையும் தாண்டிக் கடைசியாக ஒரு ரெயில்வே ஸ்டேஷனுக்குச் சென்ற ஒரு சாலையின் கோடியை அடைந்தேன். வெனிஸ் நகரத்தையும் டிரீஸ்டியையும் இணைக்கும் ரெயில் பாதை அது. பாதை உயரமான தளத்தில் உறுதியாக அமைக்கப்பட்டிருந்தது. இரண்டு வண்டித் தொடர்கள் ஒரே காலத்தில் செல்லக்கூடிய இரட்டைப்பாதை அமைப்பு அது. பாதையையொட்டிச் சற்று முன்னால் ஒரு சிறிய ஸ்டேஷன் தெரிந்தது. அங்கே சிப்பாய்கள் காவல் புரிந்துகொண்டிருந்தனர். பாதையின் மறுகோடியிலிருந்த சதுப்பு நிலப்பகுதியில் ஓடிக்கொண்டிருந்த ஒரு சிறு கால்வாய் மீது பாலம் ஒன்று தென்பட்டது. அங்கேயும் ஒரு சிப்பாய் காவல் புரிந்து நின்றான்.

வயல்களைத் தாண்டி நான் குறுக்காக வந்தபோது இந்தப் பாதையில் ஒரு ரெயில்வண்டி ஓடிக்கொண்டிருந்ததை நான் கவனித்தேன். ஆகவே, ஒரு எதிர் வண்டி 'போர்டோகரு வாரோ' என்னுமிடத்திலிருந்து வரக்கூடும் என்று எதிர்பார்த்தேன். எதிர்ப் பக்கம் பாலத்தின்மீது காவல்புரிந்த சிப்பாயைக் கவனித்த வண்ணம் அவன் கண்ணில்படாதவாறு ரெயில் பாதையின் மேட்டுச் சரிவில் இரண்டு பக்கமும் பாதை நன்கு தெரியும்படியாகப் படுத்துக் கொண்டேன். ரெயில்பாதை ஓரத்தில் நான் இருந்த இடத்தை நோக்கிக் காவல்காரச் சிப்பாய் கொஞ்ச தூரம் வந்தான். பிறகு திரும்பிச் சென்றுவிட்டான். நான் அப்படியே படுத்துக் கிடந்தேன். பசி மிகுதியால் களைப்பு மேலிட்டது. உண்ண ஒன்றும் கிடைக்க வில்லை. எதிர்ப்பக்கத்திலிருந்து ஒரு ரெயில் வண்டி வராதா என்று ஒரே கவனத்துடன் இருந்தேன். முதலில் நான் பார்த்த வண்டித் தொடர் மிகவும் நீளமானது. அந்தச் சமவெளியில் கூட ரெயில் என்ஜின் மிகுந்த பிரயாசையுடன்தான் வண்டிகளை இழுத்துச்

சென்று கொண்டிருந்ததால் அதில் தொத்தி ஏறிக் கொள்ளுவது கடினமாக இராது என்று கருதி எதிர் வண்டியின் வருகைக்காக அங்கேயே காத்துக்கிடந்தேன்.

எதிர்ப்பக்கத்திலிருந்து வண்டி இனிமேல் வரவே வராது என்று நான் அலுப்புடன் நம்பிக்கை இழந்த சமயம் தூரத்தில் ஒரு வண்டி வந்து கொண்டிருப்பதைப் பார்த்தேன். என்ஜின் என்னை நெருங்க அதன் பெரிய உருவம் புலனாயிற்று. எதிர்ப்பக்கம் பாலத்திற் கடியிலிருந்த காவல்கார சிப்பாயைக் கவனித்தேன். பாதையின் மறுபுறம் அவன் இருந்ததால் பாதையின்மீது வண்டி செல்லும்போது அவனை அது மறைத்துவிடும். என்ஜின் நான் இருந்த இடத்தை நெருங்கியதும், அது ஒரு நீளமான கூட்ஸ் வண்டித்தொடர் என்பது தெரியவந்தது. பளுவின் மிகுதியால் மிகவும் நிதானமாகவே வந்த அந்த வண்டியில் காவல்காரர்கள் இருப்பார்கள் என்று எனக்குத் தெரியும். அவர்கள் எங்கே இருக்கிறார்கள் என்று கவனிக்க முயன்றேன். நான் படுத்துக் கொண்டிருந்த இடத்திலிருந்து சரியாகக் கவனிக்க முடியவில்லை. எனவே, என்ஜின் என்னைத் தாண்டியதும் நகர்ந்துகொண்டிருந்த வண்டிகள் பக்கத்திலேயே பாதையோரத்தில் எழுந்து நின்றேன். காவல்காரர்கள் என்னைக் கவனித்தாலும் கூட சந்தேகத்திற்கிடமளிக்கக் கூடாது என்பதற்காகவே அவ்வாறு செய்தேன். நன்கு மூடப்பட்டு அநேக சாமான் பெட்டிகள் போய்க் கொண்டிருந்தன. நடுவில் இணைக்கப்பட்டிருந்த ஒரு திறந்த வண்டி ‘கான்வஸ்’ கித்தானால் மூடப்பட்டிருந்தது. இவைகளை ‘கொண்டோலா’ என்று நாங்கள் குறிப்பிடுவது வழக்கம். அது என்னருகில் வரும்வரை அப்படியே நின்றுகொண்டிருந்தேன். எனக்கு நேராக வந்ததும் எழும்பித் தாவி அந்தப் பெட்டியில் பின்னாலிருந்த இரும்புக் கைப்பிடி கம்பியைப் பற்றிக்கொண்டு மேலே ஏறினேன். இரண்டு திறந்த பெட்டிகளுக்குப் பின்னால் ஒரு பெரிய பெட்டியின் நிழல்மறைவில் நான் ஒளிந்து கொண்டிருந்தேன். என்னை ஒருவனும் கவனிக்கவில்லை என்றே நான் எண்ணியிருந்தேன். இரும்புக் கைப்பிடி கம்பிகளையே பற்றிக் கொண்டு பெட்டிகளின் இணைப்புக் கொக்கிகள் மீது கால்களை ஊன்றிக் குனிந்தபடியே சென்றேன். பாலத்திற்கு நேராக இந்தப் பெட்டி சென்றபோது அந்தக் காவல் காரன் என்னைப் பார்த்து விட்டான். அவன் ஒரு இளைஞன். அவனுடைய தலைத்தொப்பி முகத்தை முக்கால் பாகம் மூடிவிட்டி ருந்தது. நானும் அவனை வெகு அலட்சியமாக ஒரு பார்வை பார்த்தேன். நான் அந்த வண்டிக்குச் சம்பந்தப்பட்டவன் என்று அவன் எண்ணினான். அவ்விதம் அவன் எண்ணிக்கொள்ள வேண்டுமென்பதுதான் என் விருப்பமும்.

நான் அவனைத் தாண்டிச் சென்று விட்டேன். அவன் இந்த வண்டித் தொடரையே கவலையுடன் பார்த்துக் கொண்டிருந்தது தூரத்திலிருந்து தெரிந்தது. நான் பெட்டியின் மீது மூடியிருந்த கித்தான் எவ்வாறு கட்டப்பட்டிருந்ததென ஆராய்ந்தேன். ஓரங் களிலெல்லாம் பித்தளை மோதிரங்கள் பதித்து அதன் வழியே கயிறால் இணைத்துப் பெட்டியின் ஓரங்களில் சேர்த்துக் கட்டப் பட்டிருந்தது. என் பேனாக்கத்தியால் ஒரு பக்கத்துக் கயிறைத் துண்டித்தேன். கித்தானை நீக்கி உள்ளே கையை விட்டுத் துழாவினேன். அந்தக் கித்தானின் உட்புறத்தில் மழையினால் ஏற்பட்ட பிதுக்கங் களை உணர்ந்தேன். முன்னால் இருந்த பெட்டியில் ஒரு சிப்பாய் காவல் புரிந்து கொண்டிருந்தான். ஆனால், அவன் என்ஜினை நோக்கியபடியே முன்னால் பார்த்துக்கொண்டிருந்தான். நான் மெதுவாகக் கித்தான் பையின் ஓரத்திலிருந்த சந்தில் தலையை நுழைத்து உள்ளே தாவிப்புகுந்தேன். கித்தானுக்குள்ளிருந்து என் தலையில் ஏதோ மோதியது. அதிர்ச்சியால் என் தலையில் வீக்கம் கண்டு ரத்தம் கூடக் கசியத் தொடங்கிற்று. ஆனால் நான் அதைப் பொருட்படுத்தாமல் உள்ளே மேலும் ஊர்ந்து சென்று நன்றாகப் படுத்துக்கொண்டேன். பிறகு கித்தானை முன்போலவே மறுபடியும் மூடிக் கட்டிவிட்டேன்.

கித்தானுக்கடியில் பீரங்கிகள் வைக்கப்பட்டிருந்தன. எண்ணெயும் பசையும் நன்கு தடவப்பட்டுப் புது வாசனை வீசிக் கொண்டிருந்தது. கித்தான்மீது மழை பெய்துகொண்டிருந்தது. ரெயில் பெட்டித் தண்டவாளத்தின் மீது செல்லும்போதெல்லாம் 'கிளிக் கிளிக்' என்று ஓசை கேட்டது. வெளிச்சம் தெரிந்த போதெல்லாம் அந்தப் பீரங்கிகளைக் கூர்ந்து கவனித்தேன். அவை கித்தானால் உறை போட்டு மூடப்பட்டிருந்தன. மூன்றாவது சேனையிலிருந்து இவை முன்கூட்டி அனுப்பப்பட்டிருக்க வேண்டுமென ஊகித்தேன். நெற்றியில் எனக்குக் காயம்பட்ட இடம் வீங்கியிருந்தது. கசிந்து கொண்டிருந்த ரத்தம் தானாகவே உறையட்டும் என்று அசைவற்றுப் படுத்திருந்தேன். பிறகு காயம்பட்டிருந்த இடத்தில் கை வைக்காமல் அதைச் சுற்றி உறைந்திருந்த ரத்தக் கசிவை மட்டும் துடைத் தெறிந்தேன். என்னிடம் கைக்குட்டையொன்று மில்லாததால், சட்டை நுனியால் மழைத் தண்ணீரைக் கொண்டு அவ்விடங்களைக் கழுவித் துடைத்துக் கொண்டேன். எந்த வகையிலும் மற்றவர்களின் கவனத்தில் விழா வண்ணம் முன்னெச்சரிக்கையுடன் இருக்க வேண்டியிருந்தது. ரெயில் 'மிஸ்ட்ரி' ஸ்டேஷனைச் சேருவதற்கு முன் இவ்வண்டியிலிருந்து நான் வெளியேறியாக வேண்டும். ஏனெனில் அந்த ஸ்டேஷனில் அவர்கள் இந்தப் பீரங்கிகளை எடுத்துச் செல்ல வருவார்கள். அவர்களிடம் பீரங்கிகள் மிகவும்

குறைவாகவே இருந்ததால் அவைகளை விட்டுவிடவோ, அல்லது மறந்துவிடவோ அவர்களால் முடியாது. எனக்குப் பசி தாங்க முடியாத நிலையிலிருந்தது.

32

சித்தானுக்கடியில் பீரங்கிகளுக்கருகே ரெயில் பெட்டியின் ஈரத்தரையில் படுத்துப் பிரயாணம் செய்த எனக்குக் குளிரும் பசியும் கடுமையாகவே இருந்தன. இதுவரை மல்லாந்து படுத்திருந்தவன் இப்போது தலையைக் கைகளின் மேல் வைத்து கவிழ்ந்து படுத்தேன். என் முழங்கால் விறைந்திருந்தது. ஆனால், வலி ஒன்றுமில்லை. மேஜர் வேலன்டினி செம்மையாகத்தான் என் முழங்காலைக் குணப்படுத்தியிருந்தார். என் முழங்காலை வேலன்டினியின் கால் என்றே சொல்லலாம். டாக்டர்களெல்லாம் விசித்திரமானவர்கள். உடலில் எந்தப் பாகத்தையாவது ரண சிகிச்சை மூலம் சீர் செய்து விட்டால் பிறகு அந்தப் பாகம் அவர்கள் கொடுத்த பிச்சை போன்றதே. உடலின் மற்ற பாகங்கள் தான் பழைய பாகங்கள். அதுபோல் என்னுடைய ஒரு கால் வேலன்டினியினுடையது. அதைக் கொண்டு தானே பின்வாங்கிய போது பாதி வழியை நடந்து வந்தேன். நதியில் நீந்திக் கரை ஏறினேன். மற்றொரு கால்தான் என்னுடைய சொந்தக்கால். என் குடலும் என்னுடையதுதான். ஆனால், உள்ளே ஒன்றுமில்லை. பசியால் குடலே புரண்டுகொண்டிருப்பது போன்ற உணர்ச்சி. என் தலையும் என்னுடையதுதான். ஆனால், மூளை வேலை செய்யவில்லை. ஓரளவு ஞாபகசக்தி மட்டுமிருந்தது. அவ்வளவுதான். ஆனால், ஞாபகப்படுத்திக் கொள்ளத்தான் என்ன இருக்கிறது!

காதரீனைப்பற்றி வேண்டுமானால் ஞாபகப்படுத்திக் கொள்ளலாம். ஆனால், அவளைப்பற்றி நினைத்தாலே எனக்குப் பயித்தியம் பிடித்துவிடும் போலிருக்கும். அவளை எப்படிச் சந்திக்கலாம். எங்கே சந்திக்கக் கூடும் என்றே நிச்சயம் ஏற்படவில்லை. ஆகவே அவளைப் பற்றி ஞாபகப்படுத்திக் கொள்ளப் போவதில்லை. இருந்தாலும் சிறிதளவு அவளைப்பற்றி சிந்திக்காமலிருக்க முடியவில்லை. திறந்த அந்த ரெயில் அந்த ரெயில் வண்டியில் கித்தானுக்கடியில் தரைப் பலகைமீது என்னுடன் காதரீனும் படுத்திருப்பதாக நினைத்தேன். ஒரு கணம். அவளை விட்டுப் பிரிந்து வெகுகாலம் ஆனமாதிரி ஒரு எண்ணம். என் நனைந்த ஆடையில் குளிரால் வாடி வதங்கி, ரெயில் வண்டியில் பிரயாணம் செய்து கொண்டிருந்த

அந்த நிலை காதரீனைப் பற்றி நினைக்க எந்த வகையிலும் உகந்த தல்ல.

சாதாரணமாக பீரங்கிகளின் பக்கத்தில் கித்தானுக்கடியில் படுத்திருப்பது ஓரளவு விரும்பக்கூடியதுதான். திறந்த ரெயில் வண்டியின் அடித்தளத்தில், கித்தானின் பொத்தல்களிலிருந்து தண்ணீர் சொட்டிக்கொண்டே இருந்தது. பீரங்கி 'வாஸ்லைன்' பசை நாற்றமும், அதன் காக்கித் துணி உறைகளின் நாற்றமும் வீசிக் கொண்டிருந்தன; படுத்துப் பதுங்கிச் செல்லுவதென்றால் அருவறுப் பூட்டுவதேயல்லவா! கவிழ்ந்து படுத்தபடியே கிடந்த எனக்கு முந்திய நாள் நடந்த சம்பவங்கள் தெளிவாகவே விளங்கின. ஒரு சேனை முன்னேறி வந்ததையும் ஒரு சேனை பின்வாங்கிச் சென்ற தையும் நான் நேரில் கண்டேன். என்னுடைய ஆம்புலன்ஸ் வண்டி களையும் நான் இழந்துவிட்டேன். அத்துடன் என்னுடைய ஆட்களையும் இழந்துவிட்டேன். தீப்பற்றி விபத்து ஏற்பட்ட கடையில் சாமான்கள் எல்லாம் எரிந்து சாம்பலாயின. தீக்கிரை யாகாமல் எப்படியோ வெளிவந்துவிட்ட கடைக்காரச் சிப்பந்தி ஒருவனுடைய நிலையை ஒத்திருந்தது என் நிலைமை. தீப்பற்றிய கடைக்காவது 'இன்ஷ்யூரன்ஸ்' பாதுகாப்பு உண்டு. இங்கே எனக்குப் பாதுகாப்பு ஒன்றுமில்லை. கடை மறுபடியும் துவக்கப்பட்டபின் அச்சிப்பந்தி மறுபடியும் அங்கே வேலைக்குப் போனால் அவன் பேசும் இத்தாலிய மொழி கொச்சையாயிருக்கிற தென்பதற்காகச் சுட்டுக்கொல்லப்படுவான் என்று தெரிந்தால் அவன் மறுநாள் அந்தக் கடைப்பக்கம் ஏன் போகிறான்? அவன் வேறு எங்கேயாவது சென்று வேறு வேலை தேடிக்கொள்வான். என் நிலைமையும் சற்றேறக்குறைய அப்படிப்பட்ட ஒரு சிப்பந்தியின் நிலைமையைத்தான் ஒத்திருந்தது. நானும் போரிலிருந்து எப்படியோ வெளியேறி விட்டேன். விடுபட்டுவிட்டேன். ராணுவத்தினர்களுக்கு நான் செய்ய வேண்டிய கடமை ஒன்றுமே இல்லை அல்லவா!

அவர்கள் மீதிருந்த கோபத்தை நான் நதியில் மிதந்து வந்தபோது நீரில் கரைத்துவிட்டேன். என்னுடைய கடமையைச் செய்து விட்டேன் என்கிற உணர்ச்சியுடன் கோபமும் மறைந்து விட்டது. உண்மையில் பார்த்தால் அந்தச் 'சுரபினியாரி' போலீஸ் சிப்பாய் என் மீது கை வைத்து என் கழுத்துச் சட்டையைப் பிடித்த உடனே என் கடமை தீர்ந்து விட்டது. நான் அணிந்திருந்த உடை மட்டும் இருந்துவிட்டுப் போகட்டும். எனக்கு வெளித் தோற்றத்தில் அதிக விருப்பமில்லாவிட்டாலும் ராணுவ உடை இருந்ததில் நான் வெறுப்புக் கொள்ளவில்லை. ஏற்கனவே என்னுடைய நட்சத்திரச் சின்னங்கள் நாடாவைப் பிய்த்தெடுத்துவிட்டேன். ஆனால், அது என் சௌகரியத்திற்காக, கௌரவ உணர்ச்சியினால் அல்ல.

அவர்களின்மேல் எனக்கு விரோத பாவம் இல்லை. அவர்களுக்கு அதிர்ஷ்டம் இருந்து யுத்தத்தில் வெற்றி கிடைத்தால்கூட எனக்குத் திருப்திதான். அவர்களில் பலர் நல்லவர்கள். பலர் உண்மை வீரர்கள், பலர் தீரம் கொண்டவர்கள், பலர் அமைதியுடன் செயல் புரிபவர், பலர் விவேகிகள்கூட, அவர்கள் வெற்றியடைய வேண்டியது தான். ஆனால், இதில் எனக்கு இப்போது யாதொரு சம்பந்தமு மில்லை, இது என்னுடைய போர் அல்ல. நான் அதிலிருந்து வெளிவந்து விட்டேன். எனக்கு இப்போது வேண்டியதெல்லாம் இந்த ரெயில் வண்டி இன்னும் சற்று வேகமாகச் செல்லாதா, நான் சீக்கிரம் 'மிஸ்ட்ரி'யை அடைந்து எங்கேயாவது எனக்குச் சாப்பாடு கிடைக்காதா என்பதுதான். அப்போதுதான் என் சிந்தனை ஓயும். ஆம், எப்படியும் இந்தச் சிந்தனை நின்றுதான் ஆகவேண்டும்.

நான் சுட்டுக் கொல்லப்பட்டேன் என்று அவர்களிடம் பியானி தெரிவித்துவிட்டிருப்பான். சுடப்பட்டவனுடைய சட்டை ஜேபியி லிருந்து அவனைப் பற்றிய காகிதங்களை எல்லாம் அவர்கள் எடுத்துக் கொள்ளுவது வழக்கம். ஆனால், என்னைப் பற்றிய காகிதங்கள் அவர்களிடம் கிடைக்க இடமில்லையே. ஆகவே, நதியில் மூழ்கி இறந்துபோனான் என்று சொல்லக்கூடும். அமெரிக்காவில் என்னைத் தெரிந்தவர்கள் இந்தச் செய்தியைக் கேட்டால் என்ன நினைப்பார் கள்? ஒருவேளை காயமுற்று அதனாலும் இதர காரணங்களாலும் இறந்துவிட்டான் என்று சொல்லுவார்களோ!

சிந்திக்கும் சக்தி எனக்குக் கிடையாது. நான் வெறும் சாப்பாட்டு ராமன்தான். கடவுளே, இதுதான் உண்மை. உண்டு குடித்து காதரீனுடன் இன்புற்று உறங்குவதற்குத்தான் நான் லாயக்கானவன். இன்றிரவேகூட அவ்வாறு நேரலாம், ஏன் கூடாது? இன்றிரவு முடியாதுபோனால் நாளை இரவு நிச்சயமாக முடியும். நல்ல உணவு, நல்ல மெத்தைகள், நல்ல விரிப்புகள் எல்லாம் கிட்டலாம். இனிமேல் நாங்கள் இருவரும் சேர்ந்து வெளியே செல்ல முடியாதென்றால் வெளியே தனித்துச் செல்லவே மாட்டேன். 'ஆனால், நான் வெகு சீக்கிரமாகச் சென்று அவளைச் சந்திக்கா விட்டால் அவள் எங்கேயாவது சென்றுவிடக்கூடும். எந்த இடத்திற்குச் சென்று அவ்வாறெல்லாம் மகிழலாமென்பது உடனே சிந்தனைக் குரிய விஷயம்தான். இடங்களா இல்லை?

நான்காம் பாகம்

33

இரவு முழுதும் இவ்வாறு பிரயாணம் செய்து விடியற்காலம் வெளிச்சமாவதற்கு முன்னமேயே ரெயில் மிலான் ஸ்டேஷனை அணுகி வேகம் குறைந்தபோது வண்டியிலிருந்து குதித்து வெளி யேறினேன். ரெயில் பாதையைக் கடந்து வெளியேவந்து சில கட்டடங்களுக்கிடையே நுழைந்து ஒரு வீதியை அடைந்தேன். அங்கே ஒரு மதுபானக்கடை திறந்திருந்தது. அதில் நுழைந்து கொஞ்சம் காப்பி தருவித்துக் கொண்டேன். காலை வேளையின் அறிகுறிகள் ஓட்டலில் தென்பட்டன. பெருக்கிக் குவிக்கப்பட்டிருந்த குப்பைகள் ஒருபுறம் கிடந்தன. மேஜைகள் மீதெல்லாம் மது டம்ளர் வைத்த அடையாளங்கள். காப்பியும் மதுவும் அருந்தும் காலை வேளைக் கூட்டம் எல்லாம் தென்பட்டன. கடை முதலாளி மதுபானம் வழங்குமிடத்தில் நின்று கொண்டிருந்தார். இரண்டு சிப்பாய்கள் ஒரு மேஜை முன் உட்கார்ந்திருந்தனர். நான் நின்றுகொண்டே கொஞ்சம் ரொட்டியும் காப்பியும் சாப்பிட்டேன். காப்பியில் பால்தான் அதிகமிருந்தது. ரொட்டித்துண்டு ஒன்றினாலேயே காப்பியைக் கலக்கி மிதந்திருந்த பாலேடை வழித்தெறிந்தேன். கடை முதலாளி என்னை உற்றுப் பார்த்தார்.

"கொஞ்சம் 'க்ரப்பா' மது சாப்பிடுகிறீர்களா?"

"நன்றி, வேண்டாம்."

"காசு ஒன்றும் கொடுக்க வேண்டாம். நான் சும்மா வழங்கு கிறேன்," என்று ஒரு மதுக்கிண்ணத்தை என் பக்கம் நகர்த்தினார். "போர்முனையில் என்ன நிகழ்ந்துகொண்டிருக்கிறது இப்போது?" என்று ஆரம்பித்து என்னைப் பேச்சுக்கு இழுத்தார்.

"எனக்குத் தெரியாது," என்று சுருக்கமாகப் பதிலளித்தேன். நான் பேச்சை வளர்க்க ஆசைப்படவில்லை.

அங்கு உட்கார்ந்திருந்த அந்த இரண்டு சிப்பாய்களைச் சுட்டிக் காட்டி, "அவர்கள் குடிபோதையில் இருக்கிறார்கள். நீங்கள் செல்லுங ் கள். போர்முனையில் என்ன நடந்துகொண்டிருக்கிறது" என்று கேட்டார்.

“எனக்குத் தெரியாது” என்றேன் மறுபடியும்.

“நீங்கள் இந்த எதிர்ச்சுவரைத் தாண்டி வந்ததைப் பார்த்தேன். நீங்கள் ரெயிலிலிருந்துதானே வருகிறீர்கள்” என்று அவர் மேலும் கேட்டார்.

“சேனை பெருவாரியாகப் பின்னடைந்திருக்கிறது.”

“அதுதான் பத்திரிகையில் காணப்படுகிறதே. என்ன நடக்கிற தென்பதை உங்கள் வாயிலாகக் கேட்க விரும்புகிறேன். யுத்தம் முடிந்துவிடுமா?” என்று கேட்டார்.

“நான் அப்படி நினைக்கவில்லை” என்றேன்.

அவர் மறுபடியும் மதுக்கிண்ணத்தில் ‘க்ரப்பா’வை நிரப்பி என் பக்கம் நீட்டி, “உங்களுக்கு ஏதேனும் கஷ்டம் ஏற்பட்டிருந்தால், நான் உதவி செய்ய முடியும்” என்றார். மதுபானக் கடை முதலாளி யின் இந்த வார்த்தைகளில் அர்த்தம் பொதிந்திருந்தது.

“எனக்கு ஒன்றும் கஷ்டம் நேரவில்லை.”

“அப்படி ஏதாவது நேர்ந்திருந்தால் நீங்கள் இங்கேயே என்னு டன் தங்கி இருக்கலாம்.”

“இங்கே தங்குவதற்கு இடம் எங்கே இருக்கிறது?”

“இதோ, இந்தக் கட்டடத்தில் பல பேர்கள் தங்குகிறார்கள். முக்கியமாக ஆபத்துக்குள்ளானவர்கள் இங்கேதான் தங்குகிறார்கள்.”

“இப்படிக் கஷ்டங்களுக்குள்ளானவர் பலர் இருக்கின்றனரா?”

“அதெல்லாம் அவர்கள் எந்தவிதமான கஷ்டத்தில் அகப்பட்டுக் கொண்டிருந்தனர் என்பதைப் பொறுத்தது. நீங்கள் தென் அமெரிக் காவைச் சேர்ந்தவரா?”

“இல்லை.”

“நீங்கள் “ஸ்பானிஷ்” பாஷை பேசுவீர்களா?”

“சிறிது பேசுவேன்.”

மேஜையைத் துடைத்துக்கொண்டே “இப்போதெல்லாம் நாட்டை விட்டு வெளியேறிச் செல்லுவது மிகவும் கடினம். ஆனால், முற்றிலும் முடியாது என்றும் சொல்லுவதற்கில்லை” என்று சொன்னார் முதலாளி.

“நான் நாட்டைவிட்டுச் செல்ல வேண்டுமென்று விரும்ப வில்லை.”

“உங்களுக்கு எவ்வளவு காலம் தங்கவேண்டுமென்று தோன்று கிறதோ அவ்வளவு காலம் நீங்கள் இங்கே சுகமாகத் தங்கலாம். பிறகு உங்களுக்குத் தெரியும். நான் எப்படிப்பட்ட மனிதன் என்று.”

"நான் இப்போது வெளியே செல்லவேண்டும். ஆனால், உங்கள் விலாசத்தைக் கவனத்தில் வைத்திருக்கிறேன். அவசியம் ஏற்பட்டால் வருகிறேன்."

அவர் தலையை மேலும் கீழுமாக அசைத்து, "இந்த மாதிரிப் பேசுபவர்கள் திரும்பி வரமாட்டார்கள். நீங்கள் உண்மையிலேயே சங்கடத்தில் அகப்பட்டுக் கொண்டிருக்கிறீர்கள் என்று எண்ணினேன்."

"எனக்கு ஒருவிதச் சங்கடமும் இல்லை. எனினும், ஒரு நண்பர் அவசரத்திற்கு உதவக் காத்திருக்கிறார் என்பதை மறவேன்," என்று சொல்லிவிட்டு பத்து லீரா நோட்டை காப்பிக்காக மேஜைமீது வைத்தேன்.

"என்னுடன் கொஞ்சம் 'க்ரப்பா' அருந்துங்கள்," என்று நான் அவரை அழைத்தேன்.

"அது அவசியமில்லை."

"ஒரே ஒரு டம்ளர் மட்டும், வாருங்கள் சாப்பிடுவோம்."

அவர் இரண்டு கிண்ணங்களில் மதுவை ஊற்றி, "ஞாபகத்தில் வைத்துக்கொள்ளுங்கள். இங்கே நீங்கள் வந்துவிடுவது நலம். மற்றவர்கள் உங்களைப் பிடித்துச் செல்லும்படி அகப்பட்டுக் கொள்ளாதீர்கள். இங்கே நீங்கள் சிறிதும், பயமின்றி இருக்கலாம்," என்றார்.

"நீங்கள் சொல்லுவதை நான் நம்புகிறேன்."

"உண்மையாக நீங்கள் நம்புகிறீர்களா?"

"ஆமாம்."

உடனே அவர் என்னை உற்றுப் பார்த்து, "நான் உங்களுக்கு ஒன்றுகூற விரும்புகிறேன். நீங்கள் போட்டுக் கொண்டிருக்கும் கோட்டை அகற்றுங்கள்" என்றார்.

"ஏன்?"

"கை நுனியில் நட்சத்திரங்கள் தைக்கப்பட்டிருந்த நாடா பிய்த்தெறிந்து விடப்பட்ட பாகம் நன்றாகத் தெரிகிறது. மேலும் கோட்டின் துணியின் நிறமும் மாறுபட்டுக் காண்கிறது."

அவர் கேட்ட கேள்விகளும் சொன்ன வார்த்தைகளும் என்னைப் பிரமிக்க வைத்தன. நான் ஒன்றும் கூறாது மௌனமாக இருந்தேன்.

"உங்களிடம் அனுமதிச் சீட்டுகள் இல்லையானால், நான் அவற்றைச் சமாளித்துக் கொடுத்து உதவ முடியும்."

"என்ன அனுமதிச் சீட்டுகள்?"

"ரஜா காகிதங்கள். போர்முனையிலிருந்து ரஜாவில் வந்திருப்ப தாகக் காட்டும் காகிதங்கள்."

"எனக்கு அவை ஒன்றும் தேவை இல்லை. என்னுடைய சொந்தக் காகிதங்களே இருக்கின்றன.

"அப்படியானால் சரி, ஆனாலும் உங்களுக்குத் தேவைப்பட்டால் அவற்றைச் சமாளித்துக் கொடுக்க முடியுமென்பதைச் சொல்லி வைத்தேன்."

"அப்படிப்பட்ட காகிதங்கள் எவ்வளவு செலவில் கிடைக்கக் கூடும்?"

"அது காகிதங்களின் தராதரத்தைப் பொறுத்தது. அதிகச் செலவு பிடிக்காது."

"எனக்கு இப்போது அவை தேவையில்லை."

அவர் நான் சொல்லுவதை நம்பாதவர்போல் தன் தோளை அசைத்தார். "எனக்குச் சங்கடங்கள் ஏதுமில்லை" என்று அவருக்கு நம்பிக்கையூட்ட மறுமுறையும் தெரிவித்தேன். நான் அவ்விடத்தை விட்டு வெளியேறியபோது அவர் மீண்டும் ஒருமுறை "நான் உங்களுக்கு நண்பர்" என்பதைக் கவனத்தில் வைத்துக் கொள்ளுங் கள்," என்று பொருள்படக் கூறினார். நான் "தங்களைப் பிறகு சந்திக்கிறேன்" என்று சொல்லிவிட்டு வெளியே வந்தேன்.

வெளியே ஸ்டேஷனுக்கெதிரில் ராணுவப் போலீஸார் இருந்தனர். அவர்கள் கண்ணில் படாமல் வீதி ஓரமாகச் சென்று அடுத்திருந்த பூங்காவில் ஒரு வாடகை வண்டி அமர்த்திக் கொண்டு ஆஸ்பத்திரி விலாசத்திற்கு வண்டியை ஓட்டச் சொன்னேன். ஆஸ்பத்திரியை அடைந்ததும் நான் நேராக போர்ட்டர் வசித்த விடுதிக்குச் சென்றேன். போர்ட்டரின் மனைவி என்னை ஆலிங்கனம் செய்து வரவேற்றாள். போர்ட்டர் என் கையைக் குலுக்கி, "நீங்கள் வந்து விட்டீர்கள். சந்தோஷம். பத்திரமாக வந்து சேர்ந்து விட்டீர்கள் அல்லவா?"

"ஆமாம் வந்துவிட்டேன்."

"காலை உணவு சாப்பிட்டீர்களா?"

"சாப்பிட்டாயிற்று."

"சௌக்யமாக இருக்கிறீர்களா, டெனன்டி?" என்று போர்ட்ட ரின் மனைவி பரிவுடன் விசாரித்தாள். அவர்களுடன் காலை உணவு கொள்ளும்படி அன்புடன் அழைத்தாள். வேண்டாம், என்று மறுத்துவிட்டு "மிஸ் பார்க்லி ஆஸ்பத்திரியில் இன்னமும் இருக்கிறாளா?" என்று விசாரித்தேன்.

"மிஸ் பார்க்லியா?" என்று புரியாதவள் போல் கேட்டாள்.

"அந்த ஆங்கிலேய நர்ஸ்" என்று விளக்கினேன்.

"ஓகோ அந்தப் பெண்மணியா! இப்போது தெரிந்துவிட்டது" என்று போர்ட்டரின் மனைவி குறும்புத்தனமாகச் சொல்லிவிட்டு என்னை லேசாகத் தட்டிக் கொடுத்துச் சிரித்தாள்.

"அவள் இங்கிருந்து போய்விட்டாளே" என்றான் போர்ட்டர். எனக்கு உள்ளம் உடைந்து போகும்போல் ஆகிவிட்டது. "நிச்சயமாகவா சொல்லுகிறாய்? நான் உன்னை விசாரித்தது அந்த உயரமான பொன்னிறத் தலைமயிருள்ள அழகிய ஆங்கிலேய மாதைப்பற்றி" என்று விளக்கினேன்.

"எனக்கு நிச்சயமாகத் தெரியும். அவள்... அவள் 'ஸ்ட்ரெஸ ஸா'வுக்குச் சென்றுவிட்டாள்."

"அவள் எப்போது சென்றாள், தெரியுமா?"

"இரண்டு நாளைக்கு முன்பு. அந்த மற்றொரு ஆங்கிலேய மாதுடன் இவளும் சென்றாள்."

"சரி, இருக்கட்டும். நீங்கள் எனக்கு ஒரு உபகாரம் செய்ய வேண்டும். என்னை நீங்கள் பார்த்ததாக ஒருவரிடமும் சொல்லக் கூடாது. இது எனக்கு மிகவும் முக்கியம். இதை நீங்கள் கவனத்தில் வைத்துக்கொண்டால் போதும்."

"நான் ஒருவரிடமும் சொல்லமாட்டேன்," என்று போர்ட்டர் உறுதி கூறினான், நான் பத்து லீரா நோட்டை அவன் கையில் திணித்தேன். "பணம் ஒன்றும் நீங்கள் தரவேண்டாம். நான் சத்திய மாகச் சொல்லுகிறேன். ஒருவரிடமும் உங்களைப் பற்றிப் பேச மாட்டேன். நம்புங்கள்." என்றான்.

"நான் ஏதாவது செய்ய வேண்டுமா, டெனன்டி?" என்று போர்ட்டரின் மனைவி கேட்டாள்.

"ஒன்றுமில்லை. நான் சொல்லியபடி செய்தால் போதும்" என்றேன். அவளும் உள்ளன்புடன் "நாங்கள் உங்கள் விஷயத்தில் ஊமைகளாகவே இருந்துவிடுவோம். இன்னும் ஏதாவது செய்ய வேண்டுமானால் தெரிவியுங்கள்" என்றாள்.

"அப்படியே தெரிவிக்கிறேன்" என்று சொல்லி அவர்களிடம் விடைபெற்றுக் கொண்டு வெளியேறினேன். அவ்விருவரும் வாயிற் படிவரை வந்து என்னை வழியனுப்பினர். வண்டியிலேறிக் கொண்டு ஸிம்மன்ஸ் என்ற அந்தப் பாடகனுடைய விலாசத்துக்கு ஓட்டச் சொன்னேன். நகரத்தில் அவன் வசித்த 'போர்டாமேஜென்டா" என்னும் பகுதி தொலைதூரத்திலிருந்தது. நான் அவன் வீட்டை அடைந்து உள்ளே சென்றபோது தூக்கக் கண்களுடன் அவன் படுக்கையிலேயே இருந்தான்.

கண்விழித்து என்னைப் பார்த்ததும், நீ இவ்வளவு அதிகாலை யில் எழுந்து வருகிறாயே" என்றான்.

"நான் அதிகாலையில் வந்து சேரும் ரெயிலில் வந்தேன்."

"ராணுவம் பின்வாங்கியது என்று சொல்கின்றார்களே உண்மையா அது? நீ போர்முனையில் இருந்தாயா? ஒரு சிகரெட் எடுத்துக்கொள். அதோ மேஜைமீது பெட்டியிலிருக்கிறது" என்றெல் லாம் பரிவுடன் பேசினான். அவன் வசித்தது ஒரு பெரிய அறை. சுவரின் ஓரமாகக் கட்டில் போடப்பட்டிருந்தது. மறு கோடியில் அவனுடைய பியானோ வாத்தியமும், ஒரு நாற்காலியும் ஆடைகள் வைக்கும் கண்ணாடி பீரோவும், ஒரு மேஜையும் வைக்கப்பட்டிருந்தன. நான் நாற்காலியில் உட்கார்ந்தேன். ஸிம்மன்ஸ் படுக்கையிலேயே உட்கார்ந்து தலையணையின் மீது கைகளை ஊன்றிக்கொண்டு சிகரெட்டைப் பற்ற வைத்தான்.

"நான் ஒரு இக்கட்டில் அகப்பட்டுக் கொண்டிருக்கிறேன், ஸிம்" என்று பேச்சை ஆரம்பித்தேன்.

"நானும் கூட. நான்தான் எப்போதுமே இக்கட்டில் மாட்டிக் கொண்டுத் தவிப்பவனாயிற்றே. ஒரு சிகரெட் எடுத்துக் கொள், சிகரெட் வேண்டாமா?"

"வேண்டாம். இங்கிருந்து ஸ்விட்ஜர்லாந்து செல்ல வேண்டு மானால் என்னென்ன நடவடிக்கைகள் எடுத்துக்கொள்ள வேண்டும்? விளக்கமாகச் சொல்லு."

"உனக்காகவா கேட்கிறாய்? இத்தாலியர்கள் உன்னை நாட்டி லிருந்து வெளியேற அனுமதிக்க மாட்டார்களே."

"அது எனக்குத் தெரியும். நான் ஸ்விட்ஜர்லாந்துக்குச் சென்று விட்டால் அந்தத் தேசத்தவர்கள் என்னை என்ன செய்வார்கள் என்பதைப்பற்றிக் கேட்டேன்."

"உன்னைக் காவலில் வைத்து விடுவார்கள்."

"அதுவும் தெரியும் எனக்கு. ஆனால், காவலில் வைப்பது என்றால் என்ன? விவரங்கள் எப்படி என்றுதான் தெரிய வேண்டும்."

"அது ஒன்றும் நிர்ப்பந்தமானது அல்ல. நீ எங்கே வேண்டு மானாலும் செல்லலாம். அவ்வப்போது மட்டும் எங்கேயாவது ஒரு ஆபீசுக்குச் சென்று உன்னைப்பற்றிய தகவல்களைத் தெரிவிக்க வேண்டும். அல்லது, இதைப்போல் ஏதோ செய்ய வேண்டும். அவ்வளவுதான். அதெல்லாம் எதற்காகக் கேட்கிறாய் நண்பா? போலீசுக்குப் பயந்து தப்பிச் செல்ல உத்தேசமா?"

"அதைப்பற்றியும் நிச்சயமாக முடிவு செய்யவில்லை."

“சொல்ல விருப்பமில்லை என்றால் சொல்லும்படி உன்னை நான் வற்புறுத்தவில்லை. ஆனால், என்ன நடந்ததென்பதையெல் லாம் தெரிந்துகொள்ள ஆவலாக இருக்கிறேன். இங்கே விசேஷச் சம்பவங்கள் எதுவும் நிகழ்வதில்லை. ‘பியாஸென் ஜர’வில் என் சங்கீதக் கச்சேரி படுதோல்வியில் முடிந்தது.

“இதைக் கேட்க எனக்கு வருத்தமாயிருக்கிறது.”

“நான் என்னமோ நன்றாகத்தான் பாடினேன். எனினும் ரஸிகர் களுக்கு உணர்ச்சியூட்ட முடியவில்லை. மறுபடியும் ‘லிரிகோ’வில் முயற்சி செய்யப் போகிறேன்.”

“அந்தச் சமயம் நான் கேட்க ஆசைப்படுகிறேன்.”

“உன்னுடைய பண்பாட்டை மெச்சுகிறேன். அதிருக்கட்டும், நீ இப்போது ஏதாவது சங்கடத்தில் மாட்டிக் கொண்டிருக்கிறாயா என்ன?”

“எனக்கே இன்னும் சரியாகப் புரியவில்லை.”

“விருப்பமில்லையென்றால் சொல்லாதே. ஆனாலும் இந்தச் சனியன் பிடித்த போர்முனையிலிருந்து நீ எப்படி விலகி வந்து விட்டாய்?

“நான் அதற்கு ஒரு முழுக்குப் போட்டுவிட்டு வந்துவிட்டேன் என்றுதான் நினைக்கிறேன்.”

“நீ ஒரு நல்ல பையன். உனக்கு எப்போதுமே மூளை உண்டு என்று எனக்குத் தெரியும். உனக்கு ஏதாவது என்னால் உதவி செய்ய முடியுமா?”

“நீ வேலை மிகுதியாயுள்ளவனாயிற்றே?”

“பிரமாதமான வேலை அப்படியொன்றுமில்லை. என் பிரிய நண்பா, உனக்கு ஏதாவது செய்யவேண்டுமென்றால் சந்தோஷத் துடனேயே செய்து முடிக்கிறேன்,” என்றான் ஸிம்மன்ஸ்.

“நீ உருவில் ஏறக்குறைய என்னுடைய அளவுதானே. வெளியில் சென்று எனக்கு ஒரு செட் சாதரண மக்கள் அணியும் உடை வாங்கிவர முடியுமா? என்னுடைய உடைகளெல்லாம் ரோமாபுரியில் இருக்கின்றன.”

“நீ ரோமில் வசித்தாய் அல்லவா? அது அசுத்தம் நிறைந்த ஒரு இடமாயிற்றே. அங்கு எப்படி நீ வசித்தாய்?”

“நான் ஒரு கட்டடச் சிற்பியாக தேர்ச்சிபெற அங்கே வசித்தேன்.”

“அதற்கு அந்நகரம் ஏற்றதே அல்ல, அது கிடக்கட்டும். நீ இப்போது புதியதாக ஆடை ஒன்றும் வாங்க வேண்டாம். உனக்குத் தேவையான ஆடைகளை எல்லாம் நானே கொடுக்கிறேன். மிகப்

பொருத்தமான முறையில் உன்னை உடுத்துகிறேன். பார், அதை அணிந்துகொண்டு சென்றவிடமெல்லாம் வெற்றிகரமாகச் சமாளிப்பாய். உடை அணிந்து கொள்ளும் பக்கத்து அறைக்குள் செல். அங்கே எல்லா வசதிகளுமிருக்கின்றன. உனக்கு வேண்டிய உடைகளை எடுத்துக்கொள். இதற்காகப் புது உடைகள் வாங்குவதா?" என்று வெகு தாராளமாக ஸிம்மன்ஸ் கூறினான்.

"எனக்கு என்னமோ புதிதாகவே வாங்கிவிட்டால் நல்லது என்று தோன்றுகிறது, ஸிம்."

"என் அன்புள்ள நண்பா, நான் வெளியே சென்று உடை வாங்கி வருவதைவிட என்னுடைய உடைகளை உனக்கு அளிப்பது எனக்கு இப்போது மிகவும் சுலபம். வெளியே 'பாஸ் போர்ட்' என்னும் அனுமதிச் சீட்டின்றி வெகுதூரம் செல்ல முடியாது என்று தெரியுமல்லவா உனக்கு!"

"தெரியும். என்னுடைய 'பாஸ்போர்ட்' இன்னமும் என்னிடத்தில் இருக்கிறது."

"அப்படியானால் என்னுடைய உடையை இப்போதைக்கு அணிந்துகொள். பழைய "ஹெல்வீடியா"வுக்கு நேரே செல்."

"அவ்வளவு சுலபமாகச் செய்யக்கூடியது அல்ல அது. நான் முதலில் இங்கிருந்து ஸ்ட்ரெஸ்ஸாவுக்குச் செல்ல வேண்டும்."

"பேஷான இடம், நண்பா. அருமையான இடம். படகிலேயே எட்டிப் பிடித்தாற்போலச் சென்றுவிடலாம். சங்கீத அப்யாசத்தில் மும்முரமாக இல்லையானால் நானே உன்னுடன் வருவேன். இருந்தாலும் பரவாயில்லை. நான் உன்னோடு வருகிறேன்."

"நீ அங்கேகூட ராகம் இழுத்துக்கொண்டே இருக்கலாம்."

"நண்பா, நான் இன்னமும் ராகம் ஆலாபனம் செய்ய ஆரம்பிக்கவில்லை. பாட்டுகள் மட்டும் பாடுகிறேன். ஆனாலும், ஆலாபனம் செய்யத் தெரியும். இது விசித்திரம்தான். ஆனாலும் எனக்குப் பண்கள் இசைக்க வரும். பாடுகிறேன் கேள்" என்று உணர்ச்சிப் பெருக்குடன் "ஆப்ரிகானா" இசையைப் பாடத் தொடங்கிவிட்டான். கழுத்து நரம்புகள்கூட விம்மிப் புடைத்தன. "யார் கேட்டாலும் சரி, கேட்காவிட்டாலும் சரி, நான் பாடத்தான் போகிறேன்," என்றான்.

ஜன்னல் வெளியே எட்டிப் பார்த்தேன். "வாடகை வண்டியை அனுப்பிவிட்டு வருகிறேன்", என்று சொல்லிக் கீழே இறங்கினேன்.

"சீக்கிரம் வா. நாம் காலை உணவு சாப்பிடுவோம்" என்று சுறுசுறுப்புடன் படுக்கையை விட்டு எழுந்து நின்று சோம்பல் முறித்து நிமிர்ந்து நின்றுகொண்டு தீர்க்கமாக மூச்சை உள்ளுக்கிழுத்

தான். சிறிது தேகப்பயிற்சியும் செய்தான். கீழே நான் சத்தம் கொடுத்துவிட்டு வண்டியை அனுப்பிவிட்டேன்.

34

சாதாரண மக்கள் அணியும் ஆடையில் நான் தோன்றியபோது மாறுவேஷம் போட்டுக்கொண்டு உலாவும் வேஷதாரியாக இருப்பது போன்ற உணர்ச்சி உண்டாயிற்று. ராணுவ உடையிலேயே வெகு காலம் இருந்து பழக்கப்பட்டு விட்டதால், இப்போது அந்தப் பிடிப் பான உடை இல்லாதது என்னமோ போலிருந்தது. கால்சராய்கள் கோணிபோல் தளர்ந்திருந்தன. நான் மிலான் ஸ்டேஷனில் ஸ்ட்ரெஸ் ஸாவுக்கு ஒரு டிக்கட் வாங்கினேன். ஒரு புதிய தொப்பியும் வாங்கிக் கொண்டேன். ஸிம்மனுடைய தொப்பியை என்னால் அணிய முடியவில்லையெனினும் அவனுடைய உடைகள் எனக்குத் திருப்தி யாகவேயிருந்தன. அவற்றில் புகையிலை வாசனை வீசிற்று. நான் ரெயில் வண்டியில் உட்கார்ந்து ஜன்னல் வழியாக வெளியே பார்த்துக் கொண்டிருந்தபோது என் தொப்பி மட்டும் மிகப் புதிய தாயும், உடைகள் மிகப் பழையதாய்ப் பொருத்தமற்று இருந்ததையும் உணர்ந்தேன். வெளியே அந்த ‘லாம்பார்டு’ பிரதேசம் பெரு மழை யின் விளைவாக எவ்வளவு சோர்வடைந் திருந்ததோ அதேபோன்ற உணர்ச்சி எனக்கும், ‘ரெயில் பெட்டியில் என்னுடன் சில விமானப் படையைச் சேர்ந்தவர்களிருந்தனர். அவர்கள் என்னை ஒரு பொருட்டாக எண்ணவில்லையென்றே தோன்றியது. என்னை அவர்கள் பார்க்கக்கூட விரும்பவில்லை. என் வயதுள்ள ஒரு இளை ஞனை யுத்த காலத்தில் சாதாரண மக்கள் அணியும் உடையில் கண்டது அவர்களுக்கு என்மீது வெறுப்பை ஊட்டியதுபோலும்! இப்போது நிலைமை வேறு. இதனால் எனக்கு அவமானம் ஏற்பட்டதாக நான் கருதவில்லை. முன்காலமாக இருந்தால் நானே அவர்களை அவமானப்படுத்தி அவர்களுடன் சண்டைக்கும் போயிருப்பேன்.

‘கெல்லாரேட்’ என்னும் ஸ்டேஷனில் அவர்கள் இறங்கிச் சென்றனர். நான் தனியாக இருந்தது எனக்குச் சந்தோஷத்தை அளித்தது. என்னிடம் தினசரிப் பத்திரிகை வைத்திருந்தேன். ஆனால், அதைப் படிக்க ஆவலில்லை. ஏனெனில், யுத்தத்தைப் பற்றிப் படிக்க விரும்பவில்லை. நான்தான் யுத்தத்தைப் பற்றி மறந்துபோக முயற்சி செய்து கொண்டிருந்தேனே. என்னைப் பற்றிய வரையில் தனிமுறையில் நான் சமாதானம் செய்து கொண்டு விட்டேன். ரெயிலில் தனிமையாகப் பிரயாணம் செய்து கொண்டிருந்ததை

அறவே வெறுத்தேன். ரெயில் 'ஸ்ட்ரெஸ்ஸா ஸ்டேஷன்' வந்ததும் நான் மகிழ்ச்சியடைந்தேன்.

ஸ்டேஷனில் ஓட்டல்களிலிருந்து போர்ட்டர்கள் வந்து காத்திருப் பார்கள் என்று எதிர்பார்த்தேன். ஆனால், ஒருவரையும் காண வில்லை. யாத்திரிகர்கள் வந்து தங்கும் காலம் முடிந்து விட்டதால், ஸ்டேஷனுக்கு ஒருவரும் வரவில்லை போலும்! என்னுடைய தோல்பையுடன் வண்டியை விட்டிறங்கினேன். அது ஸிம்மனுடைய தோல்பை. மிகவும் லேசாக எடுத்துச் செல்ல வசதியாக இருந்தது. அதில் இரண்டு ஷர்ட்டுகளைத் தவிர வேறெதுவுமில்லை. நான் ஸ்டேஷன் ஓரத்தில் மழைக்கு ஒதுங்கி நின்றேன். ரெயில் வண்டி மேலே சென்றது.

அந்த வேளைக்கு எந்த ஓட்டல்கள் திறந்திருக்குமென்று ஸ்டேஷனில் இருந்த ஒருவனை விசாரித்தேன். 'கிராண்டு ஓட்டல்' என்ற முதல்தர ஓட்டல் திறந்திருக்கிறதென்றும், மற்றும் சில சிறிய ஓட்டல்கள் வருஷம் பூராவுமே திறந்திருக்கின்றன என்றும் அவன் கூறினான். அந்த மழையிலேயே கையில் பையுடன் 'கிராண்டு ஓட்டலை' நோக்கிப் புறப்பட்டேன். எதிரே ஒரு வண்டி வந்தது. அதை நிறுத்தி அதில் ஏறிக்கொண்டேன். ஓட்டலுக்கு ஒரு வண்டி யில் போய் இறங்குவது கௌரவமாக இருக்குமென்று எனக்குப் பட்டது. நாங்கள் வண்டியை ஓட்டலின் தலைவாயிலுக்கே ஓட்டிச் சென்றோம். ஓட்டல் சிப்பந்தி ஒரு குடையுடன் வந்து மரியாதையாக என்னை வண்டியிலிருந்து உள்ளே அழைத்துச் சென்றான்.

நான் பெரிதான ஒரு நல்ல அறையை அமர்த்திக்கொண்டேன். ஜன்னல் வழியே பார்த்தால் ஏரி தெரிந்தது. ஏரியை மேகங்கள் கவ்விக் கொண்டிருந்தன. நல்ல சூரிய வெளிச்சத்தில் அந்த ஏரி மிகவும் அழகாகவே தோற்றமளிக்கும் என்று எண்ணினேன். என்னுடைய மனைவியும் இங்கு வந்து சேருவாள் என்று நான் சொல்லியிருந்ததால் பட்டு விரிப்புப் போடப்பட்டிருந்த இரட்டைப் படுக்கை அறையை எனக்களித்தார்கள். சுகவாசத்திற்கு மிகவும் ஏற்ற முறையில் அந்த ஓட்டல் அமைந்திருந்தது. அதனுடைய நீண்ட மண்டபத்தில் நடந்து அகன்ற படிக்கட்டுகள் வழியே இறங்கிச் சென்று மதுபானம் வழங்கு மிடத்தை அடைந்தேன். அந்த இடத்தில் மதுபானம் வழங்குபவனை எனக்கு ஏற்கனவே தெரியும். உயரமான ஒரு ஸ்டூலின் மீது உட்கார்ந்து உப்பிட்டு வறுத்த பாதாங்கொட்டைகளையும், உருளைக்கிழங்கு வறுவலையும் தின்று கொண்டிருந்தேன். அவன் வழங்கிய மார்டினி பானம் மிகவும் குளிர்ச்சியாகவும் சுத்தமாகவுமிருந்தது.

"இங்கே என்ன செய்து கொண்டிருக்கிறீர்கள் இந்த உடையில்?" என்று அவன் கேட்டான். பேசிக்கொண்டே மற்றொரு மார்டினி பானத்தைக் கலந்தான்.

"நான் ரஜாவிலிருக்கிறேன். உடல் நலமடையும் ரஜா."

"இங்கு ஒருவரும் வருகிறதில்லை. எதற்காக இவர்கள் ஓட்டலைத் திறந்து வைத்திருக்கிறார்களோ தெரியவில்லை," என்றான்.

"சமீபத்தில் மீன்பிடிக்கச் சென்றிருந்தாயா?" என்று அவனைக் கேட்டேன்.

"ஆமாம். எனக்குச் சில நல்ல மீன்கள்கூடக் கிடைத்தன. இந்தக் காலத்தில் மீன்பிடிக்கச் சென்றால் ஏதாவது கிடைக்கத் தான் செய்கிறது."

"நான் உனக்கு அனுப்பிவைத்த புகையிலை கிடைத்ததா?"

"கிடைத்தது. கிடைத்ததைப்பற்றி நான் உங்களுக்கு ஒரு கடிதம் எழுதியிருந்தேனே. உங்களுக்குக் கிடைக்கவில்லையா?"

எனக்குச் சிரிப்பே வந்துவிட்டது. உண்மையில் நான் அவன் கேட்ட புகையிலையை அனுப்பி வைக்க முடியவில்லை. அவன் புகைக்குழாய்க்கு ஏற்றப் புகையிலை தினுசு வேண்டுமென்று என்னைக் கேட்டிருந்தான். ஆனால், அமெரிக்காவிலிருந்து என் உறவினர்கள் அனுப்பவில்லையோ அல்லது அனுப்பிய புகையிலை இங்கே எங்காவது நிறுத்தி வைக்கப்பட்டிருந்ததோ தெரியவில்லை. எப்படியும், அவனுக்கு வந்து சேரவில்லை. எங்கிருந்தாவது கொஞ்சம் எப்படியாவது வாங்கித் தருவதாக அவனிடம் சொன்னேன்.

"இரண்டு ஆங்கிலேயப் பெண்கள் இந்த ஊரில் எங்காவது உனக்குத் தென்பட்டார்களா? அவர்கள் முந்தா நாள்தான் இந்த ஊருக்கு வந்தார்கள்."

"இந்த ஓட்டலில் அப்படி யாரும் இல்லை."

"அவர்கள் இருவரும் நர்சுகள்."

"ஓகோ, அப்படியா! நான் இரண்டு நர்சுகளைப் பார்த்தேன். கொஞ்சம் பொறுங்கள். அவர்கள் எங்கே இருக்கிறார்கள் என்று விசாரித்துச் சொல்லுகிறேன்."

"அவர்களில் ஒருத்தி என் மனைவி. நான் அவளைச் சந்திக்கவே இங்கு வந்திருக்கிறேன்," என்று சொன்னேன்.

"மற்றவள் என்னுடைய மனைவி!" என்றான் அவன் வேடிக்கை யாக.

"நான் தமாஷ் பண்ணவில்லையப்பா; உண்மையாகச் சொல்லு கிறேன்" அவனுடைய ஹாஸ்யத்தை நான் ரசிக்கவில்லை.

"மன்னிக்கவும். நான் வேடிக்கையாகச் சொன்னேன். நான் சரிவரப் புரிந்துகொள்ளவில்லை" என்று கூறி அவன் எங்கேயோ சென்று விசாரிக்கப் போனான். வரும்வரையில் நான் வறுத்த

பாதாங்கொட்டையைத் தின்று கொண்டிருந்தேன். சிறிது நேரத்தில் அவன் திரும்பி வந்தான்.

"ஸ்டேஷனுக்கு அருகாமையிலுள்ள அந்தச் சிறிய ஓட்டலில் இருக்கிறார்கள்," என்று அவன் தெரிவித்தான்.

"எனக்குக் கொஞ்சம் 'ஸாண்டுவிச்'சுகள் வேண்டுமே. கிடைக் குமா?"

"இங்கே யாத்திரிகர் ஒருவருமே இல்லாததால் உணவு வகைகள் அதிகம் இல்லை. நான் கேட்டுப் பார்க்கிறேன்," என்று டெலி போனில் யாரையோ கேட்டான்.

"உண்மையிலேயே ஒருவர்கூட இல்லையா?"

"சிலபேர் மட்டும்தான் இருக்கிறார்கள்."

'ஸாண்டுவிச்சுகள்' கொண்டு வரப்பட்டன. மூன்று ஸாண்டு விச்சுகளைச் சாப்பிட்டேன். மேலும் இரண்டு 'மார்டினி' பானம் அருந்தினேன். இவ்வளவு குளிர்ச்சியாகவும் சுத்தமாகவும் நான் இதுவரை 'மார்டினி' அருந்தியதே இல்லை. நாகரிக மனிதனாகி விட்டேன் என்ற உணர்ச்சியை அவை எனக்கு உண்டாக்கின. இது வரையில் சிவந்த மதுவும், ரொட்டியும், சீஸ் கட்டியும், மோசமான காப்பியும் 'க்ரப்பா' பானமும் சாப்பிட்டுச் சாப்பிட்டு எனக்குச் சலிப்பேற்பட்டிருந்தது. அந்தத் தேவதாரு மரப்பலகையின் நறு மணமும் பளபளத்த பித்தளை உருப்படிகளும், நிலைக்கண்ணாடி களும் என்னை ஆனந்தத்திலாழ்த்தின. அவன் ஏதோ கேள்விகள் கேட்டான். நான் சிந்தனையே இல்லாது உட்கார்ந்திருந்தேன்.

"யுத்தத்தைப்பற்றிப் பேசாதே" என்றேன். அது எங்கேயோ வெகு தூரத்தில் நடந்துகொண்டிருக்கிறது. அங்கே கூட ஒருக்கால் யுத்தம் நின்று விட்டதோ என்னமோ, எப்படியும் இங்கே போர் ஏதும் இல்லை. என்னைப் பொறுத்தவரையில் போர் நின்றுவிட்ட மாதிரி தான். ஆனாலும் அது உண்மையில் நிற்கவில்லை என்று உள்ளுக் குள் ஏதோ சொல்லிக் கொண்டிருந்தது. பள்ளிக்கூட வகுப்பிலிருந்து திருட்டுத்தனமாக ஓடிவந்த ஒரு சிறுவன் ஒரு குறிப்பிட்ட வேளையில் தன் வகுப்பில் என்ன நடந்து கொண்டிருக்கும் என்று மனக்கணக் கால் பார்ப்பது போன்ற நிலையில் நான் இருந்தேன்.

காதரீனும், ஹெலன் பெர்கூஸனும் தங்கியிருந்த ஓட்டலை நான் அடைந்தபோது அவர்கள் இரவுச் 'சாப்பாடு சாப்பிட்டுக் கொண்டிருந்தனர். 'ஹாலின் மூலையில் நின்றபடியே அவர்கள் மேஜைக்கெதிரில் உட்கார்ந்திருந்ததைப் பார்த்தேன். நான் நின்றிருந்த இடத்திலிருந்து காதரின் சற்றுத் தூரத்திலிருந்ததால் அவள் முகம் சரியாகத் தெரியவில்லை. அவளுடைய கேசமும், கன்னமும் அழகிய கழுத்தும், தோள்பட்டையும் தெளிவாகத் தெரிந்தன. பெர்கூஸன்

பேசிக்கொண்டிருந்தாள். நான் அவர்களை அணுகியதும் அவள் பேச்சை நிறுத்தினாள்.

"ஆண்டவனே! என்றாள் பெர்கூஸன். என்னைப் பார்த்ததும் அவளுக்கு அதிர்ச்சிதான் உண்டாயிற்று. நான் "ஹல்லோ" என்று மரியாதையாக வணக்கம் தெரிவித்தேன்.

"நீங்கள், நீங்களேதான்!" என்று காதரின் ஆச்சரியத்தால் என்னைப் பார்த்தாள். அவள் முகம் பிரகாசமடைந்தது. அவள் அடைந்த சந்தோஷத்தில் நான் அங்கு நின்று கொண்டிருப்பதை அவளால் நம்பவே முடியவில்லை. நான் அவளை முத்தமிட்டேன். அவள் முகம் நாணத்தால் சிவந்தது. நான் அவளருகில் அதே மேஜையண்டை உட்கார்ந்தேன். பெர்கூஸன்தான் முதலில் பேசினாள்.

"நீங்கள், என்ன மனிதர்? இது என்ன வேஷம்? இங்கே என்ன செய்து கொண்டிருக்கிறீர்கள்? சாப்பாடு ஆயிற்றா இல்லையா?"என்று கேள்விகளை அடுக்கினாள்.

"இன்னும் இல்லை" என்றேன். உணவு பரிமாறிய பெண்ணைப் பார்த்து எனக்கும் ஒரு தட்டு உணவு கொண்டு வரச் சொன்னேன். காதரின் என்னையே பார்த்துக் கொண்டிருந்தாள். அவள் கண்களில் ஆனந்தம் பொங்கியது.

"மாறுவேஷத்தில் இங்கே என்ன செய்து கொண்டிருக்கின்றீர்கள்?" என்று மறுபடியும் பெர்கூஸன் கேட்டாள்.

"நான் மந்திரி சபையில் இப்போது இருக்கிறேன்."

"மந்திரி சபையாவது, மண்ணாங்கட்டியாவது. ஆபத்தில் நீங்கள் சிக்கிக் கொண்டிருக்கின்றீர்கள். உங்களைப் பார்த்தாலே தெரிகிறதே."

"கொஞ்சம் உற்சாகமூட்டிக் கொள். பெர்கி, சிறிது நேரத்திற்காவது சந்தோஷமாக இரு."

"உங்களைக் கண்டால் எனக்கு உற்சாகம் எப்படி வரும். இந்தப் பெண்ணை எம்மாதிரி இக்கட்டில் சிக்கவைத்து விட்டீர்கள் என்று எனக்குத் தெரியும். உங்களைப் பார்த்தாலே எனக்குப் பிடிக்கவில்லை" என்றாள். காதரின் என்னைப் பார்த்துச் சிரித்தபடியே மேஜையின் கீழே தன் பாதத்தால் என்னை லேசாகத் தொட்டாள்.

"என்னை ஒருவரும் இக்கட்டில் சிக்க வைக்கவில்லை பெர்கி. எனக்கு ஏற்படும் இக்கட்டுகளை நானேதான் உண்டாக்கி அவற்றில் சிக்கிக்கொண்டேன்."

"இவர் இங்கு இருப்பதைக் கண்டு என்னால் சும்மா இருக்க முடியாது. இவருடைய கீழ்த்தரமான இத்தாலியத் தந்திரங்களினால் உன் வாழ்க்கையைப் பாழாக்கி விட்டாரே தவிர வேறென்ன

செய்தார். இவ்விஷயங்களில் அமெரிக்கர்கள் இத்தாலியர்களை விட வெகு மோசம்" என்று பெர்கூஸன் சீறினாள். காதரீனை நோக்கியே இதெல்லாம் பேசினாள். என் முகத்தைப் பார்க்கவும் அவள் விரும்பவில்லை.

"ஸ்காட்லாந்துக்காரர்கள் ஒழுக்கம் மிகுந்தவர்கள்" என்று சொன்னாள் காதரின்.

"அதைச் சொல்லவில்லை. இவருடைய கீழ்த்தரமான இத்தாலியத் தந்திரங்களைத்தான் குறிப்பிட்டேன்."

"நான் கீழ்த்தரமாகவா நடந்துகொண்டேன் பெர்கி."

"கீழ்த்தரமாகத்தான் நடந்து கொண்டீர்கள், சந்தேகமென்ன. சொல்லப்போனால் கீழ்த்தரத்திலும் கீழ்த்தரமாக நடந்து கொண்டீர் கள். ஒரு பச்சைப் பாம்பு மாதிரி. ஆம், இத்தாலிய ராணுவ உடை உடுத்திய பாம்பு. கழுத்தைச் சுற்றிப் போர்வையணிந்த பாம்பு." வார்த்தைக்கு வார்த்தை அவள் கோபம் பொங்கியது.

"நான் இப்போது இத்தாலிய ராணுவ உடையில் இல்லையே."

"இது உங்களுடைய இழிச் செயலுக்கு மற்றொரு உதாரணம். கோடைக்காலம் பூராவும் இந்தப் பெண்ணுடன் காதல் விளை யாட்டு விளையாடி இவளைக் கர்ப்பிணியாக்கி விட்டீர்கள். இப்போது சந்தடியின்றி நழுவி விடுவீர்கள். இது கீழ்த்தரமான செயலன்றி வேறென்ன?"

நான் புன்முறுவல் செய்தேன். காதரீனும் என்னைப் பார்த்து முறுவலித்தாள். "நாங்கள் இருவரும் எங்கேயாவது நழுவிவிடுவோம்" என்றாள் காதரின்.

"உங்கள் இரண்டு பேருடைய பவிஷும் ஒன்றுபோலத்தான். வெட்கம், மானம் ஏது உங்களுக்கு? காதரின் பார்க்லி, உன்னைப் பற்றி எனக்கு வெட்கம் உண்டாகிறது. உனக்கு வெட்கமும் இல்லை. மானமும் இல்லை. இவர் எவ்வளவு இழிகுணமுள்ளவரோ அவ்வளவு இழிகுணம் உனக்கும் இருக்கிறது." பெர்கூஸனின் ஆத்திரம் தணிய வில்லை.

"வேண்டாம் பெர்கி. என்னை இவ்வாறு கண்டிக்காதே. நாங்கள் ஒருவரையொருவர் மனமொப்பித்தான் நேசித்தோம் என்று உனக்குத் தெரியுமே," என்று சொல்லி காதரின் பெர்கூஸனை அணைத்துத் தழுவினாள்.

"உன் கையை அப்பால் எடு. என்னைத் தொடாதே. உனக்கு வெட்கம் என்று ஏதாவது இருந்தால் இது வேறு விதமாக இருந் திருக்கும். எத்தனை மாதம் நீ கர்ப்பிணியாக இருக்கிறாயோ, ஆண்டவனுக்கேதான் தெரியும். அப்படியிருந்தும் உனக்கு இது

கேவலம். ஒரு தமாஷ் என்றுதான் எண்ணத் தோன்றுகிறது. அதுவுமன்றி உன்னைக் கற்பழித்த கள்ளப்புருஷன் வந்துவிட்டா னென்பதில் உனக்கு ஒரே களிப்பு. உனக்கு ஏதாவது மானமிருக் கிறதா? ஏதாவது நல்லுணர்ச்சிதான் இருக்கிறதா?" என்று சரமாரி யாகக் கடிந்து கொண்டு உணர்ச்சி வேகத்தில் அழவே ஆரம்பித்து விட்டாள் பெர்கூஸன். காதரின் அவள் பக்கம் நகர்ந்து அவளை அணைத்துக் கொண்டு அவளுக்கு ஏதேதோ ஆறுதல் மொழி சொல்லியும் பயனில்லை. பெர்கூஸனின் சீற்றம் தணியவில்லை. அழுகையும் ஓயவில்லை.

"அழாதே பெர்க். நீ அழுதால் எனக்குத்தான் அவமானம். நீ என் அருமைச் சிநேகிதி அல்லவா, அழாதேம்மா" என்றெல்லாம் காதரின் அவளைச் சமாதானப்படுத்திக்கொண்டிருந்தாள்.

"நான் வேறொன்றுக்கும் அழவில்லை. நீ இந்தக் கேவலமான நிலைக்கு வந்துவிட்டாயே என்பதற்காகத்தான் அழுகிறேன்." உடனே என் பக்கம் திரும்பி "உங்களைக் கட்டோடு வெறுக்கிறேன். அவளைப் பார்க்கும் போதெல்லாம் உங்களை வெறுப்பதைத்தவிர வேறு ஒன்றுமே செய்ய முடியாது. ஆமாம், சீர்கெட்ட கீழ்த்தர ஒரு அமெரிக்க இத்தாலியர் நீங்கள்" என்று ஆத்திரத்துடன் சீறி விழுந்தாள். அவள் மூக்கு முகம் எல்லாம் அழுதழுது சிவந்துவிட்டன.

காதரின் என்னைப் பார்த்துச் சிரித்தாள். பெர்கூஸனுக்குக் கோபம் பொங்கியது.

"என்னையும் அணைத்துக் கொண்டு, அவனையும் பார்த்துச் சிரிக்கிறாயே. இது எனக்குப் பிடிக்கவேயில்லை."

"நீ இவ்வளவு ஆத்திரப்படக் கூடாது, பெர்கி."

"அது எனக்குத் தெரியும். நீங்களிருவருமே என்னைப் பொருட் படுத்த வேண்டாம். நான் அவ்வளவு தூரம் இப்போது நிலை குலைந்துவிட்டேன். நிதானத்துடன் இல்லைதான். நீங்கள் இருவரும் சந்தோஷமாக இருப்பதைத்தான் நான் விரும்புகிறேன்" என்று விசும்பிக்கொண்டே கூறினாள் பெர்கூஸன்.

"நாங்கள் சந்தோஷமாகத்தானிருக்கிறோம், பெர்கி, என் அருமை பெர்கி," என்றாள் காதரின்.

பெர்கூஸன் மறுபடியும் அழத் தொடங்கிவிட்டாள். "நீ இப்போது இருப்பதுபோல் சந்தோஷமாக இருக்கும் நிலைமையை நான் விரும்பவில்லை. நீங்கள் ஏன் கல்யாணம் செய்து கொள்ளக் கூடாது?"

உடனே என்னைப் பார்த்து, "உனக்கு ஊரில் வேறு மனைவி இருக்கிறாளா?" என்று கேட்டாள்.

“இல்லை.” என்றேன். காதரின் வாய்விட்டுச் சிரித்தாள்.

“இது ஒன்றும் சிரிக்கக்கூடிய விஷயமல்ல. அவர்களில் அநேகம் பேருக்கு வேறு மனைவிமார்கள் இருக்கத்தான் செய்கிறார்கள்.”

“நீ விரும்புகிறபடியே நாங்கள் கல்யாணம் செய்து கொள்ளு கிறோம் பெர்கி, அதனால் உனக்குத் திருப்தி ஏற்பட்டுச் சந்தோஷம் உண்டாகுமானால்,” என்றாள் காதரின்.

“என்னைத் திருப்திபடுத்துவதற்காக அல்ல. கல்யாணம் செய்து கொள்ள வேண்டும் என்று உனக்கே தோன்றவில்லையா?” என்று அவள் மேலும் கேட்டாள்.

“நாங்கள் இதர வேலைகளில் மூழ்கி இருந்துவிட்டோம்.”

“ஆமாம், தெரியும். அந்த வேறு வேலை என்ன என்பது. குழந்தைகளைப் பெற்றெடுக்கும் வேலைதானே!” என்றாள். அவள் மறுபடியும் அழ ஆரம்பித்து விடுவாளோ என்று நான் பயந்தேன். ஆனால் அவள் அழவில்லை. மறுபடியும் கோபத்துடன் எங்கள்மீது சீறினாள். “நீ இன்றிரவு இவருடன் சென்று விடுவாயல்லவா? அவரைப் பார்த்ததும் உனக்கு மகிழ்ச்சிதான் கட்டுக்கடங்காமல் பொங்குகிறதே,” என்று காதரீனைப் பார்த்து அருவறுப்புடன் கேட்டாள்.

“ஆம், அவர் அழைத்தால், நான் போகத்தான் போவேன்.”

“என்னைப்பற்றி உனக்குக் கவலையில்லையல்லவா?”

“இங்கே தனியாக இருக்க நீ பயப்படுகிறாயா?”

“ஆமாம், தனித்திருப்பதில் எனக்குப் பயம்தான்.”

“அப்படியானால் நான் உன்னுடன் தங்கிவிடுகிறேன்” என்றாள் காதரின் பரிவுடன். “வேண்டாமம்மா, வேண்டாம். அவருடனேயே போய்விடு. இப்போதே போய்விடு. உங்களிரு வரையுமே எனக்குப் பார்க்கப் பிடிக்கவில்லை,” என்று கசந்து சொன்னாள் பெர்கூஸன்.

“நாம் முதலில் சாப்பாட்டை முடித்துக் கொள்ளலாமே.”

“வேண்டாம். இப்போதே போய்விடு.”

“பெர்கி. நான் சொல்வதைக் கேள். கொஞ்சமாவது பொறுமை காட்டு,” என்று காதரின் மன்றாடினாள்.

“நான்தான் சொல்லுகிறேனே, நீங்கள் இப்போதே இங்கிருந்து போங்கள் என்று. இருவரும் சென்று விடுங்கள்” என்று அவள் ஆத்திரம் தணியாமலேயே சொன்னாள். எனக்கும் சற்றுக் கோபம் வரத்தான் செய்தது. பெர்கியின் மீது வெறுப்புண்டாயிற்று.

“அப்படியானால் நாம் போவோம் வா காதரின்” என்றேன்.

“அப்படியா, உண்மையிலேயே நீங்கள் போகத்தான் விரும்புகிறீர்கள். என்னைத் தனியாகச் சாப்பிட விட்டுவிட்டு, நீங்கள் போகப் போகிறீர்கள் அல்லவா? நான் இந்த இத்தாலிய ஏரிப் பிராந்தியத்தில் சில நாட்கள் வாசம் செய்ய ஆவல் கொண்டிருந்தேன். ஆசை நாசமாய்ப்போச்சு இப்போது” என ஓவென்று அவள் அழத்தொடங்கினாள். “காதரின்” என்று சொல்லிக்கொண்டே மீண்டும் உற்று நோக்கினாள். அவளுக்கு அதற்குமேல் பேசமுடியவில்லை. துக்கம் தொண்டையை அடைத்தது.

“சாப்பாட்டுக்குப் பிறகே போகிறோம். நான் இங்கேயே இருக்க வேண்டுமென்று நீ விரும்பினால் உன்னைத் தனியாக விட்டுச் செல்லவே மாட்டேன்,” என்றாள் காதரின்.

மறுபடியும் அவள் கண்ணீரைத் துடைத்துக் கொண்டே, “வேண்டாம், வேண்டாம். நீங்கள் போவதே மேல். போய்விடுங்கள். நான் நிதானத்தை இழந்திருக்கிறேன் இப்போது; என்னைப் பொருட்படுத்த வேண்டாம். போய்விடுங்கள்” என்று அவள் பதறினாள்.

சாப்பாட்டைக் கொண்டுவந்து படைத்த அந்த ஓட்டல் பெண் இங்கே நடந்த அழுகையையும், கலவரத்தையும் கண்டு முதலில் குழப்பமடைந்து விட்டாள். இப்போது அமைதி நிலவியது. அவளுக்குக் கூட நிம்மதியளித்தது.

***

ஓட்டலில் எங்கள் அறையில் நானும் காதரீனும் அன்றிரவு இன்பமாகக் காலங்கழித்தோம். தடித்த ஜமக்காளம் விரித்திருந்த அந்த அறையும், வெளியே விசாலமான ‘ஹாலும்,’ மிருதுவான படுக்கை விரிப்புகளும், இரவில் விழித்துக் கொள்ளும்போதெல்லாம் நாங்கள் ஒருவரை விட்டு ஒருவர் பிரிந்திருக்கவில்லை என்கிற திருப்தியும், நாங்கள் திரும்பவும் எங்கள் வீட்டிற்கே வந்துவிட்டோம் என்ற இன்ப உணர்ச்சியை எங்களுக்களித்தன. நாங்கள் ஒன்றாகக் கூடிவிட்டது ஒன்றுதான் நான் விரும்பக்கூடிய உண்மை நிகழ்ச்சி. மற்றவைகளைப் பற்றிக் கவலையேயில்லை. சோர்வுற்றபோது தூங்கினோம். நான் கண்விழித்துக் கொண்டால் அவளும் விழித்துக் கொள்வாள். அவள் விழித்துக்கொள்ளும்போது நானும் அவ்வாறே விழித்துக்கொள்வேன். நாங்கள் ஒருவரையொருவர் பிரிந்து தனித்திருக்கிறோம் என்கிற நினைப்பு இப்போது அறவே மறைந்தது.

சில சமயங்களில் ஒருவன் தனித்திருக்க ஆசைப்படுகிறான். அதேபோல் ஒரு பெண்ணும் தனிமையாயிருப்பதில் பிரியங் கொள்ளுவதுமுண்டு. அவர்கள் காதலர்களானால் அவர்களிருவருமே

தனித்திருக்க ஆசைகொள்ளுவார்கள். ஆனால், நாங்கள் உண்மையில் அவ்விதம் நினைக்கவில்லை. நாங்கள் எத்தனை பேர் மத்தியில் இருக்க நேர்ந்தாலும்கூட நாங்களிருவரும் தனித்து இருக்கிறோம் என்கிற அநுபவம் எங்களுக்கு சகஜமாகிவிட்டது. இம்மாதிரி உணர்ச்சி எனக்கு இதற்கு முன்னால் ஒருமுறைதான் ஏற்பட்டது. நான் ஒருசமயம் பல பெண்கள் மத்தியில் இருக்க நேர்ந்தபோது தனித்திருப்பது போன்ற உணர்ச்சி உண்டாயிற்று. அதுதான் ஒருவனுக்கு உண்டாகக்கூடிய உண்மையான தனிமை உணர்ச்சி. ஆனால், எங்களிருவரைப் பொறுத்தமட்டில் நாங்கள் தனிமையாக ஒருபோதும் இருந்ததாக எண்ணியதே இல்லை. நாங்கள் கூடியிருக்கும் போதும் தனியாய்ப் பிரிந்துவிடுவோமோ என்று பயப்பட்டதுமில்லை.

இராக்காலம் என்பது பகற்காலத்தைப் போல் அல்ல, என்பது எனக்குத் தெரியும். இரவில் நடப்பதை எல்லாம் பகலில் விளக்கிக் கூற முடியாது. ஏனெனில் பகற்காலத்தில் அவைகள் எல்லாம் மறைந்துவிடுகின்றன. அதேபோல் பகற்காலத்தில் காணப்படாத தெல்லாம் இராக் காலங்களில் காணப்படும். ஒருவன் உண்மை யிலேயே தனித்திருந்தால் அந்தத் தனிமை உணர்ச்சி இராக்காலங் களில் மிக வேதனையளிக்கவல்லது. காதரின் சம்பந்தப்பட்ட வரையில் இராக்காலம் பகற்காலம் எல்லாம் ஒன்றே. இராக்காலங்கள் பகற்காலங்களைவிடச் சிறந்தது என்ற ஒரு பொது உணர்ச்சியைத் தவிர, வேறு வித்தியாசத்தை நான் உணர்ந்ததே இல்லை.

“உலகத்தில் பிறக்கும் மனிதர்கள் யாவரும் எங்களிருவரையும் போன்று இவ்வளவு தைரியம் உள்ளவர்களாகப் பிறந்தால், உலகம் அவர்களை அடக்கவே முடியாது. அழிக்கத்தான் செய்யும். அழிக்கத் தான் செய்கின்றது. சாதாரணமாக மனிதர்கள் யாவரையும் உலகம் அடக்கத்தான் முயற்சி செய்கின்றது. பலர் அடங்கி விடுகின்றார்கள். ஆனால், அடங்காதவர்களை அது அழித்து விடுகின்றது.

அது அழிக்கும் போது நல்லவர்களையும், சாதுக்களையும், மிருதுவான சுபாவமுள்ளவர்களையும், தீரர்களையும் தாரதம்மிய மின்றியே அழித்துவிடுகிறது. இவ்வித குணங்கள் படைத்தவர்களாக ஒருவர் இல்லாவிட்டாலும் கூட அவரையும் உலகம் அழித்து விடத்தான் செய்கின்றது. ஆனால் அவ்வளவு அவசரப்பட்டுச் செய்யாது.

***

காலையில் எழுந்துவிட்டேன். காதரின் இன்னமும் தூங்கிக் கொண்டிருந்தாள். ஜன்னல் வழியே சூரிய வெளிச்சம் உள்ளே புகுந்தது. மழை நின்றுவிட்டது. நான் படுக்கையை விட்டிறங்கி

ஜன்னல் வழியே வெளியே நோக்கினேன். கீழே தோட்டம். செடிகளில் புஷ்பங்கள் இல்லாவிட்டாலும் தோட்டம் ஒழுங்காகவும் அழகாகவும் அமைக்கப்பட்டிருந்தது. தோட்டத்தில் கற்பதித்த பாதைகளும், மரங்களும், ஏரிக்கரை மதில் சுவரும், அதற்கப்பால் ஏரியும், அதற்கப்பால் மலைகளும் காலை சூரியனின் ஒளியில் மனோகரமான தோற்றமளித்தன. இதைப் பார்த்துக் கொண்டே நின்றபோது காதரின் விழித்துக் கொண்டாள்.

அன்பரே, நீங்கள் உற்சாகத்துடன் இருக்கிறீர்களா? இன்று பகல்பொழுது இன்பகரமாக இருக்கிறதா?"

"நீ எப்படியிருக்கிறாய்?"

"நான் மிகவும் உற்சாகத்துடனேயே இருக்கிறேன். இராப் பொழுது மிக்க இன்பகரமாகக் கழிந்தது."

"உனக்குப் பசிக்கவில்லையா? காலை உணவு வேண்டாமா?"

ஆம். அவளுக்குப் பசி என்பது எனக்குத் தெரியும். எனக்கும் தான் பசி. நாங்கள் காலை உணவைப் படுக்கையிலேயே சாப்பிட் டோம்.

"காலைப் பத்திரிகைகள் வேண்டாமா உங்களுக்கு? ஆஸ்பத்திரி யில் தினந்தோறும் தவறாமல் பத்திரிகை படிப்பீர்களே."

"வேண்டாம். இப்போது எனக்குப் பத்திரிகைகள் வேண்டாம்."

"பத்திரிகைகளில் கூட அவற்றைப் பற்றிப் படிக்கவேண்டாம் என்கிற அளவுக்குப் போர் மோசமாகவா இருந்தது?"

"அதைப்பற்றி நான் படிக்க விரும்பவில்லை."

"நான்கூட உங்களுடன் போர்முனையில் இருந்திருந்தால் நானும் அவைகளை எல்லாம் நேரில் பார்த்திருப்பேன் அல்லவா?"

"எனக்கே அவை மூளையில் எப்போதாவது சரியாகப் பதிந் தால் அவற்றின் தகவல்களெல்லாம் சீராக என் மூளைக்கு எட்டுகிற போது உனக்கு விளக்கிச் சொல்லுகிறேன்."

"ராணுவ உடையில்லாது மாற்று உடையில் உங்களை அவர் கள் கண்டால் கைதியாகப் பிடித்துச் செல்ல மாட்டார்களா?"

"ஒருவேளை சுட்டுக் கொன்றே விடுவார்கள்."

"அப்படியானால் நாம் இங்கே தங்க வேண்டாம். இந்தத் தேசத்தைவிட்டே சென்று விடுவோம்."

"அப்படித்தான் ஏதாவது செய்யவேண்டுமென்று நான்கூட நினைக்கிறேன்."

"அன்பரே. நாம் போய்விடலாம். இங்கிருந்து கொண்டு ஆபத்தில் சிக்கிக்கொள்ளுவது உசிதமில்லை. மிஸ்டிரியிலிருந்து மிலானுக்கு நீங்கள் எப்படி வந்தீர்கள் என்று எனக்குச் சொல்லுங்கள்."

"நான் ரெயிலில்தான் வந்தேன். அப்போது நான் ராணுவ உடையில் இருந்தேன்."

"அப்போது உங்களுக்கு ஆபத்து ஏதும் நேரவில்லையே?"

"அப்படி அதிகம் ஒன்றுமில்லை. வெளிச்செல்வதற்கென ஒரு பழைய உத்தரவுக் காகிதம் என்னிடம் இருந்தது. தேதியை மட்டும் அதில் பூர்த்தி செய்து கொண்டு விட்டேன்."

"அன்பரே, இங்கே எந்தச் சமயத்திலும் நீங்கள் கைது செய்யப் படலாம், அதை நான் அனுமதிக்கமாட்டேன். அப்படி நேரும்படி யாக நாம் நடந்துகொள்ளுவது அசட்டுத்தனம். ஒருக்கால் அவர்கள் உங்களைப் பிடித்துச் சென்றால் நம் கதி என்ன ஆவது?"

"அதைப்பற்றி நாம் சிந்தித்து மூளையைக் குழப்பிக் கொள்ள வேண்டாம். நான் சிந்தித்துச் சலிப்படைந்து விட்டேன்."

"உங்களைப் பிடித்துச் செல்ல அவர்கள் வந்தால் நீங்கள் என்ன செய்வீர்கள்?"

"அவர்களைச் சுட்டு வீழ்த்துவேன்."

"இது என்ன அசட்டுத்தனம் பார்த்தீர்களா? நாம் இங்கிருந்து புறப்படும்வரை ஓட்டலைவிட்டு வெளியே செல்லுவதற்கே உங்களை அனுமதிக்கமாட்டேன்."

"நாம் எங்கே போகப் போகின்றோம்?"

"அன்பரே, நீங்கள் அவ்விதம் பேசக்கூடாது. நீங்கள் எந்த இடத்தைச் சொன்னாலும் நாம் அங்கு போகலாம். உடனே நாம் புறப்பட்டுச் செல்ல ஒரு இடம் சொல்லுங்கள்."

"ஏரிக்கு அருகாமையில் ஸ்விட்ஜர்லாந்து இருக்கிறது. நாம் அங்கே வேண்டுமானால் போகலாம்."

"எனக்கும் சம்மதம். நல்ல அழகான தேசம் அது."

"நாம் குற்றவாளிகள் போலல்லாது எப்போது சாதாரணமாக வாழ்வோம் என்றிருக்கிறது."

"அன்பரே, அவ்விதம் பேசாதீர்கள். குற்றவாளியைப் போல் நீங்கள் நெடுநாள் வாழவில்லையே. நாம் ஒருபோதும் குற்றவாளிகள் போல் வாழமாட்டோம். நாம் இன்பகரமாகவே நிம்மதியாக வாழ் வோம்."

"நான் ஒரு குற்றவாளியைப் போல்தான். ராணுவத்திலிருந்து ஓடிவந்தவன்தானே."

"அன்பரே, தயவுசெய்து அவ்வாறு பேசாதீர்கள். உங்கள் ராணுவத்திலிருந்தா ஓடிவந்துவிட்டீர்கள்? உங்கள் ராணுவமல்ல. இது இத்தாலியர்களுடைய ராணுவம்தானே?"

நான் சிரித்தேன். "நீ மிகவும் சாதுர்யமான பெண். வா, படுக்கைக்குச் செல்லுவோம்." குஷியும் அமைதியும் எனக்குப் படுக்கை யில்தான்.

***

சிறிதுநேரம் கழிந்த பின்னர் "இப்போதும் நீங்கள் குற்றவாளி மனப்பான்மையுடன்தான் இருக்கிறீர்களா?" என்று காதரின் மறு படியும் கேட்டாள்.

"இல்லை. நான் உன்னுடன் இருக்கும்போது அவ்வாறு நினைப்பதேயில்லை."

"நீங்கள் மிகவும் குறும்புக்காரர். நான் உங்களை நன்கு கவனித்துக் கொள்ளுகிறேன். உங்களுக்குத் தெரியுமா? அன்பரே, இப்போதெல் லாம் எனக்குக் காலை வேளைகளில் வாந்தி குமட்டல் ஒன்றும் வருவதில்லை."

"மிக்க சந்தோஷம்."

"உங்களுக்கு எவ்வளவு சிறந்த மனைவி கிடைத்திருக்கிறாள் என்பதைக் குறித்து நீங்கள் என்னைப் பாராட்டுவதே இல்லையே. ஆனால் அதைப்பற்றிக் கவலையில்லை. உங்களை ஸ்விட்ஜர்லாந்துக்கு நானே அழைத்துச் செல்லுகிறேன். உங்களை யாரும் வந்து பிடித்துச் செல்லமுடியாத இடம் ஏதாவது ஒன்றைத் தீர்மானித்து நாம் அங்கே இன்பமாக இருக்கலாம்."

"நாம் அங்கே இப்போதே சென்றுவிடலாமே."

"அவசியம் போவோம், அன்பரே. நீங்கள் எந்த இடத்திற்கு, எப்போது வேண்டுமானாலும் என்னை அழைத்துச் செல்லலாம்."

"சரி, அதைப்பற்றி இப்போது மேலும் சிந்திக்க வேண்டாம், பிறகு பார்த்துக் கொள்ளலாம்.

35

பெர்கூஸனைப் பார்த்து விட்டுவர காதரின் அந்தச் சிறிய ஓட்டலுக்குச் சென்றாள். நான் பத்திரிகை படித்துக்கொண்டு மதுபானம் வழங்கப்படுமிடத்தில் உட்கார்ந்திருந்தேன். கனத்த தோல் மெத்தைகள் தைத்த நாற்காலியில் உட்கார்ந்திருப்பது

மிகவும் சுகமாக இருந்தது. பத்திரிகைகளில் எல்லாம் போரைப்பற்றிய செய்திகளே நிரம்பியிருந்தன. டாக்லியமெண்டோ நதிக்கரையில் இத்தாலியர்களால் நிலைத்து நின்று எதிரியைத் தடைசெய்ய முடியவில்லை. அங்கிருந்து 'பியாவா' என்னுமிடத்திற்குப் பின்வாங்கிச் சென்றனர். அந்த இடம் எனக்கு நன்றாகத் தெரியும். போர் முனைக்குப் போகும் மார்க்கத்தில் ஸாண்டோனாவுக் கருகிலுள்ள ரெயில் பாதை அந்த ஊரைத் தாண்டித்தான் செல்லுகிறது. அந்த இடத்திற்கப்பால் பல கால்வாய்களும் சதுப்புநிலங்களுமிருந்தன. அழகிய மாளிகைகள் கூடச் சில இருந்தன. யுத்தம் ஆரம்பிப்பதற்கு முன் ஒருசமயம் "கோர்டினா டி ஆம்பென்ஜோ" என்னுமிடத்திற்குச் சென்றபோது இந்த ஊர்வழியே சென்றிருக்கிறேன். அங்கே ஒரு ஓடை இருந்தது. அதில் நிறைய மீன்கள் இருந்தன. சுற்றிலும் கரடு முரடான பிரதேசம். அதனருகில்தான் சாலை வளைந்து கேடோருக்குச் சென்றது. இந்த இடத்தில் எவ்வளவு நாள் இத்தாலிய சேனை நிலைத்து நிற்க முடியும் என்று எனக்குச் சந்தேகமாகவே இருந்தது.

மதுவழங்கும் வேலையாள் வந்து சேர்ந்தான். வந்ததும் வராததுமாக, 'கௌண்ட் க்ரப்பி' (Count Greffi) என்னும் சீமான் என்னைப் பற்றி விசாரித்ததாகத் தெரிவித்தான். அவர் அந்த ஓட்டலில் தன்னுடைய மருமகளுடன் தங்கியிருப்பதாகவும், என்னுடன் 'பிலியர்ட்ஸ்' ஆட்டம் ஆட விரும்புவதாயும், அவர் அப்போது உலாவச் சென்றிருப்பதாயும், ஓட்டலில் 'ஷாம்பெய்ன்' மது அருந்திக்கொண்டு உற்சாகமாகவே அவர் காலம் கழிக்கிறார் என்றும் அவன் தெரிவித்தான்.

இந்தக் கௌண்ட் க்ரப்பி என்னும் சீமான் தொண்ணூற்று நாலு வயதான கிழவர். பிரசித்திபெற்ற 'மெட்டர் நிச்' என்பவரின் சமகாலத்தவர். நரைத்த மயிரும் மீசையுமுள்ளவர், பண்புமிக்கவர். ஆஸ்திரியாவிலும் இத்தாலியிலும் ராஜதந்திர இலாகாக்களில் பணியாற்றியவர். அவரது பிறந்த நாளை முன்னிட்டு நடக்கும் விருந்துகள் மிலான் நகரத்திலேயே புகழ்பெற்றவை. நூறு வருஷ காலம் தாம் நிச்சயம் வாழமுடியும் என்று திடமாக நம்பியிருந்தார். உடம்பு தளர்ச்சியுற்றிருந்தாலும் அவருடைய பிலியர்ட்ஸ் ஆட்டத்தில் விறுவிறுப்பும் லாகவமும் காணப்படும். ஒருமுறை ஸ்ட்ரெஸ் ஸாவுக்குச் சென்றிருந்தபோது இவரை நான் சந்தித்திருக்கிறேன். அந்தச் சமயம் நூறில் பதினைந்து 'பாயிண்டுகள்' எனக்குக் கூடுதலாக வழங்கி விட்டுக்கொடுத்த பின்னரும் ஆட்டத்தில் என்னை ஜெயித்தார். எனவே அவர் ஓட்டலில் தங்கியிருக்கிறார் என்று தெரிந்ததும் அவரைப் பார்ப்பதில் நான் சந்தோஷம் கொண்டேன்.

நேரத்தைப் போக்க நானும் அந்த மதுவழங்கும் சிப்பந்தியும் சிறிதுநேரம் ஏரியில் மீன்பிடிக்கச் சென்றோம். இதில் அவனுக்கு ஆர்வமுண்டு என்று எனக்குத் தெரியும். எனக்கும் சிறிதுநேரம் வெளியே சென்று வந்தால் உற்சாகமாக இருக்குமென்று தோன்றியது. ஏரியில் நான்தான் படகைத் தள்ளிச் சென்றேன். ஏரியின் மத்தியில் ஒரு திட்டுக் காணப்பட்டது. மீன்பிடிப்போர்கள் தீவு என்று இதை நாங்கள் குறிப்பிட்டோம். இதில் ஒரு ஓட்டலும் அத்துடன் இணைந்த மதுபானச் சாலையுமிருந்தன. நாங்கள் படகை ஓரமாக நிறுத்தி விட்டு அந்தத் திடலுக்குள் சென்று மது வழங்கப்படும் இடத்தில் அமர்ந்தோம். வெர்மத் வழங்கும்படி சிப்பந்திக்கு உத்தரவு கொடுத் தோம்.

"நீங்கள் படகு தள்ளிக்கொண்டு வந்ததில் சோர்வு ஏற்பட்டதா?" என்று அவன் கேட்டான்.

"இல்லை, இல்லை."

"திரும்பிச் செல்லும்போது நான் படகைத் தள்ளுகிறேன்." வேண்டாம் என்று நான் மறுத்துக் கூறியும் அவன் கேட்கவில்லை.

"இல்லை, நான் ஓட்டுகிறேன். ஒருக்கால் நீங்கள் தூண்டிலையும் கம்பையும் பிடித்தால் ஏதாவது மீன் கிடைத்தாலும் கிடைக்கலாம். வரும்போது எனக்கு ஒன்றும் கிடைக்கவில்லையே. அதிர்ஷ்டம் என் பக்கத்தில் இல்லை," என்றான் அந்த ஓட்டல் சிப்பந்தி.

"சரி, உன்னிஷ்டப்படியே செய்."

"யுத்தத்தின் போக்கு எப்படி இருக்கிறது, சொல்லுங்கள்."

"மோசம், மிகவும் மோசமாக இருக்கிறது."

"எப்படியும் நான் போர்முனைக்குச் செல்லவேண்டியதில்லை. கௌண்ட் க்ரப்பியைப் போல யுத்தத்திற்கு அருகதையில்லாதவன். நான் வயது முதிர்ந்தவன்" என்றான் அவன்.

"வயது அதிகமாக இருந்தாலும் உங்கள் வயதினர்களும் போருக்குச் செல்லவேண்டி வரலாம்."

"ஆமாம், அடுத்த வருஷம் என்னுடைய வயதினர்களை எல்லாம் ராணுவத்தில் சேர்ப்பார்கள். ஆனால் அப்போதும் கூட நான் போகமாட்டேன்."

"போகாமல் நீ என்ன செய்வாய்?"

"நாட்டைவிட்டே வெளியேறிவிடுவேன். எப்படியும் இந்த யுத்தத்தில் கலந்துகொள்ளமாட்டேன். ஒருசமயம் நான் அபிஸீனியா யுத்தத்தில் சம்பந்தப்பட்டிருந்தேன். நீங்கள் ஏன் இந்தப் போரில் கலந்துகொண்டீர்கள்?" என்று அவன் என்னைக் கேட்டான்.

“எனக்கே தெரியவில்லை. நான் முட்டாள்தனம் செய்து விட்டேன் என நினைக்கிறேன்.”

“இன்னும் கொஞ்சம் ‘வெர்மத்’ சாப்பிடுங்கள்,” என்றான். மது அருந்தியதும் நாங்கள் திரும்பினோம். அந்த முறை அவன்தான் துடுப்பைத் தள்ளிப் படகைச் செலுத்தினான். நான் தூண்டிலை வீசிக் கழியைக் கெட்டியாகப் பிடித்துக் கொண்டு உட்கார்ந்திருந்தேன். அவன் படகைக் கரை ஓரமாகவே செலுத்திச் சென்றான். ஒருமுறை தூண்டிலில் ஏதோ சிக்கியதுபோல் தெரிந்தது. ஆனால் மீன் தப்பி ஓடிவிட்டது. ஒன்றும் கிடைக்கவில்லை. மீன் பிடிப்பதில் எங்கள் அநுபவங்களைப் பற்றிப் பேசிக்கொண்டே எங்கள் ஓட்டலுக்கு முன்னால் சேர்ந்துவிட்டோம். அவனுக்கு ஓட்டலில் வேலை செய்ய வேண்டிய சமயம் வந்துவிட்டபடியால், நாங்கள் படகை ஏரி ஓரத்தில் ஒரு சங்கிலி முனையில் கட்டிப் பூட்டிவிட்டு, ஓட்டலை நோக்கி நடந்தோம். எப்போது எனக்குத் தேவைப்பட்டாலும் அந்தப் படகை நான் உபயோகப்படுத்திக் கொள்ளலாம் என்றும், வேண்டும்போது தன்னிடமிருந்து சாவியைப் பெற்றுக்கொள்ளும் படியும் அவன் அன்புடன் சொன்னான். அதை நான் பெரிதும் பாராட்டினேன்.

ஓட்டலை அடைந்து நேராக என் அறைக்குச் சென்றேன். வேலைக்காரி அறையைச் சுத்தம் செய்துவிட்டுப் போயிருந்தாள். படுக்கைமீது சாய்ந்து கொண்டு காதரின் வருகையை எதிர்பார்த்துக் கொண்டிருந்தேன்.

சற்று நேரத்திற்கெல்லாம் காதரின் வந்து சேர்ந்தாள். அவளுடன் பெர்கூஸனும் வந்திருந்தாள். ஆனால், அவள் கீழே ஹாலில் தங்கி விட்டாள். பகல் உணவை எல்லோரும் சேர்ந்து சாப்பிடலாம் என்று அவளைக் காதரின் அழைத்து வந்திருந்தாள். இதில் எனக்குச் சந்தோஷமே.

நான் சிறிது நேரம் அறையில் தனித்திருந்தபோது சிந்தனை ஏதும் செய்யாமல் சும்மாதான் இருந்தேன். எனினும், ஒருவித ஏக்கம் என் முகத்தில் தோன்றியிருக்க வேண்டும். அதைக் காதரீனும் கவனித்திருக்க வேண்டும்.

“என்ன ஏதோபோல் இருக்கிறீர்களே, ஏதாவது விசேஷம் உண்டா?” என்று கேட்டாள் காதரின்.

“ஒன்றுமில்லை, எனக்கே ஒன்றும் தெரியவில்லை” என்று அர்த்தமில்லாமல் சொன்னேன்.

“நான் உங்களைத் தனித்து விட்டுச் சென்றது தவறுதான். உங்களுக்கு இருப்பதெல்லாம் நான் ஒருத்திதானே. அது தெரிந்தும் நான் உங்களைவிட்டுச் சென்றிருக்கக் கூடாது.

“முன்பெல்லாம் என் வாழ்க்கையில் பலவகைகளில் மனம் ஈடுபட்டுக் கொண்டேயிருக்கும். இப்போது நீ என்னுடனில்லாமற் போகும்போதெல்லாம் உலகமே சூனியமாகத் தோன்றுகிறது” என்று ஒப்புக்கொண்டேன்.

“இரண்டு மணி நேரம்தானே வெளியே போயிருந்தேன். இப்போது வந்துவிட்டேனே. நீங்கள் இவ்வளவு நேரம் சும்மா தான் இருந்தீர்களா?”

“இல்லை. ஓட்டல் சிப்பந்தியுடன் ஏரியில் மீன் பிடிக்கப் போயிருந்தேன்.”

“பேஷ்” எப்படியிருந்தது? நான் இல்லாமலிருக்கும்போது என்னைப்பற்றி நினைவை மறப்பதற்கு ஏதாவது இதர அலுவல் வேண்டுமல்லவா,” என்றாள் காதரின்.

“ஆமாம், போர்முனையிலிருக்கும்போதுகூட ஏதாவது வேலை மும்முரத்தில்தான் உன்னைச் சற்று மறந்திருக்க முடிந்தது. ஆனால், அங்கே வேலை ஏதாவது இருந்துகொண்டே இருந்தது.

“ஓஹோ, என்ன வேலையோ? நாடகத்தில் வரும் ஒதெல்லோவைப் போல வேறு ருசிகரமான விஷயங்களில் உங்கள் சிந்தனையைச் செலுத்தினீர்களாக்கும்,” என்று அவள் என்னைக் கிண்டல் செய்தாள்.

“ஒதெல்லோவைப் போல் அல்ல நான். அவனுக்குப் பொறாமை உணர்ச்சி மேலிட்டிருந்தது. எனக்கு அப்படியல்ல. நான் உன்னிடம் காதல் கொண்டுள்ளேன். நமக்கிடையில் காதல் தவிர வேறெதுவும் இல்லை. பொறாமைக்குக் காரணமே இல்லை.”

“பெர்கூஸன் வந்திருக்கிறாளே. அவளிடம் நீங்கள் நல்ல பிள்ளையாக நடந்து கொள்வீர்களா?”

“நான் எப்போதும் பெர்கூஸனிடம் கௌரவமாகவே நடந்து கொண்டிருக்கிறேன். அவள்தானே என்னைச் சபிக்கிறாள்.”

“அவளிடம் அன்புடன் இருங்கள். நாம் எவ்வளவு ஆனந்தமாக இருக்கிறோம் என்பதை நினைத்துப் பாருங்கள். அவள், பாவம், ஒன்றையும் அநுபவிக்காதவள். அவளிடம் அநுதாபம் காட்ட வேண்டும்.”

“நாம் இருப்பதுபோல் அவள் யாருடனும் இருக்க இஷ்டப்பட வில்லை என்றே நினைக்கிறேன்.”

“இதைப்பற்றி எல்லாம், அன்பரே, உங்களுக்கு ஒன்றும் தெரியாது. நீங்கள் மிகவும் நல்ல மாதிரி:”

“அவளிடம் கௌரவமாகவே நடந்து கொள்ளுவேன். உனக்குச் சந்தேகம் வேண்டாம். ஆனால், உணவுக்குப் பின்னால் கூட இங்கே தங்கப் போகிறாளா அவள்?”

"இல்லை, சாப்பாடு முடிந்ததும் அவளைத் தட்டிக் கழித்து விடுகிறேன். அவளை அனுப்பிவிட்டு நாம் நம் அறைக்கு வந்து விடலாம்."

நாங்கள் கீழே இறங்கிச் சென்றோம். ஓட்டலும் அதன் விசால மான சாப்பாட்டு மண்டபமும் பெர்கூஸனை வெகுவாகக் கவர்ந்தன. நாங்கள் நன்றாகவே சாப்பிட்டோம். 'காப்ரீ' மது அருந்தினோம். நாங்கள் சாப்பிட்டுக் கொண்டிருந்த போது கௌண்ட் க்ரப்பியும், அவளுடைய மருமகளும் எங்கள் மேஜை பக்கமாகச் சென்றனர். எங்களுக்கு மரியாதையுடன் தலைதாழ்த்தி வணக்கம் தெரிவித்தனர். அவர்களைப் பற்றி பெர்கூஸனுக்குச் சொன்னேன். இங்கிருந்த உன்னதமான சூழ்நிலையையும், அங்கிருந்த மனிதர்கள் கௌரவ முள்ளவர்கள் என்பதையும், உணவு வகைகள் மதுவகைகள் எல்லாமுமே நேர்த்தியாக இருந்ததையும் பார்த்துப் பெர்கூஸன் திருப்தியடைந்ததாகவே காணப்பட்டாள். காத்ரீனும் ஆனந்த மாகவே இருந்தாள். எல்லோரும் நிம்மதியாகச் சிறிது நேரம் பேசிக் கொண்டிருந்துவிட்டுப் பிரிந்தோம். பெர்கூஸன் எங்களிடம் விடை பெற்றுத் தன் ஓட்டலுக்குச் சென்றாள். நாங்கள் மாடிக்குச் சென்று எங்கள் அறையை அடைந்தோம்.

மாலை சுமார் நான்கு மணி இருக்கும். ஓட்டல் சிப்பந்தி கதவைத் தட்டினான். கௌட் க்ரப்பி என்னை பிலியர்ட்ஸ் ஆடக் கூப்பிடு கிறார் என்று என்னை அழைத்தான். ஐந்து மணிக்கு வருவ தாகச் சொல்லி அனுப்பிவிட்டு, நாலேமுக்கால் மணிக்கு என் உடைகளை மாற்றிக் கொள்ள ஸ்நான அறையை அடைந்தேன். 'டை'யைக் கட்டிக்கொண்டு கண்ணாடியில் என்னைப் பார்த்துக் கொண்ட போது சாதாரண உடையில் நான் முற்றிலும் ஒரு புதிய மனிதன் போலவே தோன்றினேன். அதிகப்படியாக சில ஷர்ட்டுகளும் மேஜோடுகளும் வாங்கிக் கொண்டால் நல்லது என்று தீர்மானித்துக் கொண்டேன். படுக்கையிலிருந்தபடியே காதரின் என்னைப் பார்த்து, "நீங்கள் திரும்பிவர நீண்ட நேரம் பிடிக்குமோ? அந்த 'ப்ரஷ்ஷை'ச் சற்று இப்படிக் கொடுங்கள்." என்று கேட்டாள். படுக்கையில் அவள் அமர்ந்திருந்தபோது அற்புதமாகத் தோற்ற மளித்தாள்.

நான் 'ப்ரஷ்ஷை' அவளிடம் கொடுத்தேன். அவள் கூந்தலை, வாரிவிடும் அழகைப் பார்த்துக் கொண்டே இருந்தேன். தலையை ஒருபுறமாகச் சாய்த்துக் கூந்தல் முழுதும் ஒரே பக்கம் அவிழ்ந்து தொங்கியது. வெளியே இருட்டு நிலவியது. அறையில் படுக்கைத் துணியிலிருந்த வெளிச்சம் அவள் கூந்தலிலும், கழுத்திலும், தோள் புறங்களிலும் பிரகாசித்தது. அவள் அழகில் மயங்கி அவளை நெருங்கி முத்தமிட்டு, ப்ரஷ் வைத்திருந்த கையைக் கெட்டியாகப்

நற்றிணை பதிப்பகம் • 283

பிடித்துக் கொண்டேன். அவள் தலை பின்புறமாகத் தலையணைமீது சாய்ந்தது. மறுபடியும் அவளைக் கழுத்திலும் தோள்களிலும் முத்த மிட்டேன் எல்லையற்று இவ்விதம் அவளைக் காதலித்தது குறித்து எனக்கே மயக்கமுண்டாயிற்று. "நான் வெளியே போக விரும்ப வில்லை" என்றேன்.

"நீங்கள் போவதை நானும் விரும்பவில்லை" என்றாள் காதரின்.

"அப்படியானால் நான் போகாமலே இருந்து விடுகிறேன்."

"வேண்டாம், போய் வாருங்கள். சிறிதுநேரம் தானே நீங்கள் வெளியே போகப் போகிறீர்கள். பிறகு வந்துவிடுவீர்கள்."

"சரி, இராச் சாப்பாட்டை அறைக்கே தருவித்து விடலாம்."

"நல்லது. நீங்கள் சீக்கிரம் சென்று விரைவாகவே திரும்பி விடுங்கள்" என்று எனக்கு விடை கொடுத்தனுப்பினாள்.

நான் விளையாட்டு அறையை அடையுமுன்னரே கௌண்ட்க்ரப்பி அங்கு தனியாகவே பிலியர்ட் பந்துகளைத் தள்ளிக் கொண்டு அப்பியாசம் செய்துகொண்டிருந்தார். பக்கத்திலிருந்த ஒரு மேஜை மீது ஒரு வாளியில் ஐஸ் கட்டிகள் நிரப்பி இரண்டு 'ஷாம்பெய்ன்' மதுப்புட்டிகள் வைக்கப்பட்டிருந்தன. என்னைக் கண்டதும் அவர் முன்னே வந்து கைகுலுக்கி அழைத்துச் சென்றார்.

"நீங்கள் என்னுடைய அழைப்பை ஏற்றுக்கொண்டு என்னுடன் விளையாட வந்ததற்கு மிகச் சந்தோஷம்."

"நீங்கள் என்னை அழைத்ததற்கு நான் மிகவும் மகிழ்ச்சி தெரிவித்துக் கொள்ளுகிறேன்."

"நீங்கள் உடல் நலமுடனிருக்கிறீர்களா? போர்முனையில் நீங்கள் காயமுற்றீர்களென்று கேள்விப்பட்டேன். இப்போது நன்றாகக் குணமாகிவிட்டீர்களா?"

"நான் நன்றாகக் குணமடைந்து விட்டேன். நீங்கள் சௌக்கிய மாயிருக்கிறீர்களா?"

"எனக்கு வயதாகிக் கொண்டிருக்கிறது. எனக்கே அது தெரிகிறது. எப்படி என்று சொல்லட்டுமா? எனக்கு இப்போதெல் லாம் இத்தாலி பாஷை பேசுவது தானாகவே வந்து விடுகிறது. எவ்வளவோ கட்டுப் படுத்தினாலும்கூட வயதாகிவிட்ட காரணத்தி னால் இதர பாஷை முக்கியமாக இங்கிலீஷ் பாஷை பேசவருவதில்லை. தாய் பாஷை தான் பேச முடிகிறது."

"எனினும் உங்களுக்கு வயதாகி விட்டது என்பதை நம்ப முடியவில்லை. நாம் ஆட்டத்தை ஆரம்பிக்கலாமா? அல்லது சற்றுத் தாமதிக்கலாமா?"

“நீங்கள் சமீப காலத்தில் ஆட்டம் ஆடிப் பழக்கத்திலிருக் கிறீர்களா?”

“நான் உண்மையில் சமீபத்தில் ஆடவே இல்லை. எனக்கு எவ்வளவு ‘பாயிண்டு’கள் இலவசமாக வழங்குவீர்கள்?”

“நீங்கள் பழக்கத்திலில்லாவிட்டாலும் கூட நன்றாகவே ஆடுகிறீர்கள். நூற்றுக்கு பத்து பாயிண்டுகள் உங்களுக்கு அதிகமாக வழங்குகிறேன்.”

“நீங்கள் முகஸ்துதி செய்கிறீர்கள். நீங்கள் வழங்குவது போதாது. சற்று அதிகப்படுத்துங்கள்.”

“நூற்றுக்கு பதினெட்டு வைத்துக் கொள்ளுங்கள். ஒரு பாயிண்டுக்கு ஒரு ‘ப்ராங்’ என்று பந்தயம் வைத்து ஆடுவோம். நீங்கள் எப்போதும் பந்தயமில்லாமல் ஆட விரும்பமாட்டீர்களே?”

நாங்கள் ஆட்டத்தைத் துவக்கினோம். அவர் மிகத் திறமை யுடன் ஆடினார். நூற்றுக்கு பதினெட்டு பாயிண்டுகள் எனக்கு விட்டுக் கொடுத்தும் அவர் ஐம்பது எடுத்திருந்தபோது நான் ஐம்பத்து நான்கு மட்டுமே எடுத்திருந்தேன். வேலைக்காரனைக் கூப்பிட்டு ‘ஷாம்பெய்ன்’ புட்டியில் ஒன்றைத் திறந்து மது வழங்கும் படி உத்தரவு கொடுத்தார். “நாம் இதைக் கொஞ்சம் அருந்தினால் ஆட்டத்தில் உற்சாகம் காணும்” என்று இருவரும் மது சாப்பிட் டோம். ஒரு முழுங்கு மது சாப்பிவிட்டுவிட்டு ஒரு ஆட்டம் ஆடுவார். மறுபடியும் இன்னொரு முழுங்கு மது அருந்துவார். மறுபடியும் ஆடுவார். இவ்வாறு நான் தொண்ணூற்று நான்கு பாயிண்டுகள் எடுத்தபோதே அவர் நூறு எடுத்துவிட்டார். அவர் புன்னகை புரிந்து என்னைத் தட்டிக் கொடுத்தார். “நாம் இப்போது இரண்டாவது புட்டி ஷாம்பெய்னைக் காலி செய்து விடுவோம். நீங்கள் யுத்தத்தைப் பற்றி எனக்குச் சொல்லுங்கள்” என்று சொல்லிக்கொண்டே மற்ற புட்டியைத் திறந்தார்.

“நாம் வேறு எதைப் பற்றியாவது பேசினால் என்ன?”

“யுத்தத்தைப் பற்றி வேண்டாமா? நல்லது. வேண்டாம். நீங்கள் என்ன படித்துக் கொண்டிருக்கிறீர்கள். இப்போது அல்லது சமீப காலத்தில்?”

“ஒன்றுமே இல்லை. பேசுவதற்கே உற்சாகமில்லாதவன் நான். பேசுவதற்கு விஷயமே இல்லையே,” என்றேன்.

“அப்படியில்லை. நீங்கள் ஏதாவது படிக்க வேண்டும். அது நல்லது.”

“ஏன் இல்லை? பார்புஸ்ஸே என்னும் ஃபிரஞ்சு ஆசிரியர் எழுதிய ‘லெஃபெ’ (Le Feu) என்னும் புத்தகமிருக்கிறது. ‘மிஸ்டர்

ப்ரிட்லிங்க் துருவிப் பார்க்கிறார்' (Mr Prittling Sees Through it) என்னும் புத்தகம் வேறு இருக்கிறது."

"அவர் அப்படி ஒன்றும் துருவிப் பார்க்கவில்லை" என்று சிலேடையாகச் சொன்னேன்.

"என்ன?" என்று கௌண்ட் கேட்டார்.

"இந்தப் புத்தகத்தைப் பற்றிச் சொன்னேன். ஆஸ்பத்திரியில் இப்புத்தகமும் இதர புத்தகங்களும் இருந்தன."

"அப்படியானால் நீங்கள் படித்துக்கொண்டுதானிருக்கிறீர்கள் என்று சொல்லுங்கள்."

"படித்துக் கொண்டுதானிருக்கிறேன். ஆனால் ஒன்றும் சார மில்லாதது."

'மிஸ்டர் ப்ரிட்லிங்' ஆங்கிலேய மத்தியதரக் குடும்பத்தின் ஜீவியத்தை நன்றாக ஆராயும் ஒரு நூல் என்று எனது அபிப்பிராயம்."

"ஜீவன், ஜீவியம் இதைப்பற்றி எல்லாம் எனக்கு அதிகம் தெரியாது."

"பாவம். ஒருவிதத்தில் நீ கூறுவது உண்மையே. ஒருவருக்குமே ஜீவனைப்பற்றிய உண்மைகள் பூராவாகத் தெரியாது. நீங்கள் தெய்வபக்தி மிகுந்தவர்களா?"

"இராக்காலங்களில் மட்டும்" என்றேன். கௌன்ட் க்ரப்பி புன்முறுவல் செய்தார். விரல்கள் மதுக்கிண்ணத்தை, வருடியபடியே அதைச் சிறிது திருப்பிக்கொடுத்தார்.

"வயதாக ஆக நான் தெய்வபக்தியுள்ளவனாக ஆகிவிடுவேன் என எண்ணியிருந்தேன். ஆனால் என்ன காரணத்தினாலோ நான் அவ்விதம் ஆகவில்லை. இது வருந்தத்தக்க விஷயமே."

"இறந்தபின் வாழ்வதில் உங்களுக்கு விருப்பமுண்டா?" என்று நான் கேட்டேன். வார்த்தைகள் வெளிவந்ததும்தான் 'இறப்பு' என்பதைப் பற்றி பிரஸ்தாபம் செய்துவிட்ட தவறை உணர்ந்து வருத்தப்பட்டேன். எனினும் கௌன்ட் அதைப் பொருட்படுத்திய தாகத் தெரியவில்லை.

"அது வாழ்க்கை எவ்வாறு இருந்தது என்பதைப் பொறுத்தது. இந்த வாழ்க்கை மிகவும் இன்பகரமாயிருக்கிறது. இப்படியே எப்போதும் வாழ்ந்து கொண்டேயிருப்பதில் எனக்கு விருப்பமே." இதைச் சொல்லிவிட்டுச் சற்றுச் சிரித்தார். "ஏன் ஏறக்குறைய அப்படித் தான் வாழ்ந்துவிட்டேன்" என்றார்.

"நாங்கள் மெத்தை தைத்த தோல் நாற்காலியில் உட்கார்ந்து கொண்டிருந்தோம். பக்கத்தில் வாளியில் ஐஸ்கட்டிகளுக்கு இடையில்

ஷாம்ப்பெய்ன் புட்டி வைக்கப்பட்டிருந்தது. எங்களுக்கிடையில் நாற்காலி. அதன்மீது மதுக் கிண்ணங்கள்.

"என்னைப் போல் அவ்வளவு வயதுள்ளவன் ஆகும் வரை நீ வாழ்ந்தால், பல விஷயங்கள் உனக்கும் புதுமையாக விளங்கும்."

"நீங்கள் வயதானவர் போலவே தோன்றவில்லையே?"

"ஆமாம். வயது என்பது சரீரத்திற்குத்தான். தேகம்தான் முதிர்ச்சியடைகிறது. சில சமயங்களில் ஒரு சாக்கட்டியை உடைத் தெறிவது போல் என்னுடைய விரல்களைக்கூட உடைத்துக் கொள்ளு வேனோ என்று பயப்படுவது முண்டு. ஆனாலும், ஆன்மா மட்டும் முதிர்ச்சியடைவதுமில்லை. அதிக விவேகமுமடைவதில்லை."

"நீங்கள் மிகுந்த விவேகியல்லவா?"

இல்லை. இது ஒரு தவறான அபிப்பிராயம். வயதானவர்களெல்லாம் விவேகிகள் என்பது. உண்மையில் அவர்களின் விவேகம் வளருவதேயில்லை, அவர்களுடைய ஜாக்கிரதையுணர்வு தான் அதிகமாகிறது"

"ஒருக்கால் அதைத்தான் விவேகம் என்று சொல்லுகிறார்களோ?"

"அப்படியென்றால் அது மிகவும் சாரமற்ற விவேகம்தான். நீ எதை மிகவும் அதிகமாக மதிக்கிறாய்? சொல்."

"நான் யாரை அதிகமாகக் காதலிக்கிறேனோ அவளை."

"என் விஷயத்திலும் அவ்விதமே. ஆனால், இதை விவேகம் என்று சொல்லலாமா? அல்ல. வாழ்க்கையை நீ மேலானதாக மதிக்கிறாயா?"

"ஆமாம். மதிக்கிறேன்."

"நானும் அவ்வாறே மதிக்கிறேன். ஏனெனில், எனக்கிருப்பதெல்லாம் இந்த வாழ்க்கை ஒன்றுதானே. இதுவும் பிறந்தநாள் விருந்துபசாரங்களும்தானே." இதைச் சொல்லிவிட்டு அவர் சிரித்தார். "என்னைவிட விவேகமுள்ளவன் என நினைக்கிறேன். நீ பிறந்தநாள் விருந்துகள் வழங்குவதில்லையல்லவா?"

நாங்கள் மது அருந்தினோம். பிறகு, எவ்வளவுதான் வேண்டாமென்று தள்ளினாலும் யுத்த காலத்தில் அதைப் பற்றிய பேச்சு வார்த்தைகள் இதர விஷயங்களின் மத்தியில் கலந்து விடுகின்றன.

"இப்போது நடந்துவரும் யுத்தத்தைப் பற்றி நீங்கள் என்ன நினைக்கிறீர்கள்?" என்று நான்தான் அவரைக் கேட்டேன்.

"அது ஒரு முட்டாள்தனமான காரியம் என்றே எனக்குத் தோன்றுகிறது."

"இதில் யார் வெற்றி பெறுவர்?"

"இத்தாலி."

"ஏன் அப்படி நினைக்கிறீர்கள்?"

"தேசங்களுக்குள் இளமை வாய்ந்த நாடு."

"இளமை வாய்ந்த நாடுகள் எப்போதுமே யுத்தத்தில் வெற்றியடைகின்றனவா?"

"சில காலத்திற்காவது வெற்றியடையலாம்."

"பிறகு என்ன நேரும்?"

"அவையும் பிறகு வயது முதிர்ந்த நாடாக மாறிவிடும்."

"பேஷ். நீங்கள் விவேகத்துடனேயே பேசுகிறீர்களே. சற்று முன் வயது முதிர்ந்தவர்கள் விவேகத்துடனிருப்பார்கள் என்று சொல்ல முடியாது என்றீர்களே."

"என் நண்பா. நான் கூறியது விவேகமில்லை. மனித வர்க்கத்தின் மீது ஏற்பட்டுள்ள வெறுப்பினால் கூறிய வார்த்தைகள்."

"எனக்கென்னமோ, அவை விவேகமுள்ள வார்த்தைகளாகத்தான் படுகின்றன."

"ஆனாலும், நான் சொல்லியவற்றில் அப்படி ஒன்றும் விசேஷமான விவேகம் ஒன்றுமில்லை. விவேகமுள்ள உதாரணங்கள் பலவற்றை என்னால் சொல்ல முடியும். அது போகட்டும். இந்த ஷாம்பெய்ன் புட்டி காலியாகி விட்டதா? ஆமாம், ஏறக்குறைய காலிதான். மேலும், கொஞ்சம் மது வரவழைக்கட்டுமா?" என்று கௌண்ட் கேட்டார்.

"வேண்டாம்," என்றதும் அவர் புறப்படத் தயாரானார். "நீங்கள் ஆரோக்கியத்துடனும் மனச் சந்துஷ்டியுடனும் மிகவும் சுகமாக இருக்க வேண்டும் என்பது என் வாழ்த்து" என்று கூறி அவரிடம் விடைபெற்றுக் கொள்ளும் முறையில் சொன்னேன்.

"மிகவும் நன்றி. நான் சந்தோஷமாகவே இதுவரையில் இருந்து விட்டேன். தெய்வபக்தி மிகுந்து ஆண்டவனிடம் உங்களுக்கு நம்பிக்கை இருந்தால், நான் இறந்த பிறகு எனக்காகச் சிறு பிரார்த்தனை நடத்துங்கள். என்னுடைய நண்பர்கள் பலரை நான் இவ்வாறே கேட்டுக்கொண்டிருக்கிறேன். நானே தெய்வபக்தி மிகுந்தவனாக ஆவேன் என்று நம்பியிருந்தேன். ஆனால், நான் அவ்வாறு ஆகவில்லை. அதனால்தான் நண்பர்களை எல்லாம் எனக்காகப் பிரார்த்தனை செய்யுமாறு கேட்டுக் கொள்ளுகிறேன்" என்றார் கௌண்ட் க்ரப்பி.

அவர் சிறிது சிரித்தார். ஆனால், அதில் சோகம் கலந்திருந்ததா, அல்லது சந்தோஷம் தோன்றிற்றா என்று நிச்சயமாக என்னால்

சொல்ல முடியவில்லை. அவர் முகத்தில் வயது முதிர்ச்சியின் சுருக்கங் களும் கோடுகளும் மிகுதியாக இருந்ததால் அவர் சிரிப்பிலிருந்து எவ்வித பாவத்தையும் உணர முடியவில்லை.

“நான் தெய்வபக்தியுள்ளவனாக ஆவேன் என்றுதான் எண்ணு கிறேன். எப்படியும் உங்களுக்காக நான் பிரார்த்தனை செய்கிறேன்.”

“நானே தெய்வபக்தயுடனிருக்க ஆசைப்படுகிறேன். என் குடும்பத்தினர்கள் எல்லோரும் மிக்க தெய்வபக்தியுள்ளவர்களாகவே இறந்தார்கள். ஆனால், எனக்கென்னமோ அது ஏற்படவில்லை.”

“ஒருக்கால் தெய்வபக்தி உண்டாவதற்கு உரித்தான வயதை நீங்கள் இன்னும் அடையவில்லையோ என்னமோ?”

“அல்லது ஒருவேளை அதற்கு காலங்கடந்து விட்டதோ? என்று தான் நினைக்கிறேன். மதப்பற்று ஏற்படும் வயதைத் தாண்டி ஜீவித்து விட்டேன் என்று தோன்றுகிறது.”

“என்னுடைய மதப்பற்று, தெய்வபக்தி எல்லாம் இராக்காலங் களில்தான் ஏற்படுகின்றன.”

“ஆமாம். அப்போதுதானே ஒருவனுக்குக் காதல் உணர்ச்சியும் உண்டாகிறது. காதல் உணர்ச்சியும் ஒரு தெய்விக உணர்ச்சி என்பதை மறந்து விடாதீர்கள்.”

“நீங்கள் அப்படியா நினைக்கிறீர்கள்?”

“சந்தேகமில்லாமல்.”

அவர் வெளியே செல்ல இரண்டடி எடுத்து வைத்தார். நானும் அவரைப் பின்தொடர்ந்தேன். இருவரும் சேர்ந்தே படிக்கட்டுகள் வழியே மாடிக்கு நடந்து சென்றோம்.

36

அன்றிரவு பலமான புயல் அடித்தது. ஜன்னல் கண்ணாடிகள்மீது மழை வாரி அறைந்தது. இந்த ஓசையில் நான் விழித்துக் கொண்டு படுக்கையில் எழுந்து உட்கார்ந்தேன். வெளியில் யாரோ கதவைத் தட்டியதுபோல் கேட்டது. தூங்கிக் கொண்டிருந்த காதரீனை எழுப்பாமலிருக்க, நான் சந்தடியின்றி மெல்ல நடந்து கதவைத் திறந்தேன். மதுபானம் வழங்கும் ஓட்டல் சிப்பந்தி எதிரே நின்று கொண்டிருந்தான். மழைக் கோட்டணிந்து, ஈரத்தொப்பியைக் கையில் வைத்துக் கொண்டிருந்தான்.

“உங்களிடம் ஒரு நிமிஷம் பேச வேண்டும். டெனன்டி?” என்று அவன் எவ்வித பீடிகையுமின்றிப் பேச்சை ஆரம்பித்தான்.

"என்ன விஷயம்?"

"மிகவும் முக்கியமான விஷயம். ரகசியம் கூட."

நான் சுற்றுமுற்றும் பார்த்தேன். அறை இருட்டாக இருந்தது. ஜன்னல் வழியே மழை நீர் அறைக்குள்ளும் வழிந்து வந்திருந்தது. "உள்ளே வா" என்று அவனைக் கையைப் பிடித்து உள்ளே அழைத்து வந்து, ஸ்நான அறைக்குள் இருக்கச் செய்தேன். அறையின் கதவைச் சாத்திப் பூட்டிவிட்டு உள்ளே விளக்கைப் போட்டேன். ஸ்நானத் தொட்டியின் விளிம்பின் மீதே நான் உட்கார்ந்தேன்.

"என்ன சமாசாரம், எமிலியோ? உனக்கு ஏதாவது ஆபத்து ஏற்பட்டுள்ளதா?"

"எனக்கொன்றுமில்லை, டெனன்டி உங்களுக்குத்தான் ஆபத்து வந்திருக்கிறது."

"எனக்கா? உண்மையாகவா?"

"அதிகாலையில் அவர்கள் உங்களைக் கைது செய்ய வரப் போகிறார்கள்."

"அப்படியா?"

"அதை உங்களிடம் தெரிவிக்கவே நான் இந்த வேளையில் இங்கு வந்தேன். நான் நகரத்தில் வெளியே சென்றிருந்த போது ஒரு ஓட்டலில் இதைப்பற்றி அவர்கள் பேசிக்கொண்டிருந்தது என் காதில் விழுந்தது."

"இப்போது எனக்குப் புரிகிறது."

அவன் மேற்கொண்டு ஒன்றும் பேசவில்லை. தன் ஈரத் தொப்பியைக் கையில் பிடித்துக்கொண்டு மழைக் கோட்டுடன் என்னைப் பார்த்தபடியே நின்றான்.

"எதற்காக என்னைக் கைது செய்யப் போகிறார்கள் என்று தெரியுமா?"

"போர் சம்பந்தமான ஏதோ ஒன்றுக்காக என்று பேசிக் கொண்டார்கள்."

"எதற்காக என்று நிச்சயமாக ஏதாவது தெரியுமா?"

"தெரியாது. ஆனால், நீங்கள் ராணுவ அதிகாரி என்ற முறையில் இந்த ஓட்டலில் முன்னர் ஒரு சமயம் தங்கியிருந்தீர்கள் என்றும், இப்போது நீங்கள் ராணுவ உடையில் இல்லை என்பதையும் அவர்கள் தெரிந்து வைத்திருக்கிறார்கள். சைன்யம் பின்வாங்கி வந்ததிலிருந்து அவர்கள் விதிவிலக்கின்றி எல்லோரையுமே கைது செய்கின்றனர். அதைக் கேட்டு நான் ஒரு நிமிஷம் சிந்தித்தேன்."

"எத்தனை மணிக்கு அவர்கள் என்னைக் கைது செய்ய வரப் போகிறார்கள்?"

"காலையில் என்று மட்டும் தெரியும். எத்தனை மணிக்கு என்று நிச்சயமாகத் தெரியாது."

"நீ என்ன செய்யச் சொல்லுகிறாய்?" என்று அவனுடைய ஆலோசனையைக் கேட்டேன்.

அவன் தன்னுடைய ஈரத் தொப்பியைக் கையலம்பும் 'பேஸின்' மீது வைத்தான். அவனுடைய கோட்டிலிருந்து ஈரம் சொட்டிக் கொண்டிருந்தது; தரையெல்லாம்கூட வழிந்தோடிற்று.

"நீங்கள் பயப்பட வேண்டிய காரணம் ஒன்றுமில்லை என்றால், கைது செய்யப்படுவதற்காக அஞ்ச வேண்டியதில்லை. ஆனாலும், கைது செய்யப்படுவது எப்போதும் விரும்பத்தக்கதல்ல. அதிலும், இந்தச் சமயத்தில்."

"கைது செய்யப்படுவதை நானும் விரும்பவில்லை. இதிலிருந்து நானும் எப்படியேனும் தப்பித்துக்கொள்ள வேண்டும்."

"அப்படியானால் ஸ்விட்ஜர்லாந்துக்குச் சென்றுவிடுங்கள்."

"எப்படிச் செல்லுவது?"

"என்னுடைய படகில் செல்லுங்கள்."

"புயலடித்துக் கொண்டிருக்கிறதே. இந்த இரவில் எப்படி வெளிக்கிளம்புவது?"

"புயல் நின்றுவிட்டது. காற்று மட்டும் சற்று வீசுகிறது. உங்களுக்குக் கெடுதி எதுவும் நேராது போய்விடலாம்."

"நாங்கள் எப்போது போவது?"

"இப்போதே. ஒருவேளை அவர்கள் அதிகாலையிலேயே கைது செய்ய வந்தாலும் வரலாம்."

"எங்களுடைய பெட்டி, சாமான்கள் முதலியவை என்ன ஆவது?"

"எல்லாவற்றையும் உடனே மூட்டை கட்டுங்கள். அம்மையாரை உடையணிந்து தயாராகச் சொல்லுங்கள். பெட்டிகளை நான் கவனித்துக் கொள்ளுகிறேன்."

"அதுவரையில் நீ எங்கே இருப்பாய்?"

"நான் இங்கேயே காத்திருக்கிறேன். வெளியே ஹாலில் நான் இருந்தால் யாராவது கவனிக்கலாம். நான் இந்தச் சமயம் யார் கண்ணிலும் படக்கூடாது."

நான் கதவைத் திறந்து, பழையபடி மூடிவிட்டுப் படுக்கை அறைக்கு வந்தேன். காதரின் விழித்துக் கொண்டுவிட்டாள். என்ன விசேஷம், அன்பரே” என்று அவள் கேட்டாள்.

“ஒன்றுமில்லை. உன்னுடைய உடைகளை அணிந்து கொண்டு இப்போதே படகில் ஸ்விட்ஜர்லாந்திற்குச் செல்ல முடியுமா?”

“நீங்கள் வரவில்லையா?”

“இல்லை. நான் படுத்துத் தூங்கப்போகிறேன். நீமட்டும் செல்” என்றேன் கிண்டலாக.

“என்ன கூத்து இதெல்லாம்? தெளிவாகக் கூறுங்கள்.”

“என்னை நாளைக் காலையில் அவர்கள் கைது செய்யப் போகிறார்களாம். மதுபானம் வழங்கும் ஓட்டல்காரன் சொன்னான்.”

“அவனுக்கு என்ன பைத்தியம் பிடித்திருக்கிறதா?”

“இல்லை; சுயஅறிவுடன்தான் இருக்கிறான்”

“ஓஹோ! அப்படியானால் அன்பரே, காலதாமதம் செய்யக் கூடாது. நீங்கள் சீக்கிரம் உடை அணிந்து கொள்ளுங்கள். உடனே புறப்படுவோம்.”

அவள் படுக்கையில் எழுந்து உட்கார்ந்தாள். தூக்கம் நன்றாகக் கலையவில்லை. “ஸ்நான அறையில் இருப்பது யார்? அவன்தானா?”

“ஆமாம்.”

“அப்படியானால் நான் முகங்கூடக் கழுவிக் கொள்ளவில்லை. நீங்கள் மறுபுறமாகத் திரும்பிக் கொள்ளுங்கள். நான் ஒரே நிமிஷத்தில் உடை அணிந்து தயாராகி விடுகிறேன்.”

அவள் இரவு அணியும் அங்கியைக் கழற்றிவிட்டு மாற்று உடை அணிந்து கொண்டிருந்தாள். அவளது வயிறு இப்போது சற்றுப் பருத்திருந்தது. மாதம் அதிகமாகிக் கொண்டிருந்ததால், பருத்திருந்ததை நான் பார்க்க அவள் விரும்பவில்லை. அதனால்தான் மறுபக்கம் திரும்பிக் கொள்ளும்படி என்னைக் கேட்டுக் கொண்டாள். நான் ஜன்னலைப் பார்த்தபடியே உடையணிந்து கொண்டேன். பெட்டியில் வைத்து மூட்டை கட்ட சாமான்கள் அதிகம் ஒன்றுமில்லை.

“என் பெட்டியில் நிறைய இடமிருக்கிறது. கேத் உனக்கு ஏதாவது வைக்கவேண்டுமென்றால் அதிலேயே வைத்துக்கொள்.”

“நான் பெட்டியை அடைத்துவிட்டேன். நான் ஒரு அசடு. அந்த ஓட்டல்காரரை அழைத்து உட்காரச் சொல்லவும் தெரியவில்லை. அவன் ஏன் ஸ்நான அறையிலேயே இருக்கிறான்?”

"நம்முடைய பெட்டிகளை எடுத்துச் செல்லக் காத்துக் கொண்டிருக்கிறான்."

"அவர் மிகவும் நல்லவர் போலிருக்கிறது. மிக்க அன்புடன் நடந்து கொள்ளுகிறாரே."

"அவர் என்னுடைய நீண்டகால நண்பர். எப்போதோ அவருக்குப் புகைக்குழாய்ப் புகையிலை அனுப்பி வைப்பதாகச் சொன்னேன்."

நான் ஜன்னல் வழியே ஏரியைப் பார்த்தேன். ஒரே இருட்டு. ஏரியே இருட்டில் கண்ணுக்குப் புலப்படவில்லை. காற்று மட்டும் குறைந்திருந்தது. இரண்டு நிமிஷத்தில் நாங்கள் இருவரும் தயாராகி விட்டோம். குளியல் அறையிலிருந்த என் நண்பனை அழைத்து அவனிடம் எங்களுடைய இரண்டு கைப்பெட்டிகளையும் கொடுத்தோம்.

"நீங்கள் இவ்வாறு உதவி புரிவதற்கு உங்களுக்குக் கடமைப்பட்டிருக்கிறோம்" என்றாள் காதரின் ஓட்டல்காரனைப் பார்த்து.

"இது ஒன்றும் பெரிய காரியம் அல்ல, அம்மணி. எனக்கு ஆபத்து ஒன்றும் நேராமலிருக்கவே நான் உங்களுக்கு உதவி செய்கிறேன்" என்றான். பிறகு என் பக்கமாகத் திரும்பி "நான் சொல்லுவதைக் கவனமாகக் கேட்டுக் கொள்ளுங்கள். நான் இப்பெட்டிகளை எடுத்துக் கொண்டு வேலைக்காரர்கள் செல்லும் படிக்கட்டுகள் மூலம் இறங்கி நேரே படகுக்குச் சென்றுவிடுகிறேன். நீங்கள் முன்வாயிற் பக்கம் நிதானமாகவே உலாவச் செல்லுபவர்கள் போலவே வெளியேறி விடுங்கள்" என்று கூறினான்.

"உலாவச் செல்ல இந்த இரவு மிகவும் ஏற்றதுதான்!" என்று காதரின் கிண்டலாகச் சொன்னாள்.

"இரவு மோசமானதுதான், சந்தேகமில்லை."

"நல்ல வேளையாக என்னிடம் ஒரு குடை இருக்கிறது." என்றாள் அவள். நாங்களிருவரும் ஹாலைக் கடந்து படிக்கட்டுகளின் வழியே இறங்கி முன் வாயிலை அடைந்தோம். படிக்கட்டின் பக்கத்தில் 'போர்ட்டர்' உட்கார்ந்திருந்தான். எங்களை அந்த நேரத்தில் கண்டதும் சிறிது ஆச்சரியமுற்றான்.

"இந்த மழையில் நீங்கள் வெளியே போகமாட்டீர்கள் என்று நினைக்கிறேன்" என்றான் வேலைக்காரன்.

"ஆமாம், புயல் வீசும்போது ஏரி எவ்வாறு இருக்கும் என்று பார்த்து வரச் செல்லுகிறோம்."

"உங்களுக்குக் குடை இல்லையே, ஐயா, எப்படிச் செல்லுவீர்கள்?"

நற்றிணை பதிப்பகம் ● 293

“இல்லை. என்னுடைய மழைக்கோட்டு இருக்கிறது. போதும்.”

நான் அணிந்திருந்த மழைக்கோட்டை ஒருமுறை அவன் ஏற இறங்கப் பார்த்தான். அவனுக்குத் திருப்தி ஏற்படவில்லை. “சற்றுப் பொறுங்கள். ஒரு குடை எடுத்து வருகிறேன்” என்று உள்ளே சென்று சிறிது நேரத்தில் ஒரு பெரிய குடையுடன் வந்தான். “இது சற்றுப் பெரியதுதான்” என்று அதை என் பக்கம் நீட்டினான். நான் பத்து லீரா நோட்டு ஒன்றை அவன் கையில் திணித்தேன். “நீங்கள் மிகவும் உதார குணமுள்ளவர்கள்” என்று நன்றி தெரிவித்துக் கொண்டே எங்களைத் தலைவாயில் வெளிவரையில் கொண்டுவந்து விட்டான். “அதிக நேரம் புயலில் வெளியே தங்க வேண்டாம், உங்கள் உடம்புக்கு ஆகாது. நனைந்துபோவீர்கள்” என்று அன்புடன் மொழிந்தான்.

“நாங்கள் சீக்கிரமே திரும்பிவிடுவோம்” என்று சொல்லிவிட்டு வெளியே வீதியைக் கடந்து ஏரிக்கரையோரம் படகுகள் கட்டப் பட்டிருந்த இடத்தை அணுகும்போது மரங்களடர்ந்த ஒரு பகுதியி லிருந்து இருட்டில் மதுபானம் வழங்கும் சிப்பந்தி வெளியே வந்தான். ஏரியில் காற்று கரைக்கு எதிர்ப்புறமாகவே வீசிக்கொண்டி ருந்தது. இருட்டில் தண்ணீர் ஒரே கறுப்பாகத் தென்பட்டது.

“உங்களுடைய இரண்டு கைப்பெட்டிகளும் அதோ படகில் வைத்திருக்கிறேன்” என்றான் அவன்.

“படகுக்கு உனக்குப் பணம் கொடுக்க விரும்புகின்றேன். எவ்வளவு கொடுக்கட்டும்” என்று கேட்டேன்.

“உங்களிடம் எவ்வளவு பணம் இருக்கிறது?”

“அதிகமாக ஒன்றுமில்லை.”

“அப்படியானால் பணத்தைப் பின்னால் எனக்கு அனுப்பி வையுங்கள். அது எனக்குச் சம்மதமே.”

“எவ்வளவு அனுப்பி வைக்கட்டும்?”

“தாங்கள் இஷ்டப்பட்டதை.”

“எவ்வளவு என்று சொல்.”

“நீங்கள் சௌக்கியமாகப் போய்ச் சேர்ந்துவிட்டால், ஐநூறு பிராங்க் அனுப்புங்கள். இதை அதிகமென்று கருத மாட்டீர்கள் என்று நினைக்கிறேன்.”

“அப்படியே செய்கிறேன்” என்றேன்.

“இதோ கொஞ்சம் ‘ஸாண்ட்விச்சுகள்’ இருக்கின்றன. ஓட்டலில் இருந்தது இவ்வளவுதான். எல்லாவற்றையும் சுற்றிக் கொண்டு வந்து விட்டேன். ஒரு புட்டி பிராந்தியும் ஒரு புட்டி மதுவும்கூட இருக்கின்றன”

என்று அவைகளைக் கொடுத்தான். அவற்றை வாங்கி என் பெட்டியில் அடைத்துக்கொண்டு அதற்காக அவனிடம் ஐம்பது லீரா கொடுத்தேன். "பிராந்தி மிகவும் உயர்ந்த ரகம். அம்மை யாருக்குக்கூட பயமின்றிக் கொடுக்கலாம்" என்று சொல்லிவிட்டு எங்களைப் படகில் ஏறிக்கொள்ளும்படி துரிதப்படுத்தினான்.

நாங்கள் படகில் ஏறிக்கொண்டோம். காதரின் பின்புறம் உட்கார்ந்து கொண்டாள். நான் முன்புறம் துடுப்புத் தள்ளுமிடத்தில் உட்கார்ந்தேன்.

"நீங்கள் போகவேண்டிய மார்க்கம் தெரியுமோ இல்லையோ?"

"ஏரியின் மேற்குப்புறம் தானே."

"ஆமாம். எவ்வளவு தூரம் தெரியுமா?"

"லுயினோ என்னுமிடத்தைத் 'தாண்டும் வரையில்' என்றேன்.

"லுயினோவுக்கு அப்பால், காமிரேரி, கன்னோபியோ, டார்ன் ஜானோ முதலிய இடங்களையும் தாண்டிச் செல்லவேண்டும். பாரிஸ்ஸாகோ என்னுமிடத்தை நீங்கள் அடையும் வரையில் ஸ்விட்ஜர்லாந்து எல்லைக்கு வெளியில்தான் இருப்பீர்கள். மான்டி டமாரர் என்னும் இடத்தைத் தாண்டி அப்பாற் சென்றுவிட்டால் பிறகு உங்களுக்குப் பயமில்லை."

"இப்போது என்ன மணி, இருக்கும்" என்று காதரின் வினவி னாள்.

"இப்போது மணி பதினொன்றுதான்," என்றேன்.

"இடைவிடாது படகைத் தள்ளிக்கொண்டே சென்றால் காலை ஏழு மணிக்குக் குறிப்பிட்ட இடத்தை அடைந்து விடலாம்."

"அவ்வளவு தூரம் இருக்கிறதா அந்த இடம்?"

"சுமார் இருபத்து ஐந்து மைல் தூரம்."

"இருட்டில் திசை காட்டும் கருவிகூட இல்லாமல் எப்படி வழி தவறாமல் செல்லுவது?"

"அது தேவை இல்லை. இங்கிருந்து இஸோலோபெல்லா என்னும் இடத்தை அடையும் வரையில் படகைத் தள்ளிச் செல்லுங் கள். பிறகு நீங்கள் படகைத் தள்ள வேண்டாம். காற்று வாட்டத்தில் அது மிதந்து செல்லும். அப்படியே பல்லான்ஜா வரையில் சென்று விடலாம். அங்கே ஊர் விளக்குகள்கூடத் தெரியும். அங்கிருந்து கரையோரமாகவே செல்லுங்கள்."

"காற்றின் திசை ஒருக்கால் மாறிவிட்டால்?"

"மாறாது. இந்தக் காற்று மான்டிரோன் என்னும் மலைப் பகுதியிலிருந்து வீசுகிறது. இன்னும் குறைந்தது மூன்று நாள்

வரையில் இப்படியே அடித்துக் கொண்டிருக்கும். படகுக்குள் தண்ணீர் புகுந்துவிட்டால் இறைத்துவிட ஒரு தகர டப்பாவும் வைத்திருக்கிறேன்."

"சந்தோஷம், படகுக்காக இப்போது கொஞ்சம் பணமாவது கொடுக்கட்டுமா?"

"வேண்டாம், நான் பிறகு வாங்கிக் கொள்ளுகிறேன். நீங்கள் சௌக்கியமாக ஊர் சேர்ந்தால் உங்களால் எவ்வளவு முடியுமோ அவ்வளவு கொடுங்கள்."

"சரி அப்படியே," என்று நன்றியுடன் அந்த ஏற்பாட்டை ஆமோதித்தேன்.

"ஏரியில் நீங்கள் மூழ்கிவிடமாட்டீர்கள் என்றே நம்புகிறேன்."

"அப்படித்தான் நாங்களும் நினைக்கிறோம்."

"காற்று வீசும் மார்க்கத்திலேயே ஏரிக்கு மேற்குப்புறமாகவே செல்லுங்கள்." நான் படகிற்குள் இறங்கினேன். புறப்படத் தயாரானோம்.

"ஓட்டல் பாக்கிக்குப் பணம் வைத்துவிட்டு வந்தீர்களா?"

"ஆமாம். ஒரு கவரில் போட்டு மேஜையின்மீது அறையில் வைத்திருக்கிறேன்."

"நல்லது டெனன்டி, உங்களுக்கு என் வாழ்த்துகள். அதிர்ஷ்டம் உங்கள் பக்கம் இருக்கட்டும். சௌக்கியமாகச் செல்லுங்கள்" என்று எங்களுக்குப் பிரிவுபசாரம் சொன்னான்.

"நீங்கள் செய்த உபகாரத்துக்கு அநேக வந்தனங்கள்" என்று நானும் காதரீனும் தனித் தனியாகச் சொன்னோம். பிறகு அவன் குனிந்து எங்கள் படகை விசையுடன் ஏரியின் தண்ணீரில் தள்ளி விட்டான். நான் துடுப்புகளை வலிக்க ஆரம்பித்தேன். கொஞ்சம் கொஞ்சமாக ஓட்டல் விளக்குகள் மறைய ஆரம்பித்தன. காற்றடித்த திசையிலேயே சென்று கொண்டிருந்தோம்.

37

காற்றடிக்கும் திக்கை நோக்கி உட்கார்ந்துகொண்டு பின் பக்கம் துடுப்பைப் போட்டுப் படகைச் செலுத்தினேன். மழை ஓய்ந்துவிட்டதென்றே சொல்லலாம். கடுங்குளிர், கும்மிருட்டு. எனினும் பின்கோடியில் உட்கார்ந்திருந்த காதரீனைப் பார்க்க முடிந்தது. ஆனால் துடுப்பு முனைகள் எந்த இடத்தில் தண்ணீரைத் துளாவுகின்றன என்பதை அறிய முடியவில்லை. துடுப்புகள்

நீளமானவைதான். ஆனால் அவற்றிற்குத் தோல் கைப்பிடிகள் இல்லாமையால் அடிக்கடி நழுவிச் சரிந்தன. சில சமயம் குனிந்தும் சில சமயம் நிமிர்ந்தும் துடுப்புகளை ஆழ்த்தியும் மேலிழுத்தும் படகைச் செலுத்தவேண்டியிருந்தது. என் கைகள் கொப்பளித்து விடுமென்பது எனக்குத் தெரிந்த விஷயம்தான். படகு லேசாக இருந்த தால் அதைச் செலுத்துவது எளிதாகவே இருந்தது. விரைவில் 'பல்லான்ஜா' எதிர்ப்படுமென்று நம்பியிருந்தோம்.

நாங்கள் பல்லான்ஜாவைக் காணவே இல்லை. காற்று சற்று வேகமாக மேற்குப் புறமாகவே வீசிக் கொண்டிருந்ததால் பல்லான்ஜா நகரத்தை மறைத்திருந்த முனையை இருட்டிலேயே தாண்டி விட்டிருந்தோம். விளக்கு வெளிச்சம் எங்கும் தென்படவில்லை. கடைசியில் நாங்கள் கரையோரம் வெளிச்சம் தெரிந்த பகுதிக்கு வந்தபோது அது இன்ட்ரர் என்னும் இடம் என்று தெரியவந்தது. நாங்கள் அப்போது கரைக்குச் சமீபமாகவே சென்று கொண்டிருந் தோம். அதற்கப்பால் நெடுந்தூரம் சென்ற பின்னரும் வேறு வெளிச் சங்கள் எங்கேயும் தென்படவில்லை. அலைகள் மீது எழும்பி எழும்பிப் படகு போய்க்கொண்டிருந்ததால் நீர் மட்டத்தை அறிய முடியவில்லையாதலின் சில சமயங்களில் துடுப்புகள் தண்ணீரை எட்ட முடிவதில்லை. அதிலும் இருட்டு வேளை. அப்போதெல்லாம் அலைகள் படகை அப்படியே அலாக்காக உயரே தூக்கிவிடும். எனினும் நான் துடுப்புகளை வலித்துக்கொண்டேதானிருந்தேன். ஒருமுறை ஒரு கற்பாறை மீது மோதிக்கொள்ளும் நிலையிலிருந்தோம். நல்ல வேளையாகச் சட்டென்று படகைத் திருப்பி மறுபடியும் நடு ஏரிக்குக் கொண்டு வந்தேன். ஏரியில் எந்தப் பகுதியிலிருக்கிறோம் என்று காதரின் கேட்டாள்.

"நாம் ஏரியைக் குறுக்காகக் கடந்து மறுபக்கத்தின் ஓரமாகச் சென்றுகொண்டிருக்கிறோம்" என்றேன்.

"பல்லான்ஜாவை அடைந்துவிட்டோமா?"

"நாம் கவனிக்காமலே அதைத் தாண்டி வந்துவிட்டோம்."

"நான் சற்றுநேரம் துடுப்பை வலிக்கட்டுமா?"

"வேண்டாம். எனக்கு இன்னும் சிரமம் ஒன்றும் ஏற்படவில்லை." காதரீனின் கவனம் பெர்கூஸன்பால் சென்றது.

"ஐயோ பாவம், பெர்கூஸன் நாளைக் காலை ஓட்டலுக்குச் சென்று நம்மைக் காணாமல் ஏமாற்றமடைவாள்," என்று அங்க லாய்த்தாள்.

"நான் அவளைப் பற்றிக் கவலைப்படவில்லை. என் கவலை எல்லாம் சுங்க அதிகாரிகள் நம்மைப் பிடித்துக் கொள்ளாமல்

உதயத்திற்குமுன் ஏரியின் ஸ்விட்ஜர்லாந்து பகுதிக்குள் நுழைந்து விடவேண்டும் என்பதுதான்."

"அது இன்னும் எவ்வளவு தூரம் இருக்கிறது?"

"ஏறக்குறைய இருபது மைல்."

நான் இரவு முழுதும் படகைச் செலுத்தினேன். கைகளில் கொப்புளங்கள் கிளம்பிவிட்டன. துடுப்புகளின் பிடியைக்கூட அழுத்திப் பிடிக்க முடியவில்லை. பலதடவைகள் கரை ஓரத்தில் படகு கவிழ்ந்து போகும் நிலை ஏற்பட்டது. ஏரியின் நடுப் பாகத்தில் செல்ல நான் அஞ்சினேன். வழி தவறிவிடப் போகிறதே என்கிற பயத்தால் ஓரமாகவே சென்றோம். கரையோரமிருந்த மரங்களும் சாலைகளும் மலைகளும்கூடச் சில சமயம் கறுப்பாகத் தெரிந்தன. மழை பூரணமாக நின்றுவிட்டது. காற்றும் மேகங்களை வேகமாக அடித்துச் சென்றதில் வானத்தில் அவ்வப்போது சந்திரப் பிரகாசம் கூடத் தெரிந்தது. நிலா வெளிச்சத்தில் கவனித்தபோது நான் 'கான்டகனோலா' என்னும் இடத்தைத் தாண்டி வந்திருந்தது தெரியவந்தது. பனிமலைகளின் உச்சியில் சந்திரன் பிரகாசித்தான். மறுபடியும் ஒரு மேக மண்டலம் சந்திரனை மறைத்தது. எனினும் முன்பிருந்த இருட்டு இப்போதில்லை. சற்று மங்கிய வெளிச்சம் இருந்ததால் கரையைவிட்டு விலகாமல் என்னால் செல்ல முடிந்தது. துடுப்பு வலித்த வண்ணமிருந்தேன்.

ஓரிடத்தில் ஏரி விரிவடைந்து காணப்பட்டது. அந்தப் பகுதியின் மலையடிவாரத்தில் விளக்குகளின் வெளிச்சம் தெரிந்தது. அந்த இடம் 'லுயினோ'வாகத்தான் இருக்கவேண்டும் என்று எண்ணி னேன். அது நான் எண்ணுவது போல் 'லுயினோ'வாக இருந்தால் நாங்கள் வேகமாகவே அந்த இடத்தைச் சேர்ந்துவிட்டோம் என்று திருப்தியடையலாம். நான் சிறிது ஓய்வுகொள்ளலாம் என நினைத்து துடுப்பு வலிப்பதை நிறுத்திப் படகில் சாய்ந்து உட்கார்ந்தேன்.

"நான் குடையைப் பிடித்துக் கொள்ளுகிறேன். அதன் விரிப்பில் காற்றுவாக்கில் பாய்மரம்போல் செல்லலாமே" என்றாள் காதரின்.

"படகை செலுத்தத் தெரியுமா உனக்கு?" என்று அவளைக் கேட்டேன்.

முடியுமென்று நினைக்கிறேன்."

"அப்படியானால் இந்தத் துடுப்பை நீ பிடித்துக்கொள். நான் குடையைத் திறந்து காற்று வாட்டத்திற்கு எதிராகப் பிடிக்கிறேன். மெதுவாகத் துடுப்பைப் போட்டுக்கொண்டிரு" என்று சொல்லி அவளிருந்த இடத்திற்கு நான் நகர்ந்து சென்று, எப்படித் துடுப்பை வலிப்பது என்பதையும் அவளுக்குச் செய்து காண்பித்தேன். ஓட்டலில் அந்தப் போர்ட்டர் கொடுத்த பெரிய குடையை விரித்து, பிடியைப்

படகுச் சட்டத்தில் பொருத்திக் கெட்டியாகப் பிடித்துக் கொண்டு அதற்கெதிரில் உட்கார்ந்து கொண்டேன். அதனுள் காற்று நன்றாகவே வீசிற்று. படகும் வேகத்துடன் துள்ளிப் பாய்ந்தது. படகு சென்ற வேகத்தில் நான் குடையை இறுக்கிப் பிடிக்க வேண்டியிருந்தது. படகின் இரு புறங்களையும் கால்களால் உதைத்துக்கொண்டு கெட்டியாகக் குடையைப் பிடித்துக் கொண்டிருந்தேன்.

"நாம் வேகமாகச் சொல்லுகிறோமே, பேஷ்", என்று காதரின் சந்தோஷப்பட்டாள். என்னால் குடைக் கம்பிகளைத்தான் பார்க்க முடிந்தது. காற்று வேகத்தில் குடைக் கம்பிகள் வளைந்து கொடுத்தன. நான் இறுக்கிப் பிடித்தேன். என்னையும் தூக்கிக் கவிழ்த்துவிடும் போலிருந்தது ஒரு சமயம். திடீரென்று கம்பிகள் ஒடிந்து எனது நெற்றியில் தெரிந்தன. குடையின் விரிப்புப் பின்புறமாகத் திருப்பிக் கொண்டது. அதன்மீது காற்று வீசிக்கொண்டிருந்தது. கைப்பிடியும் குடைக்கம்பிகளும் என்னிடம் அகப்பட்டுக் கொண்டன. குடைத் துணி முடங்கிச் சுருண்டு சப்பட்டையாகக் காதரின் பக்கம் விழுந்து விட்டது. அவளுக்குச் சிரிப்பு வந்துவிட்டது. நான் குடைக்காம்பையும் உடைந்த கம்பிகளையும் படகில் வைத்துவிட்டுக் காதரீனிடமிருந்து பழையபடி துடுப்பை வாங்கிக் கொண்டேன்.

"சிறிது நேரம் ஓய்வு எடுத்துக்கொள்ளுங்கள். கொஞ்சம் மது அருந்துங்கள். நாம் பெருமைப்படத்தக்க இரவுதான் இது. நாம்தான் வெகுதூரம் வந்து விட்டோமே" என்றாள் காதரின்.

"அலைகளின் நடுவில் அகப்பட்டுக் கொள்ளாமல் படகை ஓட்டிச் செல்லவேண்டியதுதான் இப்போது முக்கியம்."

நான் சிறிது ஓய்வு எடுத்துக்கொள்ள நினைத்தேன். துடுப்பு களைத் தூக்கிப் படகின் ஓரத்தில் வைத்தேன். காற்றின் போக்கில் படகு சென்றது. காதரின் பெட்டியைத் திறந்து பிராந்திப் புட்டியை எடுத்துக் கொடுத்தாள். பேனாக்கத்தியால் புட்டியைத் திறந்து அதிலிருந்து அப்படியே பெரிய முழுங்காகப் பிராந்தி அருந்தினேன். என் உடல் சூடேறியது. கொஞ்சம் உற்சாகம் உண்டாயிற்று. அது உயர்தரமான பிராந்திதான், சந்தேகமில்லை.

"நீ கொஞ்சம் பிராந்தி சாப்பிடுகிறாயா, கேத்?"

"வேண்டாம். கைகால்கள் சற்று விறைத்துவிட்டன. அவ்வளவு தான்."

"உள்ளே இருக்கும் தண்ணீரை இறைத்து வெளியே கொட்டு. பிறகு கால்களைக் கீழே நீட்டிக் கொள்ளலாம்."

அவள் தண்ணீரை மொண்டு கொட்டிக் கொண்டிருந்தாள். நான் படகைச் செலுத்திக் கொண்டிருந்தேன். பிராந்தி சாப்பிட்ட பின் எனக்குத் தாகம் எடுத்தது. தகரக் குவளையை நன்றாக

நற்றிணை பதிப்பகம் ● 299

சிர்பிவிட்டு ஏரித் தண்ணீரை மொண்டு குடித்தேன். தண்ணீர் பனிக்கட்டிபோல் குளிர்ந்திருந்தது. அந்தக் குளிர்ச்சியில் என் பற்கள்கூடக் கிட்டிக்கொண்டன. நாங்கள் மற்றொரு நீண்ட முனைக்குப் பக்கத்தில் சென்று கொண்டிருந்தோம். அதற்கப்பால் வெளிச்சங்கள் தெரிந்தன. "ஏதாவது உணவு வேண்டுமா?" என்று காதரின் கேட்டாள். அப்போதைக்கு வேண்டாமென்றும், சிறிது நேரத்திற்குப்பின் நன்றாகப் பசியெடுக்கும்போது உண்ணலாம் என்று சொல்லிவிட்டேன். படகு சென்று கொண்டே இருந்தது.

ஒரு திட்டைப்போலத் தூரத்திலிருந்தது தெரிந்தது. உண்மையில் திட்டல்ல. ஏரிக்குள் வெகுதூரம் வியாபித்திருந்த கரையின் ஒரு பகுதி. இதைத் தாண்டிச் செல்லுவதற்குப் படகை மறுபடியும் ஏரி நடுவே திருப்பிச் செல்ல வேண்டியிருந்தது. அவ்வாறு செல்லும் போது நிலா வெளிச்சம் நன்றாகவே வீசிக்கொண்டிருந்தது. கரை யோரம் யாராவது சுங்க அதிகாரிகள் காவல் புரிந்துகொண்டிருந்தால் அவர்கள் எங்களைக் கவனித்திருக்கவும் கூடும்.

"இப்போது எவ்வளவு தூரம் வந்திருக்கிறோம்?" என்று 'கேத்' கேட்டாள்.

"இன்னும் எட்டு மைல்தான் போகவேண்டியிருக்கும் என்று நினைக்கிறேன்."

"இன்னும் அவ்வளவு தூரம் துடுப்புப் போட்டுக் கொண்டிருக்க வேண்டுமே! ஐயோ பாவம்! உங்களுக்குக் களைப்பு மேலிட்டி ருக்குமே" என்றாள்.

"களைப்பு அதிகமில்லை, கைகள்தான் கொப்பளித்துவிட்டன. புண்ணாகவே ஆகிவிடும்போல் இருக்கிறது."

படகு முன்னேறிக் கொண்டேயிருந்தது. வலது பக்கமிருந்த மலைத்தொடரில் இந்த இடத்தில் கணவாய்போல ஒரு பிளவு காணப்பட்டது. ஏரி நீர் அதனுள்ளே சென்று ஒரு சமவெளிப் பிரதேசம் போலப் பரவியிருந்தது. இந்த இடம் கன்னோபிபோவாக இருக்க வேண்டும் என்று எண்ணினேன். கரையிலிருந்து வெகுதூரம் விலகி ஏரியின் உள்ளேயே சென்று கொண்டிருந்தது. இங்கிருந்துதான் எல்லை அதிகாரிகள் தொந்தரவு அதிகம் என்று எனக்குத் தெரியும். ஏரியின் மறுகரையில் கோபுர வடிவம் போன்ற ஒரு மலை காணப் பட்டது. நாங்கள் போய்ச் சேரவேண்டிய இடம் வெகு தூரத்தில் இல்லையென்றாலும் நான் சோர்வடைந்திருந்ததால் வெகுதூரம் செல்ல வேண்டும் போன்ற உணர்ச்சியுண்டாயிற்று. அந்த மலையைத் தாண்டிவிட்டால் ஸ்விட்ஜர்லாந்து எல்லை வந்துவிடும். இன்னும் குறைந்தது ஐந்து மைல் தூரமாவது சென்றால்தான் அதை அடைய முடியும். சந்திரன் அஸ்தமிப்பதற்குச் சிறிது

நேரமிருந்த போதிலும் ஒரு மேக மண்டலம் அதை மறைத்து அந்தப் பகுதி முழுதும் இருட்டாயிருந்தது. ஏரியின் நடுவிலேயே கொஞ்சம் ஓய்வெடுத்துக் கொள்ளுவதும், கொஞ்சம் துடுப்பு போடுவதுமாய் மெதுவாகவே போனோம்.

"சற்றுநேரம் நீங்கள் ஓய்வு எடுத்துக் கொள்ளுங்கள். நான் துடுப்பு வலிக்கிறேன்" என்றாள் காதரின்.

"நீ உடம்பை அலட்டிக்கொள்ளுவது சரியல்ல."

"உட்கார்ந்து உட்கார்ந்து கைகால்களெல்லாம் மரத்துப் போய் விட்டன. கொஞ்சம் வேலை செய்தால்தான் நல்லது."

"எனக்கென்னமோ அது சரியென்று தோன்றவில்லை."

"அதெல்லாம் அசட்டுத்தனம். மிதமாகத் துடுப்பு வலிப்பது கர்ப்ப ஸ்திரீகளுக்கு ரொம்ப நல்லதென்று சொல்லுவார்களே."

"சரி அப்படியே செய். இந்தப் பக்கம் வா. உடம்பை அதிக மாக அலட்டிக் கொள்ளாதே. நான் பின்கோடிக்குப் போகிறேன். இரண்டு பக்கத்து விளிம்பையும் பிடித்துக்கொண்டு மெள்ள நடந்து வா.

என் சட்டைக் காலரைத் தூக்கிவிட்டுக் கொண்டு காதரின் படகு தள்ளுவதைப் பார்த்துக் கொண்டிருந்தேன். அவள் நன்றாகவே துடுப்பு வலித்தாள். துடுப்பு அவளுக்குச் சற்று நீளமாக இருந்தது. கைப்பெட்டியிலிருந்து இரண்டு ஸாண்ட்விச்சுகளைத் தின்றேன். கொஞ்சம் பிராந்தியும் அருந்தினேன். எனக்குக் களைப்பு நீங்கி உற்சாகம் பிறந்தது. மேலும் கொஞ்சம் பிராந்தி சாப்பிட்டேன்.

"உனக்குச் சோர்வு உண்டாகும்போது சொல்லு. நான் மாற்றிக் கொள்ளுகிறேன். துடுப்பு உன் வயிற்றில் இடித்து விடாமல் பார்த்துக் கொள்."

"இடித்துவிட்டால் நம்முடைய வாழ்க்கை மிக்க எளிமையாய் விடுகிறது" என்றாள்.

சிறிது நேரம் கழிந்ததும் நான் முன்பக்கம் நகர்ந்தேன்.

பிராந்தியின் உற்சாகத்தில் கொஞ்ச நேரம் லாகவமாகவே துடுப்பு வலித்தேன். பிறகு சோர்வு ஏற்பட்டது. தண்ணீரைத் தட்டிக் கொண்டே இருந்தேனே தவிர நன்றாகத் துடுப்புத் தள்ளமுடிய வில்லை. பிராந்தி சாப்பிட்ட உடனே விறுவிறுப்பாகப் படகு ஓட்டிய தால் வாயில் பித்தநீர் சுரக்க ஆரம்பித்தது. கொஞ்சம் தண்ணீர் குடித்த பிறகு பித்தம் குறைந்தது.

உதயமாவதற்கு முன் மழை லேசாகத் தூற ஆரம்பித்தது. காற்றோட்டம் அடங்கத் தொடங்கியது. உதயமாகிவிடும் என்று தெரிந்ததும், உறுதியுடன் தீவிரமாகத் துடுப்பு வலிக்க ஆரம்பித்தேன்.

 301

உதயமாகிக் கொண்டிருக்கும்போது கரைக்கு வெகு சமீபத்தில் வந்துவிட்டோம். மரங்களும் கரையின் கற்பாறைகளும் நன்றாகப் புலப்பட்டன. ஏதோ சப்தம் கேட்டது.

"என்ன அது?" என்றாள் காதரின். நான் துடுப்பு வலிப்பதை நிறுத்திவிட்டுக் கவனித்தேன். அது ஒரு மோட்டார்ப் படகு; ஏரியில் உட்புறமாகச் சென்று கொண்டிருந்தது.

படகை மெதுவாகக் கரையோரம் நிறுத்தினேன். மோட்டார் படகு எங்களைத் தாண்டிப் போகும் வரையில் ஓசைப்படாமலிருந் தோம். அதில் எல்லைப்புறச் சுங்க அதிகாரிகள் நான்கு பேர் இருந்தனர். அவர்களுடைய தொப்பிகள் முகத்தை மூடிக் கொண்டி ருந்தன. கழுத்துப்பட்டை நன்றாகத் தள்ளிவிடப்பட்டிருந்தது. தோளில் துப்பாக்கிகள் தொங்கிக்கொண்டிருந்தன. அதிகாலையாக இருந்ததால் அவர்கள் தூங்கிவழிந்து கொண்டிருந்தனர். அவர்கள் தொப்பிகளிலும் கழுத்துப் பட்டைகளிலும் மஞ்சள் அடையாளங்கள் கூட நன்றாகத் தெரிந்தன. அதுதான் சுங்க அதிகாரிகளின் உடை. மோட்டார்ப் படகு முன்னால் சென்று மறைந்தது.

நான் மறுபடியும் ஏரி நடுவிற்குச் சென்றுவிட்டேன். கரை யோரம் செல்லுவதில் மற்றொரு ஆபத்துமிருந்தது. கரையில் சாலை யில் இருக்கும் காவல்காரன் எவனாவது எங்களைக் கூப்பிட்டு நிறுத்திவிடக்கூடும். கரையை விட்டு அதிக தூரம் விலகிச் செல்லாமல், சுமார் முக்கால் மணி நேரம் இடைவிடாது படகை மேலே தள்ளிச் சென்றேன். மறுபடியும் அந்த மோட்டார் படகின் ஓசை கேட்டது. அதனால் ஏரியின் நடுவிலேயே சிறிது நேரம் அசைவற்றிருந்தேன். மோட்டார் படகு எங்களைக் கடந்து மறுபுறம் சென்றது.

"நாம் ஸ்விட்ஜர்லாந்துக்குள் வந்துவிட்டோம் என்று எண்ணு கிறேன்" என்றேன்.

"உண்மையாகவா?"

"நிச்சயமாக அறிந்துகொள்ள வகை ஏதும் இல்லை. ஸ்விஸ் தேச ராணுவத்தினர் கண்ணில் பட்டால் நிச்சயமாகச் சொல்ல லாம்."

"ஸ்விஸ் கப்பற்படைதான் கண்ணில் படட்டுமே" என்றாள் அவள் கிண்டலாக.

"நாம் சம்பந்தப்பட்ட வரையில் ஸ்விஸ் தேச கப்பற்படை என்பது விளையாட்டு விஷயமல்ல. சற்றுமுன் பார்த்த மோட்டார் படகு ஸ்விஸ் கப்பற்படையைச் சேர்ந்ததாக இருந்தாலும் இருக்கலாம்."

"நாம் ஸ்விட்ஜர்லாந்தை அடைந்து விட்டோமென்றால் காலை உணவை வயிறார உண்ணலாம். இங்கேதான் வெண்ணெயும்,

பக்குவம் செய்யப்பட்ட பழவகைகளும் ஏராளமாக இங்கேதான் கிடைக்குமே."

இப்போது நன்றாகவே உதயசூரியன் பிரகாசிக்கத் தொடங்கி விட்டான். காற்று இன்னமும் ஏரிக்கரைக்கு எதிர்ப்புறமாகவே வீசிக் கொண்டிருந்தது. எங்கள் தொப்பிகள் கூட அந்தப் பக்கமாகச் சாய்ந்தன. ஸ்விட்ஜர்லாந்து எல்லைக்குள் நாங்கள் நுழைந்துவிட்டோம் என்று நிச்சயமாகவே தோன்றியது. கரையில் மரங்களுக்குப் பின்னால் பல வீடுகள் காணப்பட்டன. ஒரு கிராமமே கண்ணிற் பட்டது. அதன் கற்கட்டிடங்களும், மலைச்சரிவில் நிறைந்திருந்த சிறு வீடுகளும் வீதிகளும் மாதா கோவிலும் நன்றாகவே தெரிந்தன. சாலையில் யாராவது எல்லைப்புறக் காவலர்கள் இருக்கிறார்களா என்று கொஞ்ச நேரமாகவே கூர்ந்து கவனித்து வந்தேன். ஒருவனையும் காணவில்லை. கரைக்குச் சமீபமாகச் சென்ற சாலையிலிருந்த ஒரு ஓட்டலிலிருந்து சிப்பாய் ஒருவன் வந்து கொண்டிருந்தான். ஜெர்மானியர்கள் அணியும் பச்சை நிற உடையும் ஜெர்மானியர் களைப் போல இரும்புத் தொப்பியும் அணிந்திருந்தான். பல் துலக்கும் பிரஷ்போன்ற மீசையுடன் நல்ல ஆரோக்கியத்துடன் பளபளத்தது அவன் முகம். அவன் எங்களைப் பார்த்தான்.

"அவனுக்குக் கைதூக்கி வணக்கம் தெரிவி" என்றேன் காதரீனைப் பார்த்து. அவள் கையை உயரத் தூக்கி ஆட்டினாள். அவன் பதிலுக்குக் கையை அசைத்தான். அவனுக்கு ஒன்றும் புரியவில்லை. நான் படகைக் கரைக்குக் கொண்டு வந்தேன். அந்தக் கிராமத்தின் எதிரிலிருந்த நீர்நிலையை அடைந்ததும், படகைவிட்டு இறங்க ஆயத்தமானேன்.

"நாம் நிச்சயமாக ஸ்விஸ் எல்லைக்குள் வெகுதூரம் வந்து விட்டதாகவே நினைக்கிறேன்."

"நன்றாக நிச்சயப்படுத்திக் கொள்ளுங்கள். அன்பரே, நம்மைத் திரும்பி இத்தாலிய எல்லைக்கு அனுப்பிவிடப் போகிறார்கள். அப்படி நேரக்கூடாது."

"எல்லையைக் கடந்து நாம் வெகுதூரம் வந்துவிட்டோம். இது எல்லைப்புறச் சுங்க இலாகா நிலையம் என்று நினைக்கிறேன். இது 'ப்ரிஸ்ஸாகோ' என்னும் கிராமம்தான், சந்தேகமில்லை" என்றேன்.

"அங்கே இத்தாலியர்களும் சுங்க நிலையத்தில் இருக்க மாட்டார் களா? எல்லைப்புற நிலையங்களில் இரண்டு தேசத்து அதிகாரிகளும் இருப்பார்களல்லவா?"

"சாதாரணமாக அப்படித்தான் வழக்கம். ஆனால் இது யுத்த காலம். இத்தாலியர்கள் எல்லையைத் தாண்டி இங்கே வர அனுமதிக்கப்பட மாட்டார்கள்," என்று அவளைத் திருப்தி செய்து

விட்டு அங்கே இறங்கி அந்த ஊரில் காலை ஆகாரம் சாப்பிட நிச்சயித்தோம். நான் படகைக் கரை சேர்த்து, அநேக இதர படகுகள் கட்டி வைத்திருந்த இடத்திற்குப் பக்கத்தில் ஒரு இரும்பு வளையத்தில் கட்டினேன். காதரீனுக்குக் கை கொடுத்து அவளைக் கீழே இறக்கினேன்.

"கைப் பெட்டிகளை என்ன செய்வது?"

"படகிலேயே விட்டுவிடு. யாரும் எடுத்துச் செல்ல மாட்டார்கள்."

நாங்கள் இருவரும் ஸ்விட்ஜர்லாந்தில் அடி எடுத்து வைத்து அந்த ஊரில் நடந்தபோது புதிய இன்பத்துடன் எங்கள் உள்ளங்கள் பூரித்தன. என்ன அழகான தேசம் என்று அவள் வியந்தாள். "நாம் இந்த இடத்தை ஒருவித ஆபத்துமின்றி அடைந்தது மகிழ்ச்சிக்குரிய விஷயமல்லவா?" என்று திருப்தியடைந்தேன். அந்தச் சனியன்பிடித்த நாட்டை விட்டு வந்துவிட்டதில் எங்களிருவருக்கும் பரம சந்தோஷம். உள்ளங்கால்களிலிருந்து உச்சந்தலைவரை எங்கள் சந்தோஷப் புத்துணர்ச்சி பரவியது.

ஒரு ஓட்டலுக்குள் நுழைந்தோம். மேஜைகள் சுத்தமாக இருந்தன. அன்புகனிந்த முகத்துடன் சுத்தமான ஆடையணிந்த ஓட்டல் ஸ்திரீ ஒருத்தி எங்களுக்கு என்ன வேண்டும் என்று விசாரித்தாள்.

'ரோல்ஸ்', ஜாம், காபி என்று தெரிவித்தாள் காதரின்.

"யுத்த காலமானதால் 'ரோல்ஸ்' வழங்குவதில்லை. மன்னிக்கவும்."

"அப்படியானால் அதற்குப் பதில் ரொட்டி."

"டோஸ்டாகச் சுட்டுக்கொண்டு வரட்டுமா?"

"கொண்டு வா."

வேகவைத்த மூன்று முட்டைகள் வேண்டுமென்று நான் கேட்டேன். "நான்காகத்தான் இருக்கட்டுமே" என்றாள் காதரின். ஓட்டல்காரி உள்ளே சென்றதும் காதரீனை அணைத்து முத்தம் கொடுத்தேன். அவளுடைய கைகளை இறுகப்பிடித்துக் கொண்டு ஒருவரையொருவர் பார்த்துக் கொண்டே இருந்தோம். அந்தச் சமயம் எங்களுடைய சந்தோஷத்திற்கு அளவேயில்லை.

"எவ்வளவு அற்புதமாக இருக்கிறது இங்கே பார்த்தீர்களா அன்பரே!"

"சந்தேகமென்ன, வெகு பிரமாதம்?"

"இரவெல்லாம் ரோல்ஸைப் பற்றி நினைத்துக் கொண்டிருந்தேன். அதனால்தான் இங்கே நுழைந்ததும் அதற்கு 'ஆர்டர்' கொடுத்தேன்

அது இல்லாததனால் ஒன்றும் முழுகிப் போகவில்லை," என்றாள் காதரின்.

"நம்மைச் சீக்கிரமே அவர்கள் கைது செய்வார்கள் என்று நினைக்கிறேன்," என்றேன் நான்.

"அதைப்பற்றிப் பிறகு பார்த்துக் கொள்ளலாம், முதலில் உணவு சாப்பிடுவோம். சாப்பிட்ட பிறகு அவர்கள் நம்மைக் கைது செய்வதில் உங்களுக்கு ஆட்சேபம் ஒன்றுமில்லையே. அப்படித்தான் கைது செய்தாலும் நம்மை என்ன செய்து விடுவார்கள்? நீங்கள் அமெரிக்க பிரஜை. நான் ஆங்கிலப் பிரஜை. இருவரும் நல்ல அந்தஸ் துடனிருப்பவர்கள்," என்றாள் காதரின்.

"உன்னுடைய அனுமதிச்சீட்டு வைத்திருக்கிறாயல்லவா?"

"வைத்திருக்கிறேனே, அதில்லாமலா. ஆனால் அதைப் பற்றி யெல்லாம் இப்போதென்ன பேச்சு. நாம் சந்தோஷமாகப் பொழுது போக்கலாம்."

"என் சந்தோஷத்துக்கு என்ன குறைச்சல்." ஒரு பூனை இப்போது எங்கள் மேஜைக்கடியில் வந்து எங்களை உராய்ந்தபடியே உட் கார்ந்தது. அதை நான் தடவிக் கொடுத்தேன். காதரின் சிரித்தாள். இதற்குள் காப்பியும் வந்தது.

***

காலை உணவு முடிந்த சிறிது நேரத்திற்கெல்லாம் நாங்கள் கைது செய்யப்பட்டோம். நாங்கள் அந்த ஊர் வீதிகளில் சற்று நேரம் உலாவிவிட்டுக் கைப்பெட்டிகளை எடுத்துவரப் படகுத் துறைக்குச் சென்றோம். எங்கள் படகுக்குப் பக்கத்தில் ஒரு சிப்பாய் காவலாக நின்று கொண்டிருந்தான்.

"இது உங்கள் படகுதானா?" என்று அவன் கேட்டான்.

"ஆமாம்."

"நீங்கள் எங்கிருந்து வருகிறீர்கள்?"

"ஏரியின் மறுகரையிலிருந்து," என்று இத்தாலி இருந்த திக்கைக் காண்பித்தேன்.

"அப்படியானால் நீங்கள் என்னுடனே வரும்படியாக இருக்கும்."

"வருகிறோம். எங்கள் கைப்பெட்டிகள்?"

"எடுத்துக்கொண்டு வாருங்கள்."

இரண்டு பெட்டிகளையும் நான் எடுத்துக் கொண்டேன். காதரின் என்னுடன் வந்தாள். எங்களுக்குப் பின்னால் அந்தச் சிப்பாய் வந்தான். நேராகப் பழைய சுங்க நிலையத்திற்குச் சென்றோம். அங்கே

ஒரு லெப்டினன்ட் என்னும் ராணுவப் பதவி வகித்த அதிகாரி இருந்தார். அவர்தான் ராணுவ தோரணையில் கேள்விகள் கேட்டார்.

"நீங்கள் எந்த நாட்டுப் பிரஜைகள்?"

"அமெரிக்கரும், ஆங்கிலேயரும்."

"உங்களுடைய அனுமதிச் சீட்டுகளை எடுங்கள் பார்க்கலாம்." என்னுடைய சீட்டை நான் கொடுத்தேன். காதரீனுடைய பாஸ் போர்ட்டை அவள் பெட்டியிலிருந்து எடுத்துக் கொடுத்தாள். இரண்டையும் வெகு தூரம் அவர் கூர்ந்து கவனித்தார்.

"நீங்கள் ஏன் ஸ்விட்ஜர்லாந்திற்குள் ஏரி மார்க்கமாகப் படகில் வந்து நுழைந்தீர்கள்?"

"நாங்கள் உல்லாசப் பிரயாணிகள்: படகு தள்ளுவது எனக்கு மிகவும் பிடித்த ஒரு விளையாட்டு. சந்தர்ப்பம் வாய்த்த போதெல் லாம் நான் படகில் செல்லுவது வழக்கம்."

"இங்கே எதற்காக வந்திருக்கின்றீர்கள்?"

"நாங்கள் உல்லாச யாத்திரை செய்பவர்கள். மாரிக்கால விளை யாட்டுக்காக இங்கே வந்திருக்கிறோம்."

"மாரிக்கால விளையாட்டுக்கு இந்த ஊர் ஏற்றதல்லவே."

"அது. எங்களுக்குத் தெரியும். எந்த எந்த இடம் அதற்கு ஏற்றதோ அங்கே போவதற்கு இங்கிருந்து புறப்பட உத்தேசம்."

"இத்தாலியில் என்ன செய்து கொண்டிருந்தீர்கள்?"

"கட்டிடச் சிற்பவேலை பயின்று கொண்டிருந்தேன். இவள் என்னுடைய நெருங்கிய உறவினள். ஓவியக்கலை பயின்று வருகி றாள்."

"அதை விட்டுவிட்டு ஏன் இங்கே வந்தீர்கள்?"

"முன்பே சொன்னேனே, மாரிக்கால விளையாட்டுக்காக வந்திருக்கிறோம் என்று. யுத்த காலத்தில் சிற்பம் பயில்வதில் கவனம் செலுத்துவது மிகக் கடினம்."

"நீங்கள் இங்கேயே இருங்கள்", என்று சொல்லிவிட்டு லெப்டி னன்ட் எங்கள் பாஸ்போர்ட்டுகளுடன் அந்தக் கட்டிடத்திற்குள் சென்றார்.

"நீங்கள் சாமர்த்தியமாகப் பதில் சொன்னீர்கள் அன்பரே. மாரிக்கால விளையாட்டு என்று ஒரே மாதிரியாகச் சொல்லிக் கொண்டிருங்கள்" என்று என்னை உற்சாகப்படுத்தினாள் காதரின்.

"ஓவியக்கலை பயிலுகிறாய் என்று உன்னைப்பற்றிச் சொன் னேனே, உனக்கு அதைப்பற்றி ஏதாவது தெரியுமா?"

“தெரியுமே. ‘ரூபென்ஸ்’ என்று ஒரு ஓவிய நிபுணர் இருக்கிறாரே,” என்றாள் காதரின்.

“தடித்த உருவமும், பருத்த தோற்றமும் உள்ளவர் அவர் தானே?” என்றேன் நான்.

‘டிடியன்’, என்று மற்றொருவர் கூட இருக்கிறாரே.”

“ஆமாம் ஆமாம். தலையலங்காரம் வரைவதில் நிபுணர். மான்டெக்னாவைப் பற்றிக்கூடத் தெரியுமா உனக்கு?”

“கடினமான கேள்விகளெல்லாம் கேட்கிறீர்களே. ஏதோ சுமாராகத் தெரியும். மிகவும் வெறுப்புடனேதான் அவர் ஓவியத்தைப் பற்றி நான் நினைப்பது” என்றாள் காதரின்.

“உண்மைதான், இன்பமூட்டும் ஓவியர் அல்ல அவர்” என்று ஆமோதித்தேன்.

“பார்த்தீர்களா. நான் உங்களுக்கு ஏற்ற மனைவிதான். ஓவியக் கலையைப் பற்றிக் கூட என்னால் பேச முடியும்” என்றாள் காதரின் பெருமையுடன்.

உள்ளே சென்ற லெப்டினன்ட் திரும்பி வந்தார். “உங்களை ‘லோகார்னோ’வுக்கு அனுப்ப வேண்டும். ஒரு வண்டி அமர்த்திக் கொள்ளுங்கள். சிப்பாய் உங்களுடன் வருவான்.”

“சரி, எங்கள் படகு?”

“உங்கள் படகு பறிமுதல் செய்யப்பட்டு விட்டது. உங்கள் கைப் பெட்டிகளில் என்ன இருக்கின்றன?”

பெட்டிகளைத் திறந்து சோதனையிட்டார். பிராந்திப் புட்டியில் கால் பாகம் மீதி இருந்தது. அதைத் தூக்கிப் பிடித்து ஆராய்ந்தார். “என்னுடன் கொஞ்சம் மது அருந்துகிறீர்களா?” என்று அவரை அழைத்தேன். “வேண்டாம்” என்று சொல்லிவிட்டு அதிகார விறைப்புடன், “உங்களிடம் எவ்வளவு பணம் வைத்துக் கொண்டிருக்கிறீர்கள்?” என்று கேட்டார்.

“இரண்டாயிரத்தைநூறு லீரா.”

இவ்வளவு அதிகமான தொகை என்னிடமிருந்தது என்னைப் பற்றிய அந்தஸ்தை உயர்த்திக் காட்டிற்று. “இந்தம்மாளிடம் எவ்வளவிருக்கிறது?” என்று கேட்டார். அந்தச் சமயம் காதரீனிடம் சுமார் ஆயிரத்து இருநூறு லீராக்களுக்கு அதிகமாகவே இருந்தது. லெப்டினன்ட் திருப்தியடைந்தார். அவருடைய அதிகார விறைப்புச் சற்றுத் தணிந்தது. பேச்சும் சரளமாக வந்தது.

“நீங்கள் மாரிக்கால விளையாட்டுக்குச் செல்வதானால் அதற்கு ஏற்ற இடம் ‘வெங்கன்.’ அங்கே என் தகப்பனாருக்கு ஒரு ஓட்டல்

கூட இருக்கிறது. வருஷம் பூராவும் அங்குச் செல்லலாம்" என்றார் லெப்டினன்ட்.

"சரி, சரி, மிகவும் நல்லதாய்ப் போச்சு. அவர் விலாசத்தை நான் குறித்துக் கொள்ளட்டுமா?" என்று நான் வினவினேன். ஒரு துண்டுச் சீட்டில் எழுதி அதை என்னிடம் நீட்டினார்.

"இந்தச் சிப்பாய் உங்களை லோகார்னோவுக்கு அழைத்துச் செல்லுவான். உங்களுடைய பாஸ்போர்ட்டுகள் அவனிடமே இருக் கின்றன. இவ்வாறு உங்களை நடத்த வேண்டியிருந்ததற்காக நான் வருந்துகிறேன். ஆனால் இது அவசியமானது. லோகார்னோவில் உங்களுக்கு அனுமதிச் சீட்டுகள் கிடைக்குமென்று நம்புகிறேன்" என்று சொல்லிவிட்டுப் பாஸ்போர்ட்டுகளைச் சிப்பாயிடம் கொடுத் தார்.

நான் பெட்டிகளை எடுத்துக்கொண்டு வண்டி ஏற்பாடு செய்யக் கிளம்பினேன். லெப்டினன்ட் அந்தச் சிப்பாயைக் கூப்பிட்டு ஏதோ ஜெர்மன் மொழியில் கூறினார். அவன் என்னிடமிருந்த பெட்டிகளை வாங்கிக்கொண்டு நடந்தான். நான் அங்கிருந்தே லெப்டினன்டிற்கு நன்றி தெரிவித்தேன்.

வண்டி அமர்த்திக்கொண்டு நேராக லோகார்னாவுக்குச் சென்றோம். டிரைவருடன் வண்டியின் முன்பக்கத்தில் சிப்பாய் அமர்ந்து கொண்டான். லோகார்னோவில் அதிகச் சிரமமில்லாமல் எங்கள் காரியம் நிறைவேறியது. அங்கேயும் எங்களைக் கேள்விகள் கேட்டனர். ஆனால் மரியாதையுடனேயே அதிகாரி நடந்து கொண்டார். ஏனெனில் எங்களிடம் அனுமதிச் சீட்டுகளும் பணமும் இருந்தன. நாங்கள் மாரிக்கால விளையாட்டு என்று சொன்ன கதையை சிறிதுகூட அவர்கள் நம்பவில்லை. சட்டமன்றத்தில் இருப்பது போலவே இங்கேயும் நடவடிக்கைகள் இருந்தன. இந்த விஷயங்களிலெல்லாம் சட்டப்படி சரியாக இருந்தால் போதும். நாம் சொல்லுபவை உண்மையாக இருக்க வேண்டுமென்கிற அவசியமில்லை. சட்டத்திற்கு ஏற்ப முரணில்லாது சொல்லவேண்டும். அதைப்பற்றி மேற்கொண்டு எவ்வித விவரணமும் செய்ய வேண்டிய தில்லை. அதையே திருப்பித் திரும்பிச் சொன்னால் போதும். எனவே தற்காலிக அனுமதிச் சீட்டுகள் எங்களிருவருக்கும் வழங்கப் பட்டன. இவைகள் எப்போது வேண்டுமானாலும் ரத்து செய்யப் படலாம். ஆனால் இதைப் பற்றிக் கவலைப்படவில்லை. நாங்கள் சென்றவிடங்களிலெல்லாம் அந்த ஊர் போலீஸ் ஸ்டேஷனில் இச்சீட்டுகளைக் காட்ட வேண்டும். அவ்வளவே.

"இனி நாங்கள் இஷ்டப்பட்ட இடங்களுக்குச் செல்லலாமா?" என்று கேட்டேன். "போகலாம்" என்றார் அதிகாரி. "எங்கே செல்ல

உத்தேசம்" என்று அவர் கேட்டார் காதரின் "மான்ட்ரோ" என்று பதிலளித்தாள்.

இதிலிருந்து அந்தத் தலைமை அதிகாரிக்கும் அவருடைய அடுத்த உதவி அதிகாரிக்கும் ஒரு குட்டி விவாதம் தொடங்கியது. மாரிக்கால விளையாட்டுக்கு மான்ட்ரோவா? அல்லது லோகார் னோவா? எது சிறந்தது என்பதைப்பற்றிக் காரசாரமாய்ப் பேசினர். இவ்விவாதத்திற்கு முற்றுப் புள்ளி வைக்க எண்ணிய நான் முதன்முதலில் மான்ட்ரோவுக்கே செல்லத் தீர்மானித்திருப்பதாயும், அதன் பிறகு அங்கிருந்து வேறிடங்களுக்குச் செல்லப் போவதாயும் சொன்னேன். அதிகாரிகள் திருப்தியடைந்தனர். நாங்கள் அவ் விடத்தை விட்டு வெளியே வந்தோம். அதிகாரிகள் வெளிவாயில் வரையில் வந்து மரியாதையுடன் எங்களை வழியனுப்பினர். காத்துக் கொண்டிருந்த சிப்பாய்க்குப் பத்து லீரா நோட்டு இனாமாகக் கொடுத்தனுப்பினேன்.

வண்டியை ஓட்டச் சொன்னோம். எங்கு செல்வதென்று நிச்சயிக்கவில்லை. வெளியே போனால் போதும் என்றாகிவிட்டது. எனக்கு அசதி மேலிட்டது. காதரீனுக்குத் தூக்கம் தலையைச் சுழற்றியது. அதிகாரி சிபாரிசு செய்த ஒரு ஓட்டலின் பெயரை வண்டிக்காரனிடம் சொன்னேன். அவன் அதை நோக்கி வண்டியை ஓட்டினான்.

"உனக்கு எப்படி 'மான்ட்ரோ' என்ற பெயரைச் சொல்லத் தோன்றியது. நிஜமாக உனக்கு அங்கே போக வேண்டுமென்று விருப்பமா?" என்று கேட்டேன்.

"ஏதோ அந்தப் பெயர் எனக்கு முதலில் தோன்றியது. அவர்கள் கேட்டதும் அதைச் சொன்னேன். ஏன், அது நல்ல இடம்தானே? மலைமீது இன்னும் இதர இடங்களும் நமக்குக் கிடைக்குமல்லவா?"

"உனக்கு என்ன தூக்கக் கலக்கமா?"

"நான் இப்போதே அரைத்தூக்கத்திலிருக்கிறேன்."

ஐயோ, பாவம். இரவு முழுதும் அவள் விழித்திருந்ததால் சோர்வடைந்திருந்தாள்.

"நாம் இப்போது ஸ்விட்ஜர்லாந்தில் இருக்கிறோம் என்பது உனக்குத் தெரியுமா?"

"இல்லை. நான் காண்பது கனவோ?"

"எனக்குக்கூட அவ்வித உணர்ச்சி ஏற்படுகிறது."

"மிலான் நகரில் முன்பு நான் உங்களை வழியனுப்ப ஸ்டேஷனுக்கு வந்தேனே, அதுபோல் ஆகிவிடாதே இப்பொழுது?" என்றாள் காதரின்.

"ஆகக் கூடாதென்றுதான் நம்புகின்றேன்."

"அதை நினைத்தாலே எனக்குப் பயமாக இருக்கிறது. அன்பரே, நாம் அங்கேதான் போகிறோமோ என்றுகூடப் பிரமை உண்டாகிறது."

"நான் மயக்கமாக இருக்கிறேன். நான் என்ன சொல்லுகிறேன் என்றே சரியாகத் தெரியவில்லை," என்றேன்.

"உங்கள் கைகளைக் காட்டுங்கள். பார்க்கலாம்." நான் கைகளை நீட்டினேன். இரு கைகளிலும் கொப்புளங்கள் கிளம்பி, தோலும் உரிந்துகொண்டிருந்தது. நான் சோர்வுற்று இருந்தேன். முதலிலிருந்த உற்சாகமெல்லாம் மறைந்துவிட்டது. என் கைகளைத் தடவிக் கொடுத்தாள் காதரின்.

சிறிது நேரத்திற்கெல்லாம் ஓட்டலுக்கு முன்னால் வண்டி நின்றது. ஓட்டலிலிருந்து யாரோ ஒருவன் வந்து எங்கள் கைப் பெட்டிகளை எடுத்துச் சென்றான். அவனைப் பின்தொடர்ந்து நாங்களிருவரும் ஓட்டலுக்குள் சென்றோம்.

ஐந்தாம் பாகம்

38

அந்த வருஷம் இலையுதிர் காலத்தில் காலங்கடந்துதான் பனிபெய்ய ஆரம்பித்தது. நாங்கள் வசித்து வந்தது ஒரு மரவீடு. மலைச்சாரலில் பைன் மரங்களின் மத்தியில் இருந்தது. (இராக் காலங்களில் பனிபெய்து தண்ணீர்க் குவளைகளில் எல்லாம்கூட பனிக்கட்டி உறைந்திருக்கும்.) 'மிஸஸ் குட்டின் ஜன்' – அவள் தான் அந்த வீட்டின் எஜமானி – அதிகாலையிலேயே வந்து எங்கள் அறையின் கணப்பில் தீ மூட்டிவிட்டு, ஜன்னல்களை எல்லாம் சாத்திவிட்டுச் செல்லுவாள். அடுப்பில் பைன் மரச் சுள்ளிகள் 'சடசட சடசட'வென்ற ஓசையுடன் வெடித்து எரியும். சிறிது நேரத் திற்குப்பின் மிஸஸ் குட்டின் ஜன் இரண்டாவது முறை எங்கள் அறைக்கு வந்து பெரிய விறகுக் கட்டைகளைக் கொணர்ந்து அடுப்பில் போடுவாள். எங்களுக்கு வெந்நீரும் கொண்டு வருவாள். அறை உஷ்ணமடைந்ததற்குப் பின்னர் காலை உணவு கொண்டு வந்து கொடுப்பாள். படுக்கையில் உட்கார்ந்து உணவு சாப்பிட்டுக் கொண்டே ஏரியையும், அதற்கப்பாலிருந்த பிரஞ்சு எல்லைப்புற மலைகளையும் நன்றாக எங்களால் பார்க்க முடிந்தது. மலை உச்சியிலெல்லாம் பனி மூடியிருந்தது. ஏரித் தண்ணீர் சாம்பல்பூத்த எஃகைப்போல் நீலமாகக் காட்சி அளித்தது.

எங்கள் வீட்டிற்கு வெளியே ஒரு சாலை அந்த மலைப்பக்கம் சென்றது. சக்கரங்கள் பதிந்த பாதைகளும் மேடுகளும் பனியினால் இரும்பைப்போல் இறுகிப்போயிருந்தன. அந்தச் சாலை பைன்மரக் காட்டிற்குள் சென்று அதற்கப்பால் மலைச்சரிவின் மேலே பண்ணை களும், புல்வெளிகளும், சிறு வீடுகளும் மிகுந்திருந்த பிரதேசத்திற்குள் போய் அதற்கடுத்திருந்த ஆழமான ஒரு பள்ளத்தாக்கில் இறங்கியது. அதனடியில் ஒரு சிற்றாறுகூட ஓடி ஏரியில் கலந்தது. காற்று இந்தப் பக்கமாக வீசினால் அந்த ஆற்று நீர் 'சலசலத்து' ஓடும் ஓசைகூடக் கேட்கும்.

இந்தச் சாலையில் நாங்கள் சில சமயம் உலாவச் சென்றோம். ஒவ்வொரு சமயம் சாலையை விட்டு விலகிப் பக்கத்திலிருந்த புல் வெளியில் பனிமீது நடந்து சென்றோம். அங்கு பனி கெட்டிப்படாமல்

நடப்பதற்கு இதமாக மிருதுவாகவே இருந்தது. அப்படி ஒரு சமயம் இறுகிப்போய் கெட்டியாகி இருந்தாலும் ஆணிகள் தைத்த பூட்ஸுகள் அணிந்திருந்ததால், ஆணிகளைப் பனித்தரையில் பதித்துக் கொண்டு நடப்பதற்கு வெகு உற்சாகமாக இருக்கும். புல்வெளியில் நடந்து செல்வது ஒரு இன்பகரமான அநுபவம்.

நாங்கள் வசித்த வீட்டிற்கு எதிர்ப்புறத்திலிருந்த மலைச்சரிவு படிப்படியாக இறங்கி ஏரிக்கரை ஓரத்திலிருந்த சிறு சமவெளிப் பிரதேசத்தில் கொண்டு விடுகிறது. இச்சமவெளியில் ஒரு சாலை ஏரியைச் சுற்றிப் பின்னர் மலைமீதும் ஏறிச் சென்றது. எங்கள் மாடியின் முன் தாழ்வாரத்தில் உட்கார்ந்தபடியே இந்த சாலையையும், அது மலைச்சரிவில் திராட்சைக் கொடிகள் படர்ந்திருந்ததையும் பார்த்துக்கொண்டே இருப்போம். மாரிக் காலத்தில் இக்கொடிகளிலெல்லாம் இலையே இல்லாது வெறும் கொம்புகளே தெரிந்தன. ஏரியில் ஒரு சிறு தீவுபோன்ற திடலும் அதில் இரண்டு மரங்களும் காணப்பட்டன. அந்தத் திடலையும் அந்த இரண்டு மரங்களையும் பார்க்கும்போது செம்படவர் படகு ஒன்று பாய்மரத்தோடிருந்ததுபோல் காட்சியளித்தது. ஏரிக்கு எதிர்ப்புறமிருந்த மலைகள் செங்குத்தாக உயர்ந்திருந்தன. ஏரிக் கோடியில் இரண்டு மலைத்தொடர்களுக்கிடையில்தான் பிரசித்திபெற்ற ‘ரோன் பள்ளத்தாக்கு’ இருக்கிறது. பள்ளத்தாக்கில் ‘டெனட்டும்டி’ என்னும் ஒரு சிகரம் அந்தப் பிராந்தியத்திலேயே உயரமாகக் காணப்பட்டது.

சூரிய வெளிச்சம் பளிச்சென்றிருந்தபோதெல்லாம் நாங்கள் வராண்டாவில்தான் பகல் உணவை உண்போம். மற்ற காலங்களில் மாடி அறையிலே சாப்பிடுவோம். பொழுதுபோக்குச் சஞ்சிகைகள் வாங்கிப் படித்தோம். அவற்றிலிருந்து இரண்டு பேர் ஆடக்கூடிய சீட்டாட்டங்கள் பலவற்றைக் கற்றுக்கொண்டோம். எங்கள் அறையில் இரண்டு நாற்காலியும் ஒரு மேஜையும் போடப்பட்டிருந்தன. புத்தகங்கள், சஞ்சிகைகள் வைப்பதற்கு அந்த மேஜை பயன்பட்டது. உணவுத் தட்டுகள் அகற்றப்பட்டபின் சாப்பாட்டு மேஜைமீதே சீட்டாட்டம் ஆடுவோம். குட்டின்ஜன் தம்பதிகள் வீட்டின் கீழ்ப் பகுதியில் வசித்தனர். அவர்கள் சந்தோஷமாகக் கீழே பேசிக்கொண்டிருப்பது சில சமயம் எங்களுக்குக் கேட்கும்.

குட்டின்ஜன் ஒரு ஓட்டலில் பிரதான பரிசாரகனாக வேலை பார்த்தவர். அவர் மனைவி அதே ஓட்டலில் வேலைக்காரியாக இருந்தவள். அவர்கள் சிக்கனமாகக் குடித்தனம் செய்து சேமித்து வைத்த தொகையைக் கொண்டுதான் அந்த வீட்டை விலைக்கு வாங்கினர். அவர்களுடைய மகன் ஜூரிச்சில் ஒரு ஓட்டலில் வேலை பார்த்து வருகிறான். அவனும் ஒரு பிரதான பரிசாரகனாவதற்குத் தயாராகிக் கொண்டிருந்தான். கீழ்ப் பகுதியிலேயே இந்த வீட்டுக்

காரர்கள் மதுபானச் சாலை ஒன்று வைத்திருந்தனர். மாலை வேளைகளில் சாலையில் சென்ற வண்டிகள் பல வீட்டிற்கெதிரில் நின்று அதிலுள்ளவர்கள் உள்ளே வந்து மது அருந்திவிட்டுச் சென்றதை நான் பார்த்துக் கொண்டிருப்பதுண்டு.

எங்கள் அறைக்கு வெளியே ஒரு மரப்பெட்டியில் விறகுத் துண்டுகள் நிரப்பிவைக்கப்பட்டிருந்தன. அதிலிருந்து அடிக்கடி விறகுச் சுள்ளிகள் எடுத்துப்போட்டுக் கணப்பு அணையாமல் பார்த்துக் கொள்ளுவோம். ஆனால், சாதாரணமாக நாங்கள் இராக்காலத்தில் வெகு நேரம் கண் விழிப்பதில்லை. இருட்டிய பின் சிறிது நேரத்திற்கெல்லாம், படுக்கச் சென்றுவிடுவோம். ஜன்னல்களைத் திறந்துவிட்டுத்தான் தூங்குவோம். இரவு எப்போது விழிப்புற்றாலும் காதரீனை எழுப்பாமலேயே மிக மிருதுவாயிருந்த அவள் படுக்கையைச் சரிசெய்துவிட்டு மறுபடியும் தூங்கி விடுவேன். சுத்தமான விரிப்புகளும், கதகதப்பான அறையும் எங்களுக்கு மிகவும் சுகமாக இருந்தன. யுத்தம் எங்கேயோ நடந்துகொண்டிருந்தது என்பதைப் பத்திரிகைகளிலிருந்து அறிந்தேன்.

***

சில சமயம் மலைக்குக் கீழே இறங்கி மான்ட்ரோவுக்குச் செல்வதுண்டு. நேராக மலையடிவாரத்திற்கு ஒரு பாதை சென்றது. ஆனால், அது மிகவும் செங்குத்தாக இருந்ததால், நாங்கள் பிரதான சாலை வழியேதான் செல்வோம். மலையடிவாரத்தில் மூன்று கிராமங்களிருந்தன. சாலை ‘செர்னெக்ஸ்’ என்பது ஒன்று, ‘பான்ட நிவான்ட்’ என்பது மற்றொன்று, மூன்றாவதின் பெயர் நினைவுக்கு வரவில்லை. இவற்றை எல்லாம் தாண்டினால் பழங்காலக் கற்கட்டிடம் ஒன்றிருக்கிறது. அது சதுரமாக விஸ்தாரமான இடத்தில் கட்டப் பட்ட ஒரு மாளிகை. சுற்றிலும் திராட்சைக் கொடிகள் படர்ந் திருந்தன. அதற்கப்பால்தான் மான்ட்ரோ கிராமம் இருக்கிறது.

மான்ட்ரோவில் எங்களுக்கு ஒருவரையும் தெரியாது. ஏரிக் கரை ஓரமே நடந்து சென்றோம். ஏராளமான அன்னப்பறவைகளும் கடற்பறவைகளும் ஏரியை வட்டமிட்டுக் கொண்டிருந்தன. அருகே சென்று அவைகளை உன்னிப்பாகக் கவனித்தால் உடனே பறந்து சென்றுவிடும். ஏரியின் நடுவே கூட்டம் கூட்டமாக முழுகும் பறவைகள் நீந்திச் செல்லும் போது நீர்மட்டத்தில் நீண்ட பாதை அமைந்தது போலிருக்கும். பார்ப்பதற்கு வெகு அழகாக இருக்கும். கடைகளைப் பார்த்தபடியே சென்றோம். பெரிய ஓட்டல்கள் பல அங்கே இருந்தன. ஆனால் இப்போது யாத்திரிகர்கள் வரும் கால

மல்லாததால் எல்லாம் மூடிக்கிடந்தன. கடைகள் மட்டும் திறந்திருந்தன. கடைக்காரர்கள் எங்களை மகிழ்ச்சியுடனே வரவேற்றனர்.

அங்கு முடியலங்காரம் செய்யும் நேர்த்தியான இடம் ஒன்றிருந்தது. காதரின் தன் கேசங்களை அழகுபடுத்திக்கொள்ள அதனுள்ளே நுழைந்தாள். அந்தக் கடையை நடத்திவந்த பெண்கள் சிரித்த முகத்துடன் எங்களை வரவேற்றனர். எங்களுக்கு அந்த ஊரில் தெரிந்த இடம் இது ஒன்றுதான். நான் அருகாமையிலிருந்த ஒரு ‘பீர்’ கடைக்குச் சென்று பிரசித்தி பெற்ற ‘ம்யூனிச் பீர்’ குடித்துவிட்டு சிறிது நேரம் பத்திரிகை படித்துக் கொண்டிருந்தேன். பத்திரிகைகளில் விளம்பரப் பகுதிகளெல்லாம் வெட்டிவிடப் பட்டிருந்தன. எதிரிகளுக்கு விளம்பரம் மூலம் ஏதாவது செய்திகள் சென்றுவிடக்கூடும் என்பதற்காக முன்னெச்சரிக்கையுடன் எடுத்துக்கொண்ட நடவடிக்கை இது. யுத்தம் எங்கும் சாதகமாக நடக்கவில்லை என்பதை பத்திரிகைகளில் படித்து அருவறுப்புற்றேன். மேலும், ஒரு குவளை ‘பீர்’ வரவழைத்து அத்துடன் உப்பு பிஸ்கோத்தும் ஒரு பொட்டலம் வாங்கினேன். அதைத் தின்று கொண்டே காதரின் வருகைக்காக அங்கேயே உட்கார்ந்திருந்தேன். ஆனால், அவள் இன்னும் வரவில்லை.

நான் அவ்விடத்தை விட்டகன்று தலை அலங்காரம் செய்யுமிடத்திற்குச் சென்றேன். அப்போதுதான் காதரீனுடைய கேசத்தை அலைஅலையாகப் படிய வைத்துக் கொண்டிருந்தாள் அந்தக் கடைக்கார மாது. நான் கடையின் ஒரு பக்கத்தில் உட்கார்ந்து அவர்கள் செய்வதை எல்லாம் பார்த்துக் கொண்டிருந்தேன். காதரின் சிரித்தாள். ‘கிளிக், கிளிக்’ சப்தம் இன்பகரமாகவே இருந்தது. அங்கே வைக்கப்பட்டிருந்த மூன்று நிலைக்கண்ணாடிகளிலும் காதரின் உருவம் தெரிந்தது. இதைப் பார்த்துக்கொண்டே இருந்தேன். சிறிது நேரத்திற்குப்பின் அவள் தலையில் சொருகியிருந்த ஊசிகளை எடுத்துவிட்டுப் புதிய கொண்டை ஊசிகளைச் சொருகிக் கொண்டு புறப்பட ஆயத்தமானாள்.

நாங்கள் வெளியே வீதியில் வந்தபோது குளிர் அதிகமாகியிருந்தது. கடுமையான மாரிக்காலம், குளிர்காற்றும் வீசிக் கொண்டிருந்தது. புதிதாக அலங்கரிக்கப்பட்ட கேசத்துடன் காதரின் மிக்க எழிலுடன் விளங்கினாள்.

“என் கண்மணி, உன் மீது எனக்கு காதல் எல்லையற்றது,” என்றேன்.

“நாம் இங்கே இன்பகரமாகக் காலங் கழிக்கிறோம் அல்லவா? நாம் வழக்கமாகச் சாப்பிடும் தேநீரை விட்டு இன்று வேறெங்காவது

சென்று 'பீர்' சாப்பிட்டாலென்ன. குட்டிக் காதரீனுக்கும் 'பீர்' நல்லது. அதை அதிகமாக வளர விடாமல் சிறியதாகவே வைத்திருக்கும்.

"குட்டிக் காத்ரீனா? அந்தத் திருட்டுப் பயலைச் சொல்லு கிறாயா?"

"ஏன் அவளைத் திட்டுகிறீர்கள். அவள் எனக்கு எவ்விதக் கஷ்டமும் கொடுப்பதில்லையே. மிகவும் நல்ல குழந்தை. டாக்டர் தான் சொன்னார். பீர் அருந்தினால் என் உடம்புக்கும் நல்லது. குழந்தையும் அதிகமாகப் பருக்காதாம்."

"குழந்தையை அதிகமாக வளரவிடாது வைத்திருந்து பிறகு அது ஆணாகப் பிறந்து விட்டால் பந்தயக் குதிரைகளை ஓட்டு வதற்கு அவனைத் தயாராக்கி விடலாம்."

"இந்தக் குழந்தை பிரசவமானதும் நாம் கல்யாணம் செய்து கொண்டுவிட வேண்டும் என்று தோன்றுகிறது" எனறாள் காதரின். நாங்கள் அந்த பீர்ச் சாலையில் ஒரு மூலையில் உட்கார்ந்திருந்தோம். வெளியே இருட்ட ஆரம்பித்தது. பகல் இன்னமும் முடியவில்லை தான். ஆனாலும் மப்பும் மந்தாரமாக இருந்ததால் இருட்டாகி விட்டதுபோல் காணப்பட்டது.

"ஏன், இப்போதே கல்யாணம் செய்து கொண்டு விடுவோமே," என்றேன்.

"வேண்டாம். இப்போது செய்து கொள்ளுவது இக்கட்டாக முடியும். என்னுடைய தோற்றம் என் நிலையை நன்றாகவே எடுத்துக் காட்டுகிறது. இந்த நிலையில் மற்றவர்கள் முன்னால் எப்படிச் சென்று கல்யாணம் செய்துகொள்ளுவது?"

"முன்னரே நாம் கல்யாணம் செய்து கொண்டிருந்தால் நன்றாக இருந்திருக்குமென்று எனக்குத் தோன்றுகிறது.

"வாஸ்தவம்தான். ஆனால் எப்போது செய்து கொள்ளலாம்? அன்பரே."

"எனக்குத் தெரியவில்லை."

"எனக்கு ஒன்று தெரியும். கர்ப்பிணி என்ற இந்த நிலையில் நான் நிச்சயமாகக் கல்யாணம் செய்துகொள்ளப் போவதில்லை. அந்தக் கடைக்காரிகூடக் கேட்டாள். இதுதான் என்னுடைய முதல் பிரசவமோ என்று. நான் அவனிடம் புளுகினேன். இல்லை, எனக்கு ஏற்கனவே இரண்டு பெண்ணும் இரண்டு பிள்ளைகளுமிருக்கிறார்கள்" என்று சொன்னேன்.

"அப்படியானால் எப்போது கல்யாணம் செய்துகொள்ளலாம் நாம்" என்று அவளைக் கேட்டேன்.

"நான் மறுபடியும் ஒல்லியாக ஆனபிறகு எப்போது வேண்டு மானாலும் செய்து கொள்ளலாம். நம்முடைய கல்யாணம் மிகச் சிறப்பான முறையில் இருக்கவேண்டும். பார்ப்பவர்களெல்லாம் 'எவ்வளவு அழகான இளம் ஜோடி' என்று வாயாரப் புகழவேண்டும்," என்றாள் காதரின்.

"இப்போது அதுபற்றி நீ கவலைப்படவில்லையே?"

"அன்பரே, நான் எதற்காகக் கவலைப்பட வேண்டும்? ஒரே ஒருமுறைதான் நான் கவலைகொண்டது. மிலான் நகரத்தில் முதன் முதலாக அந்த ஓட்டல் அறைக்குள் நுழைந்தபோது நான் ஒரு வேசி என்பது போன்ற உணர்ச்சி ஏற்பட்டது. அந்த அறையின் அலங்காரங்கள்தாம் அவ்வாறு என்னை நினைக்கத் தூண்டிற்று. அந்த உணர்ச்சி ஏழு நிமிடங்களுக்கே இருந்தது. அவ்வளவுதான். இப்போது சொல்லுங்கள். நான் உங்களுக்கு நல்ல மனைவியாக அமையவில்லையா?"

"நீ மிகவும் அற்புதமான மனைவிதான். சந்தேகமே இல்லை. உன்னிடத்தில் எனக்கு மிகவும் பெருமைகூட."

"அப்படியானால் ஏன் கவலைப்பட வேண்டும். கல்யாணச் சடங்கு நிகழவில்லை என்பதனால் என்ன? மறுபடியும் என் உடல் மெலிந்ததும் முறைப்படி உங்களைக் கல்யாணம் செய்து கொள்ளு கிறேன்."

"அப்படியே ஆகட்டும்," என்றேன்.

"நான் இன்னும் ஒரு குவளை 'பீர்' சாப்பிடலாம் என்று நினைக்கிறீர்களா? எனக்கு இடுப்புப் பாகம் சற்றுக் குறுகியிருப்ப தால் குழந்தையை அதிகமாக வளரவிடாமல் பார்த்துக் கொள்ளுவது நல்லது என்று டாக்டர் சொன்னார்."

அதை அவள் சொன்னபோது எனக்குச் சிறிது கவலை ஏற்பட்டது.

"டாக்டர் இன்னும் என்ன சொன்னார்?"

"வேறொன்றும் சொல்லவில்லை. என்னுடைய ரத்த அழுத்தத் தைப் பற்றி அவர் மிகவும் பாராட்டினார்."

"அது சரி, உன்னுடைய இடுப்பு குறுகியுள்ளது என்பதைப் பற்றி இன்னும் என்ன சொன்னார்?" என்று நான் குறிப்பாகக் கேட்டேன்.

"ஒன்றுமில்லை. ஒன்றுமேயில்லை. நான் 'ஸ்கி'யிங் (Ski-ing) என்னும் பனிச் சறுக்கல் விளையாட்டில் ஈடுபடக் கூடாதென்று சொன்னார்."

"வாஸ்தவம்தான்."

“புதியதாக ஆரம்பிப்பதென்றால் என் நிலை அதற்கு இடந் தராது என்றும் முன்னமே பழகி இருந்தால் கீழே விழாமல் சமாளித்துக் கெள்ள முடியுமானால் ஆடலாம் என்றும் சொன் னார்.”

“அவர் தமாஷுக்காகவே அப்படிச் சொல்லியிருக்க வேண்டும். அவர் குறும்புக்காரப் பேர்வழி.”

“அப்படியா. அவர் மிகவும் நல்லவராகவே தோன்றுகிறார். பிரசவத்தின்போது அவரையே கூப்பிடலாம்.”

“நீ கல்யாணம் செய்துகொள்ளுவது அவசியமா என்று அவரைக் கேட்டாயா?”

“இதென்ன கேள்வி, இதைப் போய் அவரிடம் கேட்பேனா? நமக்குக் கல்யாணமாகி நான்கு வருஷங்களாகின்றது என்று அவரிடம் சொல்லியிருக்கிறேன். அன்பரே, இதைக் கேளுங்கள். நான் உங்களைக் கல்யாணம் செய்து கொண்டதும் நானும் அமெரிக்கப் பிரஜையாகிவிடுவேன். அப்படியாகிவிட்டால் கல்யாணத் திற்கு முன்பு பிறந்த குழந்தைகூட நியாயப்படி பிறந்ததெனக் கருதப் படும் இல்லையா?”

“இதை நீ எங்கே கண்டுபிடித்தாய்?”

“இந்த ஊர் பொது நூல் நிலையத்திலிருந்த ‘நியூயார்க் உலகப் பஞ்சாங்கம்’ என்னும் புஸ்தகத்திலிருந்து.”

“நீ மிகவும் சாதுர்யமான பெண்.”

“நான் அமெரிக்கப் பிரஜையாக இருப்பதில் சந்தோஷமே. நானும் உங்களுடன் அமெரிக்கா வருவேன். என்னை அழைத்துக் கொண்டு போவீர்களோ இல்லையோ, அன்பரே. எனக்கு நயாகரா நீர்வீழ்ச்சியைப் பார்க்க வேண்டுமென ஆசை.”

“பேஷ். ரொம்ப சந்தோஷம்.”

“இன்னும் பல இடங்களைக் கூடப் பார்க்கவேண்டுமென்று ஆவல், ஆனால் ஏதோ ஒன்று மறந்து போய்விட்டது.”

“சிகாகோ நகரத்துத் துறைமுகக் கிடங்குகளா?”

“இல்லை. எனக்குக் கவனத்திற்கு வரவில்லை.

“ ‘ஷல் வொர்த்’ சீமானின் மாளிகைகளா?”

“இல்லை.”

“கிராண்ட் கேண்யான் (Grand Canyon) என்னுமிடமா?”

“இல்லை. ஆனால் அதையும் பார்க்க விருப்பந்தான்.”

நீ நினைத்துக் கொண்டிருந்ததுதான் என்ன?”

"தங்க வாசல் (Golden Gate). ஆமாம் ஆமாம். அதைத்தான் பார்க்க நினைத்தேன். அது எங்கே இருக்கிறது?"

"ஸான் பிரான்ஸிஸ்கோவில் இருக்கிறது."

"நாம் அங்கே செல்லலாம். அந்த நகரத்தையும் பார்க்க வேண்டுமென்று எனக்கு ஆசை."

"அப்படியே செய்யலாம்."

"இப்போது நாம் மலைமீது சென்று வரலாம். உங்களுக்கு இஷ்டந்தானே? நமக்கு இப்போது ரெயில் கிடைக்குமா?"

"ஐந்து மணி சுமாருக்கு ஒரு வண்டியிருக்கிறது."

நாங்கள் ஸ்டேஷனை அடைந்தோம். ரோன் பள்ளத்தாக்கிலிருந்து குளிர்ந்த வாடைக்காற்று வீசிக் கொண்டிருந்தது. ஸ்டேஷனில் ஒரு மின்சார ரெயில் காத்துக் கொண்டிருந்தது. ஐந்து மணி பத்து நிமிஷத்திற்கு அது புறப்படும் என்று அங்கிருந்த ஒரு அறிவிப்பு தெரிவித்தது. இன்னும் ஐந்து நிமிஷம் இருந்தது. நாங்கள் ஒரு பெட்டியிலேறி உட்கார்ந்தோம். ஜன்னல்களைத் திறந்து விட்டோம். வண்டியின் பெட்டிகள் மின்சாரத்தால் உஷ்ணம் பரப்பப்பட்டுக் கதகதப்பாக இருந்தன. ஜன்னல் வழியே வீசிய குளிர்காற்று இதற்கு மாற்றாக இருந்தது.

"உனக்கு சோர்வு உண்டாகாதே. நாம் இப்போது போவது நீண்ட தூரப் பிரயாணம். திரும்பிவர நேரமாகலாம்" அவளைக் கேட்டேன். அவள் உற்சாகத்துடனே இருப்பதாயும் அந்தப் பிரயாணத்தை விரும்பியதாகவும் தெரிவித்தாள்.

கிறிஸ்துமஸ்ஸுக்கு மூன்று நாட்கள் முன்புதான் பனி பெய்ய ஆரம்பித்தது. அன்று காலை விழித்துக் கொண்டதும் நாங்கள் படுக்கையிலேயே உட்கார்ந்து பனி பெய்வதைப் பார்த்துக் கொண்டிருந்தோம். மூலையில் 'ஸ்டவ்' எரிந்து கொண்டிருந்தது. அன்று பெய்த பனிமழை மிகக் கடுமையானது. வெளியே சாலையே தெரியவில்லை. பனியும் காற்றும் கலந்து புயல்போல் அடித்தது. நான் மீண்டும் படுக்கைக்குச் சென்று உட்கார்ந்தேன். இருவரும் பேசிக்கொண்டே பொழுதைப் போக்கினோம்.

'ஸ்கியிங்' போனால் கூட தேவலை என்று தோன்றுகிறது. இந்தப் பனி மழையில் 'ஸ்கியிங்' தெரியாமல் இருப்பது என்னமோ போலிருக்கிறது" என்றாள் காதரின்.

"உனக்கு வேண்டுமானால் சமபூமியில் சறுக்குவதற்கேற்ற கால்கட்டைகள் வாங்கித் தருகிறேன். தெருக்களிலேயே சறுக்கலாம். அதில் ஒன்றும் ஆபத்தில்லை. மோட்டாரில் போவதுபோல இருக்கும்."

"அது காலைக் கெட்டியாக இறுக்குமோ?"

"போட்டுக் கொண்டுதான் பார்க்கலாமே. சிறிது நேரத்திற்குப் பின் பனியின் மீது நடந்தே செல்லலாம்."

"பகல் சாப்பாட்டுக்கு முன் போகலாமா? நல்ல பசி எடுக்கும்."

"இது இல்லாமலே எனக்கு எப்போதும் பசி எடுத்துக் கொண்டு தானிருக்கிறது."

"எனக்கும் அப்படித்தானிருக்கிறது."

நாங்கள் வெளியே சென்றோம். பனி வீசியதால் அதிக தூரம் செல்லமுடியவில்லை. நான் மேலே சென்று ஸ்டேஷனை நோக்கிச் சறுக்கினேன். என் பின்னால் காதரின் வந்தாள். இருவரும் ஸ்டேஷனைத் தாண்டி வெகுதூரம் போய்விட்டோம். பனி அடித்த வேகத்தில் ஒன்றையும் கவனிக்க முடியவில்லை. ஸ்டேஷனுக்கடுத்த ஒரு சிறு ஓட்டலுக்குள் நுழைந்து 'வெர்மத்' மது வரவழைத்தேன். காதரின் ஒரு சாக்கலேட் தருவித்துக் கொண்டாள். எங்களிருவருக்கும் நல்ல பசி. காதரின் நன்றாக ரசித்துச் சாப்பிட்டாள். நான் மது மட்டும் அருந்தினேன்.

நாங்கள் ஓட்டலைவிட்டு வந்தபோது வழியெல்லாம் பனி மூடிக் கிடந்தது. மேடு பள்ளங்கள்கூடத் தெரியவில்லை. முகங்களின் மீது வீசிக் கண்ணை மறைத்த பனியை வழித்தெறிந்தோம். மெதுவாக எங்கள் ஓட்டலை அடைந்தோம். குட்டின்ஜன் பகல் உணவைப் பரிமாறினார்.

"நாளைக்கு ஊரில் 'ஸ்கியிங்' ஆரம்பமாகிறது. நீங்கள் 'ஸ்கியிங்'கில் கலந்துகொள்ள விருப்பமா, மிஸ்டர் ஹென்ரி," என்று அவர் என்னைக் கேட்டார்.

"எனக்கு 'ஸ்கியிங்' தெரியாது. ஆனால் கற்றுக்கொள்ள விரும்பு கிறேன்."

"சுலபமாகவே கற்றுக்கொள்ளலாம். கிறிஸ்துமஸ்ஸுக்கு என் பையன் இங்கு வருவான். அவனைக் கொண்டு உங்களுக்குச் சொல்லித்தர ஏற்பாடு செய்கிறேன்."

"மிக்க சந்தோஷம், அவன் எப்போது வருகிறான்?"

"நாளை இரவு."

பகல் உணவுக்குப்பின் நாங்கள் எங்கள் சிறிய அறையில் அடுப்பின் பக்கத்தில் உட்கார்ந்து பனி பெய்வதை பார்த்துக் கொண்டிருந்தபோது காதரின் "நீங்கள் தனியாக வெளியே மலைமீது சென்று மற்ற புருஷர்களுடன் கூடி 'ஸ்கியிங்' விளையாட்டு ஆட விரும்பு கிறீர்களா?" என்று என்னைக் கேட்டாள்.

"விருப்பமில்லை. நான் ஏன் தனியாகப் போகவேண்டும்?"

"சில சமயங்களில் என்னை விட்டு மற்றவர்களுடன் சிறிது நேரம் அளவளாவி விட்டு வரலாம் எனறு தோன்றலாமே என்றுதான் சொன்னேன்."

"உனக்கு வேறு யாரையாவது பார்க்க விருப்பமா என்ன?"

"இல்லை."

"எனக்கும் விருப்பமில்லை" என்றேன்.

"அது எனக்குத் தெரியும். நீங்கள் என் மாதிரி இல்லையே. நான் கர்ப்பவதி. ஆகையால் ஒன்றும் செய்யாமல் சும்மா இருப்ப திலேயே திருப்தியடைகிறேன். நான் இப்போதெல்லாம் அதிகமாகப் பேசுகிறேன். அசட்டுத்தனமாக நிறையப் பிதற்றுகிறேன். என்னிடம் சலிப்புண்டாகாமலிருக்கக் கொஞ்ச நேரத்திற்காவது நீங்கள் வெளியே சென்றுவருவது நல்லது."

"நான் வெளியே போவதை நீ விரும்புகிறாயா?"

"இல்லவேயில்லை. நீங்கள் இங்கே இருக்க வேண்டும்."

"நானும் அதைத்தான் செய்யப்போகிறேன்."

"நீங்கள் இப்படி என்னருகில் வாருங்கள். உங்கள் தலையில் அடிபட்ட இடத்தைப் பார்க்கலாம். இன்னும் அந்தக் கொம்மை குறையவில்லையே," என்று என் நெற்றியைத் தன் விரல்களால் தடவிப் பார்த்தாள். தடவிக்கொண்டே, "அன்பரே, நீங்கள் தாடி வளர்த்தால் என்ன?" என்றாள்."

"நான் தாடி வளர்ப்பதில் உனக்கு விருப்பமா?"

"ஆம். அந்த வேடிக்கையைப் பார்க்க நான் ஆசைப்படுகிறேன்."

"அப்படியே. இப்போதிலிருந்தே தாடி வளர்க்கிறேன். இது நல்ல யோசனைதான். எனக்கும் ஏதாவது வேலை வேண்டுமே!"

"செய்ய வேலை இல்லையே என்ற கவலையா?"

"இல்லை. வேலை ஒன்றுமில்லாதிருப்பதையே நானும் விரும்பு கிறேன். இங்கே இந்த வாழ்க்கை மிக இன்பமாகவே இருக்கிறது. உனக்கும் இது பிடித்திருக்கிறதல்லவா?"

"ரொம்பப் பிடித்திருக்கிறது. என் உடல் பருத்திருப்பதால் உங்களுக்கு என் மீது சலிப்பு ஏற்படலாமோ என்றுதான் பயந்தேன்.

"அசட்டுப் பெண்ணே, ஏன் அப்படிச் சொல்லுகிறாய்? உன் மீது நான் எவ்வளவு மோகம் கொண்டிருக்கிறேன் தெரியுமா?"

"இப்போது நான் இருக்கும் நிலைமையில் கூடவா?"

"ஆமாம். இப்போது இருக்கும் நிலைமையிலும் நான் மிகவும் சந்தோஷமாகவே இருக்கிறேன். ஏன் நீயும் சந்தோஷமாகத்தானே இருக்கிறாய், இல்லையா?"

"நான் இன்பமயமாகவே இருக்கிறேன். நீங்கள்தான் ஒருவேளை அமைதியற்று இருக்கிறீர்களோ என்கிற சந்தேகம்."

"அப்படி ஒன்றுமில்லை. சில சமயங்களில் போர்முனையைப் பற்றியும் அங்கு எனக்குத் தெரிந்த நண்பர்களைப் பற்றியும் நினைப்பு வரும். அவர்கள் எப்படி இருக்கிறார்களோ, என்ன செய்து கொண்டிருக்கிறார்களோ என்று நினைக்கத் தோன்றும். எதைப் பற்றியும் அதிகமாக நான் சிந்திப்பது கிடையாது."

"யாரைப்பற்றி நீங்கள் அதிகமாக நினைக்கிறீர்கள்?"

"ரினால்டி, பாதிரியார், இன்னும் சில நண்பர்களைப் பற்றி. ஆனால் அதிகம் சிந்திப்பது கிடையாது. நான்தான் போரிலிருந்து விலகி வந்துவிட்டேனே. போரைப்பற்றி நான் ஏன் சிந்திக்க வேண்டும்?"

"இப்போது நீங்கள் என்ன நினைத்துக் கொண்டிருந்தீர்கள், சொல்லுங்கள்."

"ரினால்டிக்கு உண்மையிலேயே மேகக்கிரந்தி என்ற வியாதி இருக்கிறதா என்று வியந்துகொண்டிருந்தேன்."

"இவ்வுளவுதானா?"

"ஆமாம்."

"ஏன், அவருக்கு இந்த வியாதி இருக்கிறது என்று நீங்கள் சந்தேகிக்கிறீர்களா?"

"நிச்சயமாகச் சொல்லத் தெரியாது."

"உங்களுக்கு அம்மாதிரி ஒன்றுமில்லை என்பதைப்பற்றிச் சந்தோஷம், அல்லது உங்களுக்கும் ஏதேனும் எப்போதாவது இருந்ததுண்டா?"

"எனக்கு மேகவெட்டை ஒரு சமயம் இருந்தது."

"அதைப்பற்றிக் கேட்கவே எனக்கு இஷ்டமில்லை. அன்பரே, அதனால் அதிக உபாதை பட்டீர்களோ?"

"ஆமாம். அதிக உபாதைப்பட்டேன்."

"எனக்குக்கூட அது வந்தால் தேவலை என்று தோன்றுகிறது." என்றாள் காதரின்.

"என்ன விந்தை இது! உனக்கு ஏன் வரவேண்டும்?"

"ஆமாம், வரவேண்டுமென்றுதான் விரும்புகிறேன். நீங்கள் கூடிப் பழகிய எல்லாப் பெண்களுடனும் நானும் கலந்திருக்க

வில்லையே என்று சில சமயம் ஏங்குகிறேன். இருந்திருந்தால் அவர்களைப்பற்றி எல்லாம் உங்களிடம் இப்போது கேலி செய்யலா மல்லவா?"

"வெகு அழகாகத்தானிருக்கும்."

"அழகாக இருக்காதுதான். நீங்கள் மேகவெட்டையால் அவதிப் பட்டதுமட்டும் நன்றாக இருந்ததோ?"

"அது கிடக்கட்டும். அந்த மலைமீது பனி எப்படிப் பெய்கிறது பார்" என்று அவள் கவனத்தைத் திருப்ப முயன்றேன்.

"அங்கென்ன இருக்கிறது? அதைவிட உங்கள் முகத்தைப் பார்த்துக் கொண்டிருப்பதிலேயே எனக்கு இன்பம். நீங்கள் ஏன் உங்கள் தலைமயிரை நீளமாக வளரவிடக் கூடாது?"

"எப்படி வளரவிட வேண்டுமென்கிறாய்?"

"இப்போது இருப்பதைவிட நீளமாக."

"இப்போதே நீளமாகத்தானே இருக்கிறது?"

"இல்லை. இன்னும் நீளமாக வளர விடுங்கள். நான் என்னு டைய தலைமயிரைக் கொஞ்சம் கத்தரித்து விடுகிறேன். பிறகு, இருவருடைய தலைமயிரும் ஒன்றுபோல ஆகிவிடும். உங்களுடையது கறுப்பாக இருக்கும். என்னுடையது பொன்னிறமாக இருக்கும்.

"உன்னுடைய தலைமயிரைக் கத்தரிக்க நான் அனுமதிக்க மாட்டேன்."

"அது ஒரு வேடிக்கையாக இருக்கும். இந்த நீள மயிர் இராக் காலங்களில் படுக்கையில் மிகவும் வேதனையாக இருக்கிறது."

"இப்படியிருப்பதைத்தான் நான் விரும்புகிறேன்."

"இன்னும் சற்றுக் குட்டையாக இருந்தால் உங்களுக்குப் பிடிக்காதா?"

"பிடிக்கலாம். ஆனாலும், இப்போது உள்ளது போலவே இருப் பதில் ரொம்பப் பிடிக்கும்."

"கொஞ்சம் குட்டையாக இருந்தால் நன்றாக இருக்கும். நம் இருவருக்கும் ஒன்று போலவே தலைமயிர் இருக்கும். உங்கள் மீதுள்ள மோகத்தினால் நானும் உங்களைப் போலவே எல்லா வகையிலும் இருக்க வேண்டும் என்று ஆசைப்படுகிறேன்."

"இப்போதே நீ என்னைப்போலத்தானே இருக்கிறாய்? நாமிரு வரும் ஒன்றுபோலவே தானிருக்கிறோம்."

"அது எனக்குத் தெரியும். இரவு நேரங்களில் நீங்கள் சொல்லு வதெல்லாம் முற்றிலும் சரி. ஆனால், மற்ற காலங்களில்கூட நாம் இரண்டறக் கலந்துவிட வேண்டுமென்று விரும்புகிறேன். நீங்கள்

எங்கேயும் போக வேண்டாம். 'போகிறீர்களா' என்று சும்மாத்தான் கேட்டேன். வேண்டுமானால் போய் வாருங்கள். ஆனால், சீக்கிரமே திரும்பிவிடுங்கள். அன்பரே, எனக்கு என்னமோ, நீங்கள் இல்லா விட்டால் நான் ஜீவித்திருப்பது போலவே தோன்றவில்லை" என்றாள்.

"நான் எங்கேயும் செல்ல விரும்பவில்லை. சென்றாலும் நீ இல்லாவிட்டால் எனக்கு ஒன்றும் ரசிப்பதில்லை. எனக்கென்று ஒரு தனி வாழ்க்கை இனிமேல் கிடையாது."

"தனியாக ஒரு வாழ்க்கை நீங்கள் வைத்துக்கொள்ள வேண்டு மென்றுதான் என் விருப்பம். நல்ல உன்னதமான வாழ்க்கை ஏற்படுத்திக் கொள்ளுங்கள். நாம் இருவரும் சேர்ந்து அதை அநுபவிப்போம்."

"இப்போது சொல். நான் தாடி வளர்ப்பதை மேற்கொள்ளவா, விட்டுவிடவா?"

"வளருங்கள், வளருங்கள். அது வேடிக்கையாக இருக்கும். புது வருஷப் பிறப்பிற்குள்ளேயே நன்றாக வளர்ந்து விடுமே."

"இப்போது நீ சதுரங்கம் ஆட வருகிறாயா?"

"உங்களுடன் விளையாடுவது அதைவிடச் சிறந்தது."

"அதிருக்கட்டுமே. இப்போது சதுரங்கம் ஆடலாம்."

"அதற்குப் பிறகு உங்களுடன் விளையாடட்டுமா?"

"அப்படியே ஆகட்டும்."

சதுரங்கத்தைத் தயார் செய்தேன். வெளியில் பனிமழை பொழிந்து கொண்டிருந்தது.

இரவு ஒருமுறை நான் விழித்துக் கொண்ட போது காதரின் தூங்காமல் விழித்திருந்தாள் என்று எனக்குத் தெரிந்தது. ஜன்னல் மீது சந்திரஒளி படர்ந்திருந்தது காணப்பட்டது. ஜன்னல் கம்பி களின் நிழல்கூடப் படுக்கைமீது விழுந்திருந்தது.

"நீங்கள் விழித்துக்கொண்டிருக்கிறீர்களா என்ன? அன்பரே!"

"ஆமாம். உனக்கும் தூக்கம் வரவில்லையா?"

நான் உங்களை முதலில் சந்தித்தபோது எனக்குப் பித்துப் பிடித்துவிடும் போலிருந்ததை நினைத்துக் கொண்டே விழிப்புற்றேன். உங்களுக்கு அது நினைவிருக்கிறதா?"

"ஆமாம், நினைவிருக்கிறது. அந்தச் சமயம் நீ ஓரளவு அப்படித் தானிருந்தாய்."

"நான் இப்போதெல்லாம் அந்த மாதிரி இல்லை. உயர்ந்த மனப் பான்மையுடன் இருக்கிறேன். இதை நீங்கள் வர்ணிக்கும் அழகே

அழகு. மற்றுமொருமுறை உங்கள் வாயால் சொல்லுங்கள், கேட்கலாம்.”

“சந்தேகமென்ன. மிக உயர்ந்த மனப்பான்மை உன்னுடையது” என்றேன்.

“பேஷ். உங்கள் இனிமையே இனிமை. இப்போது நான் மகிழ்ச்சிப் பெருக்கில் திளைக்கிறேன்” என்றாள் குதூகலமாக.

“சரி, இப்போது நீ தூங்கப் போ.”

“நாம் இருவரும் ஒரே சமயத்தில் தூங்கிவிடலாம்” என்று சொல்லிவிட்டுக் கண்களை மூடிக் கொண்டாள். அவள் முகத்தின் மீது நிலவு ஒளிவீச அவள் தூங்கும் அழகைச் சிறிதுநேரம் பார்த்து மகிழ்ந்து நானும் தூங்கிவிட்டேன்.

39

ஜனவரி மாத மத்தியில் என்னுடைய தாடி நன்றாகவே வளர்ந்து விட்டது. மாரிக் காலமும் நன்கு நிலைபெற்றுப் பகல்களெல்லாம் குளிர்ச்சி மிகுந்து பளிச்சென்றும் இரவுகளெல்லாம் கடுங்குளிராகவும் மாறிவிட்டன. வீதிகளில் இப்போது நன்றாக நடமாட முடிந்தது. மலைச்சரிவிலிருந்து அடித்துத் தள்ளப்பட்ட பனிக்கட்டிகளெல்லாம் அடிவாரத்தில் வண்டிகள் மீதும் மரக் கட்டைகளின் மீதும் மூலைமுடுக்குகளிலும் நிரம்பி உறைந்து போயிருந்தன. அந்தப் பிரதேசம் பூராவும் பனியால் மூடியிருந்தது. மான்ட்ரோ கிராமம் வரையிலும் கண்ணுக்கெட்டிய இடமெல்லாம் பனி. ஏரிக்கப் பாலிருந்த மலைகளும் ரோன் பள்ளத்தாக்கும் பனியால் மூடப் பட்டு வெளேரென்று காட்சி அளித்தன. மலையின் மறுபக்கமாகச் சென்ற சாலையில் நாங்கள் உலாவப் போகும்போதெல்லாம் ‘பெயின்ஸ் டி அல்லயஜ்’ என்னும் கிராமம் வரையில் செல்லுவோம். ஆணி தைத்த பூட்ஸுகளுடன் கையிலும் கூரான எஃகுக் கம்பி நுனியுடைய கைப்பிரம்புடன் காதரின் உலாவச் செல்லுவது வழக்கம். அவள் மேலங்கி அவளுடைய பருமனை ஓரளவுக்கு மறைத்தது. எங்களால் வெகு வேகமாகச் செல்ல முடியவில்லை. அவளுக்குக் களைப்பேற்படும்போதெல்லாம் வழியோரம் உட்கார்ந்து ஓய்வு எடுத்துக்கொள்ளுவோம்.

பெயின் டி அல்லயஜ் என்னுமிடத்தில் மரங்களடர்ந்த ஓரிடத்தில் ஒரு சிறிய ஓட்டல் இருந்தது. காட்டில் வேலை செய்யும் விறகு வெட்டிகள் இங்கே மது அருந்திச் செல்வது வழக்கம். நானும் அங்கே சென்று சிவப்பு மது அருந்தினேன். இதில் எலுமிச்சம்பழ

ரஸத்தையும் வாஸனைத் திரவியங்களையும் கலந்து க்ளுவீன் (gluhwein) என்று பெயர் சொல்லி அவர்கள் கொடுத்தார்கள். அந்தக் கடுங்குளிருக்கு இந்தப் பானம் ஏற்றதாகவே இருந்தது. சாப்பிட்டதும் உடலில் உஷ்ணம் பரவ ஆரம்பித்தது. ஓட்டலுக்குள் கதகதப்பாகச் சுகமாகவே இருந்தது. அதைவிட்டு வெளியே வந்ததும் குளிர்காற்றுக் கடுமையாக வீசியது. மூச்சை இழுக்கும்போது மூக்கு நுனியெல்லாம் குளிரினால் மரத்துப்போகும். ஓட்டலுக்கு வெளியே விடப்பட்டிருந்த விறகு வெட்டிகளின் குதிரைகள் எல்லாம் தலையை இப்படியும் அப்படியும் ஆட்டிக்கொண்டே உடம்பில் சூடு உண்டாக்கிக் கொண்டிருந்தன. பிடரியில் படிந்திருந்த பனித்துளிகளை எல்லாம் கழுத்தை அசைத்து அசைத்துக் கீழே உலுக்கித் தள்ளின. அவை மூச்சு விடும்போது முகத்தைச் சுற்றிப் புகைப்படலம்போல் காணப்படும். அங்கிருந்து வீடு திரும்பும்போது ரஸ்தாவில் கொஞ்ச தூரம் உயரச்சென்ற பிறகுதான் மட்டமான தரையை அடைய வேண்டும். காட்டிற்குள் சாலை கரடுமுரடாக இருந்தாலும், அதைத் தாண்டியதும் பாதை சுத்தமாகவும் பனி உறைந்து, நடப்பதற்கு மனோகரமாகவும் இருந்தது. வரும்வழியில் குள்ள நரிகளை இரண்டுமுறை நாங்கள் பார்த்தோம். அந்தப் பிரதேசம் ரம்மியமான இடம் என்பதில் சிறிதும் ஐயமில்லை–நாங்கள் இப்பிரதேசத்தில் உலாவச் செல்லுவதை மிகவும் ரசித்து விரும்பினோம்.

“உங்கள் தாடி மிக அழகாக இருக்கிறது. இங்கே விறகு வெட்டி களைப் பார்த்தோமே, அவர்களுடைய தாடியைப் போலவே இருக் கிறது. அவர்கள் காதில் தங்கத்தாலான சிறு குழைகள் அணிந்திருந் தார்களே, கவனித்தீர்களா?” என்றாள் காதரின்.

“அவர்கள் ‘ஷமால்’ என்னும் மலை ஆடுகளை வேட்டையாடு கிறவர்கள். காதில் இந்தக் குழைகளை அணிந்தால் அவர்களுக்குக் காது நன்றாகக் கேட்குமாம். அவர்களுக்குள் இப்படி ஒரு நம்பிக்கை.”

உண்மையாகவா? நான் நம்பவில்லை. தங்களை ஷமாய் வேட்டைக்காரர்கள் என்று காட்டிக்கொள்ளுவதற்காகவேதான் இதை அணிகிறார்கள் என்று நினைக்கிறேன். இந்தப் பிராந்தியத்தில் ஷமாய் ஆடுகள் நிறைய இருக்கின்றனவா?”

“இருக்கின்றன. ‘டென்ட்டுஜமான்’ என்னும் இடத்திற்கப்பால்.”

“நாம் பார்த்தோமே அந்தக் குள்ளநரிகள் விசித்திரமாக இல்லையா?”

“அவை உறங்கும்போது மயிரடர்ந்த வால்களைக்கொண்டு கதகதப்பாக இருக்கும்படி உடம்பில் சுற்றிக்கொள்ளும்.”

"அவைகளுக்கிருப்பது போல் நமக்கும் மயிரடர்ந்த வால் இருந்தால் நாம் விசித்திரப் பிராணிகள் போலக் காணப்படுவோ மல்லவா?"

"ஆமாம், ஆனால் அதைத் தினந்தோறும் வாரிச் சீர்படுத்திக் கொள்ளுவது கடினமாயிருக்கும். ஆனால் வேண்டுமானால் ஒன்று செய்யலாம். நாம் அதற்கென ஆடைகள் தயாரித்து உறைபோட்டு மூடி அதைப் பாதுகாக்கலாம். அல்லது அப்படியே விட்டு விட்டு இப்படிப்பட்ட பிராணிகள் வாழும் இடத்திலே நாமும் வசிக்கலாம். அப்போது நமக்கும் அவைகளுக்கும் வித்தியாசமே தெரியாதல்லவா?" என்றேன் நான்.

"ஏன், இப்போது நாம் வசிக்கும் இடத்தில் நமக்கும் மற்றவர்களுக்கும் என்ன வித்தியாசம் காண்கிறோம். நமக்குத் தெரிந்தவர் ஒருவர்கூட நம் கண்ணில் படவில்லை என்பதைக் கவனித்தீர்களா? உங்களுக்கு இதர மனிதர்களைப் பார்க்க வேண்டுமென்று தோன்ற வில்லையா, அன்பரே?"

"இல்லை."

"நாம் இங்கே சற்று நேரம் உட்கார்ந்து களைப்பாறலாமா? எனக்குச் சிறிது ஆயாசமாக இருக்கிறது."

நாங்கள் சிறிது நேரம் சாலை ஓரத்தில் ஒரு மரத்தின் மீது உட்கார்ந்தோம். சாலை எங்களுக்கு முன்னால் காட்டின் நடுவே சென்றது.

"குழந்தை பிறந்ததும் அது நமக்கிடையிலுள்ள இன்பத்தைக் குலைத்துவிடுமோ? அந்தச் சிறு பயல்!" என்று காதரின் கேட்டாள்.

"வராது. வரும்படி நாம் விடமாட்டோம்" என்றேன்.

"நம்முடைய பண வசதி எப்படியிருக்கிறது?"

"போதுமான அளவு இருக்கிறது. என்னுடைய கடைசி உண்டியல் சீட்டுக்கு அவர்கள் பணம் கொடுத்துவிட்டார்கள்."

"நீங்கள் இப்போது ஸ்விட்ஜர்லாந்தில் இருப்பது உங்கள் குடும்பத்தினருக்குத் தெரிந்திருக்குமே! உங்களை அவர்கள் கண்டுபிடித்து விட மாட்டார்களா?"

"கண்டுபிடிக்கலாம். நானும் அவர்களுக்கு ஏதாவது எழுதி வைக்கிறேன்."

"இதுவரையில் நீங்கள் ஒன்றும் எழுதவில்லையா?"

"இல்லை, தர்சன உண்டியல் விஷயத்தைத் தவிர."

"நான் உங்கள் குடும்பத்தில் பிறக்காமலிருந்ததற்கு ஆண்டவனுக்கு நன்றி செலுத்த வேண்டும்."

"உன்னுடைய திருப்திக்காக வேண்டுமானால் அவர்களுக்குத் தந்திகொடுத்து தெரியப்படுத்துகிறேன்."

"அவர்களைப்பற்றி உங்களுக்கு அக்கறையே இல்லையா? என்னுடைய திருப்திக்காக என்று ஏன் சொல்லுகிறீர்கள்?"

"அக்கறையுண்டு. ஆனால் எங்களுக்குள் சச்சரவு ஏற்பட்டு, மனஸ்தாப மிகுதியால் குடும்பப் பாசம் அற்றுவிட்டது."

"ஒருக்கால் நான் அவர்களிடம் அன்பு கொள்ளக்கூடும். ஆம். அப்படித்தான் நினைக்கிறேன்."

"அவர்களைப்பற்றிப் பேசவேண்டாம். களைப்பாறி விட்டா யானால் நாம் புறப்படுவோம்" என்று அங்கிருந்து வீட்டை நோக்கிக் கிளம்பினோம். இருட்ட ஆரம்பித்துவிட்டது.

"உங்கள் தாடி அழகாக இருக்கிறது. எனக்குப் பிடித்திருக்கிறது. பார்ப்பதற்கு சொர சொரவென்றிருந்தாலும் தொடுவதற்கு மிருது வாக இருக்கிறது."

"தாடி இல்லாமலிருந்ததைவிட இப்போது தாடியுடனிருப்பது உனக்குப் பிடித்திருக்கிறதா?"

"அப்படித்தான் நினைக்கிறேன். அன்பரே, என் கேசத்தை இப்போது கத்தரிக்கப் போவதில்லை. பிரசவமான பிறகுதான், இப்போது பருமனாயிருக்கிறேன். மறுபடியும் மெலிந்தபின்தான் கத்தரித்துக் கொள்ளுவேன். அப்போது உங்களுக்குச் சொல்லாமல் திடீரென்று உங்கள் முன்னால் அழகான புதிய பெண் போலக் காட்சி அளிப் பேன்."

நான் ஒன்றும் கூறாது மௌனமாக இருந்தேன்.

"கத்தரிக்கக் கூடாது என்று சொல்லமாட்டீர்களே?"

"சொல்லமாட்டேன். கத்தரித்துக்கொண்டால் அதுவும் ஒரு வேடிக்கையாகத்தானிருக்கும்."

"நீங்கள் மிகவும் இனிமையானவர். நானும் மெலிந்து, தலை மயிரையும் கத்தரித்துவிட்டு ஒரு புதுப் பெண்போல் ஆகிவிட்டால், நீங்கள் மறுபடியும் புது மோகம் கொண்டு காதல் விளையாட்டில் ஈடுபடுவீர்களல்லவா?"

"இதென்ன சங்கடம்? இப்போது நீ இருக்கும் நிலையிலேயே உன்னைப் போதிய அளவு காதலிக்கிறேனே. மேலும் என்ன செய்ய வேண்டுமென்கிறாய்? இந்தக் கேளிக்கையெல்லாம் எதற்கு? என்னை நாசமாக்கவா?"

"ஆம். அதுதான் என் விருப்பம்."

"அப்படியானால் அதுவே என் விருப்பமும்."

40

ஜனவரி, பிப்ரவரி மாதங்களை இவ்வாறு இன்பமாகவே கழித்தோம். மாரிக்காலம் மனோகரமாகவேயிருந்தது. இப்போது குளிர்காலத்தின் கடுமை குறைவதற்குண்டான அறிகுறிகள் காணப் பட்டன. பனி ஆங்காங்கே உருக ஆரம்பித்தது. சாலையிலும் இறுகிக் கெட்டியாயிருந்த பனி மிருதுவடையத் தொடங்கிற்று. மார்ச்சு மாதம்தான் மாரிக்காலம் முடியப் போகிறதென்பதை அறிவிப்பதுபோல் ஒருநாள் மழை பெய்ய ஆரம்பித்து இரவெல்லாம் பெய்தது. பனிக்கட்டிகளெல்லாம் கரைந்து சேறும் சகதியுமாகக் கிராமங்களில் வழிந்தோடின. எங்கும் தண்ணீரும், சேறுமே காணப் பட்டன. ஏரியிலும் பள்ளத்தாக்கிலும் மேகங்கள் படர்ந்திருந்தன. மலை உச்சியில் மழை பெய்துகொண்டிருந்தது. இந்த மழையிலும் நாங்கள் சிறிது நேரம் வெளியே சென்று வந்தோம். ஸ்டேஷனுக்கடுத்த ஒரு ஓட்டல் வரையில் சென்று மது அருந்தினேன். அங்கே நாங்களிருந்தபோதுதான் அந்த ஊரைவிட்டுச் செல்லலாமா என்பதைப்பற்றிப் பிரஸ்தாபித்தேன்.

"நாம் அடுத்த நகரத்துக்குப் போவதுபற்றி யோசிக்க வேண்டாமா? குளிர்காலம் முடிந்து மழைக்காலம் வந்துவிட்டால் இங்கே இருப்பது ஒன்றும் இன்பகரமாகவே இருக்காது. இன்னும் எவ்வளவு நாள் கழித்து பிரசவம் ஏற்படக்கூடும்?"

"இன்னும் ஒரு மாதம் ஆகலாம். ஒருக்கால் சில நாட்கள் அதிகம் தள்ளினாலும் தள்ளலாம்."

"நாம் 'மான்ட்ரோ' சென்று தங்கினாலென்ன?"

"லாஸேனுக்கே போய்விட்டால் என்ன? அங்கேதானே ஆஸ்பத்திரி இருக்கிறது?"

"அப்படியே செய்யலாம். ஆனால் அது ஒரு பெரிய நகர மாயிற்றே என்றுதான் யோசிக்கிறேன்."

"அதனால் என்ன? அதைவிடப் பெரிய நகரத்திலும்கூட நாம் தனிமையாக இருக்க முடியாதா என்ன? நாம் லாஸேனுக்கே போய் விடலாம்."

"எப்போது போகலாம்?"

"அதைப்பற்றி எனக்குக் கவலை இல்லை. அன்பரே, உங்களுக்கு எப்போது இஷ்டமோ அப்போது, உங்களுக்கு இங்கேயே இன்னும் கொஞ்சநாள் இருக்கலாமென்றால் அப்படியும் செய்யலாம்."

"சரி, பருவநிலை எவ்வாறு மாறுகிறது என்று கவனித்துச் செய்யலாம்."

மேற்கொண்டு மூன்று நாட்கள் மழை விடாது பெய்தது. பனியெல்லாம் இருப்பிடம் தெரியாமல் மறைந்துவிட்டது ஸ்டேஷனுக்குக் கீழே மலைச்சரிவில் பனியின் சாயைகூடத் தெரிய வில்லை. வீதிகளிலெல்லாம் பனி நீர் வெள்ளமாக ஓடிக் கொண்டி ருந்தது. ஈரமும் சேறும் எங்கும் காணப்பட்டதால் வெளியே செல்ல முடியவில்லை. மூன்றாவது நாள் காலை அங்கிருந்து புறப்பட்டுச் செல்லுவது என்று தீர்மானித்தேன்.

“அப்படியே செய்யுங்கள், மிஸ்டர் ஹென்ரி. நீங்கள் எங்களுக்கு முன்கூட்டியே தெரிவிக்க வேண்டுமென்கிற அவசியமில்லை. மழைக் காலம் வந்துவிட்டதால் நீங்கள் இங்கு தங்குவதை விரும்பமாட்டீர்கள் என்பது எதிர்பார்த்ததுதான்” என்றார் ஓட்டல் சொந்தக்காரர் மிஸ்டர் குட்டின்ஜன்.

“அம்மையாரின் உடல்நிலையை அநுசரித்து ஆஸ்பத்திரி வசதியுள்ள இடத்தில் இருப்பது அவசியமாகிறது. அதனால்தான் இங்கிருந்து செல்லவேண்டியிருக்கிறது” என்றேன்.

“நான் இதைப் புரிந்துகொண்டேன். பிரசவமானதும் குழந்தை யுடன் இங்கு வந்து எங்களுடன் கொஞ்சகாலம் தங்குகிறீர்களா?”

“உங்களுக்குச் சிரமமில்லாமல் அதிகப்படியாக ஒரு சிறிய அறை எங்களுக்குக் கொடுத்துதவ முடியுமானால் தவறாமல் வருகிறோம்.”

“வஸந்தகாலம் இங்கு நன்றாகவே இருக்கும். நீங்கள் அப்போது வரலாம். தற்போது அடைத்து வைத்துள்ள அறையில் குழந்தை யையும் நர்ஸையும் இருக்கச் சொல்லி, இப்போது நீங்கள் வசித்த அறையை உங்களுக்குத் தர முடியும்” என்றார்.

“வருவதற்கு முன்னால் உங்களுக்குத் தெரியப்படுத்துகிறேன்.” என்று சொல்லிவிட்டுப் பெட்டிகளைத் தயார்ப்படுத்திக் கொண்டு, பகல் உணவுக்குப்பின் ரெயிலுக்குப் புறப்பட்டோம். குட்டின்ஜனும் அவர் மனைவியும் ஸ்டேஷனுக்கு வந்து எங்களை வழியனுப்பினர். எங்கள் கைப்பெட்டிகளையும் மூட்டைகளையும் அவர்களே ஒரு பனிவண்டியில் வைத்து சேற்றில் தள்ளிக்கொண்டு வந்தார்கள். மழை பெய்து கொண்டிருந்தது. வண்டியும் புறப்பட்டது. அவர்களுடைய அன்பு என்னையும், காதரீனையும் வெகுவாய் ஆட் கொண்டது.

மான்ட்ரோவிலிருந்து லாஸேனுக்கு வண்டி ஏறினோம். லாஸேனை அடைந்ததும் நடுத்தர ஓட்டல் ஒன்றுக்குச் சென்றோம். அந்த ஓட்டல் எங்கள் சுகவாசத்திற்கு எல்லாவகையிலும் ஏற்றது என்றே தோன்றியது. அறையின் ஜன்னல்கள் தோட்டத்தைப் பார்த்த வண்ணமிருந்தன. தோட்டத்திற்கப்பால் உயர்ந்த மதில் சுவர். அதன் மேலே இரும்புக் கம்பிவேலிகள் பதிக்கப்பட்டிருந்தன.

அறையின் விளக்குகளைப் போட்டுவிட்டு, சாமான்களைப் பரப்பி வைக்கத் தொடங்கினாள் காதரின். நான் ஒரு 'விஸ்கி'யும் சோடாவும் கொண்டுவரச் சொல்லி ஸ்டேஷனில் வாங்கிய பத்திரிகையைப் படிக்க ஆரம்பித்தேன். அறையில் குறுக்கும் நெடுக்குமாகக் காதரின் நடந்துகொண்டிருந்தாள்.

"நான் இப்போது என்ன வாங்கவேண்டும் தெரியுமா உங்களுக்கு, அன்பரே," என்றாள் அவள்.

"என்ன?"

"குழந்தைக்கு வேண்டிய துணிகள், இவைகளை வாங்காமல் எந்தக் கர்ப்பிணியும் என்னைப்போல் இவ்வளவு காலங் கடத்த மாட்டாள்?"

"வாங்கிக் கொள்வதுதானே."

"நாளைக்கு அதுதான் முதல்வேலை. என்னென்ன வேண்டு மென்று முதலில் கேட்டுத் தெரிந்துகொள்ளுகிறேன்."

"உனக்குத் தெரிந்திருக்க வேண்டுமே? நீ நர்ஸாக இருந்தவள் தானே?"

"உண்மைதான். ஆனால் யுத்தகாலத்தில் மிகச்சில சிப்பாய் களுக்குத்தான் ஆஸ்பத்திரியில் குழந்தை பிறந்தது."

"ஏன், உனக்குப் பிறக்கப் போகிறதே."

இந்த மொழிகள் அவளைச் சுருக்கென்று தைத்திருக்க வேண்டும். தலையணையை என்மீது வீசினாள். வீசிய வேகத்தில் 'விஸ்கி' கூடக் கொட்டிப் போய்விட்டது.

"போனால் போகிறது. மற்றுமொரு தம்ளர் கொண்டுவரச் சொல்லுகிறேன்," என்றாள்.

"அதில் அதிகம் ஒன்றுமில்லை. நீ இங்கே வா இப்படி," என்று அழைத்தேன் அவளை.

"முடியாது. முதலில் இந்த அறையை ஒழுங்குபடுத்த வேண்டும். நம்முடைய வீடு என்பதற்கு ஏற்ற முறையில் எல்லா வகையிலும் சீராக ஒழுங்குபடுத்த வேண்டும்" என்றாள்.

"நேசநாடுகளின் கொடிகளை எல்லாம் தோரணமாகக் கட்டிப் பறக்கவிடு. நன்றாக இருக்கும்" என்று கேலியாகச் சொன்னேன்.

"வாயை மூடுங்கள்" என்றாள்.

"இன்னொரு தடவை சொல்லு, கேட்கலாம்."

"வாயை மூடுங்கள்" என்றாள், மறுபடியும்.

"அதைக்கூட ஏன் அவ்வளவு ஜாக்கிரதையாகச் சொல்லுகிறாய்? எனக்குக் கோபம் வருகிறதே என்று மிருதுவாகச் சொல்லுகிறாயா?"

“நான் யாருக்கும் கோபம் உண்டுபண்ண விரும்பவில்லை.”

“சரி, நீ இப்படி என் பக்கத்தில் வந்து உட்கார்.”

அவள் வந்து படுக்கையில் உட்கார்ந்தபடியே, “நான் இப்போது ஒன்றும் இனிக்கும் பொருள் அல்ல. பீப்பாய்மாதிரி உடம்புடன் இருக்கிறேன்” என்று சொன்னாள்.

“நீ ஒன்றும் அப்படியில்லை. அழகாகவே இருக்கிறாய். நீ எப்போதும் இனிமையானவளே “நாளுக்கு நாள் அழகு வளருகிறது” என்று உள்ளன்புடன் சொன்னேன்.

“நான் சீக்கிரத்திலேயே ஒல்லியாய் விடுவேன், அன்பரே.”

“நீ இப்போதே ஒல்லியாகத்தானே இருக்கிறாய்?”

“உங்களுக்குக் குடிபோதை அதிகமாகி இருக்கிறது. நான் ஒல்லி யாக இருக்கிறேன் என்கிறீர்களே?”

“போதையொன்றுமில்லை. விஸ்கியும் சோடாவும்தானே சாப்பிட்டேன்.”

“இதோ மற்றொரு தம்ளர் வருகிறது. அதையும் சாப்பிடுங்கள். பிறகு நாம் இரவுச் சாப்பாட்டை இங்கேயே தருவித்துக் கொள்ள லாம்.”

“அது நல்ல ஏற்பாடுதான். சாப்பிட்ட பின் நாம் வெளியே எங்கும் செல்ல வேண்டாம். விளையாடலாம்.”

“நான் கூடக் கொஞ்சம் மது அருந்துகிறேன். நாம் பழைய நாட்களில் சாப்பிடுவோமே அந்தமாதிரி வெண்மை ‘காப்ரீ’ கிடைத் தால் நல்லது” என்றாள்.

இதற்குள் வேலையாள் தட்டில் சோடாவும், ‘ஐஸ்’ துண்டுகள் போட்ட தம்ளரையும் விஸ்கியையும் கொண்டு வந்தான். இரு வருக்கும் சாப்பாட்டுக்கு உத்தரவு கொடுத்தேன்.

நாங்கள் அந்த ஓட்டலில் மூன்று வாரங்கள் தங்கினோம். அந்தக் காலத்தைச் சுகமாகவேதான் கழித்தோம். சாப்பாட்டு மண்டபத்தில் கூட்டமே இல்லை. அநேகமாகக் காலிதான். இரவு உணவை எங்கள் அறையிலேயே சாப்பிட்டோம். ஏரிக்கரையோரம் அடிக்கடி உலாவச் சென்றோம். சரிவிலிருந்த ‘ஔச்சி’ என்ற இடத்திற்கு ரெயிலில் அடிக்கடி பிரயாணம் செய்தோம். பழையபடி லோகார்னோவுக்குப் போகத்தான் ஆசை. ஆனால் இனிய வசந்த காலச் சூழ்நிலை சில நாட்களுக்கு மேல் நிலைக்கவில்லை. மழைக் காலம் வந்துவிட்டது.

காதரின் தனக்கு வேண்டிய குழந்தைச் சட்டைகளை நகரத் திலிருந்து வாங்கி வந்தாள். காலை வேளையில் நான் அருகாமை

யிலிருந்த உடற்பயிற்சி நிலையத்திற்குச் சென்று சிறிது நேரம் குத்துச் சண்டை அப்பியாசம் செய்தேன். காதரின் அநேகமாக அறையிலேயே தங்கியிருந்தாள். காலைப்பொழுது இவ்வாறு சுகமாகவே கழிந்தது. அங்கிருந்து அடுத்த ஒரு ஓட்டலில் 'வெர்மத்' அருந்திவிட்டுப் பகல் உணவுக்கு என்னுடைய ஓட்டலுக்கு வந்துவிடுவேன். என்னுடைய தாடியுடன் குத்துச்சண்டைப் பயிற்சி செய்வது எனக்கு ஒருமாதிரியாக இருந்தது. தாடியை எடுத்துவிட விரும்பினேன். ஆனால் காதரின் அனுமதிக்கவில்லை.

சில சமயம் நானும் காதரீனும் வண்டியில் நகர்ப்புறமாக உலாவச் செல்லுவோம். இரண்டு நல்ல இடங்களைப் பார்த்து வைத்துக் கொண்டோம். அதுவரையில் வண்டியில் சென்று வருவோம். காதரீனுடன் வண்டியில் போய்வருவதும் ஆனந்தமாயிருந்தது. பிரசவகாலம் நெருங்கிக் கொண்டிருக்கிறது என்பதை உணர்ந்தோம். அந்த உணர்வே ஏதோ ஒன்று எங்களைத் துரிதப்படுத்திக் கொண்டிருக்கிறதென்ற உணர்ச்சியையும் அளித்தது. நாங்கள் இணைந்து இனிமேலும் இவ்வாறு இருக்க முடியாது என்பதையும் உணர்ந்தோம்.

41

ஒருநாள் அதிகாலை சுமார் மூன்று மணியிருக்கும். காதரின் படுக்கையில் புரண்டு கொண்டிருந்ததைக் கவனித்தேன்.

"உடம்பு ஒன்றுமில்லையே, கேத்?"

"எனக்குக் கொஞ்சம் வலி ஏற்பட்டிருக்கிறது. கொஞ்ச நேரமாகவே வலிக்கிறது, அன்பரே."

"விட்டுவிட்டா, தொடர்ந்தா?"

"விட்டுவிட்டுத்தான்."

"விட்டுவிட்டு வந்தால் சொல்லு. நாம் ஆஸ்பத்திரிக்குச் சென்று விடலாம்" என்றேன். எனக்குத் தூக்கக் கலக்கம்.

மறுபடியும் தூங்கிவிட்டேன். சிறிது நேரத்திற்கெல்லாம் மறுபடியும் விழித்துக் கொண்டேன். காதரின் மறுபடியும் படுக்கையில் புரண்டு கொண்டிருந்தாள்.

"டாக்டரைக் கூப்பிட்டுக் கேட்பது நல்லதென்று தோன்றுகிறது. இது பிரசவ வேதனை என்றுதான் நினைக்கிறேன்" என்றாள். நான் டெலிபோனில் டாக்டரைக் கூப்பிட்டேன்.

"எத்தனை நிமிஷத்திற்கொருதரம் வலி ஏற்படுகிறது?"

“கால்மணிக்கொருதரம் என்று சொல்லலாம்.”

“அப்படி என்றால் நீங்கள் ஆஸ்பத்திரிக்குச் சென்று விடுவது உசிதம். நானும் உடை அணிந்து கொண்டு நேராக ஆஸ்பத்திரிக்கு வந்து விடுகிறேன்,” என்றார் டாக்டர்.

ஸ்டேஷனுக்கடுத்த ஒரு மோட்டார் காரேஜுக்கு டெலிபோன் மூலம் ஒரு ‘டாக்ஸி’ கொண்டுவரச் சொன்னேன். வெகு நேரம் அங்கே ஒருவரும் பதில் சொல்லவில்லை. கடைசியாக யாரோ ஒருவன் பதில் கொடுத்தான். வாடகை மோட்டார் அனுப்பிவைப்ப தாகச் சொல்லிச் சென்றான். முன்கூட்டியே காதரின் ஆஸ்பத்திரியி லிருக்கும் போது தனக்குத் தேவைப்படக்கூடிய சாமான்களை எல்லாம் எடுத்துப் பெட்டியிலடைத்துத் தயாராக வைத்திருந்தாள். ஹாலுக்குச் சென்று லிப்டுக்கு டெலிபோன் செய்தேன். ஒருவரும் பதில் பேசவில்லை. ஆகையால் படிக்கட்டுகள் வழியே கீழே இறங்கிச் சென்று, லிப்டை நானே செலுத்திக்கொண்டு மேலே வந்தேன். காதரீனை அழைத்துக் கொண்டு கீழே இறங்கினேன். இரவுக் காவற்காரன் ஓட்டல் வாயிலைத் திறந்து எங்களை வெளியே அனுப்பினான். வீதியோரத்தில் ஒரு கருங்கல்லின்மீது அமர்ந்து டாக்ஸிக்காகக் காத்திருந்தோம்.

“வலி ஆரம்பித்துவிட்டது நல்லதே. இன்னும் கொஞ்ச நேரத் தில் பிரசவமாகிவிடும் அல்லவா. அன்பரே.”

“நீ மிகவும் தைரியமுள்ள பெண். அப்படித்தானிருக்க வேண்டும்” என்று அவளை உற்சாகப்படுத்தினேன்.

“நான் பயப்படவில்லை அன்பரே. சீக்கிரமே முடிந்துவிடும் என்றே எதிர்பார்க்கிறேன்.”

டாக்ஸி வந்ததும் ஆஸ்பத்திரிக்கு ஓட்டிச் செல்லும்படி டிரைவரிடம் சொன்னேன். ஆஸ்பத்திரிக்குள் நாங்கள் நுழைந்தோம். சாமான்களை நான்தான் எடுத்துச் சென்றேன். மேஜையடியில் உட்கார்ந்திருந்த ஒருத்தி காதரீனைப் பற்றிய விவரங்களைப் பதிவு செய்து கொண்டாள். பெயர், வயது, விலாசம், உறவினர்கள், மதம் முதலிய விவரங்களை ஒரு புத்தகத்தில் குறித்துக்கொண்டாள். “எந்த மதத்தையும் சேர்ந்தவள் அல்ல நான்” என்று காதரின் கூறியதால் மதம் என்ற வார்த்தைக்கு எதிரே ஒரு கோடிட்டாள். காதரின் தன்னுடைய பெயரைக் காதரின் ஹென்ரி என்று தெரிவித் தாள்.

காதரீனுக்கென அமர்த்தப்பட்ட ஒரு அறைக்கு அந்த மாது லிப்டில் எங்களை அழைத்துச் சென்றாள். அறையை அடைந்ததும் காதரீனிடம் இரவு அணிந்துகொள்ளும் தளர்ந்த ஆடை ஒன்றைக்

கொடுத்து, அதை அணிந்துகொண்டு அறையிலிருக்கும்படி சொன்னாள். தன்னிடம் 'கௌன்' இருப்பதாகக் காதரின் சொன்னாள். ஆனாலும் அதைக் கழற்றிவிட்டு ஆஸ்பத்திரி ஆடைகளை அணிவது நல்லது என்று அவள் வற்புறுத்தினாள். நான் வெளியே ஹாலில் உட்கார்ந்திருந்தேன்.

சிறிது நேரத்திற்குப்பின் அவள் என்னிடம் வந்து, "நீங்கள் அறைக்குள்ளே வரலாம்" என்று சொன்னாள். அங்கே குறுகலான ஒரு கட்டிலில் மெத்தை விரிப்புகளைக் கொண்டே தயாரித்தது போல காணப்பட்ட அந்த ஆஸ்பத்திரி 'கௌனை' அணிந்து காதரின் படுத்திருந்தாள். என்னைப் பார்த்ததும் புன்னகை புரிந்தாள்.

"எனக்கு இப்போது நன்றாகவே வலி ஏற்பட்டிருக்கிறது. சற்று முன் வந்த நோவு கடுமையாக இருந்தது" என்றாள். வலி கடுமையாகத்தான் இருந்தது என்பது அவள் முகத்திலேயே தெரிந்தது. ஆஸ்பத்திரி நர்சு காதரீனுடைய மணிக்கட்டைப் பற்றிக்கொண்டு வலி ஏற்பட்ட இடைநேரங்களைக் கடியாரத்தைப் பார்த்துக் கணக்கிட்டுக் கொண்டிருந்தாள்.

"டாக்டர் எங்கே இருக்கிறார்?" என்று கேட்டேன்.

"அடுத்த அறையில் படுத்துக் கொண்டிருக்கிறார். அவசியமான போது இங்கே வருவார்."

"நீங்கள் சற்று வெளியே செல்லுங்கள். நான் அம்மையாருக்குச் சிறிது 'சிகிச்சை' செய்யவேண்டும்," என்று என்னை அறையிலிருந்து வெளியே அனுப்பிவிட்டாள். நான் ஹாலின் ஒரு பக்கத்தில் ஒரு நாற்காலி மீது அமர்ந்தேன். இரண்டு ஜன்னல்களும் சாத்தப்பட்ட அறைகளைத் தவிர அந்த ஹாலில் ஒன்றுமே காணப்படவில்லை. ஆஸ்பத்திரி வாடை எங்கும் வீசிக்கொண்டிருந்தது. கொஞ்ச நேரம் கழித்து அவள் என்னிடம் வந்து "இப்போது உள்ளே வரலாம்," என்று சொன்னாள்.

"என் அன்பே, எப்படி இருக்கிறாய்?" என்று கேட்டுக் கொண்டே உள்ளே நுழைந்தேன். அவளும் சந்தோஷமாகவே இருந்தாள்.

"அடிக்கடி இப்போது வலி வருகிறது," என்று சொல்லும்போதே அவள் முகம் சற்று அயர்ந்தது. எனினும் அவள் புன்னகையுடனேயே பேசினாள்.

"இந்த வலி சற்றுக் கடுமையானது. மறுபடியும் என் முதுகுப்புறம் அழுத்திப் பிடித்துக் கொள்ளுகிறாயா, நர்ஸ்," என்று அவளைப் பார்த்துக் கேட்டாள் காதரின்.

"அப்படிச் செய்வது உனக்கு இதமாக இருக்குமானால் அழுத்திப் பிடித்துக் கொள்ளுகிறேன் என்றாள் நர்ஸ்.

"நீங்கள் வெளியே சென்று ஏதாவது சாப்பிட்டுவிட்டு வாருங் கள். வலி இப்படித்தான் விட்டுவிட்டு வந்துகொண்டிருக்கும். நெடுநேரம் ஆனாலும் ஆகும், என்று நர்ஸ் சொல்லுகிறாள்," என்றாள் காதரின் என்னைப் பார்த்து.

"முதல் பிரசவமோ இல்லையோ, சாதாரணமாகவே நெடுநேரம் விட்டுவிட்டு வலித்துக்கொண்டே இருக்கும்," என்றாள் நர்ஸும்.

"தயவு செய்து நீங்கள் வெளியே சென்று ஏதாவது சாப்பிட்டு விட்டு வாருங்கள். நான் சௌக்கியமாகவே இருக்கிறேன்." என்றாள் காதரின் மறுபடியும்.

"நான் வெளியே உட்கார்ந்து கொண்டிருக்கிறேனே," என்று தயக்கத்துடனேயே சொன்னேன். எனக்கு வெளியே செல்ல மன மில்லை."

வலி விட்டுவிட்டு வந்துகொண்டிருந்தது. பிறகு குறைந்து போயிற்று. காதரின் இப்போது மிக்க பரபரப்படைந்திருந்தாள். வலி அதிக கடுமையாகத் தோன்றியபோதெல்லாம் "நல்லவலி, பேஷானவலி," என்று அதைக் குறிப்பிட்டாள். வலி குறைந்து நின்று விட்டபோதெல்லாம் எதிர்பார்த்தபடி இல்லை என்று ஏமாற்றமடைந்து வெட்கப்பட்டதுபோல் தோன்றினாள்.

"அன்பரே, நீங்கள் வெளியே சென்று வாருங்கள். இங்கே இருந்தால் எனக்குத் தன்னுணர்ச்சி மேலிடுகிறது," என்று சொல்லிக் கொண்டிருக்கும்போதே அவள் முகம் சுளித்தது. மறுபடியும் ஒருமுறை வலி ஏற்பட்டது. "இந்தவலி கொஞ்சம் தேவலை. முன்பு வந்ததைவிடக் கொஞ்சம் அதிகம். நான் அசட்டுத்தனம் ஏதும் செய்யாமல் நல்லபடியே இந்தக் குழந்தையைப் பெற்றெடுத்து உங்களுக்கு நல்ல மனைவியாகவே இருக்கத்தான் முயற்சித்துக் கொண்டிருக்கிறேன். நீங்கள் தயவு செய்து வெளியே சென்று எங்கேயாவது காலை உணவு சாப்பிட்டு விட்டு வந்துவிடுங்கள். நீங்கள் இல்லாததைப் பற்றி நான் பொருட்படுத்தமாட்டேன். நர்ஸ் மிகவும் அன்புடன் என்னைக் கவனித்துக் கொள்ளுகிறாள்," என்றாள் காதரின்.

"காலை உணவுக்கு இன்னமும் நிறைய நேரம் இருக்கிறது."

"காலை உணவு இப்போதே ஓட்டல்களில் கிடைக்கும். நீங்கள் போய்வரலாம்" என்றாள் நர்ஸ்.

“சரி. நான் சென்று வருகிறேன்” என்று சொல்லிவிட்டு அங்கிருந்து புறப்பட்டேன்.

“குட் பை, அன்பரே, எனக்கும் சேர்த்து நன்றாகச் சாப்பிட்டு விட்டு வாருங்கள்,” என்று விடை கொடுத்தனுப்பினாள், காதரின்.

“காலை உணவு அருகாமையில் எங்கே கிடைக்கும்” என்று நர்ஸைக் கேட்டேன்.

“இந்தத் தெருக்கோடியில் அந்தச் சதுக்கத்தின் பக்கத்தில் ஒரு சிற்றுண்டிச்சாலை இருக்கிறது. அங்கே போய்ச் சாப்பிடுங்கள். இப்போது அது திறந்திருக்குமென்றே நினைக்கிறேன்,” என்றாள்.

நான் வெளியே வந்தேன். தெருவில் நடமாட்டமே இல்லை. நான் வீதிவழியே அந்த ஓட்டலுக்குச் சென்றேன். ஜன்னலில் விளக்கு வெளிச்சம் தெரிந்தது. தகரக் கொட்டகை போன்ற அந்த ஓட்டலில் மதுபானம் வழங்கும் இடத்தை நெருங்கினேன். அங்கே வெள்ளை மதுவும் ‘பன்’ ரொட்டியும் தருவித்துக் கொண்டேன். ‘பன்’ முந்திய நாள் தயாரித்தது. மதுவில் தோய்த்து அதைத் தின்றுவிட்டுக் காபி ஒரு தம்ளர் சாப்பிட்டேன்.

“இவ்வளவு காலை நேரத்தில் இங்கே என்ன செய்து கொண்டிருக்கிறீர்கள்?” என்று அந்த ஓட்டல்காரக் கிழவன் கேட்டான்.

“என் மனைவி பிரசவத்திற்காக ஆஸ்பத்திரியில் இருக்கிறாள்,” என்று பதிலளித்தேன்.

“அப்படியா, சந்தோஷம். அதிர்ஷ்டம் உங்கள் பக்கம் இருக்கட்டும்,” என்று நல்வாழ்த்துக் கூறினான் கிழவன்.

“மற்றொரு தம்ளர் மது கொடு.”

அவன் பெரிய கண்ணாடிக் குப்பியிலிருந்து சாய்த்து தம்ளரில் மதுவை ஊற்றினான். நான் அதைக் குடித்துவிட்டு அவனுக்குப் பணத்தைக் கொடுத்து வெளியே வந்தேன். வெளியே வீதியோரத்தில் காலித் தகர டப்பாக்கள் ஒரு குப்பைத் தொட்டியில் குவிக்கப் பட்டிருந்தன. குப்பை வண்டி அதைக் காலிசெய்யும் நேரமாக வில்லை. ஒரு தகரக் குவளையைத் திருப்பித் திருப்பி மோப்பம் பிடித்துக்கொண்டே தெருநாய் ஒன்று அந்தக் குப்பைத் தொட்டியைச் சுற்றிக்கொண்டிருந்தது.

“ஏ, நாயே, என்ன பார்த்துக் கொண்டிருக்கிறாய்? இரு, என்ன இருக்கிறதென்று பார்த்துச் சொல்லுகிறேன்,” என்று நாயைப் பார்த்துச் சொன்னேன். பிறகு அந்தக் குப்பைத் தொட்டியிலிருந்து தகரக் குவளையில் நாய் தின்பதற்கு ஏதாவது இருக்கிறதா என்று

பார்த்தேன். காப்பி வடிகட்டின திப்பியும், அழுகிய புஷ்பங்களையும் தவிர வேறொன்றையும் காணவில்லை.

“உனக்குத் தின்பதற்கு ஒன்றும் இல்லையே, நாயே,” என்று அதனிடம் உரைத்தேன். நான் சொன்னதைப் புரிந்து கொண்டதைப் போல் அது தெருவின் மறுபக்கத்திற்கு ஓடிச் சென்றது. நான் நேராக ஆஸ்பத்திரியை அடைந்தேன். படிக்கட்டுகள் வழியே சென்று காதரின் படுத்திருந்த அறைக்குப் போனேன். கதவு சாத்தியிருந்தது. தட்டினேன். பதிலில்லை. திறந்துகொண்டு உள்ளே போனேன். அறையில் எவரும் இல்லை. காதரீனுடைய பை மட்டும் நாற்காலிமீது வைத்திருந்தது. அவளுடைய ‘கௌன்’ சுவரில் ஒரு மூளையில் தொங்கிக் கொண்டிருந்தது. ஹாலுக்குவந்து அங்கிருந்த ஒரு நர்ஸை “மிஸஸ் ஹென்ரி எங்கே?” என்று கேட்டேன்.

“யாரோ ஒரு அம்மையாரை பிரசவ அறைக்கு இப்போது தான் அழைத்துச் சென்றார்கள். அவர்தான் நீங்கள் கேட்கும் நபரோ என்னமோ, தெரியாது,” என்றாள் அவள்.

“பிரசவ அறை எங்கே இருக்கிறது?”

“என்னுடன் வாருங்கள், காண்பிக்கிறேன்.”

ஹாலின் மறுகோடிக்கு அவள் என்னை அழைத்துச்சென்று பாதி திறந்திருந்த ஒரு அறையைக் காட்டினாள். உள்ளே காதரின் மேஜையில் சாதாரண விரிப்பின்மீது படுத்திருந்தாள். ஒரு பக்கம் நர்ஸ் நின்று கொண்டிருந்தாள். அவள் பக்கத்தில் சில இரும்பு ஜாடிகள், ரப்பர் குழாய்கள் பொருத்தப்பட்டு வைக்கப்பட்டிருந்தன. மறுபக்கத்தில் டாக்டர் கையில் ரப்பர் குழாய்களுடன் இணைந் திருந்த ரப்பர் முகமூடியுடன் நின்றுகொண்டிருந்தார்.

“உங்களுக்கும் ஒரு நீள அங்கி தருகிறேன். அதை அணிந்து கொண்டு நீங்களும் உள்ளே போகலாம். என்னுடன் வாருங்கள் இப்படி,” என்று என்னை அழைத்து வந்த நர்ஸ் சொன்னாள். எனக்கு ஒரு வெள்ளைக் ‘கௌன்’ அணிவித்து பின்புறம் ஊசியினால் குத்தி நன்றாகக் கட்டிவிட்டாள். “இப்போது நீங்கள் உள்ளே போகலாம்” என்றாள்.

“வாருங்கள்” என்று காதரின் என்னை வரவேற்றாள், அவள் குரலில் உற்சாகமில்லை. சோர்வு காணப்பட்டது. “என் நிலையில் ஒன்றும் முன்னேற்றம் காணவில்லை. முயற்சிகள் பயனளிக்கவில்லை” என்று ஏக்கத்துடன் கூறினாள்.

“நீங்கள்தான் மிஸ்டர் ஹென்ரியா?” என்று டாக்டர் என்னைப் பார்த்துக் கேட்டார்.

"ஆமாம், டாக்டர். இங்கே எப்படி இருக்கிறது நிலைமை?"

"எல்லாம் நன்றாகவே இருக்கிறது. வலி அதிகப்படும் போதெல்லாம் வாயு செலுத்துவதற்கு வசதியாக இங்கே வந்துவிட்டோம். எல்லாம் சரியாகவே இருக்கின்றன," என்றார் டாக்டர்.

"இப்படிக் கொடுங்கள். அந்த முகமூடியை; இப்போது வலி வருகிறது" என்று காதரின் கேட்டாள். டாக்டர் முகமூடியை அவள் முகத்தின் மீது போட்டு மறைத்துவிட்டு ஜாடியின்மேல் பொருத்தியிருந்த கடிகாரத்தின் கைப்பிடியைத் திருப்பினார். ரப்பர்க் குழாய் வழியாக செலுத்திய வாயுவைக் காதரின் நீண்ட சுவாஸங்களுடன் துரிதமாக உள்ளுக்கிழுத்தாள். போதுமென்று தோன்றியதும் சட்டென்று முகமூடியை அகற்றிவிட்டாள். குப்பியின் குழாயை டாக்டர் உடனே மூடிவிட்டார். இதை எல்லாம் பார்த்துக்கொண்டே நான் நின்று கொண்டிருந்தேன்.

"அந்த வலி அவ்வளவு கடுமையாக இல்லை. சற்று நேரத்திற்கு முன்பு வந்த வலிதான் மிகக் கடுமையாக இருந்தது. அந்தச் சமயம் என்னை முடிந்த வரையில் மூச்சை அடக்கி வெளித்தள்ள பிரயத் தனம் செய் என்றுகூடச் சொன்னார் டாக்டர். இல்லையா, டாக்டர்," என்று அவள் விவரித்தாள். அவள் குரல் புதுமாதிரியாக இருந்தது. டாக்டர் என்ற வார்த்தையை உச்சரித்தபோதெல்லாம் அவள் குரல் சற்று உரக்கக் கேட்டது.

டாக்டர் சிரித்தார்.

"மறுபடியும் கொடுங்கள் அதை, டாக்டர்" என்று ரப்பர் முகமூடியை இறுகப்பிடித்துக் கொண்டு வேகமாக மூச்சை உள்ளுக் கிழுத்தாள். சிறிது முனகும் சப்தம்கூடக் கேட்டது. பிறகு, அதைத் தள்ளிவிட்டுச் சிரித்தாள்.

"அது பெரிய வலி, மிகவும் கடுமையானது. நீங்கள் கவலைப் பட வேண்டாம். அன்பரே, நீங்கள் வெளியே போய்விட்டுக் கொஞ்ச நேரம் கழித்து வாருங்கள். இன்னொரு தடவை காலை உணவு சாப்பிட்டுவிட்டு வாருங்கள்" என்றாள்.

"நான் இங்கேயே இருக்கிறேன்" என்றேன்.

நாங்கள் ஆஸ்பத்திரியை அடைந்தபோது அதிகாலை மூன்று மணி. பகல் பன்னிரண்டு மணியாகியும் காதரின் இன்னமும் பிரசவ அறையிலேயேதான் இருந்தாள். வலி மறுபடியும் குறைந்துவிட்டது. அவள் தேகத்தில் சோர்வு காணப்பட்டது. தளர்ந்து போய்விட்ட மாதிரி தோன்றியது. ஆனாலும் சிரித்துக்கொண்டு சந்தோஷ மாகவேதானிருந்தாள்.

"நான் ஒன்றுக்கும் பிரயோசனமில்லை. அன்பரே, எனக்கு வருத்தமாயிருக்கிறது. வெகு சுலபமாகவே இது முடிந்துவிடும் என்று எண்ணியிருந்தேன். முயன்று பார்க்கிறேன், இருங்கள் மறுபடியும் வலிக்க ஆரம்பிக்கிறது..." என்று ரப்பர் முகமூடியை இழுத்து முகத்தில் பொருத்திக் கொண்டாள். டாக்டர் கடிகாரத்தின் பிடியைத் தளர்த்தினார். சிறிது நேரத்தில் வலி மறுபடியும் குறைந்து விட்டது.

"அது அவ்வளவு பெரிய வலி அல்ல, நான் முட்டாள். அது பெரிய வலி என்று எண்ணி வாயுவை உள்ளுக்கிழுத்தேன். இந்தச் சிகிச்சை முறை நன்றாகவே இருக்கிறது. ஒரு அற்புதம்தான். வலியையும் அதிகமாக்குகிறது. எனக்கும் வலி தெரியவில்லை." என்றாள். "வேண்டுமானால் வீட்டுக்குக்கூட கொஞ்சம் எடுத்துச் செல்லலாம்," என்றேன் நான் குறும்புக்காக.

"இதோ மறுபடியும் வலி தோன்றுகிறது?" என்றாள் காதரின் பரபரப்புடன், டாக்டர் கடிகாரத்தின் பிடியைத் தளர்த்தினார். தன்னுடைய கடிகாரத்தையும் கவனித்தார்.

"எவ்வளவு நேரம் விட்டு விட்டு வலிக்கிறது இப்போது?" என்று டாக்டரைக் கேட்டேன்.

"ஒரு நிமிஷத்திற்கு ஒருமுறை."

"உங்களுக்குப் பகல் உணவு தேவையில்லையா? டாக்டர்."

"சீக்கிரமே எனக்கு உணவு வந்துவிடும். சாப்பிடுவேன்" என்றார் டாக்டர்.

"நீங்கள் ஏதாவது சாப்பிட்டுவிட்டு வாருங்கள், டாக்டர்," என்றாள் காதரின் பரிவுடன். "நான் இவ்வளவு நேரம் காலதாமதம் செய்து உங்களுக்குத் தொந்தரவு கொடுக்கிறேன், எனக்கே வருத்தமாக இருக்கிறது. ஏன் டாக்டர், இந்த வாயு செலுத்துவதை என் கணவர் செய்யலாமா?" என்றாள்.

"உனக்கு இஷ்டமானால் அவர் செய்யட்டுமே. கடிகாரத்தின் எண்ணிக்கை இரண்டுக்குமேல் போகும்படி விடவேண்டாம். அவ்வளவுதான். அந்த ஜாடியின்மீது பொருத்தியிருந்த கடிகாரத்தில் எண்கள் குறிக்கப்பட்டிருந்தன. கைப்பிடியைத் தளர்த்திய போதெல்லாம் கடியாரத்தின் முள்ளும் நகர்ந்துகொண்டே சென்றது. டாக்டர் அதை விளக்கிக்காட்டினார்.

"மறுபடியும் வலி வருகிறது" என்று காதரின் முகமூடியை முகத்தின் மீது இழுத்துப் பொருத்திக் கொண்டாள். நான் கைப் பிடியைத் தளர்த்தி இரண்டு எண்ணிக்கை வரும்வரையில்

நற்றிணை பதிப்பகம் • 339

வைத்திருந்தேன். மூடியை அவள் தள்ளியதும், நானும் கைப்பிடியை மூடிவிட்டேன். இதையாவது செய்ய என்னை அனுமதித்தாரே என்று அந்த டாக்டரை நான் பாராட்டினேன்.

"நீங்கள்தான் அதைச் செய்தீர்களா, அன்பரே," என்று காதரின் என் கைகளை வருடினாள். "ஆமாம்", என்றேன்.

"நான் அடுத்த அறையில் என் சாப்பாட்டை முடித்துக் கொள்ளு கிறேன். வேண்டுமானால் எந்த நிமிஷமும் என்னைக் கூப்பிடுங்கள்," என்று சொல்லிவிட்டு டாக்டர் அவ்விடத்தை விட்டு அகன்றார். அவர் உணவை முடித்துக் கொண்டு சற்று நேரம் ஓய்வெடுத்துக் கொண்டார். அதுவரையில் நான் இங்கே எல்லாவற்றையும் கவனித்துக் கொண்டிருந்தேன்.

"இந்தக் குழந்தையைச் சரிவரப் பெற்றெடுப்பேனா, என்று சில சமயம் எனக்கே நினைக்கத் தோன்றுகிறது. நீங்கள் என்ன எண்ணுகிறீர்கள்," என்று காதரின் என்னைக் கேட்டாள்.

"அதற்கென்ன சந்தேகம். நிச்சயமாகப் பெற்றெடுக்கத்தான் போகிறாய்?" என்றேன் உறுதியளிக்கும் வகையில்.

"நான் என்னாலான மட்டும் முயற்சித்துக் கீழே தள்ளிவிடத் தான் பார்க்கிறேன். ஆனால் திரும்பத் திரும்ப மேலுக்கே வந்து விடுகிறது. என்ன செய்வது மறுபடியும் வலி வருகிறது. இப்படிக் கொடுங்கள் அந்த முகமூடியை," என்று வாங்கிக் கொண்டாள்.

பகல் இரண்டு மணிக்கு நான் வெளியே சென்று பகல் சாப் பாட்டை முடித்துக்கொண்டேன். அந்தச் சிற்றுண்டிச் சாலையில் அதிக ஜனங்களில்லை. ஒரு மூலையிலிருந்த மேஜையிலமர்ந்து "சாப்பாடு கிடைக்குமா?" என்று ஓட்டல்காரரைக் கேட்டேன்.

"சாப்பாட்டு வேளை கடந்துவிட்டதே," என்றார் அவர்.

"எல்லாச் சமயங்களிலும் கிடைக்கக்கூடிய உணவுப் பதார்த்தம் ஒன்றும் இல்லையா?"

"முட்டைக்கோஸ் வறுவல் கறிதான் இருக்கிறது."

"சரி அதையே கொடுங்கள், 'பீர்' பானமும் கொண்டு வரவும்."

"பீர் எவ்வளவு வேண்டும்? சிறிய குவளையா, பெரிய குவளையா?

"ஒரு தம்ளர் போதும்."

முட்டைக்கோஸ் கறியும், 'ஸாஸேஜ்' துண்டும் ஒரு இறைச்சித் துண்டும் ஓட்டல் வேலையாள் கொண்டுவந்து கொடுத்தான். அதைச் சாப்பிட்டுவிட்டுப் 'பீரை'க் குடித்தேன். எனக்கு நல்ல பசி. ஓட்டலில் இருந்த மற்ற ஜனங்களைக் கவனித்தேன். ஒரு மேஜையில்

சிலர் சீட்டாடிக் கொண்டிருந்தனர். எனக்கடுத்த மேஜையில் இருவர் புகைபிடித்துக் கொண்டே பேசிக் கொண்டிருந்தனர். ஓட்டல் முழுதும் புகை சூழ்ந்திருந்தது. மதுபான சாலையில் மூவர் இருந்தனர். ஒரு கிழவன். கறுப்பு உடை அணிந்த பருத்த தோற்றத்துடன் ஒரு மாது. ஒரு குழந்தை. அவள்தான் அங்கு யார் யாருக்கு என்னென்ன வழங்கப்படுகிறதென்று கவனித்துக் கணக்கு வைத்திருந்ததாகத் தெரிந்தது. அக்குழந்தை அவளுடையதாகவே இருக்க வேண்டும். அவளுக்கு எத்தனை குழந்தைகள் இருக்கின்றனவோ, அவைகளை அவள் எப்படிச் சுலபமாகப் பெற்றெடுத்தாளோ என்று என் மனம் சிந்திக்கத் தொடங்கியது ஒரு கணம்.

என் சாப்பாடு முடிந்ததும் நேராக ஆஸ்பத்திரிக்குச் சென்றேன். தெருக்கள் எல்லாம் இப்போது சுத்தமாக இருந்தன. குப்பைத் தொட்டி கள் காலி செய்யப்பட்டிருந்தன. மப்பும் மந்தாரமாக இருந்தாலும் சூரிய வெளிச்சமிருந்தது. ஆஸ்பத்திரியை அடைந்ததும் ஹாலில் என்னுடைய 'கௌனை'க் கழட்டி வைத்திருந்த இடத்திற்குச் சென்று அதை மறுபடியும் அணிந்துகொண்டு காதரின் இருந்த அறைக்குப் போனேன். அந்த உடையில் நானும் தாடி வைத்துக் கொண்டிருந்த ஒரு போலி டாக்டர் போலவே தோன்றினேன். அறை சாத்தியிருந்தது. நான் தட்டினேன். ஆனால் ஒருவரும் பதிலளிக்கவில்லை. கதவைத் திறந்துகொண்டு உள்ளே சென்றேன். டாக்டர் காதரின் பக்கத்திலிருந்தார். அறையின் மற்றொரு மூலையில் நர்ஸ் ஏதோ செய்து கொண்டிருந்தாள்.

"உன் கணவர் வந்துவிட்டார்", என்றார் டாக்டர்.

"அன்பரே, மிகவும் அற்புதமான டாக்டர்தான் நமக்கு உதவி புரிய வந்திருக்கின்றார். எனக்கு வ்லி எடுக்கும்போதெல்லாம் வினோதமான கதைகள் நிறையச் சொன்னார். வலி கடுமையாக இருந்தபோதெல்லாம் எனக்கு வேண்டிய சிகிச்சை எல்லாம் செய்தார். இவர் மிக உன்னதமான டாக்டர்" என்று என்னிடம் சொல்லிவிட்டு, அவர் பக்கம் திரும்பி, "டாக்டர் நீங்கள் மிகவும் மேன்மையானவர்" என்றாள் அன்புடன். அவள் குரல் மட்டும் புதுமையாய் விசித்திரமாக இருந்தது. "வாயு அதிகமாக உட்சென்றி ருப்பதால் நீ பிதற்றுகிறாய்" என்றேன் நான்.

"அது எனக்குத் தெரியும். ஆனாலும் நீங்கள் அதைச் சொல்வது கூடாது," என்றாள்.

சிறிது நேரத்திற்கெல்லாம், "அதை மறுபடியும் இப்படிக் கொடுங்கள்" என்று ரப்பர் முகமூடியை இறுக்கிப் பிடித்துக் கொண்டு மேல்மூச்சு வாங்குவதுபோல் விரைவாக உள்ளுக்கிழுத்தாள். பிறகு

ஒரு பெருமூச்சு விட்டுக்கொண்டு சோர்ந்து தளர்ந்தாள். டாக்டர் முகமூடியை அப்புறப்படுத்தினார்.

"அது கடுமையான வலி," என்று காதரின் சொன்னாள். அவள் குரல் எனக்கு முற்றிலும் புதுமையாகவே கேட்டது. "நான் இப்போது இறக்கப்போவதில்லை, அன்பரே, கவலைப்பட வேண்டாம். நான் செத்துப் போயிருக்க வேண்டிய கட்டத்தைத் தாண்டிவிட்டேன். இது உங்களுக்குச் சந்தோஷமளிக்கவில்லையா, அன்பரே."

"மறுபடியும் இந்தமாதிரிப் பிதற்ற வேண்டாம்."

"எனக்கு அதைப் பற்றியெல்லாம் பயமில்லை, நான் செத்துப் போக மாட்டேன், அன்பரே."

"அந்த மாதிரி அசட்டுக் காரியம் நீ ஒன்றும் செய்யக் கூடாது. உன் கணவரைத் தனியாகத் திண்டாட விட்டுவிட்டு நீ செத்துப் போகக் கூடாது" என்று டாக்டர் அவளிடம் கூறினார்.

"இல்லை, இல்லை, நான் செத்துப்போக மாட்டேன். சாகவே மாட்டேன். இது என்ன அசட்டுத்தனம். இதோ, வலி மறுபடியும் வருகிறது. இப்படிக் கொடுங்கள் அதை" என்று முகமூடியை மறுபடியும் வாங்கிக் கொண்டாள்.

சற்று நேரம் கழித்து "மிஸ்டர் ஹென்ரி, நீங்கள் கொஞ்சம் வெளியே சென்று சற்று நேரத்திற்குப் பிறகு வாருங்கள். நான் பரிசோதனை செய்து பார்க்க வேண்டும்" என்று டாக்டர் என்னைக் கேட்டுக்கொண்டார்.

"பிறகு அவர் வரலாம் அல்லவா, டாக்டர்," என்று அவரைக் கேட்டு அவர் "வரலாம்" என்று சொன்னதும், என்னைப் பார்த்து "நீங்கள் பிறகு வாருங்கள்," என்று காதரின் சொன்னாள்.

நான் வெளியே வந்து ஹாலைக் கடந்து, பிரசவமானதும் குழந்தையுடன் காதரீனுக்கென ஏற்பாடு செய்திருந்த அறையை அடைந்து ஒரு நாற்காலியில் உட்கார்ந்தேன். அந்த அறையைச் சுற்றிலும் ஒருமுறை பார்த்தேன். அட்டைப் பையில் பத்திரிகை வைத்திருந்தேன். பகல் உணவுக்காகச் சென்றபோது வழியில் வாங்கியது அது. அதைச் சிறிது நேரம் படித்தேன். வெளியே இருட்டத் தொடங்கிவிட்டது. உள்ளே படிப்பதற்கான விளக்கைப் போட்டேன். ஆனால் பத்திரிகையில் மனம் லயிக்கவில்லை. விளக்கை அணைத்துவிட்டு, வெளியே இருட்டுப் படருவதை ஜன்னல் வழியாகப் பார்த்துக் கொண்டிருந்தேன். டாக்டர் ஏன் இன்னமும் எனக்குச் சொல்லியனுப்பவில்லை என்று சிந்திக்கத் தொடங்கினேன். ஒருவேளை நான் அங்கில்லாதிருப்பது நல்லதோ என்னமோ? நான்

வெளியே இருப்பது நல்லது என்று எண்ணியே டாக்டர் என்னை வெளியில் அனுப்பியிருக்கிறாரோ? நான் என் கடிகாரத்தைப் பார்த்தேன். இன்னும் பத்து நிமிஷம் பார்ப்பது, அதற்குள் அவரே கூப்பிட்டனுப்பாவிட்டால், நானே சென்று நிலைமை எப்படி யிருக்கிறதென்று கவனிப்பது என்று தீர்மானித்துக் கொண்டேன். என் மனம் பல சிந்தனைகளில் உழன்றது.

என்னருமைக் காதரின், பாவம், என்ன கஷ்டப்படுகிறாயோ? என்னுடன் உறங்கியதற்கு நீ கொடுக்கும் விலையா இது? இதுதான் நாம் வலித்திழுத்துக் கொண்ட பொறியின் இறுதிப் பிடியோ? ஆண் பெண் ஒருவரையொருவர் நேசிப்பதால் ஏற்படும் விளைவு இதுதானா! நல்லவேளையாக இந்த வாயு செலுத்தும் முறை கண்டு பிடிக்கப்பட்டிருக்கிறதே. இதற்கு ஆண்டவனுக்கு நன்றி செலுத்த வேண்டும். வலி தெரியாமலிருப்பதற்காகச் செய்யப்படும் சிகிச்சை முறை ஏற்படுவதற்குமுன் பெண்கள் நிலை எப்படியிருந்திருக்கும்? வலி ஏற்பட்டுவிட்டால், பிரசவமாகும் வரையில் ஒரே பந்தயத்தில் ஓடுவது போலத்தானே. ஓய்வேயில்லாது வலியை அநுபவித்துத்தானே தீரவேண்டும். காதரின் சம்பந்தப்பட்ட வரையில் கர்ப்பமாக இருந்த காலமெல்லாம் இன்பமாகக் கழிந்துவிட்டது. அப்போதெல்லாம் கஷ்டம் தெரியவில்லை. உடல் நலம் குன்றியதே இல்லை. அதை எல்லாம் ஒன்றாகச் சேர்த்து வைத்து முடிவு காலத்தில் கஷ்டமநு பவிக்க நேர்ந்ததே, ஆமாம். செய்த காரியத்திற்குப் பலன் அநுபவித்தே ஆக வேண்டும். ஏமாற்றிவிட முடியாது. ஏமாற்றிவிடுவதா? என்ன மனப்பிராந்தி இது! ஒரு தடவை அல்ல, ஐம்பது தடவை கல்யாணம் செய்து கொண்டிருந்தால் மட்டும் இந்த நிலையிலிருந்து தப்ப முடியுமா? ஒருவேளை அவள் இறந்து விடுவாளோ? இறந்துவிட்டால் அப்புறம் என்ன? அவள் செத்துப் போகமாட்டாள். இப்போதெல் லாம் பிரசவத்தினால் பெண்கள் இறந்து போகிறார்களா என்ன? அப்படித்தான் கணவன்மார்கள் எல்லோரும் தங்கள் தங்கள் மனைவிமார்களைப் பற்றி எண்ணுகிறார்கள். ஆமாம். ஆனால் ஒருக்கால் அவள் இறந்துவிட்டால்? மறுபடியும் இதென்ன மனப் பிராந்தி, அவள் சாகமாட்டாள், சாகவே மாட்டாள். இப்போது கொஞ்சம் கஷ்டப்பட்டுக் கொண்டிருக்கிறாள். முதல் பிரசவமான தால் வலி நீடித்திருக்கிறது. கொஞ்சம் கஷ்டப்படுகிறாள் அவ்வளவு தான். இதெல்லாம் முடிந்த பின்னர் "எவ்வளவு கஷ்டப்பட்டோம்" என்று நான் சொல்லுவேன். அதற்குக் காதரின் "அப்படி ஒன்றும் அதிகக் கஷ்டமில்லை" என்று பதிலளிப்பாள். "இது சாதாரணமாக எங்கும் காணப்படுவதுதான். ஆனாலும் அவள் ஒருவேளை இறந்து விட்டால்? ஆனால் என் மனம் மீண்டும் உறுதியளித்தது. அவள்

சாகமாட்டாள். மறுபடியும் என் மனம் உறுதியளித்தது. "நான்தான் சொல்லுகிறேனே. அவள் சாக மாட்டாள் என்று. முட்டாள் போல் திரும்பித் திரும்பி அவள் இறந்துவிட்டால் என்று சொல்லிக்கொண்டிருக்காதே" என்று அது சொல்லிற்று. இப்போது கொஞ்சம் கஷ்டம் அநுபவிக்க வேண்டிய காலம். இயற்கையில் இது ஒரு விளையாட்டு. இயற்கை அவளுக்கு இவ்விதம் வேதனையளிக்கிறது. இது முதல் பிரசவமாகையால் எப்போதுமே தாமதித்துத்தான் நிகழும். ஆமாம், இதெல்லாம் உண்மைதான். இருந்தாலும் அவள் எதிர்பாராது இறந்துபோக நேர்ந்தால்? சீ, பாழ்மனமே! அவள் இறக்கமாட்டாள் என்பது தெரியும். அவள் எதற்காக இறந்துபோக வேண்டும்? அவள் இறப்பதற்கு என்ன காரணமிருக்கிறது? ஒரு குழந்தை பிறந்தாக வேண்டும். மிலான் நகரத்தில் பல இரவுகளை இன்பகரமாகக் கழித்ததன் விளைவு இது. அது எல்லோருக்கும் கஷ்டத்தை உண்டாக்கிவிட்டுத்தான் பிறக்கும் போலிருக்கிறது. எனினும் அதையும் அன்புடன் வளர்த்து அதனிடம் ஆசையும் கொள்ளுவோம் அல்லவா. எல்லாம் வாஸ்தவம்தான். ஆனாலும் அவள் இறந்துவிட்டால்? ஆமாம், அவள் இறந்துவிட்டால்? அவள் இறந்துவிட்டால் அப்புறம் என்ன, அப்புறம் என்ன?

***

டாக்டர் உள்ளே நுழைந்தார். என் சிந்தனை கலைந்தது.

"எப்படிப் போகிறது நிலைமை, டாக்டர்?"

"நிலைமை அப்படியேதான் இருக்கிறது. மாறவே இல்லையே."

"நீங்கள் சொல்லுவது விளங்கவில்லையே."

"அவ்வளவுதான். நான் சொன்ன அவ்வளவே, நான் பரிசோதனை செய்து பார்த்தேன்," என்று அவர் நிகழ்த்திய பரிசோதனையின் முடிவுகளை விளக்கிச் சொன்னார். "அப்போதிலிருந்து பிரசவம் ஆகிவிடும் என்றே எதிர்பார்த்திருந்தேன். ஆனால் அது நகரக்கூடவில்லையே."

"நீங்கள் என்ன ஆலோசனை கூறுகிறீர்கள்?"

"இப்போது செய்யக்கூடியது இரண்டு முறைகள்தான். ஆயுதத்தினால் குழந்தையை வெளிக்கொண்டு வருவது. இதில் கர்ப்பப்பை ஆயுதங்களினால் கீறப்படலாம். இதனால் அபாயம் நேரக்கூடும். மேலும் குழந்தைக்கும் பாதகம் ஏற்படலாம். இரண்டாவது முறை 'சிசேரியன்' ஆபரேஷன்."

'சிசேரியன்' ஆப்ரேஷனில் உள்ள ஆபத்துகள் எப்படிப்பட்டவை என்று டாக்டரைக் கேட்டேன். சற்று முன்னால் என் மனத்தில் வட்டமிட்டுக் கொண்டிருந்த அதே கேள்வி மறுபடியும் என்னைச் சூழ்ந்து கொண்டது. ஒருவேளை அவள் இறந்து விட்டால்?

"சாதாரணப் பிரசவத்திலிருக்கும் அபாயத்தைவிட அதிகமான அபாயம் ஏதுமில்லை."

"நீங்களே இந்த ஆபரேஷனைச் செய்வீர்களா?"

"ஆமாம் செய்து விடுவேன். அதற்கு வேண்டியவைகளை முன்னேற் பாடாகச் செய்துகொள்ள சுமார் ஒருமணி நேரம் பிடிக்கும். தவிரவும் உதவிக்காக ஓரிருவரையும் தருவித்துக் கொள்ள வேண்டும். ஒருமணி நேரத்திற்குள்ளாகவே கூட ஒருவேளை எல்லாவற்றையும் தயார் செய்துவிடலாம்."

"உங்களுடைய முடிவான ஆலோசனை என்ன?"

'சிசேரியன்' ஆபரேஷன் செய்வதையே நான் சிபார்சு செய்வேன். என்னுடைய மனைவி இந்த மாதிரி நிலையிலிருந்தால் அதைத்தான் நான் செய்வேன்."

"இதனுடைய பின்விளைவுகள் என்ன?"

"அநேகமாக ஒன்றுமே இல்லை என்று சொல்லலாம். ஆபரேஷன் செய்யப்பட்ட இடத்தில் ஒரு தழும்பு இருக்கும். அவ்வளவுதான்."

"ரணம் அழுகி உடலுக்குள் பரவிவிடக் கூடுமோ?"

"ஆயுதப் பிரயோகம் செய்வதில் ஏற்படும் அபாயத்தைவிட அதிகமாக இதில் ஒன்றுமில்லை."

"ஒன்றுமே செய்யாமல், இப்படியே சும்மா இருந்தால் என்ன வாகும்?"

"எப்படியும் முடிவில் ஏதாவது செய்துதான் ஆகவேண்டி யிருக்கும். மிஸஸ் ஹென்ரி ஏற்கனவே இன்று முழுதும் பட்ட வேதனையால் பலவீனமடைந்திருக்கிறாள். சீக்கிரம் ஆபரேஷன் செய்து விடுவது நல்லது என்று எனக்குத் தோன்றுகிறது" என்றார்.

"அப்படியானால் சீக்கிரமே ஆபரேஷன் செய்யுங்கள்" என்று டாக்டரிடம் சொன்னேன்.

"நான் இப்பொழுதே செய்கிறேன். வேண்டிய ஏற்பாடுகளை உடனே கவனிக்கிறேன்", என்று டாக்டர் அறையை விட்டுச் சென்றார்.

நான் நேரே பிரசவ அறைக்குச் சென்றேன். காதரின் படுத்துக் கொண்டிருந்தாள். பலவீனத்தினால் சோகை படர்ந்து அவள்

முகம் வெளிறிப்போயிருந்தது. களைப்பு மேலிட்டிருந்தது. பக்கத்தில் நர்ஸ் இருந்தாள்.

"அதைச் செய்யும்படி டாக்டருக்கு அனுமதி கொடுத்தீர்களா?" என்று நான் உள்ளே நுழைந்ததும் என்னைக் கேட்டாள் காதரின்.

"ஆமாம், சொல்லிவிட்டேன்."

"நல்ல காரியம். இப்போது இது எல்லாம் இன்னும் ஒரு மணிக்குள் முடிந்துவிடும். அன்பரே, என்னுடைய சக்தியெல்லாம் குன்றிவிட்டது. என்னால் ஒன்றும் முடியவில்லை. மறுபடியும் அதை இப்படிக் கொடுங்கள். அந்த முகமூடியை, அடடா, இது ஒன்றும் பலனளிக்கவில்லையே, ஐயோ, ஒன்றுமே பலனைக் காணோமே," என்று காதரின் அலுப்புடன் கூறினாள்.

"நீண்ட சுவாசத்துடன் உள்ளுக்கிழுத்துப் பார்."

"பெரிய மூச்சாகத்தான் இழுத்தேன். இது வேலை செய்ய வில்லையே. ஒன்றும் பலனையே காணவில்லை. ஒன்றுமே இதனால் பலன் தெரியவில்லையே" என்று திரும்பத் திரும்பச் சொன்னாள். நான் நர்ஸைப் பார்த்து வாயு நிரம்பிய ஒரு புது குப்பி கொண்டு வரும்படிச் சொன்னேன். அங்கே அப்போது வைத்திருந்தது புதியது தான் என்று சொன்னாள் அவள்.

"அன்பரே. நான் மடத்தனமாக இருந்துவிட்டேன். என்னால் முடியவில்லையே, இந்த வாயு வேலை செய்யவில்லையே" என்று சொல்லிக்கொண்டே காதரின் அழத் தொடங்கிவிட்டாள். "ஐயோ, ஒன்றும் கஷ்டமில்லாமல், ஒருவருக்கும் சிரமம் கொடுக்காமல் இந்தக் குழந்தையைப் பெற்றுவிட வேண்டும் என்று எவ்வளவோ முயற்சி செய்தேன். அன்பரே, இப்போது என்னால் முடியவே இல்லையே. என்னுடைய சக்தி எல்லாம் குறைந்துவிட்டதே. என் தைரியம் எல்லாம் பறந்து போய்விட்டதே, இது கொஞ்சம் கூட வேலை செய்யவில்லையே. ஐயோ, அன்பரே, இது வேலை செய்யவில்லையே. நான் இறந்துபோனால்கூட பாதகம் இல்லை. இந்த வேதனை நின்றுவிட்டால் போதும் என்றிருக்கிறது. அன்பரே, தயவு செய்யுங்கள். ஏதாவது செய்யுங்கள். இதை நிறுத்த ஏதாவது செய்யுங்கள்: ஐயோ, இதோ மறுபடியும் வலிக்கத் தொடங்குகிறது" என்று காதரின் பேச்சும் அழுகையுமாகக் கதறிக்கொண்டே முக மூடிக்கடியில் ஐயோ, ஐயோ, என்று விசும்பிக்கொண்டே இருந்தாள்.

என் கண்களில் நீர் மல்கியது. அவள் படும் அவஸ்தையைக் கண்டு தாளவில்லை. துக்கத்தால் "ஐயோ, இது வேலை செய்ய வில்லையே. வேலை செய்யவில்லையே, இல்லையே, என் செய்வேன்– அன்பரே. என்னைப் பற்றி நீங்கள் கவலைப்படாதேயுங்கள். நீங்கள்

கண்ணீர் விடாதீர்கள். என்னை நீங்கள் இனிமேல் பொருட் படுத்த வேண்டாம். நான் இனி ஒன்றுமே இல்லை. நிலை குலைந்து விட்டேன். அன்பரே, நீங்கள் மிகவும் அன்பாக இருக்கிறீர்களே. உங்கள் மீது எனக்குள்ள அன்பு குன்றவே இல்லை. நான் இந்த முறை எப்படியும் செய்து விடுகிறேன். ஆமாம், நல்லபடியே செய்து விடுகிறேன். அவர்களால் எனக்கு இன்னும் ஒன்றும் செய்ய முடியாதா? ஏதாவது செய்தால் எவ்வளவு நன்றாக இருக்கும்."

"நான் இதைக் கொடுக்கிறேன். கைப்பிடியைப் பூராவும் திறந்து பார்க்கிறேன்."

"சரி, இப்போது கொடுங்கள். இன்னொருமுறை பார்க்கலாம்" என்று முகமூடியை முகத்தில் அழுத்திக் கொண்டாள்.

நான் கைப்பிடியை நன்றாகவே தளர்த்திவிட்டேன், அவள் நீண்ட சுவாஸங்களுடன் வாயுவை உள்ளுக்கிழுத்தாள். கைகள் சோர்ந்து மார்பின்மீது தளர்ந்து விழுந்தன. உடனே நான் கைப்பிடியை மூடினேன். முகமூடியை அகற்றினேன். கொஞ்ச நேரம் பிடித்தது அவள் தன் பழைய நிலையை அடைவதற்கு. எங்கோ வெகுதூரத்தி லிருந்து திரும்பிவந்தது போலிருந்தது அவளுக்கு.

"அது மிகவும் இதமாக இருந்தது. எனக்கு மிகவும் ஆறுத லளித்தது. அன்பரே, நீங்கள் எனக்கு இவ்வளவு நன்மை செய்கிறீர் களே. இவ்வளவு அன்புடனிருக்கிறீர்களே."

"நீ தைரியமாகவே இரு. இப்போது செய்ததைப்போல் நான் செய்துகொண்டே இருக்க முடியாது. இந்த வாயுவே உனக்குக் கெடுதல் உண்டுபண்ணவும் கூடும்."

"அன்பரே, என் தைரியமெல்லாம் போய்விட்டது. நான் இனிமேல் இல்லாதது போலவே. அந்த வலிகள் என் உறுதியை அடியோடு குலைத்துவிட்டன."

"எல்லோரும் இப்படித்தான் இருப்பார்கள். இந்நிலையில்."

"என்னால் தாள முடியவில்லை. நான் சீரழிந்து போகும்வரை இப்படித்தான் வலித்துக் கொண்டிருக்கும் போலிருக்கிறதே!"

"இன்னும் ஒரு மணிக்குள் இந்தத் தொந்தரவுகள் எல்லாம் நின்றுவிடும்."

"அப்படியா, நல்லது, அன்பரே, நான் செத்துப்போகமாட்டேன் அல்லவா? மாட்டேனே?"

"சாகமாட்டாய். உறுதியாகச் சொல்லுகிறேன். உனக்கு வாக்குக் கொடுக்கிறேன். உனக்கு ஆபத்தொன்றுமில்லை" என்றேன் அழுத்த மாகவே.

"நான் செத்துப்போகப் போவதில்லை. உங்களைத் தவிக்க விட்டுவிட்டு நான் சாகமாட்டேன். ஆனால் ஒருக்கால் நான் களைப்பு மிகுதியால் செத்துப்போய் விடுவேனோ என்று பயமாக இருக் கிறது."

"என்ன அசட்டு வார்த்தைகள். இந்த நிலையில் எல்லோரும் இப்படித்தான் இருப்பார்கள். அதற்காகச் செத்துப்போவார்களா?"

"சில சமயங்களில் நான் செத்துப்போவது போல் தோன்று கிறது."

"நீ சாகப் போவதில்லை. உன்னால் சாகவும் முடியாது."

"ஒரு வேளை இறந்துபோய்விட்டால்!"

"நீ இறந்துபோக நான் விடமாட்டேன்."

"அதைச் சீக்கிரம் கொடுங்கள், சீக்கிரம்" என்று மூடியை வாங்கிக் கொண்டாள். சிறிது நேரத்திற்குப்பின் "ஆமாம் நான் இறக்க மாட்டேன். நான் இறந்துபோகும்படி செய்து கொள்ள மாட்டேன்."

"நிச்சயமாக நீ இறந்துபோக முடியாது."

"நீங்கள் என்னுடனே இருப்பீர்களா?"

நீ செத்துப்போவதைப் பார்த்துக் கொண்டிருக்கவா, அப்படி யென்றால் மாட்டேன்."

"இல்லை, இல்லை. என் பக்கத்தில் ஆறுதலளிக்கத்தான்."

"நிச்சயமாக. உன் பக்கத்தைவிட்டு நகரவேமாட்டேன்." மறுமுறை அவளுக்கு வாயுப் பிரயோகம் செய்தேன். இந்த முறை கைப்பிடியைத் தளர்த்திவிட்டு கடிகாரத்தின் எண்ணிக்கை மூன்று, நான்கு வரை யிலும் ஏறியதைப் பார்த்தேன். பிறகு தளர்த்தினேன். இரண்டு எண்ணிக்கைக்கு மேலே சென்றாலே எனக்குப் பயமாக இருந்தது. டாக்டர் இன்னமும் வரவில்லையே என்று கவலை கொண்டேன்.

***

கடைசியாக ஒரு புது டாக்டர் இரண்டு நர்ஸுகளுடன் அறைக்குள் நுழைந்தார். காதரீனைத் தூக்கி சக்கரங்கள் அமைத்த ஸ்ட்ரெச்சரில் கிடத்தி, ஹால் வழியே கிடத்திச் சென்றார்கள். லிப்டின் மூலம் மேலே மாடிக்குச் சென்று, ஆப்ரேஷன் செய்யுமிடத்திற்குக் கொண்டு சென்றார்கள். அங்கே டாக்டர் தன் முகத்தை நன்றாக முகமூடியால் மறைத்து, அத்துடன் இணைந்த தொப்பியும் நீண்ட அங்கியும் அணிந்து தயாராக இருந்தார். அந்தக் கோலத்தில்

அவரை எனக்கு அடையாளமே கண்டுகொள்ள முடியவில்லை. அங்கே மற்றொரு டாக்டரும் சில நர்ஸுகளுமிருந்தனர்.

"எனக்கு ஏதாவது மருந்து கொடுங்கள், டாக்டர். ஏதாவது கொடுத்துத்தான் ஆகவேண்டும்" என்றாள் காதரின் டாக்டரைப் பார்த்து. "பலன் ஏற்படும் அளவுக்கு ஏதாவது கொடுங்கள்."

ஒரு டாக்டர் அவள் முகத்தை ரப்பர் முகமூடியால் மறைத் தார். நான் கதவுச் சந்தின் வழியே அரைவட்டமாக அமைந்திருந்த அந்தச் சிறிய ஆபரேஷன் மேஜையைப் பார்க்க முடிந்தது. மற்றொரு கதவு வழியே சென்று உட்கார்ந்திருக்கும்படி ஒரு நர்ஸ் என்னை வெளியே அனுப்பிவிட்டாள். வெண்மையான அந்த மேஜைக்குப் பக்கத்திலிருந்த கம்பிகளுக்கடியில் சில பெஞ்சுகள் போடப்பட்டிருந்தன. அங்கிருந்து காதரீனைப் பார்க்க முடிந்தது. ரப்பர் முகமூடி அவள் முகத்தை முழுதும் மறைத்திருந்தது. அவள் அசையாமல் படுத்திருந் தாள். ஸ்ட்ரெச்சரைத் தள்ளிக்கொண்டு அவர்கள் முன்னே சென்றார்கள். நான் அவ்விடத்தை விட்டகன்று ஹாலிற்குச் சென்றுவிட்டேன். மேலும் இரண்டு நர்ஸுகள் அந்த ஆபரேஷன் அறையை நோக்கி அவசரமாகப் போய்க் கொண்டி ருந்தனர். அவர்களில் ஒருத்தி "இது ஒரு 'சிசேரியன்' கேசு. 'சிசேரியன்' செய்யப் போகிறார்கள்" என்று மற்றவளிடம் சொன்னாள். மற்றவள் சிரித்தாள். நாம் குறித்த காலத்திற்குச் சரியாகவே வந்து விட்டோம். அதிர்ஷ்டம்தான். அவர்கள் அந்த அறைக்குள் நுழைந் தனர். மற்றொரு நர்ஸும் அவசரமாக அங்கு வந்துசேர்ந்தாள்.

"நீ நேராக அந்த அறைக்குள் செல். உடனே போ," என்றாள் அங்கிருந்த ஒருத்தி என்னைப் பார்த்து.

"இல்லை, நான் இங்கேயே இருக்கிறேன்." என்றேன்.

அவளும் அவசரமாகத்தான் சென்றாள். நான் ஹாலில் மேலும் கீழுமாக நடந்துகொண்டிருந்தேன். எனக்கு உள்ளே போவ தற்குப் பயம். நான் ஜன்னல் வழியே வெளியே உற்று நோக்கிக் கொண்டிருந்தேன். வெளியில் நன்றாக இருட்டிவிட்டது. வெளியே மழை பெய்து கொண்டிருந்தது. ஜன்னல் வெளிச்சத்தில் நன்றாகவே தெரிந்தது. ஹாலின் மறுகோடியில் வரிசையாக அடுக்கி வைத் திருந்த புட்டிகளின்மீது ஒட்டப்பட்டிருந்த பில்லைகளை எல்லாம் படித்தேன். சிறிது நேரம். பிறகு அங்கிருந்து திரும்பி ஒருவருமில்லாத அந்த ஹாலில் அர்த்தமில்லாமல் நின்று கொண்டிருந்தேன். ஆபரேஷன் அறைக் கதவின் பக்கமாகவே பார்த்துக் கொண்டி ருந்தேன்.

ஒரு டாக்டர், அறையிலிருந்து வெளியே வந்தார். நர்ஸ் அவர் பின்னால் சென்றாள். அவர் இரு கைகளிலும் ஏதோ ஒன்றை ஏந்திக்கொண்டு வெகு வேகமாக அந்த நடைபாதை வழியே நடந்து மற்றொரு அறைக்குள் நுழைந்தார். அவர் கையிலிருந்தது தோலை உரித்த ஒரு சிறிய முயற்குட்டிபோல் காணப்பட்டது. அவர் நுழைந்து சென்ற அறைக்கு நானும் சென்று கதவிடுக்கில் எட்டிப் பார்த்தேன். அப்போதுதான் பிறந்த குழந்தைக்கு அவர்கள் அங்கே ஏதோ சிகிச்சை செய்து கொண்டிருந்தார்கள். என்னைக் கண்டதும் குழந்தையைத் தூக்கிப் பிடித்து எனக்குக் காட்டினார். அவர் அதனுடைய குதிக்காலைப் பிடித்துக் கொண்டு தட்டிக் கொண்டிருந்தார்.

"குழந்தை சரியாக இருக்கிறானா?"

"அற்புதமாக இருக்கிறான். நல்ல வளர்ச்சி. பத்து பவுண்டு களாவது இருக்கும் எடை" என்றார் டாக்டர்.

எனக்கு எவ்வித உணர்ச்சியும் உண்டாகவில்லை. எனக்கும் அவனுக்கும் யாதொரு சம்பந்தமும் இருப்பதாக நான் உணரவே யில்லை. நான் அதனுடைய தந்தை என்ற உணர்ச்சியே வரவில்லை.

"உங்களுடைய ஆண் குழந்தையைப் பற்றி நீங்கள் பெருமை கொள்ளவில்லையா?" என்று அந்த நர்ஸ் என்னைப் பார்த்துக் கேட்டாள். அவர்கள் குழந்தையைக் கழுவிவிட்டு எதையோ கொண்டு அவனைச் சுற்றினார்கள். குழந்தையின் கருத்த சின்னஞ்சிறு முகமும் சிறு கைகளும் வெளியே தெரிந்தன. டாக்டர் அதற்குத் திரும்பித் திரும்பி ஏதோ சிகிச்சை செய்து கொண்டிருந்தார். அவர் முகத்தில் கவலைக்குறிகள் படர்ந்திருந்தன.

"இல்லை. அவன் தாயாரைக் கொன்றுவிடப் பார்த்தானே" என்று சொன்னேன். அந்த நர்ஸ் கனிவுடன், "அது இந்தக் குட்டிப் பாப்பாவின் தவறா என்ன? உங்களுக்குக் குழந்தை வேண்டுமென்று ஆசையில்லையா?" என்று கேட்டாள்.

"இல்லை" என்றேன். டாக்டர் ஏதோ குழந்தையிடம் மும் முரமாக வேலை செய்து கொண்டிருந்தார். கால்களைப் பிடித்துத் தூக்கித் தட்டிக் கொண்டிருந்தார். அதையெல்லாம் எனக்குப் பார்க்கவே பிடிக்கவில்லை. மறுபடியும் ஹாலுக்குத் திரும்பி விட்டேன். நான் நேராகக் காதரின் இருந்த அறைக்குச் சென்றேன். உள்ளே நர்ஸுகள் அந்தப் பெஞ்சின்மீது உட்கார்ந்திருந்தனர். என்னைக் கண்டதும் உள்ளே வரும்படி அழைத்தனர். நான் உள்ளே செல்லவில்லை. கதவுப் பக்கத்திலேயே நின்றேன். அங்கிருந்தே எல்லாவற்றையும் பார்க்க முடிந்தது.

காதரின் இறந்துபோய் விட்ட மாதிரியே தோன்றியது. அவள் தோற்றமும் அப்படித்தான் இருந்தது. வெளியில் தெரிந்த அவள் முகத்தின் பாகம் வெளிறிப் போயிருந்தது. கீழே அடி வயிற்றில் ஆயுதத்தால் ஏற்பட்ட நீண்ட தடித்த பிளவை டாக்டர் தையல் போட்டு மூடிக்கொண்டிருந்தார். மற்றொரு டாக்டர் முகமூடி அணிந்து காதரீனுக்கு மயக்கமருந்து பிரயோகம் செய்து கொண்டி ருந்தார். இரண்டு நர்ஸுகள் முகமூடிகள் அணிந்து அவருக்குத் தேவையான சாமான்களை வழங்கிக் கொண்டே இருந்தனர். எல்லாம் ஒழுங்காக மௌனமாக நடந்து கொண்டிருந்தன. நான்கூட அங்கேயே இருந்து எல்லாவற்றையும் பார்த்திருக்கலாம் என்று தோன்றியது. ஆனால், அவற்றை எல்லாம் பார்க்காமலிருந்ததில் சந்தோஷமே. அவ்வளவு தூரம் உணர்ச்சியற்றுப் பார்த்துக் கொண்டி ருக்க எனக்கு மனவலிமை இருக்காது. ரணம் தைக்கப்பட்டதை மட்டும் பார்த்தேன். அந்த இடம் மேடாக வெகு திறமையாகத் தைக்கப்பட்டிருந்தது. சக்கிலியன் போடும் தையல்போல், தையல் கள் நன்றாகவே தெரிந்தன. நான் சந்தோஷமடைந்தேன். தையல் முடிந்ததும் நான் ஹாலுக்குள் வந்து மேலும் கீழும் நடந்து கொண்டிருந்தேன். சிறிது நேரத்திற்குப் பின் டாக்டர் வெளியே வந்தார்.

“அவள் எப்படியிருக்கிறாள்?” என்று கேட்டேன்.

“அவள் நன்றாகவே இருக்கிறாள். நீங்கள் எல்லாவற்றையும் பார்த்துக் கொண்டிருந்தீர்கள் அல்லவா?”

“நீங்கள் தையல் போட்டுக் கொண்டிருந்ததை மட்டும் பார்த் தேன். கீறி இருந்த இடம் மிகவும் நீளமாகத் தெரிந்தது.”

“அப்படியா தோன்றிற்று?”

“ஆமாம். ஆனால், அது மறுபடியும் சருமத்துடன் சமமாகவே இணைந்து விடுமல்லவா?”

“நிச்சயமாக இணைந்துவிடும்.”

சிறிது நேரத்திற்கெல்லாம் அவர்கள் சக்கரம் பொருந்திய ஸ்ட்ரெச்சரை ஆபரேஷன் அறையிலிருந்து வெளியே தள்ளிச் சென்று காதரீனை முதலில் படுத்திருந்த அறையில் படுக்க வைத்தார்கள். நான் அவர்கள் பின்னாலேயே சென்றேன். படுக்கை அருகில் சென்று நின்றேன். மறுபடியும் நர்ஸ் இருந்தாள். “அன்பரே, வாருங் கள்” என்று கையை என் பக்கம் நீட்டினாள். அவள் குரல் மெலிந்து, பலவீனமாக இருந்தது.

“குழந்தை எப்படியிருக்கிறது?” என்று கேட்டாள்.

"உஷ்; நீங்கள் பேசக் கூடாது," என்று எச்சரித்தாள். "ஆண் குழந்தை. நன்றாகவே வளர்ந்திருந்தது. கருமையாக இருந்தது."

"அவன் நன்றாகவே இருக்கிறானா?"

"ஆம்; நன்றாகவே இருக்கிறான்" என்றேன். அந்த நர்ஸ் என்னை வெறித்துப் பார்த்ததைக் கவனித்தேன். எனக்கு ஒன்றும் புரிய வில்லை.

"நான் மிகவும் களைத்துப் போயிருக்கிறேன். ஆபரேஷனும் மிக்க வேதனையளித்தது. நீங்கள் சௌக்கியமாகவே இருக்கிறீர்களா?"

"நான் சுகமாகவே இருக்கிறேன். நீ அதிகம் பேசவேண்டாம்."

"நீங்கள் என்னிடம் மிகவும் அன்பு காட்டுகிறீர்கள். நான் தான் உங்களைப் பெரிதும் சிரமப்படுத்திவிட்டேன். குழந்தை எப்படி யிருக்கிறது?"

"தோலுரித்த முயல் குட்டி மாதிரி இருக்கிறது. கிழவனைப் போன்ற தலை," என்றேன். அந்த நர்ஸ் மறுபடியும் என்னை சற்றுக் கடுமையாகவே உற்றுப் பார்த்தாள். "நீங்கள் இப்போது வெளியே போகவேண்டும். மிஸஸ் ஹென்ரி பேசக் கூடாது" என்று எச்சரித் தாள். "வெளியிலேயே இருக்கிறேன்" என்று அவளுக்குச் சொன் னேன்.

வெளியே வந்ததும் நர்ஸைக் கூப்பிட்டேன். அவளுடன் ஹாலில் கொஞ்ச தூரம் நடந்துகொண்டே "குழந்தைக்கு என்ன நேர்ந்தது? ஏன் நீ என்னை அவ்விதம் பார்த்தாய்?" என்று கேட்டேன்.

"உங்களுக்குத் தெரியாதா?"

"தெரியாதே."

"பிறக்கும் போதே அவன் உயிருடனில்லை."

"இறந்துதான் பிறந்ததா?"

"அவர்களால் அதற்கு மூச்சு விடும்படி ஒன்றும் செய்ய முடியவில்லை. கொடி கழுத்தில் சுற்றிக் கொண்டதோ, அல்லது வேறு ஏதோ கோளாறு."

"எனவே, குழந்தை இறந்துவிட்டது. அப்படித்தானே?"

"ஆமாம், நாங்கள் அவமானப்பட வேண்டிய விஷயம். குழந்தை நன்றாக இருந்தது. அழகான ஆண் குழந்தை உங்களுக்குத் தெரியு மென்று நினைத்தேன்."

"தெரியாது. நீ இப்போது அறைக்குச் சென்றுவிடு. அம்மை யாரிடம் பக்கத்திலேயே இரு" என்று அவளை அனுப்பி விட்டேன்.

***

நான் அங்கிருந்த ஒரு நாற்காலியிலமர்ந்தேன். பக்கத்தில் ஒரு அட்டையில் நர்ஸுகள் தயாரித்த குறிப்புகள் எல்லாம் தொங்கவிடப் பட்டிருந்தன. ஜன்னலுக்கு வெளியே ஒரே இருட்டு; மழை பெய்து கொண்டிருந்தது. என் சிந்தனை, நர்ஸ் கடைசியாகச் சொன்ன வார்த்தையைச் சுற்றிச் சுழன்றது. எனவே, அதுதான் விஷயம். குழந்தை இறந்துவிட்டது. அதனால்தான் டாக்டர் அவ்வளவு பொலிவிழந்து கலவரத்துடன் காணப்பட்டார் போலும்! ஆனால், அந்த அறையில் குழந்தைக்கு என்னென்னமோ செய்தார்களே. ஏன் அப்படிச் செய்திருக்க வேண்டும்? ஒருவேளை குழந்தை மூச்சுவிட ஆரம்பித்துப் பிழைத்துக் கொள்ளும் என்று அவர் நினைத்திருக்க வேண்டும். குழந்தைக்குக் கிறிஸ்தவ மதப்படி ஸம்ஸ்காரம் செய்திருக்க வேண்டுமோ? எனக்குத் தெரியவில்லை. ஆனால், நான்தான் எந்த மதத்தையும் சேர்ந்தவனல்லவே. எப்படி யும் அதுதான் மூச்சுடன் பிறக்கவே இல்லையே? மூச்சுடன் பிறக்கா விட்டாலும் ஸம்ஸ்காரம் செய்ய வேண்டுமோ? அவன் தான் உயிருடன் இல்லவே இல்லையே. காதரின் வயிற்றில் உயிருடன்தானே இருந்தான். அவன் கர்ப்பத்தில் அசைந்ததும் உதைத்ததும் எனக்குக்கூடத் தெரிந்ததே. ஆனால், கடைசி ஒரு வாரமாக இந்த அசைவைக் காணவில்லை. ஒருக்கால் வாயு இவ்வளவு நேரம் பிரயோகித்ததால் மூச்சடைத்துக் கிடந்ததோ, பாவம் சின்னஞ்சிறு குழந்தை வாயுப்புகையினால் மூச்சடைத்து இறந்து போவதில் என்ன வேதனையோ, இம்மாதிரி எனக்கு ஏற்படக் கூடாதா? மூர்ச்சித்து அப்படியே நான் இறந்துவிடக்கூடாதா? இல்லை, அப்படி நான் விரும்பவில்லை. இப்போது ஒருக்கால் காதரீனே இறந்துவிடுவாளோ? அவளைச் சாவுக்குக் கொண்டுவந்து தள்ளி விட்ட குழந்தையே நீ இறந்துபோனாய், உனக்கு இதெல்லாம் ஒன்றுகூடத் தெரிந்து கொள்ளாமல் இறந்துபோனாய், இதை யெல்லாம் தெரிந்து கொள்ளுவதற்கு உனக்கு அவகாசம் இல்லை. உன்னை உன் தாயாரின் வயிற்றுக்குள்ளே திணித்துவிட்டு அங்கே வளரவிட்டார்கள். ஆதாரத்திலிருந்து உன்னை வேறுபடுத்தி வெளியே எடுத்த உடனே உன்னைக் கொன்றுவிட்டனர். அனாயாசமாக அவர்கள் அங்கே அயிமோவைக் கொன்றனரே, அதேபோல இங்கே உன்னையும் கொன்றுவிட்டனர். இப்போது இல்லாவிட்டாலும் முடிவில் உன்னைக் கொன்றே தீர்த்திருப்பார்கள் அவர்கள், அதைப் பற்றி உனக்குச் சந்தேகம் வேண்டாம். இப்போது பிழைத்துக் கொண்டாலும் பின்னால் ஒரு சமயம் நிச்சயம் கொன்றே தீருவார் கள்!

ஒருசமயம் நான் காட்டில் முகாம் போட்டிருந்தபோது நீ அணைத்திருந்த இடத்தில் சில சுள்ளிகளையும் விறகுகளையும் போட்டு மறுபடியும் தீ பிடிப்பதைப் பார்த்துக் கொண்டிருந்தேன். அதில் காட்டெறும்புகள் அடையாக இருந்தன. தீ பற்றி எரிய ஆரம்பித்ததும் எறும்புகள் ஓரத்திற்கு ஓடி வெளிச்செல்ல முயன்றன. ஆனால், ஓரத்திற்குச் செல்லும் வழி தெரியாமல் மறுபடியும் நெருப்பிருந்த இடத்திற்கே வந்து அதில் விழுந்து மடிந்தன. அப்போது அந்த எறும்புகளின் நிலை எப்படியிருந்தது எனச் சிந்தித்துப் பார்த்தேன். உலகமே நசிக்கும் பிரளய காலம் எப்படி இருக்குமோ அப்படித்தானே இருந்திருக்கும்! நான் அந்தச் சமயம் அந்த எறும்புகளைக் கரையேற்றி விட்டிருக்கலாம். மேலே இருந்த விறகை எடுத்து வீசி எறிந்திருந்தால் அவை பிழைத்துச் சென்றி ருக்கும். ஆனால், அப்படி ஒன்றும் நான் செய்து விடவில்லை. தகரக் குவளையிலிருந்த கொஞ்சம் தண்ணீரையும் எரிந்துகொண்டி ருந்த விறகின்மீது வீசினேன். விறகு அணைந்தது. ஆனால், அதன் மீதிருந்த எறும்புகளும் ஆவியில் பொசுங்கி மடிந்திருந்தன. எதற்காக அப்படிச் செய்தேன்? 'விஸ்கி'யை ஊற்றுவதற்கு வேறு தம்ளர் இல்லாததால் தகரக் குவளையிலிருந்த தண்ணீரைக் கொட்டிவிட்டு, அதில் விஸ்கியை ஊற்றிப் பிறகு சோடாவுக்குப் பதிலாகக் கொஞ்சம் தண்ணீரை விட்டுக்கொண்டேன். தண்ணீர் பிறகு சேர்த்துக் கொள்ளுவதானால் குவளையைக் காலி செய்தே இருக்க வேண்டுமே! விஸ்கியின் மணத்தை ரஸிக்க வேண்டுமானால் விஸ்கிக்குப் பிறகு தான் தண்ணீர் ஊற்ற வேண்டுமே தவிர, தண்ணீரில் அதைக் கலக்கலாமா?

நான் ஹாலில் உட்கார்ந்து நர்ஸிடமிருந்து காதரீனைப் பற்றிச் செய்தி கிடைக்குமா என்று காத்திருந்தேன். ஒன்றும் கிடைக்காததால் நானே அறைக்குச் சென்றேன். விளக்கு பளிச்சென்றிருந்தது. நர்ஸ் படுக்கை அருகில் உட்கார்ந்திருந்தாள். காதரின் போர்வைக்கடியில் சமமாகப் படுத்திருந்தாள். என்னைக் கண்டதும் பேசக்கூடா தென்று உதட்டின்மீது விரலை வைத்து ஜாடை காட்டிவிட்டு நர்ஸ் வெளியே வந்தாள். எப்படியிருக்கிறாள் என்று கேட்டேன். நன்றாக இருக்கிறாள் என்றும், நான் வெளியே சென்று இராச் சாப்பாட்டை முடித்துக்கொண்டு திரும்பலாம் என்றும் சொல்லி என்னை வெளியே அனுப்பிவிட்டாள்.

நான் ஆஸ்பத்திரியை விட்டு அந்த மழையிலேயே பகல் உணவு சாப்பிட்ட அதே ஓட்டலுக்குச் சென்றேன். பளிச்சென்ற விளக்கொளியில் பலர் சாப்பிட்டுக் கொண்டும், பத்திரிகை படித்துக் கொண்டும் இருந்தார்கள். நான் ஒரு மூலையில் ஒரு மேஜையில்

உட்கார்ந்து இறைச்சித்துண்டும் முட்டையும் பீர் பானமும் தருவித்துக் கொண்டேன். எனக்கும் பசி. உணவை முடித்துக்கொண்டுச் சிறிது நேரம் அங்கேயே உட்கார்ந்திருந்தேன். நான் சிந்தனை ஏதும் செய்யாமல் அமைதியாக இருக்கவே முயன்றேன். ஆனால் அங்கே எனக்கு இருப்புக் கொள்ளவில்லை. சீக்கிரமே அங்கிருந்து மழையில் நனைந்துகொண்டே ஆஸ்பத்திரிக்கு விரைந்தேன். மாடி ஹாலில் காதரின் அறையிலிருந்து நர்ஸ் வெளியே வந்து கொண்டிருந்தாள். "நான் உங்கள் ஓட்டலுக்கு டெலிபோன் செய்தேன்" என்றாள். அவள் என்னைப் பார்த்ததும் எனக்கு உள்ளத்தில் கலக்கம் ஏற்பட்டது. உள்ளமே நின்று விட்டதுபோல் ஒரு உணர்ச்சி அவ்வார்த்தையைக் கேட்டதுமே உண்டாயிற்று.

"ஏதாவது கவலைக்கிடமாக இருக்கிறதா?"

"மிஸஸ் ஹென்ரிக்கு ரத்தச் சிதைவு ஏற்பட்டிருக்கிறது."

"நான் உள்ளே போகலாமா?"

"கூடாது. உள்ளே டாக்டர் இருக்கிறார், சற்றுப் பொறுங்கள்."

"இது அபாயகரமானதா?"

"ஆமாம், மிகவும் அபாயகரமானதே," என்று சொல்லிவிட்டு அவள் அறைக்குள் சென்று கதவைச் சாத்திக்கொண்டாள். நான் வெளியே ஹாலில் உட்கார்ந்தேன். என் ஹிருதயமே நிலை பெயர்ந்து எங்கோ சென்றுவிட்டது போலிருந்தது. எல்லாம் சூனியமாகவே தோன்றியது. என்னால் ஒரு சிந்தனையும் செய்ய முடியவில்லை. செய்யவும் முடியாது இருந்தேன் அந்த நிலையில். அவள் இறந்து விடுவாள் என்று நன்றாகத் தெரிந்துவிட்டது. அவள் சாகக் கூடாது என்று பிரார்த்தனை செய்தேன். அவள் இறந்து போகும் படி விட வேண்டாம். ஆண்டவனே, தயைபுரியும்! அவள் இறக்க வேண்டாம். நான் உங்களுக்கு என்ன வேண்டுமானாலும் செய்கிறேன். அவளை மட்டும் இறந்துபோகவிட வேண்டாம். தயை காட்டுங்கள், கருணை புரியுங்கள், அன்பு வையுங்கள்; என் ஆண்டவனே, என்னுடைய கர்த்தரே, 'அவளைக் கொண்டு செல்லாதீர்கள், என் பிரியமுள்ள கடவுளே. கிருபை செய்து அவளை விட்டுவிடுங்கள். தயை புரியுங்கள். கருணை காட்டுங்கள். கடவுளே, ஆண்டவனே, அவளை இறக்கும்படி விட வேண்டாம். நான் எது வேண்டுமானாலும் செய்கிறேன். என்ன செய்ய வேண்டும் என்று எனக்கு வழிகாட்டுங்கள். உடனே செய்யக் காத்திருக்கிறேன். அவளை மட்டும் இறந்து போக விடாதீர்கள். குழந்தையைத்தான் நீங்கள் எடுத்துக்கொண்டு விட்டீர்களே. அவளை விட்டுவிடுங்கள், குழந்தை போய்விட்டது. போகட்டும், அவளை இறக்கச் செய்யாதீர்கள். தயை காட்டுங்கள்

என்மீது. ஓ ஆண்டவனே, கருணை கூர்ந்து அவளை மட்டும் பிழைக்கச் செய்யுங்கள், இவ்வாறு உருகுவதைத் தவிர நான் அந்தச் சமயம் வேறு என்ன செய்ய முடியும்.

***

கதவைத் திறந்து நர்ஸ் என்னை உள்ளே வரும்படி ஜாடை காட்டினாள். அவள் பின்னாலேயே போனேன். உள்ளே சென்றதும் வழக்கம்போல் காதரின் தலையைத் தூக்கி என்னைப் பார்க்க வில்லை, படுக்கைக்கு அருகில் சென்றேன். எதிர்ப்பக்கத்தில் டாக்டர் நின்றுகொண்டிருந்தார். அப்போதுதான் காதரின் என்னைப் பார்த்துப் புன்னகை செய்தாள். குனிந்து அவளை நெருங்கிப் பார்த்தேன். எனக்கு அழுகை வந்துவிட்டது. அழ ஆரம்பித்து விட்டேன்.

"என் அன்பரே, கவலைப் படாதீர்கள்", என்று அந்த நிலை யிலும் அவள் மிருதுவாகச் சொன்னாள். முகத்தில் சோகை படர்ந்து வெளேரென்றிருந்தது.

"உனக்கு ஒன்றுமில்லை, காத், நீ குணமடைந்து கொண்டே வருகிறாய், குணமடையத்தான் போகிறாய்."

"இல்லை. அன்பரே, நான் செத்துப் போய்க் கொண்டிருக்கிறேன்" என்று அவள் சொன்னாள். சற்று நேரம் பொறுத்து, "எனக்கு அது பிடிக்கவில்லை. அதை வெறுக்கிறேன்," என்றாள். அவள் கையை எடுத்து என் கையில் வைத்துக் கொண்டேன்.

"என்னைத் தொடாதீர்கள்," என்றாள். நான் கையை விட்டு விட்டேன். அவள் புன்முறுவல் செய்தாள். "ஐயோ பாவம். அன்பரே, தொடுங்கள். எவ்வளவு வேண்டுமோ அவ்வளவு தொடுங்கள்," என்று மறுபடியும் சொன்னாள்.

"நீ குணமடைந்து வருகிறாய், காத். உனக்கு ஒன்றும் ஆபத் தில்லை. எனக்கு நன்றாகத் தெரிகிறது. நீ குணமடைந்து விடுவாய்" என்று திரும்பத் திரும்பச் சொன்னேன்.

"உங்களுக்கு ஒரு கடிதம் எழுதி வைக்கவேண்டும் என்று எண்ணியிருந்தேன். எனக்கு ஏதாவது நேர்ந்தால் என் ஞாபகச் சின்னமாக வைத்துக் கொள்ளுவதற்காக என்று; ஆனால் எழுத வில்லை."

"உனக்கு யாரையாவது பார்க்க வேண்டும் போல் இருக்கிறதா! பாதிரியார் வந்து பார்க்கவேண்டுமென்று உனக்கு விருப்பமா? உனக்கு ஏதாவது வேண்டுமா?" என்று கேட்டேன்.

"நீங்கள் மட்டும்தான் வேண்டும். வேறு ஒருவரையும் பார்க்க விரும்பவில்லை." சற்றுப் பொறுத்து, "நான் அதற்காகப் பயப்பட வில்லை. எனக்குப் பயமில்லை. அதெல்லாம் எனக்குப் பிடிக்க வில்லை. வெறுக்கிறேன். அவ்வளவுதான்" என்றாள்.

"நீ இவ்வளவு தூரம் பேசக் கூடாது," என்று டாக்டர் எச்சரித் தார்.

"சரி, பேசவில்லை," என்றாள் காதரின்.

"நான் ஏதாவது செய்யவேண்டுமா காத்? உனக்கு ஏதாவது வேண்டுமா? உனக்கு ஏதாவது வாங்கிவரட்டுமா?"

காதரின் முகத்தில் புன்னகை தவழ்ந்தது. "ஒன்றும் வேண்டாம்" என்றாள். சற்றுப் பொறுத்து. "நாம் செய்ததையெல்லாம் வேறு எந்தப் பெண்ணிடமும் செய்யமாட்டீர்களே? நாம் பேசிக் கொண்டது போல் வேறு எந்தப் பெண்ணிடமும் பேச மாட்டீர்களே? அல்லது அப்படியேதான் செய்வீர்களா?" என்று கேட்டாள்.

"ஒருபோதும் செய்யமாட்டேன், நிச்சயமாகச் சொல்லுகிறேன்."

"என்றாலும் நீங்கள் பெண்களுடன் இருப்பதைத்தான் விரும்பு கிறேன். அவர்களுடன் உல்லாசமாகவே இருங்கள்.

"எனக்கு அவர்கள் தேவையேயில்லை."

"நீ அதிகமாகப் பேசுகிறாய், பேசக்கூடாது. மிஸ்டர் ஹென்ரி, இப்போது வெளியே செல்ல வேண்டும். வேண்டுமானால் அவர் சற்றுப் பொறுத்து வரலாம் நீ ஒன்றும் இறந்துவிடப் போவதில்லை. அசட்டுத்தனமாகப் பேசிக்கொண்டிராதே" என்று டாக்டர் காதரினைப் பார்த்து அன்பும் கண்டிப்பும் கலந்து சொன்னார்.

"நல்லது, நான் வருகிறேன். இரவு காலங்களிலெல்லாம் உங்களுடனேயே தங்குகிறேன்," என்றாள் காதரின். அவளால் பேச முடியவில்லை. சிரமம் அதிகரித்திருந்தது.

"தயவுசெய்து சற்று வெளியே செல்லுங்கள்," என்று டாக்டர் என்னைக் கண்டித்தார். காதரின் என்னை ஜாடையாகப் பார்த் தாள். முகம் வெளிறிப்போயிருந்தது.

"சரி, அப்படியே நான் அறைக்கு வெளியிலேயே இருக்கிறேன்."

"நீங்கள் கவலைப்பட வேண்டாம். அன்பரே, எனக்கு ஒன்றும் பயமில்லை. இதெல்லாம் வெறும் தந்திரம், அவர்கள் கையாளும் தந்திரம், நான் கொஞ்சமும் பயப்படவில்லை. அன்பரே," என்றாள் காதரின்.

"என் அமுதே, நீ மிகவும் தைரியசாலிதான், என் கண்ணே."

நான் அறைக்கு வெளியே காத்திருந்தேன். வெகுநேரம் காத்திருந்தேன், கடைசியாக நர்ஸ் கதவைத் திறந்து, என்னிடம் வந்தாள். "மிஸஸ் ஹென்ரியின் நிலைமை கவலைக்கிடமாகத்தான் இருக்கிறது. இதைத் தெரிவிக்கவே நான் வருத்தப்படுகிறேன்," என்றாள் நர்ஸ். "எனக்குப் பயமாகத்தான் இருக்கிறது," என்றாள் மீண்டும்.

"அவள் இறந்துபோய் விட்டாளா?"

"இல்லை, ஆனால் பிரக்ஞையற்றிருக்கிறாள்."

ஒன்றன்பின் ஒன்றாக மேன்மேலும் ரத்தச் சிதைவு ஏற்பட்டதாகத் தெரிந்தது. அவர்களால் அதை நிறுத்த முடியவில்லை. நான் அறைக்குள்ளே சென்று அவள் அருகிலேயே இருந்தேன். ஆமாம், இறக்கும் வரையிலும் இழந்த நினைவை அவள் மீண்டும் பெறவேயில்லை. அவள் இறந்து போவதற்கு அதிக நேரம் பிடிக்கவில்லை. நான் பக்கத்திலேயே நின்று கொண்டிருந்தேன்.

***

அறைக்கு வெளியே ஹாலில் டாக்டர் இருந்தார். அவரிடம் சென்றேன்.

"இன்றிரவு நான் செய்யவேண்டியது ஏதாவது இருக்கிறதா?"

"இல்லை. செய்யவேண்டியது ஒன்றும் இல்லை. நான் உங்களை அழைத்துச் சென்று ஓட்டலில் விடட்டுமா?"

"வேண்டாம், உங்களுக்கு நன்றி. நான் இங்கே சற்று நேரம் இருக்க விரும்புகிறேன்."

என்ன ஆறுதல் மொழி சொல்லுவது என்று டாக்டருக்குத் தோன்றவில்லை. "சொல்லுவதற்கு ஒன்றுமில்லை என்று எனக்குத் தெரிகிறது. நான் எவ்வளவு தூரம் வருத்தமடைந்திருக்கிறேன் என்று உங்களிடம் சொல்ல..."

"வேண்டாம், சொல்லுவதற்கு என்ன இருக்கிறது, ஒன்றுமில்லை," என்று இடைமறித்தேன்.

"குட் நைட், உங்களை ஓட்டலில் கொண்டுவிட வேண்டாமா?"

"வேண்டாம், நன்றி."

"அது ஒன்றுதான் செய்யக்கூடியது அவள் இருந்த நிலையில். ஆபரேஷன் என்னமோ..."

"அதைப்பற்றிப் பேசவே நான் இஷ்டப்படவில்லை," என்றேன் அவர் வாக்கியத்தைப் பூர்த்திசெய்ய விடாமலேயே.

"உங்களை ஓட்டலில் கொண்டு விட்ட பிறகு செல்லலாம் என்று நினைத்தேன்.

"வேண்டாம்... நன்றி உங்களுக்கு."

அவர் அந்த ஹாலில் மறுபுறம் சென்றார். நான் அறைக்குள் சென்றேன்.

"நீங்கள் இப்போது உள்ளே வரக்கூடாது" என்று அங்கிருந்த நர்ஸ்களில் ஒருத்தி சொன்னாள். எனக்குக் கோபம் வந்தது.

"வரக்கூடும், வருகிறேன்," என்றேன் நான்.

"இன்னும் சற்று நேரம் நீங்கள் வரக்கூடாது, என்றாள் அவள். மீண்டும் அவர்களைக் கோபமாகப் பார்த்தேன்.

"நீ இங்கிருந்து வெளியே போ! அந்த நர்ஸும்கூடப் போகட்டும்."

அவர்களை வெளியே அனுப்பிவிட்டுக் கதவைச் சாத்திவிட்டு விளக்குகளையும் அணைத்துவிட்டேன். அவளிடம் கடைசி முறை யாக விடைபெற்றுக்கொள்ளும் வகையில் அவள்மீது குனிந்தேன். ஒன்றும் பிரயோஜனமில்லை. ஒரு சிலையிடம் விடைபெற்றுக் கொள்ளுவதுபோல இருந்தது. சற்றுநேரம் அங்கேயே இருந்துவிட்டுப் பிறகு வெளியேறினேன். ஆஸ்பத்திரியிலிருந்து வெளியே வந்து அந்த மழையிலேயே ஓட்டலை நோக்கி நடந்தேன்.

❏